ವಿಶ್ವಕಥಾಕೋಶ

ಸಂಪುಟ - ೧೨

ಪ್ರಧಾನ ಸಂಪಾದಕ
ನಿರಂಜನ

ಬಾವಿಕಟ್ಟೆಯ ಬಳಿ

ಯುಗೊಸ್ಲಾವಿಯ - ಆಲ್ಬೇನಿಯ - ಬಲ್ಗೇರಿಯ ಕಥೆಗಳು

ಅನುವಾದ
ಚಿ. ಶ್ರೀನಿವಾಸರಾಜು

೫೦ರ ಸಂಭ್ರಮ ೧೯೬೦-೨೦೧೦

BAVIKATTEYA BALI (Kannada)
An anthology of short stories from Yugoslavia, Albania and Bulgaria, being the twelfth volume of Vishwa Kathaa Kosha, a treasury of world's great short stories in 25 volumes in Kannada. Translated by Chi. Srinivasa Raju. Editor-in-Chief : Niranjana. Editors : S. R. Bhat, C. R. Krishna Rao, C. Sitaram. Secretary : R. S. Rajaram.

Third Print : 2012 **Pages : 152** **Price : ₹ 75**

Paper used for this book : 70 gsm Maplitho 18.6 Kgs (1/8 Demy Size)

ಮೊದಲನೇ ಮುದ್ರಣ : 1981
ಎರಡನೇ ಮುದ್ರಣ : 2011
ಮೂರನೇ ಮುದ್ರಣ : 2012

ಪ್ರತಿಗಳ ಸಂಖ್ಯೆ : 1000

ಪ್ರಧಾನ ಸಂಪಾದಕ : ನಿರಂಜನ
ಸಂಪಾದಕರು : ಎಸ್.ಆರ್. ಭಟ್, ಸಿ. ಆರ್. ಕೃಷ್ಣರಾವ್, ಸಿ. ಸೀತಾರಾಮ್
ಕಾರ್ಯದರ್ಶಿ : ಆರ್. ಎಸ್. ರಾಜಾರಾಮ್
ಕಲಾ ಸಲಹೆಗಾರರು : ಎಸ್. ರಮೇಶ್, ಕಮಲೇಶ್, ಅಮಿತ್

ಕೃತಿಸ್ವಾಮ್ಯ : ಆಯಾ ಕಥೆಗಳ ಲೇಖಕರದ್ದು / ಲೇಖಕರ ವಾರಸುದಾರರದ್ದು

ಬೆಲೆ : ₹ 75
(25 ಸಂಪುಟಗಳ ಪೂರ್ತಿ ಸೆಟ್‌ನ ವಿಶೇಷ ಬೆಲೆ ₹ 1750 ಮಾತ್ರ)

ಮುಖಚಿತ್ರ : ಚಂದ್ರನಾಥ್

ಪ್ರಕಾಶಕರು
ನವಕರ್ನಾಟಕ ಪಬ್ಲಿಕೇಷನ್ಸ್ ಪ್ರೈವೆಟ್ ಲಿಮಿಟೆಡ್
ಎಂಬೆಸಿ ಸೆಂಟರ್, ಕ್ರೆಸೆಂಟ್ ರಸ್ತೆ, ಬೆಂಗಳೂರು - 560 001
ದೂರವಾಣಿ: 080-30578020/22 ಫ್ಯಾಕ್ಸ್ : 080-30578023
Email : navakarnataka@gmail.com

ಶಾಖೆಗಳು/ಮಳಿಗೆಗಳು
ನವಕರ್ನಾಟಕ, ಕ್ರೆಸೆಂಟ್ ರಸ್ತೆ, ಬೆಂಗಳೂರು - 1, © 080-30578028/35, Email : nkpsales@gmail.com
ನವಕರ್ನಾಟಕ, ಗಾಂಧಿನಗರ, ಬೆಂಗಳೂರು - 9, © 080-22251382, Email : nkpgnr@gmail.com
ನವಕರ್ನಾಟಕ, ಕೆ.ಎಸ್. ರಾವ್ ರಸ್ತೆ, ಮಂಗಳೂರು - 1, © 0824-2441016, Email : nkpmng@gmail.com
ನವಕರ್ನಾಟಕ, ಬಲ್ಮಠ, ಮಂಗಳೂರು - 1, © 0824-2425161, Email : nkpbalmatta@gmail.com
ನವಕರ್ನಾಟಕ, ರಾಮಸ್ವಾಮಿ ವೃತ್ತ, ಮೈಸೂರು - 24, © 0821-2424094, Email : nkpmys@yahoo.co.in
ನವಕರ್ನಾಟಕ, ಸ್ಟೇಷನ್ ರಸ್ತೆ, ಗುಲಬರ್ಗಾ - 2, © 08472-224302, Email : nkpglb@gmail.com

0305123424 **ISBN 978-81-8467-211-4**

Printed by R. S. Rajaram at Navakarnataka Printers, No. 167 & 168 10th Main, III Phase, Peenya Industrial Area, Bangalore - 560 058 and published by him for Navakarnataka Publications Private Limited 101, Embassy Centre, Crescent Road, P B 5159, Bangalore - 560 001 (INDIA)

ಅರ್ಪಣೆ

ನಿರಂಜನ
(1924–1991)

ಇವರ ನೆನಪಿಗೆ

ಪರಿವಿಡಿ

ಪ್ರಕಾಶಕರ ನುಡಿ

ವಿಶ್ವಕಥಾಕೋಶದ ಮೊದಲ ಎಂಟು ಸಂಪುಟಗಳನ್ನು ಕಳೆದ ಯುಗಾದಿ ಮತ್ತು ದೀಪಾವಳಿಗಳಂದು ಎರಡು ಕಂತುಗಳಲ್ಲಿ ನಾವು ಈಗಾಗಲೇ ಓದುಗರ ಕೈಗಿತ್ತಿದ್ದೇವೆ.

ಈಗ ಮತ್ತಿದೋ ಮೂರನೆಯ ಕಂತಿನ ನಾಲ್ಕು ಸಂಪುಟಗಳು. ಇವು ಈ ವರ್ಷದ ಯುಗಾದಿಯ ಕಾಣಿಕೆ.

ಈ ನಾಲ್ಕರಲ್ಲೊಂದು 'ಬಾವಿಕಟ್ಟೆಯ ಬಳಿ'. ಇದರಲ್ಲಿ ಯುಗೊಸ್ಲಾವಿಯಾ, ಆಲ್ಬೇನಿಯ ಮತ್ತು ಬಲ್ಗೇರಿಯಾಗಳ ಕಥಾ ಸಾಹಿತ್ಯದಿಂದ ಆಯ್ದ ಹೃದಯಂಗಮವಾದ ಹನ್ನೆರಡು ಕಥೆಗಳಿವೆ. ಇದು ಕಥಾಕೋಶದ ಹನ್ನೆರಡನೇ ಸಂಪುಟ. ಈ ಸಂಪುಟವನ್ನು ಕನ್ನಡಕ್ಕೆ ಅನುವಾದಿಸಿದವರು ಶ್ರೀ ಚಿ. ಶ್ರೀನಿವಾಸರಾಜು ಅವರು. ಇದಕ್ಕೆ ಅಂದವಾದ ಮುಖಚಿತ್ರವನ್ನು ಬರೆದುಕೊಟ್ಟವರು ಕಲಾವಿದ ಚಂದ್ರನಾಥ್. ಹಿಮ್ಮೈ ವಿನ್ಯಾಸ ಶ್ರೀ ಕಮಲೇಶ್ ಅವರದು. ಇದನ್ನು ಸೊಗಸಾಗಿ ಮುದ್ರಿಸಿದ ಶ್ರೇಯಸ್ಸು ಜನಶಕ್ತಿ ಮುದ್ರಣಾಲಯದ ನಮ್ಮ ಬಂಧುಗಳಿಗೆ ಸಲ್ಲಬೇಕು. ಇದರ ರಕ್ಷಾಕವಚದ ಮುದ್ರಣ ಕಾರ್ಯವನ್ನು ನಿರ್ವಹಿಸಿದವರು ಶಿವಕಾಶಿಯ ಜೇಯೆಮ್ ಆಫ್‌ಸೆಟ್ ಪ್ರಿಂಟರ್ಸ್ ಅವರು. ಇವರಿಗೆಲ್ಲ ಈ ಸಂದರ್ಭದಲ್ಲಿ ನಮ್ಮ ಹೃತ್ಪೂರ್ವಕ ಕೃತಜ್ಞತೆಗಳು ಸಲ್ಲುತ್ತವೆ.

ಇವರಲ್ಲದೆ ಈ ಸಂಪುಟವನ್ನು ಹೊರತರಲು ಇನ್ನೂ ಅನೇಕ ಮಂದಿ ಮಿತ್ರರು ನಮಗೆ ನೆರವಾಗಿದ್ದಾರೆ. ಸಂಪುಟದ ಕೊನೆಯಲ್ಲಿ ಅವರಿಗೆ ನಮ್ಮ ವಿಶೇಷ ಕೃತಜ್ಞತೆಗಳನ್ನು ಸಮರ್ಪಿಸಲಾಗಿದೆ.

ಈ ಸಂಪುಟದಲ್ಲಿ ಬಳಸಲಾದ, ಕೃತಿಸ್ವಾಮ್ಯವನ್ನು ಹೊಂದಿರುವ ಎಲ್ಲ ಕಥೆಗಳ ಕರ್ತೃಗಳಿಂದ ಅಥವಾ ಅವರ ವಾರಸುದಾರರಿಂದ ಅವುಗಳ ಪ್ರಕಟಣೆಗೆ ಅನುಮತಿ ಪಡೆಯಲು ನಾವು ಅದಷ್ಟು ಪ್ರಯತ್ನಿಸಿದ್ದೇವೆ. ಅವರೆಲ್ಲರಿಗೂ ನಾವು ಋಣಿಗಳು. ಆದರೆ ಒಂದು ವೇಳೆ ಯಾರದಾದರೂ ಅನುಮತಿ ಬಿಟ್ಟು ಹೋಗಿದ್ದರೆ, ಈ ಯೋಜನೆಯ ಮಹತ್ವವನ್ನು ಮನಗಂಡು ಅವರು ನಮ್ಮನ್ನು ಕ್ಷಮಿಸುವರೆಂದು ನಂಬಿದ್ದೇವೆ.

ಕಥಾ ಕೋಶದ ಒಟ್ಟು ಸಂಪುಟಗಳು 25, ಈ ಸಲದ

ಬಿಡುಗಡೆಯೂ ಸೇರಿದಂತೆ, ಇವುಗಳಲ್ಲಿ 12ನ್ನು ನಾವೀಗ ಹೊರ ತಂದಿದ್ದೇವೆ. ಇನ್ನು 4 ಸಂಪುಟಗಳು ಈ ವರ್ಷದ ದೀಪಾವಳಿಯ ಸಮಯದಲ್ಲಿ ಪುನಃ ಪ್ರಕಟವಾಗಲಿವೆ. ಉಳಿದ 9 ಸಂಪುಟಗಳು ಬಿಡುಗಡೆ 1982ರ ಯುಗಾದಿ ಮತ್ತು ದೀಪಾವಳಿಗಳಂದು.

ಶ್ರೀ ನಿರಂಜನರ ಪ್ರಧಾನ ಸಂಪಾದಕತ್ವದಲ್ಲಿ ಕಾರ್ಯಗತ ವಾಗುತ್ತಿರುವ ಈ ಯೋಜನೆ, ಕನ್ನಡ ಓದುಗರಿಗೆ ನವಕರ್ನಾಟಕ ಪ್ರಕಾಶನದ ಹೆಮ್ಮೆಯ ಕೊಡುಗೆ. ಬೆಲೆ ಏರಿಕೆಯ ಇಂದಿನ ದಿನಗಳಲ್ಲಿ 25 ಸಂಪುಟಗಳ ಇಂಥ ಬೃಹತ್ ಯೋಜನೆಯ ಪ್ರಕಟಣೆ ಬಹಳ ಕಷ್ಟ ಸಾಧ್ಯವಾದ ಕಾರ್ಯ. ಆದರೂ ಓದುಗರ ಹಿತದೃಷ್ಟಿಯನ್ನು ಗಮನದಲ್ಲಿರಿಸಿಕೊಂಡು ಕಥಾಕೋಶದ ಬೆಲೆಯನ್ನು ನಾವು ಏರಿಸಿಲ್ಲ. ಬಿಡಿ ಸಂಪುಟಗಳ ಬೆಲೆ ರೂ. 10–00. ಸಂಪುಟಗಳಿಗೆ ರೂ. 250–00. ಹೀಗೆಯೇ, ಇಡೀ ಕೋಶವನ್ನು ಕೊಳ್ಳ ಬಯಸುವವರಿಗೆ ಹಿಂದಿನಂತೆ ರೂ. 50/–ರ ರಿಯಾಯಿತಿಯೂ ಇದೆ. 'ನವಕರ್ನಾಟಕ ಪಬ್ಲಿಕೇಷನ್ಸ್ (ಪ್ರೈ) ಲಿಮಿಟೆಡ್' – ಈ ಹೆಸರಿಗೆ 200 ರೂ.ಗಳನ್ನು ಡ್ರಾಫ್ಟ್ ಮೂಲಕ ಇಂದೇ ಕಳುಹಿಸಿಕೊಡಿ. ಈಗ ಪ್ರಕಟವಾಗಿರುವ ಸಂಪುಟಗಳನ್ನು ತಕ್ಷಣ ಮತ್ತು ಮುಂದಿನ ಸಂಪುಟಗಳನ್ನು ಅವು ಪ್ರಕಟವಾದಂತೆ ನಮ್ಮ ವೆಚ್ಚದಲ್ಲಿ ನಿಮ್ಮ ಮನೆ ಬಾಗಿಲಿಗೆ ತಲುಪಿಸಲಾಗುವುದು.

ಕೊನೆಯದಾಗಿ ಕಥಾಕೋಶದ ಮೊದಲ ಹನ್ನೆರಡು ಸಂಪುಟಗಳಿಗೆ ಓದುಗರು ನೀಡಿದ ಆದರದ ಸ್ವಾಗತ ಈ ಸಂಪುಟಗಳಿಗೂ ದೊರೆಯುವುದೆಂದು ನಾವು ನಂಬಿದ್ದೇವೆ.

ಆರ್. ಎಸ್. ರಾಜಾರಾಮ್
ಕಾರ್ಯದರ್ಶಿ
ನವಕರ್ನಾಟಕ ಪಬ್ಲಿಕೇಷನ್ಸ್ (ಪ್ರೈ) ಲಿಮಿಟೆಡ್

ಯುಗಾದಿ, 1981
ಬೆಂಗಳೂರು

ಪ್ರಕಾಶಕರ ನುಡಿ

(ಎರಡನೇ ಮುದ್ರಣ)

ನವಕರ್ನಾಟಕ ಪ್ರಕಾಶನದ 50ರ ಸಂಭ್ರಮದಲ್ಲಿ 'ವಿಶ್ವಕಥಾಕೋಶ'ದ ಇಪ್ಪತ್ತೈದು ಸಂಪುಟಗಳನ್ನು ಪುನರ್ಮುದ್ರಿಸಿ ಓದುಗರ ಕೈಗಿಡುತ್ತಿದ್ದೇವೆ. ಮೂವತ್ತು ವರ್ಷಗಳ ಕಾಲ ಅಲಭ್ಯವಾಗಿದ್ದ ಜಗತ್ತಿನ ಸಾಹಿತ್ಯ ಕಥಾ ಕಣಜ ಬೆಳಕು ಕಾಣುವ ಈ ಸಮಯದಲ್ಲಿ ಈ ಯೋಜನೆಯ ಹೊಣೆ ಹೊತ್ತ ಶ್ರೇಷ್ಠ ಕಥೆಗಾರ, ಸಾಹಿತಿ ನಿರಂಜನರು ನಮ್ಮೊಂದಿಗೆ ಇದ್ದಿದ್ದರೆ, ನವಕರ್ನಾಟಕದ ಚಿನ್ನದ ಹಬ್ಬ ಹೆಚ್ಚು ಅರ್ಥಪೂರ್ಣವಾಗುತ್ತಿತ್ತು. ಈ ಸಂಪುಟಗಳನ್ನು ಅವರಿಗೆ ಅರ್ಪಿಸಿ, ಅವರನ್ನು ನೆನೆಯುತ್ತೇವೆ.

ಸಂಪುಟಗಳನ್ನು ಅನುವಾದಿಸಿ ನೆರವಾದ ಅನೇಕ ಲೇಖಕ ಮಿತ್ರರು ಈ ಮೂರು ದಶಕಗಳಲ್ಲಿ ನಮ್ಮನ್ನು ಅಗಲಿದ್ದಾರೆ. 'ವಿಶ್ವಕಥಾಕೋಶ'ದ ಎಲ್ಲಾ ಅನುವಾದಗಳನ್ನು ಓದಿ, ಪರಿಷ್ಕರಿಸಿ, ಮುದ್ರಣಕ್ಕೆ ಸಿದ್ಧಗೊಳಿಸಿದ ಸಂಪಾದಕರಲ್ಲಿ ಒಬ್ಬರಾದ ಶ್ರೀ ಎಸ್. ಆರ್. ಭಟ್ಟರ ಅಗಲಿಕೆಯ ನೆನಪು ಈ ಸಂದರ್ಭದಲ್ಲಿ ನಮ್ಮನ್ನು ಕಾಡುತ್ತಿದೆ.

ಮೂವತ್ತು ವರ್ಷಗಳ ಹಿಂದೆ 25 ಸಂಪುಟಗಳನ್ನು ರೂ. 250ಕ್ಕೆ ನೀಡಿದ್ದೆವು. ಬೆಲೆಯೇರಿಕೆಯ ಇಂದಿನ ದಿನಗಳಲ್ಲಿ ಮರುಮುದ್ರಿಸಿದಲ್ಲಿ, ಅದರ ಬೆಲೆಯನ್ನು ಎಂಟು-ಹತ್ತು ಪಟ್ಟು ಏರಿಸಬೇಕಾಗಬಹುದು ಎನ್ನುವ ಭೀತಿಯೂ ವಿಳಂಬಕ್ಕೆ ಕಾರಣವಾಯಿತು. ಈ ಸಂದರ್ಭದಲ್ಲಿ ಈ ಸಂಪುಟಗಳನ್ನು ಸುಲಭ ಬೆಲೆಗೆ ನೀಡಲು ನೆರವಾದವರು ಇನ್ಫೋಸಿಸ್ ಫೌಂಡೇಷನ್‌ನ ಅಧ್ಯಕ್ಷೆ ಶ್ರೀಮತಿ ಸುಧಾ ಮೂರ್ತಿಯವರು. ಅವರಿಗೆ ನಾವು ಕೃತಜ್ಞರಾಗಿದ್ದೇವೆ.

ಈ ಯೋಜನೆಯ ಲೇಖಕರು ಈ ಅವಧಿಯಲ್ಲಿ ಸಾಕಷ್ಟು ಹೊಸ ಬರೆಹಗಳನ್ನು ಮಾಡಿದ್ದಾರೆ, ಗೌರವ ಪುರಸ್ಕಾರಗಳಿಗೆ ಪಾತ್ರರಾಗಿದ್ದಾರೆ. ಕೆಲವರು ನಮ್ಮೊಂದಿಗಿಲ್ಲ. ಈ ಎಲ್ಲ ಲೇಖಕರ ಪರಿಚಯಗಳಿಗೆ ಹೊಸ ಸೇರ್ಪಡೆಗಳನ್ನು ಮಾಡಿಕೊಟ್ಟ ಡಾ|| ಆರ್. ಪೂರ್ಣಿಮಾ ಮತ್ತು ಶ್ರೀಮತಿ ರೋಸಿ ಡಿ'ಸೋಜಾ ಅವರ ನೆರವನ್ನು ಸ್ಮರಿಸುತ್ತೇವೆ.

ಮರುಮುದ್ರಣದ ಈ ಕಾರ್ಯದಲ್ಲಿ ನೆರವಾದ ಎಲ್ಲರನ್ನೂ ನೆನೆಯುತ್ತೇವೆ.

ಯುಗಾದಿ, 2011
ಬೆಂಗಳೂರು

ಆರ್. ಎಸ್. ರಾಜಾರಾಮ್
ವ್ಯವಸ್ಥಾಪಕ ನಿರ್ದೇಶಕ, ನವಕರ್ನಾಟಕ ಪ್ರಕಾಶನ

ಪ್ರಸ್ತಾವನೆ

1

ಯುಗೊಸ್ಲಾವಿಯ, ಆಲ್ಬೇನಿಯ, ಬಲ್ಗೇರಿಯ ರುಮಾನಿಯ ಕೂಡ – ಬಾಲ್ಕನ್ ರಾಷ್ಟ್ರಗಳು ಎಂದು ಪ್ರಖ್ಯಾತವಾಗಿವೆ. ತುರ್ಕಿ ಭಾಷೆಯಲ್ಲಿ ಬಾಲ್ಕನ್ ಎಂದರೆ ಪರ್ವತ. ದುರ್ಗಮ ಪರ್ವತಮಯ ಭೂಮಿ – ಬಾಲ್ಕನ್ ಪ್ರದೇಶ.

ಬಾಲ್ಕನ್ ಎಂಬ ಹೆಸರು ಬಳಕೆಗೆ ಬಂದುದಕ್ಕೂ 2500 ವರ್ಷ ಹಿಂದೆ, ಇಲ್ಲಿನ ಮೂರು ಪ್ರದೇಶಗಳು ದಾಚಿಯ, ಇಲ್ಲಿರಿಯ, ಥ್ರೇಸಿಯ ಎಂದು ಇತರರಿಗೆ ಪರಿಚಿತವಾಗಿದ್ದುವು.

ಪ್ರಾಕ್ ಇತಿಹಾಸ ತಜ್ಞರ ಅಭಿಮತದಂತೆ ಮೊದಲ ಮಾನವ ಇತ್ತ ಬಂದದ್ದು ಏಷ್ಯ ಖಂಡದಿಂದ. ಅದು ನವಶಿಲಾಯುಗ. ಕಲ್ಲಿನ ಉಪಕರಣಗಳ, ಬೆಂಕಿಯ ಬಳಕೆ. ಬದುಕಲು ಬೇಟೆ. ಕ್ರಮೇಣ ಒಂದಿಷ್ಟು ಕೃಷಿ. ದಾನ್ಯೂಬ್ ಜೀವ ನದಿ. ಅದರುದ್ದಕ್ಕೂ – ದೋಣಿ ಸಿದ್ಧವಾದ ಮೇಲೆ ಅತ್ತಿತ್ತ ದಾಟುತ್ತ – ಇಕ್ಕೆಲಗಳಲ್ಲೂ ಪಯಣ, ವಲಸೆ. ಕೃಷಿಯಿಂದ ಮಣ್ಣು ಸಾರಹೀನವಾದಾಗ ಮತ್ತೊಂದೆಡೆಗೆ. ಮಣ್ಣಿಗೆ ಜೀವ ಮರಳಿದ ಮೇಲೆ, ಮತ್ತೆ ಮೊದಲಿನ ಸ್ಥಳಕ್ಕೆ. ಕುದುರೆ ಬಂತು. ಕೆನೆಯುವ ಕುಣಿಯುವ ಕುದುರೆಯ ಮೇಲೊಬ್ಬ ಸವಾರ. ಆ ಪ್ರತಿಮೆ – ಚಿತ್ರ – ದಾನ್ಯೂಬ್ ನದೀ ಜನತೆಯ ದೇವರು. ಹೆಚ್ಚಿನ ಆರಾಧನೆಗೆ ಗುಡುಗು, ವನಚೇತನ, ಜಲಕನ್ನಿಕೆ. ಎತ್ತರಿಸಿದ ಮನೆಗಳು. ಬಳಿಕ ಮಣ್ಣು ಇಟ್ಟಿಗೆ ಗೋಡೆಯ ಕಟ್ಟಡ. ಆಯತಾಕಾರ. ಹಜಾರ, ಮೊಗಸಾಲೆ. ಕಿಡಿ ಹಚ್ಚಲು ಚಕಮಕಿ. ಉರಿಸಲು ರಾಳ. ಪಶು ಸಂಗೋಪನ. ಕಡಿಯುವುದಕ್ಕೆ ಹೊಡೆದಾಡುವುದಕ್ಕೆ ಕೊಡಲಿ. ಆ ಬಗೆಯ ಬದುಕಿನಲ್ಲಿ ವಿನಿಮಯದ ವ್ಯಾಪಾರಕ್ಕೂ ಸ್ಥಾನವಿತ್ತು. ಕ್ರಿಸ್ತ ಪೂರ್ವ 4000 ಸುಮಾರಿಗೆ ಲೋಹಗಳ ಉಪಯುಕ್ತತೆಯನ್ನು ಈ ಮನುಷ್ಯರು ಅರಿತರು. ಕಂದುಕಂಚು ಯುಗ (ಕ್ರಿ.ಪೂ. 3500–800); ಅನಂತರ ಕಬ್ಬಿಣ ಯುಗ.

ಬುಡಕಟ್ಟುಗಳಾಗಿ ಮಾರ್ಪಟ್ಟಿದ್ದ ನಿರ್ದಿಷ್ಟ ಜನರೂ ಅತ್ತ ಬಂದರು. ಸಿಥಿಯನರು, ಇರಾಣರು. ಸವಾರಿಗೆ ಕುದುರೆ. ಮೂಳೆ ಸ್ನಾಯುರಜ್ಜುಗಳಿಂದ ಮಾಡಿದ ಬಿಲ್ಲು; ಕಲ್ಲು, ಕಂಚು ಅಥವಾ ಕಬ್ಬಿಣದ ಚೂರುಗಳ ಮೊನೆ ಇದ್ದ ಬಾಣ. ಆಕ್ರಮಣ, ರಾಜಿ. ಘೋರ ಬದುಕಿನೆದುರಲ್ಲಿ, ವೈರದ ಬದಲು ಸ್ನೇಹ.

ದಾನ್ಯೂಬ್ ತೀರದಲ್ಲಿ ರೂಪು ತಳೆದ ವಿಶಿಷ್ಟ ಜನಾಂಗದ ಬಗೆಗೆ ಕ್ರಿ.ಪೂ. 500ರ ಗ್ರೀಕರು ಅರಿತಿದ್ದರು. ಬಳಿಕ, ಜಯಿಸಲು ಹೊರಟ ರೋಮನರು. ಕ್ರಿ.ಶ. 168ರಲ್ಲಿ ಈ ಪ್ರದೇಶ ಅವರ ವಶವಾಯಿತು. ತಮ್ಮ ನೆಲದಲ್ಲೇ ಹಿಡಿತ ಸಡಿಲಿದಾಗ – 275ರಲ್ಲಿ – ವಾಪಸಾದರು. 'ಬಂಗಾರದ ಕತ್ತೆ' ಎಂಬುದು ರೋಮನ್ ಕಾದಂಬರಿಕಾರ ಅಪೂಲಿಯಸನ ಸೊಗಸಾದ ಕೃತಿ. ಅದರ ಪ್ರಕಾರ, ದಾನ್ಯೂಬ್ ಜನ 'ಕೊಳ್ಳೆ ಹೊಡೆಯುವವರು', 'ಮಾಯಾವಿಗಳು !'

ನಾಲ್ಕನೆಯ ಶತಮಾನದಲ್ಲಿ ಬಂದ ಹೊಸ ದಾಳಿಕಾರರು ಗೋಥ, ಹೂಣ ಮತ್ತು ಅವರ್ ಬುಡಕಟ್ಟುಗಳಿಗೆ ಸೇರಿದವರು. ಇವರೆಲ್ಲ ಹಳಬರೊಡನೆ ಬೆರೆತರು.

ಆ ಶತಮಾನದ ಒಂದು ಘಟನೆ ಮಹತ್ವದ್ದು. ಅದು, ಕ್ಷೀಣಿಸುತ್ತಿದ್ದ ರೋಮ್ ಸಾಮ್ರಾಜ್ಯದ ವಿಭಜನೆ. ಪಶ್ಚಿಮ ಭಾಗಕ್ಕೆ ರೋಮ್ ರಾಜಧಾನಿ. ಪೂರ್ವ ಭಾಗಕ್ಕೆ ಬೈಜಾಂಟಿನ್. (ಬೈಜಾಯಿಸ್ ಎಂಬ ಗ್ರೀಕ್ ವರ್ತಕ ಕಟ್ಟಿದ್ದ ಪುಟ್ಟ ವಾಣಿಜ್ಯ ಪಟ್ಟಣ ಬೆಳೆದು, ಬೈಜಾಂಟಿಯಮ್ ಸಾಮ್ರಾಜ್ಯದ ರಾಜಧಾನಿಯಾಯಿತು. ಬೈಜಾಂಟಿನ್ ನಗರವನ್ನು ಎರಡನೆಯ ರೋಮ್ ಎಂದು ಕರೆಯಬೇಕು ಎಂದವರಿದ್ದರು. ಆದರೆ ಬಲಾಢ್ಯ ಅರಸು ಕಾನ್‌ಸ್ಟಾಂಟಿನ್‌ನಿಂದಾಗಿ ಕಾನ್‌ಸ್ಟಾಂಟಿನೋಪ್‌ಲ್ ಆಯಿತು.) ಈ ದೊರೆ ಕ್ರೈಸ್ತನಾಗಿ ಮತಾಂತರ ಹೊಂದಿದ. ಅಧಿಕೃತ ಭಾಷೆ ಲ್ಯಾಟಿನ್. ಗ್ರೀಕರೇ ಬಹು ಸಂಖ್ಯೆಯಲ್ಲಿದ್ದ ನಗರವಾಸಿಗಳ ಭಾಷೆ ಗ್ರೀಕ್. ಧಾರ್ಮಿಕ ಗ್ರಂಥಗಳು ಆ ಭಾಷೆಗೆ ಅನುವಾದಗೊಂಡುವು. ಬೈಜಾಂಟಿಯನರು ತಮ್ಮದು ಸಂಪ್ರದಾಯಬದ್ಧ (ಆರ್ತೊಡಕ್ಸ್) ಕ್ರೈಸ್ತಧರ್ಮ ಎಂದರು. ರೋಮನ್ ಕ್ಯಾಥಲಿಕರು ಶಿಲುಬೆಯ ವಂದನೆ ಮಾಡುವುದು ಎಡದಿಂದ ಬಲಕ್ಕೆ. ಆರ್ತೊಡಕ್ಸ್ ಅನುಯಾಯಿಗಳು ಬಲದಿಂದ ಎಡಕ್ಕೆ. ಪೂರ್ವ ಭಾಗದ ಅನೇಕ ರಾಷ್ಟ್ರಗಳಲ್ಲಿ ಸಂಪ್ರದಾಯಬದ್ಧ ಧರ್ಮವೇ ಆಚರಣೆಗೆ ಬಂತು.

ಏಳನೆಯ ಶತಮಾನದಲ್ಲಿ ಸ್ಲಾವ್ ಬುಡಕಟ್ಟಿನವರು ನಡೆಸಿದ್ದು ಭಾರೀ ಪ್ರಮಾಣದ ಆಕ್ರಮಣ. ಎದುರಾದವರನ್ನು ಅವರು ಗುಡ್ಡಬೆಟ್ಟಗಳಿಗೆ ಅಟ್ಟಿದರು. ಆ ಗಾಯಕ್ಕೆ ಕಾಲ ಮುಲಾಮು ಹಚ್ಚಿತು. ಆ ಪ್ರದೇಶದ ಜನರೆಲ್ಲ ಸ್ಲಾವ್ ಜನಾಂಗ ಎನಿಸಿಕೊಂಡರು.

"ಹೊಲವನ್ನು ದಾಟಿದಷ್ಟು ಸುಲಭವಲ್ಲ, ಬದುಕು" ಇದು ಸ್ಲಾವ್ ಜನರು ಬಳಸುವ ಗಾದೆ. ಆರಂಭದ ಕೃಷಿಯ ದಿನಗಳಲ್ಲೇ ಆ ಮಾತು ಕೇಳಿಸಿರಬಹುದು. ಬದುಕು ಎಸೆಯುತ್ತಿದ್ದ ಸಾವಿರ ಸವಾಲುಗಳು ಎದುರಾದಾಗಲೆಲ್ಲ, ಆ ಮಾತನ್ನು ಮತ್ತೆ ಮತ್ತೆ ಅವರು ಉಚ್ಚರಿಸಿರಬೇಕು.

* * *

ದಾನ್ಯೂಬ್ ನದಿ ಪ್ರದೇಶದ ದಕ್ಷಿಣ ಸ್ಲಾವ್ ಜನಾಂಗದಲ್ಲಿ ಹಲವು ಹದಿನೆಂಟು – ನಿರ್ದಿಷ್ಟವಾಗಿ ಇಪ್ಪತ್ತು – ಉಪಜನಾಂಗಗಳು. ಹಳ್ಳಿಗಳ ಗುಂಪಿನಿಂದ ಪಟ್ಟಣಗಳ ಉದಯ. ಪ್ರತಿಯೊಂದಕ್ಕೂ ತನ್ನದೇ ವೈಶಿಷ್ಟ್ಯ. ಮೊತ್ತದಲ್ಲಿ ಮಸಕಾಗಿ ಗೋಚರಿಸಿದ ಸಮಾಜದಲ್ಲಿ, ಪಾಳೆಯಗಾರರೇ ಆಧಾರ ಕಂಬಗಳು. ದುಡಿಯುವ ಬಡ ರೈತರನ್ನು ಬಿಗಿದಿದ್ದುದು ಆ ಕಂಬಗಳಿಗೆ. ಕುದುರೆ ಏರಿದ ಭೂ ಮಾಲಿಕನೇ ದೇವರ ಸಂಕೇತ. ಅವನ ಬಾರುಕೋಲಿನ ಛಡಿ ಏಟು ಉಳುಮೆಗಾರನಿಗೆ ಪ್ರಸಾದ.

ಅಲ್ಲಿಗೆ ಕ್ರೈಸ್ತ ಧರ್ಮ ಬಂತು – ಸ್ವಲ್ಪಮಟ್ಟಿಗೆ ರೋಮ್‌ನಿಂದ; ಬಹುಮಟ್ಟಿಗೆ ಬೈಜಾಂಟಿಯಮ್‌ನಿಂದ. ರೋಮನ್ ಕ್ಯಾಥಲಿಕರು ಮತ್ತು ಸಂಪ್ರದಾಯಬದ್ಧ ಕ್ರೈಸ್ತರು. ಪೂರ್ವದಿಂದ ಪಶ್ಚಿಮಕ್ಕೆ, ಪಶ್ಚಿಮದಿಂದ ಪೂರ್ವಕ್ಕೆ ವರ್ತಕರು ಓಡಾಡುತ್ತಿದ್ದ ನೆಲ. ಸಹಜವಾಗಿಯೇ ಹೊರಗಿನ ಪ್ರಭಾವಗಳಿಗೆ ಮೈಯೊಡ್ಡಿತು. ಹೀಗಿದ್ದರೂ, ಪಟ್ಟಣಗಳು ಮತ್ತು ಪರಿಸರಗಳು ಸ್ವಂತಿಕೆಯನ್ನು ಉಳಿಸಿಕೊಂಡುವು; ಸರ್ಬರು, ಕ್ರೋಷಿಯರು, ಸ್ಲೊವೆನಿಯರು, ಡಾಲ್ಮೇಷಿಯರು.

ಸರ್ಬಿಯದ ಬಲಶಾಲಿ ಅರಸ ಸ್ಟಿಫಾನ್ ದುಶಾನ್. ಕಾನೂನು ಸಂಹಿತೆ ರಚಿಸಿದವನು. ಬೈಜಾಂಟಿಯಮಿನ ಮೇಲಾಡಳಿತವನ್ನು ಆತ ಧಿಕ್ಕರಿಸಿದ. ಆ ಸಾಮ್ರಾಜ್ಯ ದುರ್ಬಲಗೊಳ್ಳುತ್ತಿದ್ದುದು ಗಮನಕ್ಕೆ ಬಂದಾಗ, 1355ರಲ್ಲಿ ತಾನೇ ಆ ಸಾಮ್ರಾಜ್ಯವನ್ನು ವಶಪಡಿಸಿಕೊಳ್ಳಲು ಹೊರಟ. ಆದರೆ ದಾರಿಯಲ್ಲಿ ಮರಣ ಹೊಂದಿದ. ತುರ್ಕರು ಪ್ರಾಬಲ್ಯಕ್ಕೆ ಬರುತ್ತಲಿದ್ದ ಕಾಲ ಅದು. ಅವರ ದಂಡು ಬಂದೊಡನೆ ಬಾಲ್ಕನ್ ಪ್ರದೇಶದ ಪಾಳೆಯಗಾರರು ಆಕ್ರಮಣಕಾರರೊಡನೆ ಸ್ನೇಹ ಬೆಳೆಸಿದರು. ಸ್ಥಳೀಯ ಬಲಿಷ್ಠರು ತಮ್ಮ ರೈತರನ್ನು ಇಷ್ಟಬಂದಂತೆ ಸುಲಿಯಲು ತುರ್ಕ ಅಧಿಕಾರಿಗಳು ಅಡ್ಡಿ ಮಾಡಲಿಲ್ಲ. ಅವರಿಗೆ ಬೇಕಿದ್ದುದು ದೊಡ್ಡ ಪ್ರಮಾಣದ ಕಪ್ಪ ; ತಮ್ಮ ಮತದ ಪ್ರಸಾರ. ಭೂ ಮಾಲಿಕರು ರೈತರೆಲ್ಲ ಮಹಮ್ಮದೀಯ ಧರ್ಮಾನುಯಾಯಿ ಗಳಾದರು. ಇಗರ್ಜಿ ಘಂಟೆಗಳನ್ನು ಬಾರಿಸುವುದು ನಿಷಿದ್ಧವಾಯಿತು. ತೀರಾ ಬಡಕಲು ಇಗರ್ಜಿಗಳನ್ನಷ್ಟೇ ಕಟ್ಟಲು ಅವಕಾಶ ನೀಡಲಾಯಿತು. ಪ್ರತಿ ಇದು ವರ್ಷಗಳಿಗೊಮ್ಮೆ ಹೃಷ್ಟಪುಷ್ಟ ಯುವಕರನ್ನು ತುರ್ಕರು ಕರೆದೊಯ್ದು ತಮ್ಮ ಸೇನೆಗೆ ಸೇರಿಸಿಕೊಳ್ಳುತ್ತಿದ್ದರು. ವರ್ಷದಿಂದ ವರ್ಷಕ್ಕೆ ಹೆಚ್ಚು ಹೆಚ್ಚು ಬಿಗಡಾಯಿಸುತ್ತ ಹೋದ ರೈತವರ್ಗದ ಸ್ಥಿತಿಗತಿಯ ಫಲವಾಗಿ, ಪ್ರತಿಭಟನೆಯ ರಂಗ ಅಣಿಯಾಯಿತು. ವೀರ ರಾಜಕುಮಾರ ಲಾಜಾರ್‌ನ ನಾಯಕತ್ವದಲ್ಲಿ ದಂಡು ಸಿದ್ಧವಾಯಿತು. ತುರ್ಕರ ಸೈನ್ಯವನ್ನು ಈತ ಇದಿರಿಸಿದ್ದು ಕೊಸ್ಸೊವೊ ಪಟ್ಟಣದ ಬಳಿಯ 'ಕರಿಯಹಕ್ಕಿಗಳ ಬಯಲಿ' ನಲ್ಲಿ 1389ರಲ್ಲಿ. ಸ್ಲಾವ್ ಸೈನಿಕರಿಗೆ ಸೋಲಾಯಿತು. ತುರ್ಕರು 12 ರಾಜ್ಯಗಳನ್ನೂ 200 ನಗರಗಳನ್ನೂ

ವಶಪಡಿಸಿಕೊಂಡರು. ನೂರರಲ್ಲಿ ಎಪ್ಪತ್ತರಷ್ಟು ಸ್ಲಾವ್ ಜನರನ್ನು ಮತಾಂತರಗೊಳಿಸಿದರು. ಮುಂದಿನದು ಒಟ್ಟು ಐದು ಶತಮಾನಗಳ ಸುದೀರ್ಘ ದಾಸ್ಯ. ತುರ್ಕಿ ಅಧಿಕಾರಗಳ ಕಾರ್ಯ ದುಸ್ಸಹನೀಯ ವೆನಿಸಿದಾಗ ಸರ್ಬಿಯದಲ್ಲೊಂದು ನಾಣ್ನುಡಿ ಬಳಕೆಗೆ ಬಂತು; "ಅಧಿಕಾರಿಯ ಗೋರಿಯ ಬಳಿ ಕತ್ತೆಗಳು ಮಾತ್ರ ಕಣ್ಣೀರಿಡುತ್ತವೆ."

ತುರ್ಕರ ಸಮರ್ಥ ಸುಲ್ತಾನ ಸುಲೇಮಾನ್ 1521ರಲ್ಲಿ ಬೆಲ್‌ಗ್ರೇಡನ್ನು ಜಯಿಸಿದ. ತನ್ನ ಹೊಸ 'ಪ್ರಜೆ'ಗಳನ್ನು ಹತ್ತಿಕ್ಕುವುದಕ್ಕಾಗಿ, ಗಷ್ಯದಿಂದಲೂ ಆಫ್ರಿಕದಿಂದಲೂ ಪ್ರತಿ ವರ್ಷ ಆತ 20,000 ಗುಲಾಮರನ್ನು ಆಮದು ಮಾಡುತ್ತಿದ್ದ! ಅಂತೂ ದಕ್ಷಿಣ ಸ್ಲಾವ್ ಜನರ ಪಾಲಿಗಾಯಿತು 'ನೊಗದ ಕೆಳಗಿನ ಬದುಕು.'

19ನೆಯ ಶತಮಾನದ ಆರಂಭದಿಂದ ತುರ್ಕಿ ಬಲಹೀನವಾಗ ತೊಡಗಿತು. ಆಗಿನಿಂದ ಬಾಲ್ಕನ್ ಪ್ರದೇಶದ ಜನ ಬಿಡುಗಡೆಯ ಕನಸನ್ನು ಪದೇ ಪದೇ ಕಂಡರು.

ಸರ್ಬಿಯ, ಮೊಂಟಿನೆಗ್ರೊ ರಾಜ್ಯಗಳು 1878ರಲ್ಲಿ ತಮ್ಮ ಸ್ವಾತಂತ್ರ್ಯವನ್ನು ಪಡೆದವು. ತುರ್ಕರ ಬದಲು ತಾವಿಲ್ಲವೆ ? ಎಂದರು ಆಸ್ಟ್ರಿಯ–ಹಂಗೆರಿ ದಂಡನಾಯಕರು. ಸ್ಲೊವೆನಿಯ ಮತ್ತು ಕ್ರೊಷಿಯ ಆಸ್ಟ್ರಿಯ–ಹಂಗೆರಿ ಜಂಟಿ ಅರಸೊತ್ತಿಗೆಯ ವಶವಾದುವು.

19ನೆಯ ಶತಮಾನದ ಅಂತ್ಯದಲ್ಲಿ ಜರ್ಮನಿಯ ನಾಯಕ ಬಿಸ್ಮಾರ್ಕ್ ಹೇಳಿದ :

"ನಮ್ಮ ಕಾಲದ ಮಹಾ ಸಮಸ್ಯೆಗಳು ಭಾಷಣಗಳಿಂದಾಗಲೀ ಬಹುಮತ ನಿರ್ಧಾರದಿಂದಾಗಲೀ ಬಗೆಹರಿಯುವುದಿಲ್ಲ. ಅವು ಇತ್ಯರ್ಥವಾಗುವುದು ರಕ್ತದಿಂದ, ಕಬ್ಬಿಣದಿಂದ."

ಮುಂದೆ ಕೆಲವೇ ವರ್ಷಗಳಲ್ಲಿ ಬೊಸ್ನಿಯ–ಹರ್ಜೆಗೊವಿನಗಳ ಸಮಸ್ಯೆಗೆ ಪರಿಹಾರ ದೊರೆಯಿತು. ಅವು ಆಸ್ಟ್ರಿಯ–ಹಂಗೆರಿ ಪ್ರಭುತ್ವದ ಅಧೀನವಾದುವು!

ಇಪ್ಪತ್ತನೆಯ ಶತಮಾನದಲ್ಲಿ ಬಾಲ್ಕನ್ ಪ್ರಾಂತಗಳಲ್ಲಿ ದೇಶಪ್ರೇಮದ ನಡಿಗೆಯ ವೇಗ ಹೆಚ್ಚಿತು. 1914ರ ಜೂನ್ 28. ಸ್ವಾತಂತ್ರ್ಯಕ್ಕೋಸ್ಕರ ನಡೆದ ಕೊಸ್ಸೊವೊ ಯುದ್ಧದ 525ನೆಯ ವರ್ಧಂತಿ ಆ ದಿನ. ಗಾರಿ ಲೊಪ್ರಿನ್ಸೆಪ್ 'ಕರಿ ಕೈ' ಎಂಬ ಗುಪ್ತ ರಾಷ್ಟ್ರೀಯವಾದಿ ಸಂಘಟನೆಯ ಸದಸ್ಯ. ಸೆರಾಜಿವೊ ನಗರದಲ್ಲಿ ಆತ ಆಸ್ಟ್ರಿಯದ ಯುವರಾಜನನ್ನೂ ಯುವರಾಜ್ಞಿಯನ್ನೂ ಗುಂಡು ಹಾರಿಸಿ ಕೊಂದ. ಆಸ್ಟ್ರಿಯ–ಹಂಗೆರಿ ಪ್ರಭುತ್ವ ಸರ್ಬಿಯದ ಮೇಲೆ ಯುದ್ಧ ಸಾರಿತು. ಕಿಚ್ಚು ಕಾಳ್ಗಿಚ್ಚಾಗಿ, ಹಲವು ದೇಶಗಳಿಗೆ ಹಬ್ಬಿತು. ಮಹಾಯುದ್ಧದಿಂದ ಲೋಕ ತಲ್ಲಣಿಸಿತು. ಸರ್ಬಿಯದ ಏಳೂವರೆ ಲಕ್ಷಕ್ಕೂ ಹೆಚ್ಚು ಸೈನಿಕರೂ ಪೌರರೂ ಹತರಾದರು. ಅಳಿದುಳಿದ ಸೇನೆ ಹೆಂಗಸರು–ಮಕ್ಕಳನ್ನು

ಕರೆದುಕೊಂಡು ಹಿಮಾವೃತ ಪರ್ವತಗಳನ್ನು ದಾಟಿ ಅಲ್ಬೇನಿಯಕ್ಕೆ, ಅಲ್ಲಿಂದ ಕೊರ್ಫು ದ್ವೀಪಕ್ಕೆ, ನಿರ್ಗಮಿಸಬೇಕಾಯಿತು.

1918ರಲ್ಲಿ ಯುದ್ಧ ಮುಕ್ತಾಯವಾದಾಗ ಕಂಡುಬಂದುದೇನು ? ಆಸ್ಟ್ರಿಯ–ಹಂಗೆರಿ ಅರಸೊತ್ತಿಗೆ ಅದೃಶ್ಯವಾಗಿತ್ತು. ಜರ್ಮನಿ, ತುರ್ಕಿ ಸೋತಿದ್ದುವು. ಜಾರರು ಆಳುತ್ತಿದ್ದ ರಷ್ಯ ಶ್ರಮಜೀವಿವರ್ಗದ ಕ್ರಾಂತಿಯ ಜ್ವಾಲೆಯಲ್ಲಿ ಭಸ್ಮವಾಗಿತ್ತು.

ಬಾಲ್ಕನ್ ರಾಷ್ಟ್ರಗಳನ್ನು ರೂಪಿಸಲು ಮೊದಲೇ ವಿಜಯೀ ರಾಷ್ಟ್ರಗಳು ತತ್ವಶಃ ಒಪ್ಪಿದ್ದುವು. ಅದರ ಪರಿಣಾಮವಾಗಿ ಕಾಣಿಸಿಕೊಂಡಿತು – ದಕ್ಷಿಣ ಸ್ಲಾವ್ ರಾಷ್ಟ್ರ (ಯುಗೊಸ್ಲಾವಿಯ). ಯುಗೊಸ್ಲಾವಿಯ ಎಂಬುದೇ ಹೊಸ ರಾಷ್ಟ್ರದ ಅಧಿಕೃತ ಹೆಸರೆಂದು 1929ರಲ್ಲಿ ಘೋಷಣೆ ಹೊರಡಿಸಿದವನು ಸರ್ವಾಧಿಕಾರಿಯಂತೆ ಆಳತೊಡಗಿದ್ದ ಅಲೆಕ್ಸಾಂಡರ್. ಹಲವು ಉಪ ಜನಾಂಗಗಳು ಮೂರು ಮುಖ್ಯ ಗುಂಪುಗಳಾಗಿ ಈ ದೇಶದಲ್ಲಿ ಅಡಕವಾಗಿದ್ದುವು – ಸರ್ಬರು, ಕ್ರೋಷಿಯರು, ಸ್ಲೊವೆನರು. ಒಗ್ಗಟ್ಟು ಆ ಜನತೆಯ ಪಾಲಿಗೆ ಈಡೇರದ ಗುರಿ. ರಾಜ್ಯಾಂಗವನ್ನು ರದ್ದುಪಡಿಸಿ ಸರ್ವ ಅಧಿಕಾರ ಗಳನ್ನೂ ವಹಿಸಿಕೊಂಡಿದ್ದ ಅಲೆಕ್ಸಾಂಡರನನ್ನು 1934ರಲ್ಲಿ ಕೊಂದರು. ಉತ್ತರಾಧಿಕಾರಿ ಪೀಟರ್ ಆಗ ಹುಡುಗ. ಅವನ ಪರವಾಗಿ ಆಳತೊಡಗಿದ ಪಾಲ್ ಶೋಷಕ ವರ್ಗದ ಹಿತಸಾಧಕ. ಸಹಜವಾಗಿಯೇ ಇಟಲಿ ಜರ್ಮನಿಗಳೊಡನೆ ಅವನ ಸ್ನೇಹ. ಯುಗೊಸ್ಲಾವಿಯದಲ್ಲಿ ಬಲ ಪಂಥದ ರೂಪದಲ್ಲಿ ಫಾಸಿಸಂ ಬೇರು ಬಿಡತೊಡಗಿತು.

ಆಗ ದಲಿತ ಸಮುದಾಯದ ಕೈವಾರಿಯಾಗಿ ಮನೆ ಮಾತಾದವನು ಜೊಸಿಫ್ ಬ್ರೊಜ್. ಕಮ್ಯೂನಿಸಮಿನ ಸಂದೇಶವನ್ನು ಸಾರುತ್ತ ಜನರನ್ನು ಸಂಘಟಿಸಲು ತಲೆಮರೆಸಿಕೊಂಡು ಅಲೆಯುತ್ತಿದ್ದಾಗ ಅವನ ಗೂಢನಾಮ – ಟಿಟೊ. (ಆ ಹೆಸರಿನಿಂದಲೇ ಅವನು ಇತಿಹಾಸ ಪುರುಷನಾದ; 1892–1980.) ಬಡ ರೈತನ ಮಗ. ಮುಂದೆ ಜಾಗ್ರೆಬ್ ನಗರದಲ್ಲಿ ಕಾರಖಾನೆಯಲ್ಲಿ ಮೆಕ್ಯಾನಿಕ್. ಲೋಕಯುದ್ಧ ಆರಂಭವಾದಾಗ ಈತ ಆಸ್ಟ್ರಿಯ–ಹಂಗೆರಿ ಸೇನೆ ಸೇರಬೇಕಾಯಿತು. ರಷ್ಯ ರಣರಂಗದಲ್ಲಿ ಕೈದಿಯಾದ. 1917ರಲ್ಲಿ ಆ ದೇಶದಲ್ಲಿ ಸಮಾಜವಾದಿ ಕ್ರಾಂತಿಯಾದಾಗ, 25ರ ಯುವಕ ಬ್ರೊಜ್ ಹೊಸ ಮನುಷ್ಯನಾದ. ಚಕ್ರವರ್ತಿಯ ಸೆರೆ ಶಿಬಿರದಿಂದ ಹೊರಬಂದವನು ಕ್ರಾಂತಿಯ ಪಡೆಯನ್ನು ಸೇರಿ, ಮೂರು ವರ್ಷ ಹೋರಾಡಿದ. ತನ್ನ ಹುಟ್ಟು ನಾಡಿಗೆ ಮರಳಿದಾಗ, ಅನಪೇಕ್ಷಣೀಯ ವ್ಯಕ್ತಿಯೆಂದು ಆರು ವರ್ಷ ಕಾರಾಗೃಹದಲ್ಲಿ ಇರಬೇಕಾಯಿತು. ಅವನ ಆರಂಭದ ಮಹತ್ಸಾಧನೆ ಗಳಲ್ಲೊಂದು, ಸ್ಪೇನಿನಲ್ಲಿ ಫ್ರಾಂಕೋ ವಿರುದ್ಧ ಹೋರಾಡಲು ತನ್ನ ದೇಶದ ಯುವಕರ ಒಂದು ತಂಡವನ್ನು ಸಂಘಟಿಸಿದ್ದು.

ಎರಡನೆಯ ಲೋಕ ಮಹಾಯುದ್ಧ ಆರಂಭವಾಯಿತು, 1939ರಲ್ಲಿ. ಯುಗೊಸ್ಲಾವಿಯದ ರಾಜರಕ್ಷಕ ಪಾಲ್‌ನನ್ನು ವೈಮಾನಿಕ ಅಧಿಕಾರಿಗಳು 1941ರಲ್ಲಿ ಪದಚ್ಯುತಗೊಳಿಸಿದರು. ಪೀಟರ್, ತಾನು ಮಿತ್ರರಾಷ್ಟ್ರಗಳ ಪಕ್ಷ – ಎಂದ. ಹಿಟ್ಲರನ ವಿಮಾನಪಡೆ ರಾಜಧಾನಿ ಬೆಲ್‌ಗ್ರೇಡನ್ನು ಧ್ವಂಸಗೊಳಿಸಿತು. ನಾಜಿ ಪಡೆಗಳು ಎರಡೇ ವಾರಗಳಲ್ಲಿ ಯುಗೊಸ್ಲಾವಿಯದ ಉದ್ದಗಲ ಅಳೆದುವು. ಆದರೆ ಫಾಸಿಸಮಿನ ಪಾಲಿಗೆ ಮೃತ್ಯು ಪ್ರತಿಭಟನೆಯ ರೂಪ ತಳೆಯಿತು. ಟಿಟೋನ ಗೆರಿಲಾ ಪಡೆಗಳು (ಒಟ್ಟು ಎಂಟು ಲಕ್ಷ ಯೋಧರಿದ್ದ ತುಕಡಿಗಳು) ಹೋರಾಡತೊಡಗಿದುವು. ಅವನೊಡನೆ ಸಹಕರಿಸಲು ನಿರಾಕರಿಸಿದ, ಆದರೆ ಜರ್ಮನರನ್ನು ವಿರೋಧಿಸಬಯಸಿದ, ಇನ್ನೊಂದು ತಂಡವಿತ್ತು. ಅವರು ಚೆಟ್ನಿಕರು, ಮಿಹೆಲೊವಿಚ್ ನಾಯಕ. ಅವರ ಒಲವು ಬಲಪಂಥದತ್ತ. ಟಿಟೊನಿಂದ ಮುಂದೆ ತಮಗೆ ಅಪಾಯವಿದೆ ಎಂಬುದನ್ನು ಮನಗಂಡ ಮಿಹೆಲೊವಿಚ್ ನಾಜಿಗಳ ಪಕ್ಷ ಸೇರಿದ. ಆದರೂ 1945ರಲ್ಲಿ ಬೆಲ್‌ಗ್ರೇಡನ್ನೂ ಒಳಗೊಂಡು ಇಡೀ ಯುಗೊಸ್ಲಾವಿಯವನ್ನು ಟಿಟೊ ಬಂಧಮುಕ್ತ ಗೊಳಿಸಿ, ಆ ಜನತೆಯ ಅಸಾಮಾನ್ಯ ನಾಯಕಮಣಿಯಾದ.

ಟಿಟೊ ಸ್ಥಾಪಿಸಿದ್ದು – ಸರ್ಬಿಯ, ಕ್ರೋಷಿಯ, ಸ್ಲೊವೆನಿಯ, ಮೊಂಟಿನೆಗ್ರೊ, ಬೊಸ್ನಿಯ–ಹರ್ಜೆಗೊವಿನ, ಮಾಸಿಡೋನಿಯ ಈ ಆರು ಗಣರಾಜ್ಯಗಳನ್ನೂ ವೊಜೊವೊಡಿನ ಮತ್ತು ಕೊಸ್ಸೊವೊ ಎಂಬ ಎರಡು ಸ್ವಾಯತ್ತ ಪ್ರಾಂತಗಳನ್ನೂ ಒಳಗೊಂಡ ಯುಗೊಸ್ಲಾವಿಯ ಸಮಾಜವಾದೀ ಸಂಯುಕ್ತ ಗಣರಾಜ್ಯವನ್ನು. 1945ರಲ್ಲೇ ನಡೆದ ಚುನಾವಣೆಯಲ್ಲಿ ನೂರರಲ್ಲಿ 90 ಜನ ರಾಷ್ಟ್ರೀಯ ವಿಮೋಚನಾ ರಂಗಕ್ಕೆ, ಹೊಸ ಸರಕಾರಕ್ಕೆ, ಬೆಂಬಲ ನೀಡಿದರು. "ಅರಸೊತ್ತಿಗೆ ಇನ್ನಿಲ್ಲ", ಎಂದರು. ಸೆರೆಸಿಕ್ಕಿದ ಚೆಟ್ನಿಕ್ ನಾಯಕ, ಮಾಡಿದ ತಪ್ಪಿಗೆ ಪ್ರಾಣದ ದಂಡ ತೆತ್ತ. ಮೊದಲು ಟಿಟೊ ಪ್ರಧಾನಿ. 53 ರಿಂದ ಅಧ್ಯಕ್ಷ. 1971ರಿಂದ ಆಜೀವ ಅಧ್ಯಕ್ಷತೆ. (ತನ್ನದೇ ದಾರಿ ಹಿಡಿಯತೊಡಗಿದ ಟಿಟೋಗೆ ಬುದ್ಧಿಕಲಿಸಬೇಕೆಂದು ರಷ್ಯದ ಸ್ಟಾಲಿನ್ 1948ರಲ್ಲಿ ಛೀಮಾರಿ ಹಾಕಿದ. ಟಿಟೊ ಮಿಸುಕಲಿಲ್ಲ. ಸ್ಟಾಲಿನ್ ಸತ್ತ ಬಳಿಕವಷ್ಟೇ ಯುಗೊಸ್ಲಾವಿಯ–ರಷ್ಯ ಸ್ನೇಹಸಂಬಂಧ ಪುನಃ ಸ್ಥಾಪಿತವಾಯಿತು.)

ತನ್ನ ರಾಷ್ಟ್ರದ ಪುನರ್ನಿರ್ಮಾಣ ಕಾರ್ಯದಲ್ಲಿ ಟಿಟೊನದು ಹಿರಿಯ ಪಾತ್ರ. ಅಲಿಪ್ತ ರಾಷ್ಟ್ರಗಳ ಬಣ ರೂಪಿಸುವುದರಲ್ಲಿ ನೆಹರೂ, ನಾಸೆರ್ ಜತೆ ಸೇರಿ ಚರಿತ್ರಾರ್ಹ ದುಡಿಮೆ. ನಾಲ್ವತ್ತು ವರ್ಷ ಹಿಂದೆ ಬದುಕಲು ಕೃಷಿಯೊಂದೇ ಸಾಧನವಾಗಿ, ಅತ್ಯಂತ ಹಿಂದುಳಿದ ದೇಶವೆನಿಸಿತ್ತು ಯುಗೊಸ್ಲಾವಿಯ. ಈಗ ಅದರ ರಾಷ್ಟ್ರೀಯ ಆದಾಯದ ಅರ್ಧ ಭಾಗ ಕೈಗಾರಿಕೋತ್ಪನ್ನಗಳಿಂದ ಬರುತ್ತದೆ.

1918ರಿಂದ 41ರ ತನಕ ಎಲ್ಲ ಭೂಮಿಯೂ ಅರಸು ಮನೆತನಕ್ಕೆ ಸೇರಿತ್ತು. ಸಮಾಜವಾದ ಸ್ಥಾಪಿಸಲ್ಪಟ್ಟ ಬಳಿಕ ಉಳುವವನೇ ಹೊಲದೊಡೆಯನಾದ. ನಾಲ್ಕೂವರೆ ಎಕರೆಗಿಂತ ಹೆಚ್ಚಿನ ಹಿಡುವಳಿಯನ್ನೆಲ್ಲ ಹೊಲವಿಲ್ಲದವರಿಗೆ ಹಂಚಿದರು. ಯುಗೊಸ್ಲಾವಿಯದ ಬೆಟ್ಟಗಳೆಲ್ಲ ಬಗೆ ಬಗೆಯ ಲೋಹಗಳಿಗೆ ಆಗರ. ಮುಕ್ಕಾಲಂಶ ಎಲ್ಲೆ ಇತರ ಸಮಾಜವಾದಿ ರಾಷ್ಟ್ರಗಳಿಗೆ ಅಂಟಿಕೊಂಡಿದೆ. ಗ್ರೀಸ್ ಇಟಲಿಗಳ ಜತೆಯಲ್ಲೂ ಗಡಿ ಇದೆ. ಅಡ್ರಿಯಾಟಿಕ್ ಸಮುದ್ರ ತೀರ 1250 ಮೈಲು ಉದ್ದ. ಹಡಗು ನಿರ್ಮಿಸುತ್ತಾರೆ. ಸಾರಿಗೆಗೆ ದಾನ್ಯೂಬ್‌ನೊಂದಿಗೆ ಈಗ ರೈಲು ದಾರಿಗಳ ಜಾಲವೂ ಇದೆ. ಕೃಷಿಕ್ಷೇತ್ರದಲ್ಲಿ ಗೋದಿ, ಜೋಳ, ಹೊಗೆಸೊಪ್ಪು ಬೆಳೆಗಳು, ಆಲಿವ್*, ಅಂಜೂರ, ಬಾದಾಮಿಗಳಿಗೆ, ಪ್ಲಮ್** ಹಣ್ಣುಗಳಿಗೆ ಈ ದೇಶ ಪ್ರಸಿದ್ಧವಾಗಿದೆ (ಫಲ ಬಿಡುವ 7 ಕೋಟಿ 20 ಲಕ್ಷ ಪ್ಲಮ್ ಮರಗಳಿವೆ.)

ಬೆಲ್‌ಗ್ರೇಡ್ ನಗರದ ಜನಸಂಖ್ಯೆಯ ನಾಲ್ಕು ಪಟ್ಟು ಜನ (50 ಲಕ್ಷ) ಪ್ರತಿ ವರ್ಷ ವಿದೇಶಗಳಿಂದ ವಿಹಾರಾರ್ಥ ಬರುತ್ತಾರೆ. ಇದರಿಂದ ಆಗುವ ವಿದೇಶೀ ವಿನಿಮಯ ಗಳಿಕೆ ಗಣನೀಯ. ರಾಷ್ಟ್ರದ ವಿಸ್ತಾರ 98,720 ಚ. ಮೈಲು; ಜನಸಂಖ್ಯೆ ಎರಡೂಕಾಲು ಕೋಟಿ.

ಗಣರಾಜ್ಯಗಳ ಮಟ್ಟಿಗೆ ಹೇಳುವುದಾದರೆ ಯಾವುದೇ ಪ್ರದೇಶದ ಬಗೆಗೂ ರಾಷ್ಟ್ರದ ಸರಕಾರ ಮಲತಾಯಿ ಧೋರಣೆ ತಳೆಯುವುದಿಲ್ಲ. ಸಮಾಜದಲ್ಲಿ ಸ್ತ್ರೀಪುರುಷರು ಸಮಾನರು. ಕಾನೂನಿನ ದೃಷ್ಟಿಯಲ್ಲೂ ಆಚರಣೆಯಲ್ಲೂ.

ಜನಪ್ರಿಯ ನಾಯಕ ಟಿಟೊ ನಿಷ್ಠುರಿಯೂ ಆಗಿದ್ದ. ಹೋರಾಟ ದಲ್ಲಿ ಆತನ ಬಲಭುಜನಾಗಿದ್ದ ಸಂಗಾತಿ ಜಿಲಾಸ್ (ಸಾಹಿತಿ ಕೂಡ) ಮುಂದೆ ಹೊಸ ಸಮಾಜ ವ್ಯವಸ್ಥೆಯ ಅರೆಕೊರೆಗಳನ್ನು ತನ್ನ ಕೃತಿಗಳಲ್ಲಿ ದೊಡ್ಡದು ಮಾಡಿದನೆಂದು, ಸೆರೆಮನೆ ಸೇರಬೇಕಾಯಿತು.

* * *

ಕೇವಲ 30 ಲಕ್ಷ ಜನಸಂಖ್ಯೆಯ, 11,100 ಚದರ ಮೈಲು ವಿಸ್ತೀರ್ಣದ ಪುಟ್ಟ ರಾಷ್ಟ್ರ ಅಲ್ಬೇನಿಯದ ಇತಿಹಾಸಪೂರ್ವ ಹೆಸರು 'ಇಲ್ಲಿರಿಯ' (ಇಲ್ ಅರಿಯದವರು ? ಎಲ್ಲಿಂದಲೊ ಬಂದವರು ?) ಇಂದಿಗೆ 5000 ವರ್ಷ ಹಿಂದೆ 'ಮಧ್ಯಪ್ರಾಚ್ಯ'ದ ಶ್ಯಾಮಲವರ್ಣದ 'ದ್ರಾವಿಡ' ಸಂಬಂಧಿ ಜನ ಭೂಮಧ್ಯ ಸಮುದ್ರದ ಉತ್ತರ ತೀರದುದ್ದಕ್ಕೂ ಸಾಗಿ ಅಲ್ಲಲ್ಲಿ ನೆಲೆಸಿದರೆಂಬುದು ಸಂಶೋಧಕರು ಖಚಿತ ಪಡಿಸಿರುವ

---

* ನೀಲಗಪ್ಪು ಹಣ್ಣು; ಎಣ್ಣೆ ನೀಡುತ್ತದೆ. ದೋರೆಗಾಯಿಯನ್ನು ರುಚಿಗೆ ತಿನ್ನಲೂ ಬಹುದು.

** ಪ್ಲಮ್ : ದ್ರಾಕ್ಷಿ ಜಾತಿಯ ಕೆಂಪು ಬಣ್ಣದ ದುಂಡಗಿನ ಹಣ್ಣು.

ಸಂಗತಿ. ಅಡ್ರಿಯಾಟಿಕ್ ಕರಾವಳಿಯಲ್ಲಿ ಇಳಿದವರು. ಸಹಸ್ರಾರು ವರ್ಷಗಳ ಬಳಿಕ ಗುಡ್ಡಗಾಡುಗಳಲ್ಲಿ ಬೇಟೆಗಾರರಾಗಿ ಗಿರಿಶಿಖರಗಳನ್ನು ಏರಿರಬೇಕು. ಈಗಲೂ ಆ ದೇಶದ ಜನ "ನಾವು ಷ್ಕಿಪರಿಗಳು–ಗಿಡುಗ ಪುತ್ರರು" ಎನ್ನುತ್ತಾರೆ. ಆಲ್ಪ್ಸ್ ಬೆಟ್ಟ ಸಾಲೊಂದು ಇಲ್ಲಿಯೂ ಚಾಚಿದೆ. 'ಆಲ್ಪ್ಸ್' ಮೂಲದಿಂದಲೇ ಬಂದಿರಬಹುದು ಅಲ್ಬೇನಿಯ ಹೆಸರು.

ಪೂರ್ವ ದಿಕ್ಕಿನಲ್ಲೂ ಉತ್ತರದಲ್ಲೂ ಯುಗೊಸ್ಲಾವಿಯ. ದಕ್ಷಿಣಾರ್ಧದಲ್ಲಿ ಪೂರ್ವಕ್ಕೂ ಆಗ್ನೇಯಕ್ಕೂ ಗ್ರೀಸ್. ಪಶ್ಚಿಮದಲ್ಲಿ ದೀರ್ಘವಲ್ಲದ ಕರಾವಳಿ. ಕಿರಿದು ಕಡಲು ದಾಟಿದಾಗ, ಇಟಲಿ. ಕ್ರಿ. ಪೂ. 168ರಲ್ಲಿ ರೋಮನರು ಇಲ್ಲಿರಿಯಕ್ಕೆ ಬಂದಾಗ, ಆ ಭಾಗದಲ್ಲಿ ಪರಿಚಿತವಾಗಿದ್ದುದು ಅವನತಿ ಹೊಂದಿದ್ದ ಗ್ರೀಸ್ ಮಾತ್ರ. ರೋಮನರು ತಾವು ಗೆದ್ದ ಪ್ರದೇಶಕ್ಕೆ ಇಲ್ಲಿರಿಕಮ್ ಎಂದು ಹೆಸರಿಟ್ಟರು. ಮುಂದೆ ಎರಡು ಶತಮಾನಗಳ ಬಳಿಕ ರೋಮನ್ ಸಾಮ್ರಾಜ್ಯ ಮರೆಯಾಗುತ್ತಿದ್ದಂತೆ, ಬೈಜಾಂಟಿಯಮ್ ಬೆಳಗತೊಡಗಿತು. ಅದರ ವಶವಾಯಿತು ಇಲ್ಲಿರಿಕಮ್.

11ನೆಯ ಶತಮಾನದಲ್ಲಿ ವ್ಲಾಚ್ ಬುಡಕಟ್ಟಿನ ಅಲೆಮಾರಿ ಜನ ಒಳಕ್ಕೆ ನುಗ್ಗಿ ಆ ನೆಲದಲ್ಲಿ ಇಂಗಿದರು. ನಾನ್ನೂರು ವರ್ಷಗಳ ಬಳಿಕ ತುರ್ಕರ ದಂಡು ಬರತೊಡಗಿತು. ದೇಶಬಾಂಧವರನ್ನು ಒಂದುಗೂಡಿಸಿ, ಆಕ್ರಮಣಕಾರರನ್ನು ಇದಿರಿಸಿ, ಹೋರಾಡುತ್ತ ಮಡಿದು ರಾಷ್ಟ್ರೀಯ ವೀರನಾದವನು ಸ್ಕಂದರ್ ಬೇಗ್. ತುಳಿದು ಆಳಲು ತುರ್ಕರು ಇಲ್ಲಿ ಬಳಸಿದ ಕ್ರಮ ಸಾಮೂಹಿಕ ಮತಾಂತರ. ತುರ್ಕರ ಕ್ರೌರ್ಯವನ್ನು ಕಲ್ಪಿಸಿಕೊಳ್ಳಲು ಲೂಥರನ ಒಂದು ಮಾತು ಸಾಕು. 16ನೆಯ ಶತಮಾನದಲ್ಲಿ ಅವನೆಂದ : "ದೇವರು ಕೆರಳಿದರೆ ತುರ್ಕರನ್ನು ಕಳಿಸ್ತಾನೆ."

ನಾಲ್ಕು ಶತಮಾನಗಳ ದಾಸ್ಯ. ಸ್ಥಳೀಯವಾಗಿ ಆಗಾ (ಬೇಗ್)ಗಳಿಂದ ಸುಲಿಗೆ. ಈ ಶತಮಾನದ ಎರಡನೆಯ ದಶಕದಲ್ಲಿ ಬಾಲ್ಕನ್ ಯುದ್ಧಗಳು ನಡೆದಾಗ, ತುರ್ಕಿಯ ಮೇಲಾಡಳಿತದ ಮುಸುಕನ್ನು ಕಿತ್ತೆಸೆದು, ಅಲ್ಬೇನಿಯ ತನ್ನ ಸ್ವಾತಂತ್ರ್ಯವನ್ನು ಸಾರಿತು. ಮೊದಲ ಯುದ್ಧ ಮುಗಿಯುವವರೆಗೂ ಅರಾಜಕ ಪರಿಸ್ಥಿತಿ. ಅಲ್ಲಿ ಏಕಕಾಲದಲ್ಲಿ ಆರು ಸರಕಾರಗಳು ರಾಜ್ಯಭಾರ ನಡೆಸುತ್ತಿದ್ದುವು. ಈ ನೆಲದ ಮೇಲೆ ಯಾರದು ಯಾಜಮಾನ್ಯ ಎಂಬ ಬಗ್ಗೆ ಇಟಲಿ, ಯುಗೊಸ್ಲಾವಿಯ, ಗ್ರೀಸ್‌ಗಳ ನಡುವೆ ಕಚ್ಚಾಟ. ಇಟಲಿ ಒಬ್ಬ ಜರ್ಮನ್ ರಾಜಕುಮಾರನನ್ನು ಅಲ್ಬೇನಿಯದ ಮೇಲೆ ಹೇರಿತು. ಐದೇ ತಿಂಗಳಲ್ಲಿ ಆತ ಕಂಬಿಕೀಳಬೇಕಾಯಿತು. 1924ರವರೆಗೂ ಒಂದು ರಕ್ಷಕ ಸಮಿತಿಯ ಆಡಳಿತ. ಅತ್ಯಂತ ಬಲಿಷ್ಠ ಭೂಮಾಲಿಕನಾಗಿದ್ದ ಅಹ್ಮದ್ ಬೇ ಜೋಗು ದಂಗೆ ಎದ್ದು, ಗಣರಾಜ್ಯ ಘೋಷಿಸಿ,

ತಾನೇ ಅಧ್ಯಕ್ಷನಾದ. ತೃಪ್ತಿಯಾಗಲಿಲ್ಲ. 1928ರಲ್ಲಿ, ಇನ್ನು ಮುಂದೆ ತಾನು ಅಧ್ಯಕ್ಷನಲ್ಲ ಅರಸ, 'ಅರಸ ಜೋಗ್', ಎಂದು ಸಾರಿದ. ಜನರ ಪಾಲಿಗೆ ದುರ್ಭರ ಬದುಕು. ಆರ್ಥಿಕವಾಗಿ ಇಟಲಿಯ ಮೇಲೆ ಅವಲಂಬನ. ಆಲ್ಬೇನಿಯದ ರಾಷ್ಟ್ರೀಯ ಬ್ಯಾಂಕ್‌ನ ಮುಖ್ಯ ಕಛೇರಿ ಇದ್ದುದೂ ಇಟಲಿಯಲ್ಲೇ! ಈ ಪ್ರಹಸನ ಬಹಳ ಕಾಲ ಇರಲಿಲ್ಲ. 1939ರ ಶುಭ ಶುಕ್ರವಾರದಂದು ಮುಸೋಲಿನಿ ಅಲ್ಬೇನಿಯವನ್ನು ಔಪಚಾರಿಕವಾಗಿ ಆಕ್ರಮಿಸಿದ. ಜೋಗ್ 'ಅರಸ'ನನ್ನು ದೇಶದಾಚೆಗೆ ಅಟ್ಟಿದ.

ಜನತೆಯ ನಾಯಕನೊಬ್ಬ ಆಗಲೇ ಕಾರ್ಯೋನ್ಮುಖನಾಗಿದ್ದ. ಅನ್ವೆರ್ ಹೋಜ (ಜನನ 1908). ಪುಟ್ಟ ಶಾಲೆಯ ಅಧ್ಯಾಪಕನಾಗಿ ಜೀವನ ಆರಂಭಿಸಿದವನು 1930ರಲ್ಲಿ ಹೆಚ್ಚಿನ ಶಿಕ್ಷಣ ಪಡೆಯಲು ಪ್ಯಾರಿಸಿಗೆ ಹೋದ. ಅಲ್ಲಿ ಫ್ರೆಂಚ್ ಕಮ್ಯೂನಿಸ್ಟ್ ಪಕ್ಷದ ಸದಸ್ಯನಾದ. 1936ರಲ್ಲಿ ಹಿಂತಿರುಗಿ ತನ್ನ ಅಧ್ಯಕ್ಷತೆಯಲ್ಲಿ ಕಾರ್ಮಿಕ ಪಕ್ಷ ಸ್ಥಾಪಿಸಿ, ಗಿರಿಪರ್ವತಗಳಲ್ಲಿ ಭೂಗತನಾಗಿದ್ದುಕೊಂಡು, ಕ್ರಾಂತಿ ಕಹಳೆ ಮೊಳಗಿಸಿದ. ಗೆರಿಲಾ ಪಡೆ ಸಿದ್ಧವಾಯಿತು. ಫಾಸಿಸಮಿಗಿದಿರು – ಹಿಟ್ಲರ್ ಮುಸೋಲಿನಿ ಇಬ್ಬರಿಗೂ ಇದಿರು – ಹೋಜನೂ ಅವನ ಪಡೆಗಳೂ ಪರಿಣಾಮಕಾರಿಯಾಗಿ ಹೋರಾಡಿದುವು. ಯೂರೋಪಿನಲ್ಲಿ (ಎರಡನೆಯ) ಲೋಕ ಮಹಾಯುದ್ಧ ಮುಕ್ತಾಯ ಹಂತ ಮುಟ್ಟುತ್ತಿದ್ದಂತೆ (1945ರಲ್ಲಿ), ಅಲ್ಬೇನಿಯದ ಜನತಾ ಗಣರಾಜ್ಯ ಸರಕಾರವನ್ನು ಹೋಜ ಘೋಷಿಸಿದ.

ಅಲ್ಲಿಂದ ಹೊಸ ಅಧ್ಯಾಯ. ಯುಗೊಸ್ಲಾವಿಯದ ಟಿಟೊ ಸ್ಟಾಲಿನ್‌ನಿಂದ ಧಿಕ್ಕರಿಸಲ್ಪಟ್ಟ ಮೇಲೆ, ಆಲ್ಬೇನಿಯ-ಸೋವಿಯೆತ್ ಒಕ್ಕೂಟ ಸ್ನೇಹ ಗಾಢವಾಯಿತು. ಆದರೆ ಸ್ಟಾಲಿನನ ಮರಣಾನಂತರ ರಷ್ಯ-ಯುಗೊಸ್ಲಾವಿಯ ಸಂಬಂಧ ಪುನಃ ಸ್ಥಾಪಿತವಾದದ್ದು ಹೋಜನಿಗೆ ಇಷ್ಟವಾಗಲಿಲ್ಲ. ಸ್ಟಾಲಿನ್‌ನನ್ನು ಕುರಿತು ಸೋವಿಯೆತ್ ಒಕ್ಕೂಟದ ಹೊಸ ನಾಯಕತ್ವ ಮಾಡಿದ ಕಟುಟೀಕೆಯೂ ಅವನಿಗೆ ಸಹ್ಯವಾಗಲಿಲ್ಲ. ರಷ್ಯವನ್ನು ಅವನು ಬಹಿರಂಗವಾಗಿ ಖಂಡಿಸಿದ. 1961ರಲ್ಲಿ ರಷ್ಯದ ಜತೆ ಇದ್ದ ಒಪ್ಪಂದವನ್ನು ರದ್ದು ಪಡಿಸಿದ. ದೂರದ ಚೀನದ ಜತೆ ಗೆಳೆತನ ಬೆಳೆಸಿದ. ಮಾವೊ ನಿಧನದ ಬಳಿಕ, 1978ರಲ್ಲಿ ಆ ಕೂಡುವಿಕೆಯೂ ಕಡಿದುಹೋಯಿತು.

ಇಂಥ ಸಂಕಟಗಳೇನೇ ಇದ್ದರೂ, ಸಮಾಜವಾದದ ದಿಕ್ಕಿಗೇ ಆಲ್ಬೇನಿಯದ ದೃಢ ನಿಲುವು. ಆರಂಭದ ಹಂತದಲ್ಲಿ ಸೋವಿಯೆತ್ ಒಕ್ಕೂಟದಿಂದ ದೊರೆತ ನೆರವು ನಿರ್ಣಾಯಕವಾಗಿತ್ತು. ಹಿಂದೆ ಕರಾವಳಿ ಇದ್ದೂ ಸ್ವಂತದ ಹಡಗು ಇರಲಿಲ್ಲ. ದೇಶದಲ್ಲಿ ರೈಲು ದಾರಿ ಇರಲಿಲ್ಲ. ಈಗ ಎರಡೂ ಇವೆ. ಗ್ರಾಮಗಳಲ್ಲಿ ವಿದ್ಯುದ್ದೀಪಗಳು

ಬೆಳಗುತ್ತಿವೆ. ಕೃಷಿ ಉತ್ಪನ್ನ (ಆಲಿವ್, ಅಂಜೂರ ಬೆಳೆಯನ್ನೂ ಒಳಗೊಂಡು) ಯುದ್ಧಪೂರ್ವ ಮಟ್ಟದ ಇಮ್ಮಡಿಯಷ್ಟಿದೆ. ಖನಿಜ ಆಧಾರಿತ ಕೈಗಾರಿಕೋದ್ಯಮಗಳು ವಿಸ್ತಾರಗೊಳ್ಳುತ್ತಿವೆ. ರಾಜಧಾನಿ ತಿರಾನ ಚಟುವಟಿಕೆಯ ನಗರ.

ಆಲ್ಬೇನಿಯದ ಒಂದು ಹಳೆಯ ಗಾದೆ :

"ದೇವರು ಆಲ್ಬೇನಿಯವನ್ನು ಪ್ರೀತಿಸ್ತಾನೆ. ಯಾಕೆ ಅಂದರೆ, ಸೃಷ್ಟಿಯಾದ ಮೇಲೆ ಅದು ಬದಲಾಗಿರೋದು ತೀರಾ ಸ್ವಲ್ಪ."

ದೇವರ ಪ್ರೀತಿಯ ಮಾನದಂಡದಿಂದ ತಮ್ಮ ದೇಶವನ್ನು ಅಲ್ಲಿನ ಜನ ಈಗ ಅಳೆಯುತ್ತಿಲ್ಲ. ಯಾಕೆಂದರೆ, ಸೃಷ್ಟಿಯ ಕಾಲದಿಂದ ಅವರೀಗ ದೂರ ಬಹಳ ದೂರ ಸಾಗಿ ಬಂದಿದ್ದಾರೆ.

*　　　*　　　*

ಕ್ರಿಸ್ತಶಕ 4ನೆಯ ಶತಮಾನದಲ್ಲಿ ರೋಮನ್ ಸಾಮ್ರಾಜ್ಯ ಕುಸಿಯುತ್ತಿದ್ದಾಗ ಯೂರೋಪಿನ ಮೇಲೆ ದಂಡೆತ್ತಿ ಬಂದ ಹೂಣರು ಜರ್ಮನರ ಕೈಯಲ್ಲಿ ಸೋತು ಹಿಮ್ಮೆಟ್ಟಬೇಕಾಯಿತು. ಹಿಂದಕ್ಕೆ ಸರಿದವರು ಉಗ್ರಿಯನ್ ಬುಡಕಟ್ಟಿನ ಜನರನ್ನು ಕೂಡಿಕೊಂಡು 'ಬಲ್ಗರ್' ಎಂದು ಹೆಸರು ಪಡೆದ ಹೊಸ ಜನಾಂಗವಾದರು. ಆಗ ಅವರದು ತುರ್ಕಿ ಮೂಲದ ಭಾಷೆ. ಮುಂದಿನ ಶತಮಾನ ದಾನ್ಯೂಬ್ ನದಿಯ ಮೊದಲ ಹಂತದ ಪ್ರದೇಶದಲ್ಲಿ ನೆಲೆಸಿದ್ದ ಸ್ಲಾವರನ್ನು ಕುದುರೆ ಸವಾರ ಬಿಲ್ಲಾಳು ಬಲ್ಗರರು ಗೆದ್ದರು. ಆದರೆ ಸ್ಲಾವರ ಭಾಷೆಯನ್ನೂ ಸಂಸ್ಕೃತಿಯನ್ನೂ ಸ್ವೀಕರಿಸಿ, ತಾವೂ ಸ್ಲಾವ್ ಕುಟುಂಬದವರಾದರು ! ಬಲ್ಗೇರಿಯ ರಾಜ್ಯ ಸ್ಥಾಪಿತವಾಯಿತು. ಅರಸ ಕುವ್ರತನ ಆಳ್ವಿಕೆಯಲ್ಲಿ (7ನೆಯ ಶತಮಾನ) ಆ ರಾಜ್ಯ ಬಲಿಷ್ಠವೂ ಆಯಿತು. ಜನ ಕೃಷೀವಲರಾದರು. ಇತರ ವೃತ್ತಿಗಳು: ಬೇಟೆ, ಮೀನುಗಾರಿಕೆ, ಪಶುಪಾಲನೆ, ಜೇನು ಸಂಗ್ರಹ... ಕುಶಲ ಕರ್ಮಿಗಳು: ಬಡಗಿ ಕೆಲಸ, ನೆಯ್ಗೆ, ಕುಂಬಾರಿಕೆ, ತೊಗಲು ಹದ ಮಾಡುವುದು. ದುಡಿಮೆಯ ಕೇಂದ್ರಗಳು ವಿಸ್ತಾರಗೊಂಡು ಪಟ್ಟಣಗಳಾದುವು. ತಮ್ಮ ಸಾಮಗ್ರಿಗಳನ್ನು ಇತರರಿಗೆ ಕೊಟ್ಟು, ಬಟ್ಟೆ, ಶಸ್ತ್ರಾಸ್ತ್ರ, ಪಾತ್ರೆ ಪಗಡೆ, ಚಿನ್ನ ಬೆಳ್ಳಿ ಆಭರಣಗಳನ್ನು ವಿನಿಮಯಕ್ಕೆ ಪಡೆದರು. ಪ್ರಕೃತಿಯ ಆರಾಧನೆ, ವೃಕ್ಷ ಪೂಜೆ, ಭವಿಷ್ಯವಾಣಿ, ತಾಯಿತಗಳಲ್ಲಿ ನಂಬುಗೆ. ದೇವರು ಲೋಹಗಳ ಕಲೆಯನ್ನು ಮೊದಲು ಕಲಿಸಿದ್ದು ಅಕ್ಕಸಾಲಿಗರಿಗೆ ಎಂಬ ಭಾವನೆ.

9ನೇ ಶತಮಾನದಲ್ಲಿ ಬಲ್ಗರರನ್ನೂ ಒಳಗೊಂಡು ಎಲ್ಲ ಸ್ಲಾವ್ ಉಪ ಜನಾಂಗಗಳು ಕ್ರೈಸ್ತ ಮತ ಸ್ವೀಕರಿಸಿದವು.

ಉತ್ಕರ್ಷ ಹೊಂದಿದ ಬೈಜಾಂಟಿಯಮ್ ಶಕ್ತಿಶಾಲಿ ಬಲ್ಗೇರಿಯದ ಪ್ರಬಲ ಶತ್ರುವಾಯಿತು. ಬೈಜಾಂಟಿಯಮ್‌ನ ಒಬ್ಬ ದೊರೆ ಬೇಸಿಲ್ (11ನೆಯ ಶತಮಾನ) 14,000 ಬಲ್ಗೇರಿಯನರನ್ನು

ಸೆರೆ ಹಿಡಿದು ಹೆಚ್ಚು ಕಮ್ಮಿ ಎಲ್ಲರ ಕಣ್ಣುಗಳನ್ನೂ ಕಿತ್ತ. ಬಲ್ಗೇರಿಯದ ಅರಸ ಸ್ಯಾಮ್ಯುವಲ್ ಕೊರಗಿ ಕೊರಗಿ ಸತ್ತ.

ಮಂಗೋಲರ ದಾಳಿ 13ನೆಯ ಶತಮಾನದಲ್ಲಿ. ಬಳಿಕ ಧರ್ಮ ಯುದ್ಧಕ್ಕೆ ಬಂದ ತುರ್ಕರು. ಬೈಜಾಂಟಿಯಮ್ ನಾಶವಾದ ಬಳಿಕ ತುರ್ಕರ ಸಾಮ್ರಾಜ್ಯ ಮೆರೆಯಿತು. ಬಲ್ಗೇರಿಯವನ್ನೂ ಒಳಗೊಂಡು (1396) ಸ್ಲಾವ್ ದೇಶಗಳೆಲ್ಲ ತುರ್ಕರ ಸಂಕೋಲೆಗಳಿಂದ ಬಂಧಿತ ವಾದುವು. ಐದು ಶತಮಾನಗಳ ಕತ್ತಲೆಯ ಕಾಲಾವಧಿ. ಆದರೇನಂತೆ ? 19ನೆಯ ಶತಮಾನದ ಉತ್ತರಾರ್ಧದಲ್ಲಿ ಅಸ್ಥಿಪಂಜರಗಳೂ ಅಲುಗಾಡಿದವು. ಪ್ರತಿಭಟನೆಯ ಸ್ಫೋಟ. ಬೊಸ್ನಿಯ ಬಲ್ಗೇರಿಯಗಳು ತುರ್ಕರ ವಿರುದ್ಧ ದಂಗೆ ಎದ್ದುವು. ಸ್ಲಾವ್ ಮೂಲದವರೇ ಆದ ರಷ್ಯನರಿಂದ ನೆರವು ದೊರೆಯಿತು. 1878ರಲ್ಲಿ ಬಲ್ಗೇರಿಯ ರಾಷ್ಟ್ರ ಪುನಃ ತಲೆ ಎತ್ತಿತು.

ಅರಸನ ಕೆಳಗೆ ದೇಶದ ನಾಯಕನಾಗಿ ಕಟ್ಟುನಿಟ್ಟಾಗಿ ಏಳು ವರ್ಷ ಆಳಿದವನು ಸ್ಟಿಫಾನ್ ಸ್ತಾಂಬುಲೋವ್. ಕಾರಸ್ಥಾನ ನಡೆದು, ಆತ ಅಧಿಕಾರ ಕಳೆದುಕೊಳ್ಳಬೇಕಾಯಿತು. ಮರುವರ್ಷವೇ ಕೊಲೆಯಾದ.

20ನೆಯ ಶತಮಾನದ ಮೊದಲ ದಶಕಗಳಲ್ಲಾದ ಬಾಲ್ಕನ್ ಯುದ್ಧಗಳಿಂದ ಕ್ಷೀಣಿಸಿದ ತುರ್ಕಿ ನೇಪಥ್ಯಕ್ಕೆ ಸರಿಯಿತು. ಮೊದಲ ಲೋಕ ಮಹಾಯುದ್ಧದಲ್ಲಿ ಜರ್ಮನರ ಪಕ್ಷ ವಹಿಸಿದ್ದರಿಂದ ಬಲ್ಗೇರಿಯ ತೊಂದರೆಗೀಡಾಯಿತು. ಅರಸ ಸಿಂಹಾಸನ ತ್ಯಾಗಮಾಡಿ, ಮಗ ಬೋರಿಸನಿಗೆ ಪಟ್ಟ ಕಟ್ಟಿದ.

ಸೋವಿಯೆತ್ ಕ್ರಾಂತಿಯ ಅನಂತರದ ದಿನಗಳಲ್ಲಿ ವಾತಾವರಣ ತುಂಬಾ ತೀವ್ರಗಾಮಿ ವಿಚಾರಗಳು. ಬಲ್ಗೇರಿಯದಲ್ಲಿ, ರೈತ ಸಂತಾನವೇ ಆದ ಅಲೆಕ್ಸಾಂಡರ್ ಸ್ತಾಂಬುಲಿಸ್ಕಿ ಎಂಬಾತ ನಾಯಕ ಸ್ಥಾನಕ್ಕೇರಿ ರಾಜ್ಯವಾಳಿದ. ಆ ನಾಲ್ಕು ವರ್ಷ ರೈತ ಸಮಾಜದ್ದೇ ಅಧಿಕಾರ. ದೂರದ ಗುಡ್ಡಬೆಟ್ಟಗಳ ಹಳ್ಳಿಗರನ್ನೂ ವಿದ್ಯೆ ಸೋಂಕಿತು. ಸ್ತಾಂಬುಲಿಸ್ಕಿ ಅಲ್ಲಿಯೂ ಶಾಲೆಗಳನ್ನು ಕಟ್ಟಿಸಿದ. ರಸ್ತೆಗಳನ್ನು ಕಡಿಸಿದ. ರೈತರ ಮೇಲೆ ಯಾವ ಕರಭಾರವೂ ಇರಲಿಲ್ಲ. ಈ ರೀತಿ ಹಿಂಸಿಸುವುದು ಭೂಮಾಲಿಕರನ್ನು ? ಫಾಸಿಸ್ಟ್ ಶಕ್ತಿಗಳು ಹೆಜ್ಜೆ ಮುಂದಿಟ್ಟುವು. ಸ್ತಾಂಬುಲಿಸ್ಕಿಯ ಬಂಧನಕ್ಕೆ ಅರಸ ಆಜ್ಞೆ ಇತ್ತ. ಕ್ಷಿಪ್ರ ವಿಚಾರಣೆ. ತಡವಿಲ್ಲದೆ ದಂಡನೆ. ಸ್ತಾಂಬುಲಿಸ್ಕಿ ತನ್ನ ಗೋರಿಯನ್ನು ತಾನೇ ತೋಡಬೇಕಾಯಿತು. ಬಳಿಕ ಅವನ ಬಲತೋಳನ್ನು ಕಡಿದು ಹಾಕಿದರು. ಆ ಗೋರಿಯಲ್ಲಿ ಅವನನ್ನು ಮಣ್ಣು ಮಾಡಿದರು (1923) ! ಇನ್ನೊಂದು ಮುಳ್ಳು ಬೆಳೆಯತೊಡಗಿತ್ತಲ್ಲ – ಕಮ್ಯೂನಿಸ್ಟ್ ಪಕ್ಷ ? ಅದನ್ನು ಅರಸ ನಿಷೇಧಿಸಿದ.

ಇಂಥ ಅನುಭವಗಳಿಂದಲ್ಲವೆ ಪ್ರಭು ಪ್ರಬುದ್ಧನಾಗುವುದು ? 1936ರಲ್ಲಿ ಬೋರಿಸ್ ರಾಜ ಸರ್ವಾಧಿಕಾರಿಯಾದ. ಅವನು ಸೋಗುಗಾರ. ರಾಜಕೀಯವೆಂದರೆ ಬೇಜಾರು ಎಂಬ ನಟನೆ; ಗಡಿಯಾರಗಳಲ್ಲೂ ರೈಲ್ವೆ ಎಂಜಿನುಗಳಲ್ಲೂ ಆಸಕ್ತಿ ಪ್ರದರ್ಶನ ! (ಸ್ನೇಹ ಹಿಟ್ಲರ್ ಮುಸೋಲಿನಿಯರ ಜತೆ.)

ಎರಡನೆಯ ಲೋಕಯುದ್ಧ ಶುರುವಾದಾಗ ಬೋರಿಸ್ ಜರ್ಮನಿಯ ಪಕ್ಷ ವಹಿಸಿದ. ಯುಗೊಸ್ಲಾವಿಯ–ಗ್ರೀಸ್‌ಗಳ ಒಂದಿಷ್ಟು ಪ್ರದೇಶಗಳು ಪ್ರಸಾದವಾಗಿ ಲಭಿಸಿದುವು. ಆದರೆ ರಷ್ಯದ ವಿರುದ್ಧ ಬೋರಿಸ್ ಯುದ್ಧ ಸಾರಲಿಲ್ಲ. "ಎಲಾ ಇವನ !" ಎಂದ ಹಿಟ್ಲರ್. ಸಿಟ್ಟಾಗಿ "ಭೇಟಿಗಾಗಿ ಬರ್ಲಿನ್‌ಗೆ ಬರಬೇಕು," ಎಂದ. ಬೋರಿಸ್ ಅಲ್ಲಿಗೆ ಸಾಗಿ, "ಹೇಯ್ಲ್ ಹಿಟ್ಲರ್ !" ಎಂದು ವಂದಿಸಿ, ಮಾತನಾಡಿ, ತನ್ನ ರಾಜಧಾನಿ ಸೊಫಿಯಾಗೆ ಮರಳಿದ. ಮುಂದೆ ಮೂರೇ ದಿನಗಳಲ್ಲಿ ಮರಣ ಹೊಂದಿದ. ವಿಷ ಉಣಿಸಿ ಎಸಗಿದ ಹತ್ಯೆ. (ಸ್ತಾಂಬುಲಿಸ್ಕಿಯ ಗೋರಿಯಲ್ಲಿ ಶವಪೆಟ್ಟಿಗೆ ಅಲುಗಿತೇನೋ !)

1944ರಲ್ಲಿ ಬಲ್ಗೇರಿಯ ಸರಕಾರ ಮಿತ್ರ ರಾಷ್ಟ್ರಗಳ ಜತೆ ಸಂಧಾನ ನಡೆಸಿತು. ಬಳಿಕ ಕೆಲವೇ ತಿಂಗಳಲ್ಲಿ ಜರ್ಮನರನ್ನು ಓಡಿಸುತ್ತ ಬಂದ ರಷ್ಯದ ಕೆಂಪು ಸೈನ್ಯ ಬಲ್ಗೇರಿಯವನ್ನು ಹೊಕ್ಕಿತು. ಬಂಧವಿಮುಕ್ತ ಸ್ವದೇಶಕ್ಕೆ ಮರಳಿ ಬಂದವನು ಅಂತರರಾಷ್ಟ್ರೀಯ ಖ್ಯಾತಿಯ ಕಮ್ಯೂನಿಸ್ಟ್ ನಾಯಕ ಜಾರ್ಜಿ ಡಿಮಿಟ್ರಾವ್ (1882–1949). 1946ರಲ್ಲಿ ಜನಾಭಿಪ್ರಾಯ ಸಂಗ್ರಹಿಸಿದಾಗ, "ಅರಸೊತ್ತಿಗೆ ರದ್ದಾಗಲಿ" ಎಂದು ಜನತೆ ಆಗ್ರಹಿಸಿತು. ಅದೇ ವರ್ಷ ಡಿಮಿಟ್ರಾವ್ ನೇತೃತ್ವದಲ್ಲಿ ಜನತಾ ಗಣರಾಜ್ಯವಾಯಿತು ಬಲ್ಗೇರಿಯ. (ಡಿಮಿಟ್ರಾವ್ 1905ರಲ್ಲೇ ಬಲ್ಗೇರಿಯದಲ್ಲಿ ಕಾರ್ಮಿಕರ ಸಂಘಟನೆಗಾಗಿ ದುಡಿದವನು. ಮುಂದೆ ಭೂಗತನಾಗಿದ್ದು, ಕಮ್ಯೂನಿಸ್ಟ್ ಪಕ್ಷ ಕಟ್ಟಿದವನು. 1933ರಲ್ಲಿ ಬರ್ಲಿನ್‌ನಲ್ಲಿ ಬಂಧಿತನಾದಾಗ, ನಾಜಿಗಳು ಆತನ ಮೇಲೆ ತಮ್ಮ ಪಾರ್ಲಿಮೆಂಟ್ ಭವನಕ್ಕೆ ಬೆಂಕಿ ಹಚ್ಚಿದ ಆರೋಪ ಹೊರಿಸಿದರು. ಲೀಪ್‌ಜಿಗ್ ನ್ಯಾಯಸ್ಥಾನದಲ್ಲಿ ನಡೆದ ವಿಚಾರಣೆಯಲ್ಲಿ, ಡಿಮಿಟ್ರಾವ್ ತನ್ನ 'ರಕ್ಷಣೆ'ಯನ್ನು ತಾನೇ ಮಾಡಿಕೊಳ್ಳುತ್ತ, ಅದ್ಭುತವಾಗಿ ವಾದಿಸಿ, ನಾಜಿವಾದದ ಕರಾಳ ರೂಪವನ್ನು ಬಯಲಿಗೆಳೆದ. ನ್ಯಾಯಸ್ಥಾನ ಡಿಮಿಟ್ರಾವನ ಬಿಡುಗಡೆಗೆ ಆಜ್ಞೆ ವಿಧಿಸಿ, ಸೋವಿಯೆತ್ ಒಕ್ಕೂಟಕ್ಕೆ ಆತನನ್ನು ಗಡಿಪಾರು ಮಾಡಿತು.) ಅಸ್ವಾಸ್ಥ್ಯ ಬಲಿತೆಗೆದು ಕೊಳ್ಳುವ ತನಕ, ಮೂರೇ ವರ್ಷ ಕಾಲ, ಬಲ್ಗೇರಿಯಕ್ಕೆ ಆತನ ಮಾರ್ಗದರ್ಶನ ದೊರೆಯಿತು. ಮುಂದಿನವರು ಸಾಗಿದ್ದು ಆತನ ದಾರಿಯಲ್ಲೇ.

ಬಲ್ಗೇರಿಯಿಂದ ಉತ್ತರದಲ್ಲೂ ಪಶ್ಚಿಮದಲ್ಲೂ ಸಮಾಜವಾದಿ

ರಾಷ್ಟ್ರಗಳಿವೆ; ದಕ್ಷಿಣದಲ್ಲಿ ಗ್ರೀಸ್. ಪೂರ್ವ ದಿಕ್ಕಿನಲ್ಲಿ ಕಪ್ಪು ಸಮುದ್ರ. ವಿಸ್ತೀರ್ಣ 42,820 ಚ. ಮೈಲು. ಜನಸಂಖ್ಯೆ ಒಂದು ಕೋಟಿ.

ಹಿಂದೆ ಬಲ್ಗೇರಿಯದಿಂದ ರಫ್ತಾಗುತ್ತಿದ್ದುದು ಕೃಷಿ ಉತ್ಪನ್ನ ಮಾತ್ರ. ರಫ್ತಿನ ಹೆಮ್ಮೆಯ ಸ್ಥಾನವನ್ನು ಕಳೆದ 20 ವರ್ಷಗಳಿಂದ ಎಂಜಿನಿಯರಿಂಗ್ ಕೈಗಾರಿಕೋದ್ಯಮ ಆಕ್ರಮಿಸಿಕೊಂಡಿದೆ. ಈ ದೇಶದಲ್ಲಿ ಎಲ್ಲಿ ನೋಡಿದರಲ್ಲಿ ರೋಜಾ ಹೂಗಳು, ಗುಲಾಬಿ ಎಣ್ಣೆ ತಯಾರಿಸುವುದು ಇಲ್ಲಿನ ವಿಶಿಷ್ಟ ಉದ್ಯಮ. (ಒಂದು ಕಿಲೋ ಎಣ್ಣೆ ಪಡೆಯಲು ಮೂರು ಟನ್ ಗುಲಾಬಿ ಪಕಳೆಗಳು ಬೇಕು.) ಕಪ್ಪು ಸಮುದ್ರದಲ್ಲಿ ಎಣ್ಣೆ ಸಿಕ್ಕಿದೆ. ಹಡಗು ನಿರ್ಮಾಣವಿದೆ. ಖನಿಜಗಳು, ಲೋಹಗಳು ಭಾರೀ ಪ್ರಮಾಣದಲ್ಲಿ ಲಭ್ಯ.

ಬಲ್ಗರರ ಬಗೆಗೆ ಉಳಿದ ಸ್ಲಾವ್ ಜನರಲ್ಲಿ ಬಳಕೆಯಲ್ಲಿರುವ ಮಾತು :

"ಎತ್ತಿನ ಬಂಡಿಯಲ್ಲಿ ಕುಳಿತು ಮೊಲ ಬೇಟೆಯಾಡಬಲ್ಲ ಜನ !"
ಚಾತುರ್ಯ, ಛಲ, ಸಾಮರ್ಥ್ಯ—ಎಲ್ಲವೂ ಇವೆ ಎಂದಲ್ಲವೆ ಅರ್ಥ ?

2

ಮಾನವ ಕುಲದ ಎಲ್ಲ ಶಾಖೆ–ಉಪಶಾಖೆಗಳೂ ತಮ್ಮ ಪ್ರಾಚೀನರ ಬಗೆಗೆ ಕುತೂಹಲ ತಳೆಯುವುದು, ಅವರ ಸಾಧನೆಗಳ ವಿಷಯದಲ್ಲಿ ಹೆಮ್ಮೆ ಪಡುವುದು ಅತ್ಯಂತ ಸಹಜ. ದಕ್ಷಿಣ ಸ್ಲಾವ್ ಜನತೆಯ ವಿವಿಧ ಬಣಗಳಾದರೂ ಅಷ್ಟೆ. ಯುಗೊಸ್ಲಾವಿಯಕ್ಕೆ ಬಂದವರಿಗೆ, ನವ ಶಿಲಾಯುಗದಲ್ಲಿ ತಮ್ಮ ಪುರಾತನರು ರಚಿಸಿದ ಗವಿಚಿತ್ರಗಳನ್ನು ಅಲ್ಲಿನ ಜನ ಅಭಿಮಾನದಿಂದ ತೋರಿಸುತ್ತಾರೆ.

ಬಾಲ್ಕನ್ ತೀರ ಪ್ರದೇಶದಲ್ಲಿ ದೊರೆತಿರುವ ಶಿಲ್ಪಕೃತಿಗಳು ಸಮರ್ಥ ಕಲಾವಿದರ ಸೃಷ್ಟಿ. ಅವರು ಗ್ರೀಕ್ ಶಿಲ್ಪಕಲೆಯ ಪ್ರಭಾವಕ್ಕೆ ಒಳಗಾದರೂ ತಮ್ಮ ವೈಶಿಷ್ಟ್ಯವನ್ನು ಸಾಕಷ್ಟು ಉಳಿಸಿಕೊಂಡ ಧೀಮಂತರು.

ಕಲಾಭಿವ್ಯಕ್ತಿಯಲ್ಲಿ ಯುಗೊಸ್ಲಾವಿಯದ ವಿವಿಧ ಉಪ ಜನಾಂಗಗಳ ಹಿರಿಮೆ ಕಂಡುಬರುವುದು ಅವರ ಜಾನಪದ ನೃತ್ಯಗಳಲ್ಲಿ, ಸಂಗೀತದಲ್ಲಿ.

ಹಿಮ್ಮೇಳವಿಲ್ಲದ ಮೌನ ನೃತ್ಯ. ಊಹಿಸಿಕೊಳ್ಳಬಲ್ಲಿರಾ ? ಸದ್ದು ಗದ್ದಲ ಇಲ್ಲದ ಮದುವೆಯ ಸಮಾರಂಭ. ಹಿಂದಿನ ಕಾಲದ ವೈಖರಿ. ಕಾರಣವಿಷ್ಟೆ : ಭೂಮಾಲಿಕನಿಗೆ ತಿಳಿದರೆ ಅವನ ಭಟರು ದಿಢೀರನೆ ಪ್ರತ್ಯಕ್ಷವಾಗಬಹುದು, ವಧುವನ್ನು ಸೆಳೆದೊಯ್ಯಲು ! ರೈತರಿಗೆ ತಮ್ಮ ತೋಳ್ಬಲದಲ್ಲಿ ವಿಶ್ವಾಸ ಮೂಡಿದಾಗ, ವಿವಾಹ ಸಂದರ್ಭದ ನೃತ್ಯದ ಸ್ವರೂಪ ಬದಲಾಯಿತು. ವೃತ್ತಾಕಾರವಾಗಿ ತಿರುಗುತ್ತ ತಿರುಗುತ್ತ ನರ್ತನ. (ಹೆಸರು ಕೋಲೊ !) ಡಮರು ಕೊಳಲುಗಳ ಪಕ್ಕವಾದ್ಯ.

ಬಿರುಸಿನ ಯೋಧ ನೃತ್ಯದಲ್ಲಿ ಕುಣಿಯುವವನು ಕೈಯಲ್ಲಿದ್ದ ಖಡ್ಗದಿಂದ ಗಾಳಿಯಲ್ಲಿ ಸುಯ್ಯೆಂದು ಅರ್ಧ ಚಂದ್ರ ರಚಿಸುತ್ತಾನೆ. ಹಿಂದೆ ಆ ಝೇಂಕಾರಕ್ಕೆ ಕಾಡುಪ್ರಾಣಿಗಳು ಬೆದರಿ ಚೆದರುತ್ತಿದ್ದುವಂತೆ. ವಿದೇಶೀಯರ ದೌರ್ಜನ್ಯ ನಡೆದಿದ್ದಾಗ ಆ ಕಕ್ಷೆಯ ಹೊರಗಿದ್ದವರು ಅರಾಮಿಯರು. ಅವರ ನರ್ತನ ವೈರಿಯ ನಾಭಿಯಲ್ಲಿ ನಡುಕ ಹುಟ್ಟಿಸುವಂಥದು.

9ನೆಯ ಶತಮಾನದಲ್ಲಿ ಕ್ರೈಸ್ತರು ಸ್ಲಾವರನ್ನು ಒಲಿಸಿಕೊಂಡ ಮೇಲೆ ಸಲೋನಿಕ ನಗರದ ಸುತ್ತ ಮುತ್ತಲಿನ ಜನರ ಆಡುಭಾಷೆಯಲ್ಲಿ ಧರ್ಮ ಗ್ರಂಥಗಳು ರಚಿತವಾಗತೊಡಗಿದುವು. (ಮುಂದೆ ಆರು ಶತಮಾನಗಳವರೆಗೂ ಗ್ರಂಥಗಳೆಂದರೆ ಕೈ ಬರಹದ ಪುಸ್ತಕಗಳೇ.)

ಸರ್ಬಿಯ ರಾಜ್ಯ 12ನೆಯ ಶತಮಾನದಲ್ಲಿ ಸ್ಥಾಪಿತವಾದ ಮೇಲೆ ಅಲ್ಲಿನ ಸಾಹಿತ್ಯ ಅಭಿವೃದ್ಧಿ ಹೊಂದಿತು. ಅರಸರ ಮತ್ತು ಧರ್ಮ ಪ್ರಭೃತಿಗಳ ಜೀವನ ಚರಿತ್ರೆಗಳು ಬರೆಯಲ್ಪಟ್ಟವು. 14ನೆಯ ಶತಮಾನದಲ್ಲಿ ತುರ್ಕಿಯ ಆಕ್ರಮಣಕಾರರಿಗೆ ಇದಿರಾಗಿ ಹೋರಾಡುತ್ತ ಕೊಸ್ಸೊವೊ ರಣರಂಗದಲ್ಲಿ ಮಡಿದ ರಾಜಕುಮಾರ ಲಾಜರ್‌ನ ಕಥೆ ಶ್ರೇಷ್ಠ ದುರಂತ ಕಾವ್ಯಕ್ಕೆ ವಸ್ತುವಾಯಿತು. ಬರೆದವಳು ಕವಯಿತ್ರಿ ಜೆಫಿನಿಜಾ. (ಲಾಜರ್‌ನ ಶವಪೆಟ್ಟಿಗೆಗೆ ಸುತ್ತಿದ್ದ ರೇಷ್ಮೆ ಬಟ್ಟೆಯಲ್ಲಿದ್ದ ಬಂಗಾರದ ನೂಲಿನಿಂದ ತನ್ನ ಕೃತಿಗೆ ಜೆಫಿನಿಜಾ ಕಸೂತಿ ಹಾಕಿದಳೆಂದು ಪ್ರತೀತಿ.) ಶತಮಾನಗಳುದ್ದಕ್ಕೂ ಸರ್ಬಿಯದ ಪ್ರತಿಯೊಂದು ಗ್ರಾಮೀಣ ಉತ್ಸವದ ವೇಳೆಯಲ್ಲೂ ಅಲೆಮಾರಿ ಹಾಡುಗಾರರು ಏಕನಾದ ಮೀಟುತ್ತ ಆ ಕಾವ್ಯವನ್ನು ಹಾಡುತ್ತಿದ್ದರು.

ತುರ್ಕರ ಆಳ್ವಿಕೆಯ ಕಾಲದಲ್ಲಿ ಸರ್ಬಿಯದ ಸಾಹಿತ್ಯ ನಿಂತ ನೀರಾಯಿತು. 1494ರಲ್ಲಿ ಮುದ್ರಣ ಯಂತ್ರ ಬಂದಿತಾದರೂ ಅದು ಇಗರ್ಜಿಯ ಸೊತ್ತಾಗಿ ಉಳಿಯಿತು. (ಸ್ಲೊವೆನರು, ಕ್ರೋಷರು ರೋಮನ್ ಕ್ಯಾಥಲಿಕರು; ಸರ್ಬರು, ಮ್ಯಾಸಿಡೋನಿಯರು ಪೌರಸ್ತ್ಯ ಸಂಪ್ರದಾಯಬದ್ಧ ಕ್ರೈಸ್ತರು.)

15–16ನೇ ಶತಮಾನಗಳಲ್ಲಿ ತುರ್ಕರ ಪ್ರಭಾವ ಇರದಿದ್ದ ಕಡೆಗಳಲ್ಲಿ – ಡಲ್ಮಾಷಿಯದ ಶಹರಗಳು, ಕ್ರೋಷಿಯದ ದುಬ್ರೋವ್‌ನಿಕ್ ಪಟ್ಟಣಗಳಲ್ಲಿ – ಸಾಹಿತ್ಯ ಅಭಿವೃದ್ಧಿ ಹೊಂದಿತು. ಕಾವ್ಯ, ನಾಟಕ, ಪ್ರೇಮಗೀತೆಗಳು, ಒಂದು ರೀತಿಯ ಕಾದಂಬರಿ ಕೂಡ ಸೃಷ್ಟಿಯಾದುವು. ಶೇಕ್ಸ್‌ಪಿಯರನಿಗಿಂತ ತುಸು ಅನಂತರದವನಾದ ಮಾರಿನ್ ದ್ರ್‌ಜಿತ್ಸ್ ಒಳ್ಳೆಯ ನಾಟಕಗಳನ್ನು ಬರೆದ. ಇವಾನ್ ಗುಂದಲಿತ್ಸ್ ಮಹಾಕವಿ ಎಂಬ ಗೌರವಕ್ಕೆ ಪಾತ್ರನಾದ.

16ನೆಯ ಶತಮಾನದಲ್ಲಿ ಪ್ರೊಟೆಸ್ಟೆಂಟ್ ಧಾರ್ಮಿಕ ಕೃತಿಗಳು ಜನರ ಭಾಷೆಗಳಲ್ಲಿ ಬರತೊಡಗಿದುವು. ಸ್ಲೊವೆನ್ ಲೇಖಕ ಪ್ರಿಮ್‌ರೋಜ್

ತಂಬರ್ ದಿನಬಳಕೆಯ ಭಾಷೆಯನ್ನು ಸಾಹಿತ್ಯದಲ್ಲಿ ಪ್ರಯೋಗಿಸಿದ. ಕ್ರೋಷಿಯದ ರಾಜಧಾನಿಯಾದ ಜಾಗ್ರೆಬ್‌ನ ಸುತ್ತಲಿನ ಕಜ್ಕವ್‌ಸ್ಕಿ ಉಪಭಾಷೆಯಲ್ಲಿ ಎರಡೂವರೆ ಶತಮಾನ ಕಾಲ ಒಳ್ಳೆಯ ಸಾಹಿತ್ಯ ಬೆಳಕು ಕಂಡಿತು.

47,000 ಪದಗಳ ಕ್ರೋಷಿಯನ್-ಲ್ಯಾಟಿನ್ ನಿಘಂಟೊಂದನ್ನು ಇವಾನ್ ಬೆಲೊಸ್ತೆನ್ಜ್ 17ನೇ ಶತಮಾನದಲ್ಲಿ ಸಿದ್ಧಪಡಿಸಿದ. 'ನಮ್ಮ ತಂದೆ ಆದಮನ ಮೊದಲ ಪಾಪ' ಎಂಬುದು ಸಮಕಾಲೀನ ಸ್ಥಿತಿಗತಿಗಳನ್ನು ಕುರಿತ ಲೇವಡಿ. ಕರ್ತೃ : ಯುರಾಯ್ ಹೆಬ್ದೆಲಿತ್ಸ್. ಮುಂದಿನ ಶತಮಾನ ಸರ್ಬಿಯ ಸಾಹಿತ್ಯದ ಪುನರುದಯವನ್ನು ಕಂಡಿತು. ವಿವಿಧ ಐರೋಪ್ಯ ಭಾಷೆಗಳನ್ನು ಅರಿತಿದ್ದ, ತನ್ನ ಕೃತಿಗಳಲ್ಲಿ ವೈಚಾರಿಕತೆಯನ್ನು ಹರಿಬಿಟ್ಟ ಒಬ್ರೊದೊವಿತ್ಸ್ ಸರ್ಬಿಯ ರಾಷ್ಟ್ರೀಯ ಸಾಹಿತ್ಯದ ಪಿತಾಮಹನೆನಿಸಿದ. ಸ್ವಾತಂತ್ರ್ಯ ದಾಹ, ರಾಷ್ಟ್ರೀಯ ಜಾಗೃತಿ ದೇಶೀಯ ಭಾಷೆಗಳ ಬೆಳವಣಿಗೆಗೆ ಕಾರಣವಾದುವು.

ದೇಶೀಯ ಸಾಹಿತ್ಯಗಳಲ್ಲಿ 19ನೆಯ ಶತಮಾನದಲ್ಲಿ ಕಂಡುಬಂದ ರಮ್ಯತೆಗೆ ಕಾರಣ, ಜರ್ಮನಿಯ ಗಯಟೆ, ರಷ್ಯದ ಪೂಷ್ಕಿನ್, ಸ್ಲೊವಾಕಿಯದ ಯಾನ್ ಕೊಲ್ಲರ್, ಪೋಲೆಂಡಿನ ಆದಮ್ ಮಿಕೀವಿಕ್ಜ್ ಇವರ ಪ್ರಭಾವ.

ತುರ್ಕರ ಆಕ್ರಮಣ ಕಾಲದಲ್ಲಿ ಎಂದೂ ಬತ್ತದ ಸ್ಫೂರ್ತಿಯ ಸೆಲೆಯಾಗಿದ್ದುದು ಜಾನಪದ ಕಾವ್ಯವೊಂದೇ. ಕ್ರಾಂತಿ ಯುದ್ಧಗಳ ಬೇಗೆಯಲ್ಲಿ, ಯುಗೊಸ್ಲಾವರ (ದಕ್ಷಿಣದ ಸ್ಲಾವರ) ಸಾಹಿತ್ಯ ಪ್ರಬುದ್ಧವಾಯಿತು. 19ನೆಯ ಶತಮಾನದ ಮಧ್ಯದಲ್ಲೇ ಅತಿ ರಮ್ಯತೆಗೆ ಪ್ರತಿಕ್ರಿಯೆಯಾಗಿ ವಾಸ್ತವತೆ ಬಂತು. ಸಾಹಿತ್ಯ ಬದುಕಿಗೆ ಹತ್ತಿರವಾಯಿತು. ರೈತರ ಶೋಷಣೆ ಗ್ಲೀಶಿತ್ಸ್‌ನ ಕಾದಂಬರಿಯಲ್ಲಿ ಚಿತ್ರಿತವಾಯಿತು. ಹೆಸರಾಂತ ಪ್ರಥಮ ವಾಸ್ತವವಾದಿ ಬರೆಹಗಾರ – ಮಾರ್ಕೊವಿತ್ಸ್. ರಾಜಕೀಯ ಐಕ್ಯಸಾಧನೆ ಸಾಹಿತ್ಯಾಭಿವೃದ್ಧಿಗೆ ಪ್ರೇರಣೆ ನೀಡಿತು. ಸಾಹಿತ್ಯ ಕೃತಿಗಳಿಂದ ರಾಜಕೀಯ ಹೋರಾಟ ಸ್ಫೂರ್ತಿ ಪಡೆಯಿತು.

ಸರ್ಬಿಯ, ಬೊಸ್ನಿಯ, ಕ್ರೋಷಿಯ, ಮ್ಯಾಸಿಡೋನಿಯ ಹೀಗೆ ವಿವಿಧ ಪ್ರದೇಶಗಳಲ್ಲಿ ಕಳೆದ ಶತಮಾನದಲ್ಲೂ ಈ ಶತಮಾನದಲ್ಲೂ ತಮ್ಮ ತಮ್ಮ ಭಾಷೆಗಳಲ್ಲಿ ಬರೆದ ಕಥೆಗಾರರೂ ಕಾದಂಬರಿಕಾರರೂ ಯುಗೊಸ್ಲಾವಿಯದ ರಾಷ್ಟ್ರೀಯ ಸಾಹಿತ್ಯವನ್ನು ನಿರ್ಮಿಸಲು ಕಾರಣರಾದರು. ಅವರಲ್ಲಿ ಪ್ರಮುಖರು: ಲಾಜ ಲಜಾರೆವಿತ್ಸ್, ಇವಾನ್ ಚಂಕಾರ್, ಮಿರೊಸ್ಲಾವ್ ಕ್ರೆಲೆಜ, ಇವೊ ಆಂದ್ರಿತ್ಸ್ (ಯೌವನದಲ್ಲಿ ಸೆರೆಮನೆ ಕಂಡವನು; 1961ರಲ್ಲಿ 'ದ್ರಿನಾ ಮೇಲಣ ಸೇತುವೆ' ಕಾದಂಬರಿಗಾಗಿ ನೊಬೆಲ್ ಪಾರಿತೋಷಕ), ಮಿಯೊದ್ರಾಗ್

ಬುಲಾತೊವಿತ್ಸ್ (16ನೇ ವಯಸ್ಸಿನ ತನಕ ಒಂದು ಪುಸ್ತಕವನ್ನೂ ಓದಿರಲಿಲ್ಲ!), ಮಿಲೊವನ್ ಜಿಲಾಸ್ (ಒಂದು ಕಾಲದಲ್ಲಿ ಟಿಟೋಗೆ ಬಲ ಭುಜನಾಗಿದ್ದವನು), ಮೆಂದೆರೋವಿತ್ಸ್ (ಭಾರತದ ಮಿತ್ರ, ದಿಲ್ಲಿಯಲ್ಲಿ ಮರಣ.), ಕೊಪಿತ್ಸ್, ನಿಸಾರೆತ್ಸ್...

* * *

ಅಲ್ಬೇನಿಯದಲ್ಲಿ ತನ್ನದೇ ಆದ ರೀತಿಯಲ್ಲಿ ಶತಮಾನಗಳಿಂದ ಬೆಳೆದು ಬಂದಿದ್ದ ಜಾನಪದ ಮತ್ತಿತರ ಸಾಹಿತ್ಯ 15ನೇ ಶತಮಾನದಲ್ಲಿ ತುರ್ಕಿ ಆ ದೇಶವನ್ನು ಆಕ್ರಮಿಸಿದ ಮೇಲೆ, ಅಗಾಧ ಪ್ರಮಾಣದಲ್ಲಿ ಮತಾಂತರವೂ ನಡೆದ ಬಳಿಕ, ಕಮರಿ ಕರಕಾಯಿತು.

ಆದರೂ ತನ್ನ ಜನತೆಯ ನಾಯಕನಾಗಿ ತುರ್ಕರನ್ನು ಇದಿರಿಸಿ ಪ್ರಾಣಾರ್ಪಣೆ ಮಾಡಿದ ವೀರ ಸ್ಕಂದರ್ ಬೇಗ್ ಕಾವ್ಯಗಳಿಗೆ, ಕಥೆಗಳಿಗೆ ವಸ್ತುವಾದ.

ಪ್ರತಿಕೂಲ ಪರಿಸರದಲ್ಲೂ ರೋಮನ್ ಕ್ಯಾಥಲಿಕರು ತಮ್ಮ ಸಾಹಿತ್ಯ ಪರಂಪರೆಯನ್ನು ಉಳಿಸಿಕೊಂಡು ಬಂದರು. ಅವರೊಂದು ಲ್ಯಾಟಿನ್ – ಅಲ್ಬೇನಿಯನ್ ನಿಘಂಟನ್ನೂ ಒಂದು ದ್ವಿಭಾಷಾ ವಿಶ್ವಕೋಶವನ್ನೂ ರಚಿಸಿದರು. ಜನಸಾಮಾನ್ಯರಲ್ಲಿ, ಧಾರ್ಮಿಕ ಗೀತೆಗಳ ಬದಲು ಸ್ಕಂದರ್ ಬೇಗನ ಯೋಧರು ತೋರಿದ ಪರಾಕ್ರಮವನ್ನು ಕುರಿತ ನೆನಪಿನ ಹಾಡುಗಳು ಬಳಕೆಗೆ ಬಂದುವು.

18 – 19ನೇ ಶತಮಾನದಲ್ಲಿ ದಾರಾ ಎಂಬಾತ ತನ್ನ ದೇಶದ ಜಾನಪದ ಹಾಡುಗಳನ್ನು ಸಂಗ್ರಹಿಸಿದ. 19 – 20ನೇ ಶತಮಾನದಲ್ಲಿ ಆತನ ಮೊಮ್ಮಗ ದಾರಾ, ಅಜ್ಜ ಸಂಗ್ರಹಿಸಿದ್ದನ್ನು ಕ್ರಮಬದ್ಧವಾಗಿ ಜೋಡಿಸಿದ.

ತುರ್ಕರ ಕೆಳಗೆ ನರಳುತ್ತಿದ್ದ ಅಲ್ಬೇನಿಯದ ಜನ 19ನೇ ಶತಮಾನದಲ್ಲಿ ಜಾಗೃತರಾಗತೊಡಗಿದಂತೆ, ಅವರ ಸಾಹಿತ್ಯವೂ ಮರುಹುಟ್ಟು ಪಡೆಯಿತು.

ಮೂವರು ಸಾಹಿತ್ಯ ಸೋದರರ ಸಾಧನೆ ತಲೆದೂಗುವಂಥದು. ಅವರು ಅಬ್ದೈಲ್, ನಯೀಮ್ ಮತ್ತು ಸಮಿ. ಅಲ್ಬೇನಿಯದಲ್ಲಿ ಇವರ ಚಟುವಟಿಕೆಯನ್ನು ತುರ್ಕಿ ಅಧಿಕಾರಿಗಳು ಸಹಿಸಲಿಲ್ಲ. ಆದರೆ ತುರ್ಕಿ ಸಾಮ್ರಾಜ್ಯದ ರಾಜಧಾನಿ ಇಸ್ತಾಂಬೂಲ್‌ಗೆ ಹೋಗಲು ಅವರಿಗೆ ಅನುಮತಿ ಇತ್ತರು. ಅಲ್ಲಿ ಅಬ್ದೈಲ್ ಸ್ವಾಯತ್ತೆಯನ್ನು ಕುರಿತು ಲೇಖನಗಳನ್ನು ಬರೆದ. ನಯೀಮ್ ಕವಿತೆಗಳನ್ನು ಸೃಷ್ಟಿಸಿದ. ಸಮಿ ತುರ್ಕಿ ಭಾಷೆಯಲ್ಲಿ ವಿಶ್ವಕೋಶ ರಚಿಸತೊಡಗಿದ. ಇವರ ಖ್ಯಾತಿ ಹಲವು ದೇಶಗಳಿಗೆ ಹಬ್ಬಿತು. ಹಾಸಿಗೆಯ ಕೆಳಗೆ ನುಸುಳಿದ್ದ ಹಾವುಗಳು! ಸಮ್ರಾಟನ ಸರಕಾರ ಅವರನ್ನು ಗಡಿಪಾರು ಮಾಡಿತು. ಅವರು ರುಮಾನಿಯದ ರಾಜಧಾನಿ ಬುಖಾರೆಸ್ಟ್‌ನಲ್ಲಿದ್ದುಕೊಂಡು ತಮ್ಮ ಚಟುವಟಿಕೆ ಮುಂದುವರಿಸಿದರು.

ಅನಂತರದ ದಶಕಗಳಲ್ಲಿ ಅವರ ಒಳ್ಳೆಯ ಕೆಲಸವನ್ನು ಮತ್ತಷ್ಟು ಮುಂದಕ್ಕೆ ಒಯ್ದವನು, ಅಬ್ದೈಲ್‌ನ ಸೋದರಳಿಯ 'ಲುಮೊ ಸ್ಕಂದೊ'.

ಕೊಲೊಕ್ವಿ ಆ ಕಾಲದ ಒಳ್ಳೆಯ ಕಥೆಗಾರ. ಶೇಕ್ಸ್‌ಪಿಯರ್, ಬೈರನ್, ಡಿಕೆನ್ಸ್, ಥಾಕರೆ ಮತ್ತು ರಷ್ಯದ ಕಾದಂಬರಿಕಾರರು ಅಲ್ಬೇನಿಯದ ಲೇಖಕರ ಮೇಲೆ ಪ್ರಭಾವ ಬೀರಿದರು. ಶೇಕ್ಸ್‌ಪಿಯರನ ನಾಟಕಗಳು ಅಲ್ಬೇನಿಯ ಭಾಷೆಗೆ ಅನುವಾದಗೊಂಡವು. ಪೊರ್‌ದೇಚಿ, ಮುಜರದ್ ಪ್ರಖ್ಯಾತ ಕವಿಗಳು.

ಈ ಶತಮಾನದ ಪ್ರಮುಖ ಕಥೆಗಾರರು : ಅಲೆಕ್ಸಿ ಚಾತ್ಸಿ, ನ್ಡೋಜಾ, ನಾಸಿ ಲೆರಾ, ಕೆಲ್ಮೆಂಡಿ ಫತ್‌ಮೀರ್ ಗಜಾತ...

* * *

ದಕ್ಷಿಣ ಬಲ್ಗೇರಿಯದ ಬೌಲ್ಗರಿ ಎಂಬ ಹಳ್ಳಿಯಲ್ಲಿ-ಅಲ್ಲಿ ಮಾತ್ರ-ಏರ್ಪಡುವ ಒಂದು ವಿಶೇಷ ನೃತ್ಯವಿದೆ. ಇದರ ಹೆಸರು 'ನಸ್ತಿನರ್'. ಇದು ವರಬೇಡುವ, ಕ್ಷಮೆಯಾಚಿಸುವ, ಪ್ರಾರ್ಥಿಸುವ ನರ್ತನ. 'ನಮ್ಮ ವೈವಾಹಿಕ ಜೀವನ ಸುಖಕರವಾಗಲಿ', 'ನಮಗೆ ಮಕ್ಕಳಾಗಲಿ', 'ಫಸಲು ಚೆನ್ನಾಗಿರಲಿ,' ನರ್ತನ ಸುಡುವ ಕೆಂಡದ ಮೇಲೆ, ಬರಿ ಪಾದದಲ್ಲಿ. ಇದು ಬೆಂಕಿ ಕುಣಿತ.

ಪ್ರಾಚೀನ ಬಲ್ಗರರಿಗೂ ಇಂದಿನವರಿಗೂ ಕೊಂಡಿ ಈ ನಸ್ತಿನರ್.

ಜನಪ್ರಿಯ ನೃತ್ಯ ಹೊರೊ (ಯುಗೊಸ್ಲಾವಿಯದ 'ಕೋಲೊ'ದ ಹಾಗೆ. ಈ ಎರಡು ಪದಗಳ ಅರ್ಥವೂ 'ವೃತ್ತ'). ವೃತ್ತಾಕಾರದಲ್ಲಿ ಸಾಗುವ ಈ ನರ್ತನದಲ್ಲಿ ಹಿರಿತನವನ್ನು ಹೆಂಗಸರೂ ವಹಿಸಬಹುದು, ಗಂಡಸರೂ ವಹಿಸಬಹುದು.

ಕ್ರಿ.ಶ. 9ನೆಯ ಶತಮಾನದ ಉತ್ತರಾರ್ಧದವರೆಗೂ ಬಲ್ಗೇರಿಯದಲ್ಲಿ ಇದ್ದುದು ಬಾಯ್ದೆರೆ ಸಾಹಿತ್ಯ. ಜಾನಪದ. ಏನನ್ನಾದರೂ ಬರೆದಿಟ್ಟು ಕೊಳ್ಳಲು ಸಂಕೇತಗಳನ್ನು ಬಳಸುತ್ತಿದ್ದರು. ಲಿಪಿ ಇರಲಿಲ್ಲ. ಅವರಿಗೆ ಲಿಪಿ ದೊರೆತದ್ದು ಈ ರೀತಿ :

863ರಲ್ಲಿ ಸಿರಿಲ್ ಮತ್ತು ಮೆಥೋಡಿಯಸ್ ಎಂಬ ಅಣ್ಣ ತಮ್ಮ ಧರ್ಮಪ್ರಸಾರಕ್ಕಾಗಿ ಬೈಜಾಂಟಿಯಮಿನಿಂದ ಮೊರಾವಿಯಕ್ಕೆ ಬಂದರು. ಮೊರಾವಿಯದಲ್ಲಿ ರೋಮನ್ ಕ್ಯಾಥಲಿಕರು ಆಗಲೆ ಬೇರೂರಿದ್ದರು. ಸಿರಿಲ್-ಮೆಥೋಡಿಯಸ್‌ರನ್ನು ಅವರು ತಮ್ಮ ಪ್ರದೇಶದಿಂದ ಹೊರಕ್ಕೆ ಅಟ್ಟಿದರು. ಸೋದರರು ಬಲ್ಗೇರಿಯ ತಲಪಿದರು. ಅಲ್ಲಿಯ ಅರಸ ಅವರಿಗೆ ಆಶ್ರಯವಿತ್ತ. 'ನಿಮಗೊಂದು ಲಿಪಿ ರೂಪಿಸಿಕೊಡ್ತೇನೆ' ಎಂದ ಸಿರಿಲ್. ಒಬ್ಬನೇ ದುಡಿದು ಲಿಪಿಯನ್ನು ಸಿದ್ಧಗೊಳಿಸಿಯೂ ಬಿಟ್ಟ. ಮೆಥೋಡಿಯಸ್ ಆ ಲಿಪಿಯನ್ನು ಬಳಸಿಯೇ ಧಾರ್ಮಿಕ ಸಾಹಿತ್ಯ ರಚಿಸಿದ. ಹೊಸ ಲಿಪಿ

ಸಿರಿಲ್ಲಿಕ್ ಎಂಬ ಹೆಸರಿನಿಂದ ಪ್ರಖ್ಯಾತವಾಯಿತು.* ಸತ್ತ ಬಳಿಕ ಅವರಿಬ್ಬರೂ ಸಂತರಾದರು.

9ನೆಯ ಶತಮಾನದ ಬಲ್ಗೇರಿಯದ್ದು ಅತಿ ಪ್ರಾಚೀನ ಸ್ಲಾವ್ ಸಾಹಿತ್ಯ. ಸ್ಲಾವ್ ಮೂಲದ ಉಳಿದೆಲ್ಲ ಭಾಷೆಗಳ ಮೇಲೆ ಅದು ಪ್ರಭಾವ ಬೀರಿತು.

ಸಂಪ್ರದಾಯಬದ್ಧ ಇಗರ್ಜಿಗಳಲ್ಲಿ ಧರ್ಮಬೋಧೆ ನಡೆದದ್ದು ದೇಶಿಯ ಭಾಷೆಗಳಲ್ಲೇ.

10ನೆಯ ಶತಮಾನದಲ್ಲಿ ಬಲ್ಗೇರಿಯ ನೀಡಿದ ಕಥಾ ಸಾಹಿತ್ಯ ವೈವಿಧ್ಯ ಪೂರ್ಣ. ಒಂದು ಕಥೆ ಬುದ್ಧನಿಗೆ ಸಂಬಂಧಿಸಿದ್ದು. ಕೆಲವು ಗ್ರೀಕ್ ವೀರ ಅಲೆಕ್ಸಾಂಡರನ ಸಾಹಸದ ಕಥೆಗಳು. ಇನ್ನೊಂದರ ತಲೆಕಟ್ಟು: 'ಬಡವರನ್ನು ತುಳಿದಿಕ್ಕುವವರು ನರಕಕ್ಕೆ ಹೋಗುತ್ತಾರೆ.' ಮತ್ತೊಂದರ ವಸ್ತು: ಬಡವರಿಂದ ಅನ್ಯಾಯವಾಗಿ ಹಣ ದೋಚಿ ಕೂಡಿಡುವುದರಿಂದ, ಸಾಲಿಗರು ನರಕದಲ್ಲಿ ಚಿತ್ರಹಿಂಸೆಗೆ ಗುರಿಯಾಗುತ್ತಾರೆ. (ಸ್ವತಃ ಆ ಕಥೆಗಾರ ಸಾಲದಲ್ಲಿ ಮುಳುಗಿದ್ದನೇನೊ?) ಬೇರೊಂದು ಕಥೆಯ ಹೆಸರು: 'ಕ್ರಿಸ್ತ ನೇಗಿಲಿನಿಂದ ಹೊಲವನ್ನು ಉತ್ತುದು ಹೇಗೆ?'

15–18ನೇ ಶತಮಾನಗಳ ಅವಧಿಯಲ್ಲಿ ತುರ್ಕಿಯ ಬಿಗಿ ಹಿಡಿತದಲ್ಲಿ ಬಲ್ಗೇರಿಯದ ಸಾಹಿತ್ಯ ತೊಳಲಾಡಿತು.

ಮೊದಲ ಆಧುನಿಕ ಪುಸ್ತಕ ಪ್ರಕಟವಾದದ್ದು 1762ರಲ್ಲಿ. ಅದು 'ಸ್ಲಾವ್ ಜನಾಂಗೀಯ ಬಲ್ಗರರ ಇತಿಹಾಸ.'

ಮುಂದಿನ ಶತಮಾನದಲ್ಲಿ ಸ್ವಾತಂತ್ರ್ಯಾಕಾಂಕ್ಷೆ ಪ್ರಬಲವಾದಂತೆ, ಸಾಹಿತ್ಯದ ಪುನರುದಯ ಕೂಡ. ವಾಸ್ತವತೆಯ ಬಿಸಿಯುಸಿರನ್ನು ಇದು ಸೂಸಿತು. ಆಗಿನ ಶ್ರೇಷ್ಠ ಕವಿ ಖ್ರಿಸ್ತೊ ಬೊತೆವ್. ಆತನ ತಾಯಿ ಜಾನಪದ ಗೀತೆಗಳನ್ನು ಹಾಡುತ್ತಿದ್ದಾಕೆ. ಯುವಕ ಕ್ರಾಂತಿ ಕವಿ ಬೊತೆವ್ ರುಮಾನಿಯದಲ್ಲಿ ಆಶ್ರಯ ಪಡೆದ. ತುರ್ಕರೊಡನೆ ಹೋರಾಡಲೆಂದು ದಾನ್ಯೂಬ್ ದಾಟಿದ; ತನ್ನ 28ನೆಯ ವಯಸ್ಸಿನಲ್ಲಿ ನಿಧನನಾದ.

1878ರಲ್ಲಿ ಬಲ್ಗೇರಿಯ ಸ್ವತಂತ್ರವಾದ ಮೇಲೂ ಮುಂದೆ ಈ ದೇಶ ಅನುಭವಿಸಬೇಕಾಗಿ ಬಂದ ಸಂಕಟದ ದಿನಗಳಲ್ಲೂ ಸಾಹಿತ್ಯದಲ್ಲಿ ಪ್ರಗತಿಪರ ಪ್ರವೃತ್ತಿ ಮುಂದುವರಿಯಿತು. ಇವಾನ್ ವಾಜೊರ್ ಪ್ರಮುಖ ಬರೆಹಗಾರ. ಸ್ಲಾವೆಯ್‌ಕೊವ್ ಮತ್ತು ಯಾವೊರೊವ್

---

* ರಷ್ಯನರು ಬಳಸುವುದೂ ಸಿರಿಲ್ಲಿಕ್ ಲಿಪಿಯನ್ನು. ಮಾಸಿಡೋನಿಯದಲ್ಲೂ ಅದೇ. ಸರ್ಬೊ–ಕ್ರೋಷಿಯ ಭಾಷೆಯ ಬರವಣಿಗೆಗೆ ಸಿರಿಲ್ಲಿಕ್ ಮತ್ತು ಲ್ಯಾಟಿನ್ ಎರಡೂ ಲಿಪಿಗಳ ಬಳಕೆ ಇದೆ. ಸರ್ಬರದು ಸಿರಿಲ್ಲಿಕ್; ಕ್ರೋಷರದು ಲ್ಯಾಟಿನ್. ಸರ್ಬಿಯ, ಕ್ರೋಷಿಯಗಳಲ್ಲಿ ಮಕ್ಕಳಿಗೆ ಈ ಎರಡು ಲಿಪಿಗಳನ್ನೂ ಕಲಿಸುತ್ತಾರೆ.

ಶ್ರೇಷ್ಠ ಕವಿಗಳು. ಎಲಿಸವೆತ ಬಗ್ರಿಯನ ಪ್ರಸಿದ್ಧ ಕವಯಿತ್ರಿ, ಹೆಸರಾಂತ ಕಥೆಗಾರರು: ಇವಾಯ್ಲೊ ಪೆತ್ರೋವ್, ಯೋರ್ದನ್ ಯೊವ್‌ಕೋವ್, ಎಲಿನ್ ಪೆಲಿನ್, ವಾಸ್ಸೆಲಿನ್ ಆಂದ್ರೆಯೀವ್ ಮೊದಲಾದವರು.

3

ಯುಗೊಸ್ಲಾವಿಯದಿಂದ ಐದು, ಅಲ್ಬೇನಿಯದಿಂದ ಮೂರು ಮತ್ತು ಬಲ್ಗೇರಿಯದಿಂದ ನಾಲ್ಕು – ಹೀಗೆ ಒಟ್ಟು ಹನ್ನೆರಡು ಕಥೆಗಳು ಈ ಸಂಪುಟದಲ್ಲಿವೆ. ಕಥೆಗಳು ಒಂದಕ್ಕಿಂತ ಒಂದು ಭಿನ್ನವಾದರೂ, ಹಿನ್ನೆಲೆಯಲ್ಲಿ ಮಿಡಿಯುವ ಏಕನಾದ ಈ ಎಲ್ಲ ಹಾಡುಗಳನ್ನು ಅರ್ಥಪೂರ್ಣಗೊಳಿಸಿದೆ ಎಂದು ಖಚಿತವಾಗಿ ಹೇಳಬಹುದು.

ಯುಗಾದಿ, 1981   **ನಿರಂಜನ**
ಬೆಂಗಳೂರು   ಪ್ರಧಾನ ಸಂಪಾದಕ

ಯುಗೊಸ್ಲಾವಿಯ

○ ಲಾಜಾ ಲಜಾರೆವಿಚ್

ಬಾವಿಕಟ್ಟೆಯ ಬಳಿ

ಮಂಜಿನ ಎಸಳುಗಳ ದಟ್ಟ ಮೋಡಗಳು ಬಿಳಿಯ ಪ್ರೇತಗಳಂತೆ ಕಾಣಿಸುತ್ತಿವೆ. ಇವು ಊಳಿಡುವ ಗಾಳಿಯಿಂದ ಎಲ್ಲ ದಿಕ್ಕುಗಳಿಗೂ ಚದರಿ ಕುದುರೆಗಳ ಕೇಸರಗಳ ಮೇಲೆ, ಮನುಷ್ಯರ ಮೀಸೆಗಳ ಮೇಲೆ ಬಿಳಿ ಹರಳುಗಳಂತೆ ಜೋತಾಡುತ್ತಿವೆ. ಇದನ್ನೇ ನಾನು ಸದಾ ಹೇಳುವುದು: ನೊಣಗಳ ಕಾಟ ತಪ್ಪಿದರೆ ಹಿಮದ ಪೀಡೆ. ಕಾಲುಗಳು ಹೆಪ್ಪುಗಟ್ಟುತ್ತವೆ, ಕಣ್ಣುಗಳಲ್ಲಿ ನೀರು ತುಂಬುತ್ತದೆ. ಎದೆ ಬೆಚ್ಚಗೆ ಮಾಡಲು ಬ್ರಾಂದಿಯಿಂದಲೂ ಸಾಧ್ಯವಿಲ್ಲ. ಇಂಥ ಪರಿಸ್ಥಿತಿಯಲ್ಲಿ ಸ್ವಾಗತಿಸಿ ಸತ್ಕರಿಸುವ ಮನೆಗಾಗಿ ಹುಡುಕಾಡಬೇಕಾಗಿದೆ.

ಸದ್ಯಃ, ನಾನು ಎಲ್ಲಿಗೆ ಹೋಗುತ್ತೇನೆ ಎಂದು ನನಗೆ ಗೊತ್ತು! ಮಥಾಯಸ್ ಜೆನಾಡಿಚ್‌ನ ಮನೆ ಕಡೆಗೆ. ಅವನ ಮನೆಯ ಮುಂದಿನ ಪ್ಲಮ್ ಮರಕ್ಕೆ ಸದಾ ಒಂದು ಬ್ರಾಂದಿ ಜಾಡಿಯನ್ನು ತೂಗಹಾಕಿರುತ್ತಾರೆ. ದಾರಿಯಲ್ಲಿ ಹೋಗುವವರು ಕುಡಿಯಲಿ ಎಂದು. ನಿಮಗೆ ಅಕಸ್ಮಾತ್ ಅವನ ಮನೆಯ ಹೊಸ್ತಿಲು ದಾಟುವ ಪ್ರಸಂಗ ಬಂದರೆ, ಇಡೀ ಕುಟುಂಬವೇ ನಿಮ್ಮನ್ನು ದೇವರಂತೆ ನೋಡಿಕೊಳ್ಳುತ್ತದೆ. ಅದರ ಬಗ್ಗೆ ಮಾತಾಡಿ ಪ್ರಯೋಜನವಿಲ್ಲ. ಕಣ್ಣಿಂದ ನೋಡಿ, ಅನುಭವಿಸಿ ತಿಳಿಯಬೇಕು. ಎಂಥಾ ಮನೆ! ಎಂಥಾ ಸಾಮೂಹಿಕ ಸಂಸಾರ! – ಜನರ ಒಂದು ಪಡೆಯೇ ಅಲ್ಲಿ ಕಂಕಣ ಕಟ್ಟಿಕೊಂಡು ನಿಂತಿರುತ್ತದೆ. ಎಂದಾದರೂ ಒಂದು ಸಂಜೆ ಅವರು ನಿಮ್ಮ ನಿರೀಕ್ಷೆಯಲ್ಲಿರುವಾಗ ಅಲ್ಲಿಗೆ ಹೋದರೆ ಒಬ್ಬ ಸೊಸೆ ಮಧ್ಯ ರಸ್ತೆಗೇ ಬಂದು ಬೆಳಕು ಹಿಡಿಯುತ್ತಾಳೆ. ಎರಡನೆಯವಳು ತೋಟದಲ್ಲಿ ಎದುರಾಗುತ್ತಾಳೆ. ಮೂರನೆಯವಳು ಲಾಯದ ಬಳಿ ಸ್ವಾಗತಿಸುತ್ತಾಳೆ. ನಾಲ್ಕನೆಯವಳು ನಾಯಿಗಳನ್ನು ಓಡಿಸುತ್ತಾಳೆ. ಐದನೆಯವಳು ನಿಮ್ಮನ್ನು ಅಡುಗೆ ಮನೆಗೆ ಕರೆದೊಯ್ಯುತ್ತಾಳೆ. ಆರನೆಯವಳು ಊಟದ ಮನೆಗೆ– ಎಲ್ಲಾ ಮದುವೆ ಮನೆ ಸಂಭ್ರಮ. ಎಲ್ಲರೂ ಆಡಂಬರವಿಲ್ಲದೆ, ಖುಷಿಯಿಂದ ತೃಪ್ತರಾಗಿರುತ್ತಾರೆ. ಆ ಮನೆಯವರ ಜೊತೆ ನೀವು ಜಗಳವಾಡಿದರೆ ದೇವರೇ ನಿಮ್ಮನ್ನು ಕಾಪಾಡಬೇಕು. ಆರು ಜನ ಗಂಡು ಮಕ್ಕಳು ಸಿಪಾಯಿಗಳಂತೆ ಸದಾ

ಜಾಗೃತರಾಗಿರುತ್ತಾರೆ. ಅವರಲ್ಲಿ ಒಬ್ಬನಂತೂ ಬೆಲ್‌ಗ್ರೇಡ್ ಸೈನ್ಯದಲ್ಲಿ ನಿಜವಾದ ಸಿಪಾಯಿ.

ಅವರಿಗೆ ಸುಗ್ಗಿಯ ಕಾಲದಲ್ಲಿ ಬೇರೆಯವರ ಸಹಾಯ ಬೇಕಿಲ್ಲ. ದುಡಿಯುವ ಕೈಗಳು ಅವರಲ್ಲಿಯೇ ಸಾಕಷ್ಟಿವೆ. ನೇಗಿಲುಗಳಿಗೆ ಪುರುಸೊತ್ತಿಲ್ಲ. ಹಂದಿಗಳನ್ನು ಪರೀಕ್ಷಿಸಲು ವ್ಯಾಪಾರಿಗಳು ಬಂದಾಗ ಮಥಾಯಸ್‌ನ ಹಂದಿಗಳು ಬೇರೆ ಯಾರದ್ದಕ್ಕೂ ಕಡಿಮೆ ಅಲ್ಲ.

ಆರ್ಸೆನ್ ಜೆನಾಡಿಚ್ ಮಥಾಯಸನ ಮೊಮ್ಮಕ್ಕಳಲ್ಲಿ ಒಬ್ಬ. ಆತ ಚಿಕ್ಕವನಿದ್ದಾಗಿನಿಂದಲೂ ಅವನನ್ನು ನಾನು ಬಲ್ಲೆ. ಅವನು ಬರ್ಮಾಸ್‌ನ ಮನೆಯ ಮುಂದೆ ಕೂತು ಕೊಳಲು ಬಾರಿಸುತ್ತಿದ್ದ. ಬರ್ಮಾಸನಿಗೆ ಒಬ್ಬ ಮಗಳು. ಹಾ ! ಎಂಥಾ ಹೆಣ್ಣು ! ಅವಳ ಉರಿಗಣ್ಣುಗಳಿಗೆ ಸಿಕ್ಕಿದವರು ಬೂದಿಯಾಗುವುದು ಖಂಡಿತ ಎಂದು ಜನರ ಅಂಬೋಣ. ಆದರೆ ಆರ್ಸೆನ್ ಅವಳ ಕಣ್ಣುಗಳಿಗೆ ಹೊಂದಿಕೊಂಡಿದ್ದ. ಒಂದು ದಿನ ಅವನು ತನ್ನ ಎಡಗೈಯನ್ನು ಗೇಟಿನ ಮೇಲೂರಿ ಅವಳೊಡನೆ ಹೇಳಿದ :

"ಅಪ್ಪನ ಜೊತೆಯಲ್ಲಿ ಮಾತನಾಡಲು ನನಗೆ ನಾಚಿಕೆ. ಅಜ್ಜನನ್ನು ನೋಡೋಣ ಅಂದರೆ ಭಯ. ನೀನು ನನಗೆ ದಕ್ಕೋದಿಲ್ಲ ಅಂತ ಗೊತ್ತಿದ್ದರೂ ನಾನು ಈ ಕೆಲಸ ಮಾಡೋಕಾಗಲ್ಲ."

ಅನೋಕಾಳಲ್ಲಿ ಲಜ್ಜೆ ಕಾಣಿಸಲಿಲ್ಲ. ಅವನನ್ನು ಕುಚೋದ್ಯದಿಂದ ನೋಡಿ, ತನ್ನೆಲ್ಲ ಕೋಪವನ್ನೂ ನುಂಗಿಕೊಂಡು ಗೇಟಿನ ಮೇಲೆ ಕೊಂಚ ಬಾಗಿ ಆಕೆ ಹೇಳಿದಳು :

"ಸರಿ, ಹಾಗಾದರೆ ಕೇಳಬೇಡ. ನಾನು ಫಿಲಿಪ್ ಮಾರಿಚಿಚ್‌ನನ್ನು ಮದುವೆಯಾಗ್ತೇನೆ."

"ನೀನು ನನ್ನನ್ನು ಬಿಟ್ಟು ಬೇರೆಯವರನ್ನು ಮದುವೆಯಾಗೋದಕ್ಕೆ ಬಿಡ್ತೇನಾ ? ಯಾವನಾದರೂ ನಿನ್ನನ್ನು ಮುಟ್ಟುವ ಧೈರ್ಯ ಮಾಡಿದರೆ ಅವನ ಜೀವ ಉಳಿಯೋದಿಲ್ಲ."

ಅನೋಕಾ ಸಿಟ್ಟಾದ ಮಗುವಿನಂತೆ ಕಾಲನ್ನು ನೆಲಕ್ಕೆ ಬಡಿದು ಕಣ್ಣನ್ನು ಅವನ ಕಡೆ ಹೊರಳಿಸಿ ನುಡಿದಳು :

"ಹಾಗಿದ್ರೆ, ನಾನು ನನ್ನ ಜೀವನದಲ್ಲಿ ಮದುವೆಯಾಗದೆ ಕಸೂತಿ ಹಾಕ್ತಾನೇ ಇರಬೇಕೇನು ? ಅದಾ ನೀನು ಹೇಳೋದು ?"

ಆರ್ಸೆನ್ ಅವಳನ್ನು ಮುಂದೆ ಮಾತಾಡಲು ಬಿಡಲಿಲ್ಲ. ಹತ್ತಿರ ಬಂದು ಅವಳ ಮುಂಗೈಯನ್ನು ಹಿಡಿದು ಅವಳನ್ನು ತನ್ನ ಬಳಿ ಬರಸೆಳೆದುಕೊಂಡ. ಅವಳ ಪ್ರತಿಭಟನೆ ತಣ್ಣಗಾಯಿತು. ಗಂಡಿನ ಕೈ ಸೊಂಟ ಬಳಸಿದ್ದರಿಂದ ಅವಳಿಗೆ ರೋಮಾಂಚನವಾಯಿತು. ಮುದುಕ ಬರ್ಮಾಸ್ ಅವಳನ್ನು ಅತಿ ಮುದ್ದಿನಿಂದ ಬೆಳೆಸಿರದಿದ್ದರೆ ಅವಳು ಇಷ್ಟು ಹಟಮಾರಿ ಹುಡುಗಿಯಾಗುತ್ತಿರಲಿಲ್ಲ. ಆದರೆ ಅವನು ತಾನೆ ಏನು ಮಾಡಬಹುದಿತ್ತು? ಕೆಲವು ವರ್ಷಗಳ ಹಿಂದೆ ಪ್ಲೇಗ್ ಬಂದು ಅವನ ಇತರ ಮಕ್ಕಳೆಲ್ಲ ಅದಕ್ಕೆ ಬಲಿಯಾಗಿದ್ದರು. ಆದ್ದರಿಂದ ಅವನು ಬದುಕಿ ಉಳಿದ ಅನೋಕಾಳನ್ನು ಮರುಭೂಮಿಯಲ್ಲಿ ನೀರಿನ ಹನಿಗಳನ್ನು ಕಾಪಾಡುವ ಹಾಗೆ ನೋಡಿಕೊಂಡಿದ್ದ.

ಆ ಸಂಜೆ ಆರ್ಸೆನ್ ಖಿನ್ನ ಮನಸ್ಸಿನಿಂದ ಮನೆಗೆ ಬಂದ. ಅವನ ನಡೆವಳಿಕೆ ಎಂದಿಗಿಂತ ಬೇರೆಯಾಗಿತ್ತು. ಮೊದಲು ಹೆಂಡದ ಉಗ್ರಾಣಕ್ಕೆ ಹೋಗಿ ಪಟ್ಟಾಗಿ ಕುಡಿದ. ಅವನು ಹೀಗೆ ಮಾಡಿದ್ದು ಇದೇ ಮೊದಲನೆಯ ಸಲ. ಅನಂತರ ಅಂಗಳಕ್ಕೆ ಬಂದು ಕತ್ತಲೆಯ ಸದ್ದುಗಳಲ್ಲಿ ಲೀನವಾಗಿ ಒಂದು ಮರದ ಕೊರಡಿನ ಮೇಲೆ ಬಹಳ ಹೊತ್ತು ಅತ ಕೂತಿದ್ದ. ಅಡುಗೆ ಮನೆಯಲ್ಲಿ ಒಲೆಯ ಮೇಲಿನ ಬೆಂಕಿಯ ಜ್ವಾಲೆ ಸೂರಿನಿಂದ ತೂಗಿಬಿಟ್ಟಿದ್ದ ಕಬ್ಬಿಣದ ಕಡಾಯಿಯನ್ನು ನೆಕ್ಕುತ್ತಿತ್ತು. ಹೊಸದಾಗಿ ಕಾಣಿಸಿಕೊಂಡ ಬಯಕೆಯ ಬೆಂಕಿ ಆರ್ಸೆನ್ನನ

ಎದೆಯನ್ನು ಸುಡುತ್ತಿತ್ತು. ಸುತ್ತುವರಿದ ಕತ್ತಲಲ್ಲಿ ಮನುಷ್ಯರ ಆಕೃತಿಗಳು, ಅಂಗಳದಲ್ಲಿ ಅಡ್ಡಾಡುವ ನಾಯಿಗಳು, ಹುಲ್ಲುಗಾವಲಿನಿಂದ ಹಿಂದಿರುಗುವ ಎತ್ತುಗಳು ಅವನಿಗೆ ಗೋಚರಿಸಿದವು. ಲಾಯದಿಂದ ಕುದುರೆಗಳ ತುಳಿದಾಟದ ಸದ್ದೂ ಕೇಳಿಸಿತು. ಅವನ ಸೋದರ ನೆನಾದ್ ನಗರದಿಂದ ಹಿಂತಿರುಗಿದ್ದೂ ಗೊತ್ತಾಯಿತು. ಉಪ್ಪುನೇರಳೆ ಮರದಿಂದ ಒಂದು ಕೋಳಿ ಹಾರಿ, ನಿದ್ದೆಗಣ್ಣುಗಳಿಂದ ಸುತ್ತಮುತ್ತ ನೋಡಿ ಮತ್ತೊಂದು ಕೊಂಬೆಗೆ ಜಿಗಿಯಿತು. ಆಗಲೇ ಒಂದು ಇಲಿಮರಿ ಆರ್ಸೆನ್ ಕೂತಿದ್ದ ಮರದ ಕೊರಡನ್ನು ಕಚ್ಚುವ ಧೈರ್ಯ ಮಾಡಿತು.

ಅವನಿಗೆ ತಲೆಸುತ್ತಲು ಆರಂಭವಾಗಿ ತನ್ನ ಎದೆಯ ಬಡಿತಕ್ಕೆ ತಾನೇ ಗಾಬರಿಯಾದ. ಯಾವ ಪ್ರಚೋದನೆಯೂ ಇಲ್ಲದೆ ಇದ್ದಕ್ಕಿದ್ದಂತೆ ಮೂರ್ಖನ ಹಾಗೆ ನಗಲು ಆರಂಭಿಸಿದ. ಬಳಿಕ ರೋದಿಸಿದ. ಹೀಗೆ ಒಮ್ಮೆ ನಗುತ್ತಾ ಮತ್ತೊಮ್ಮೆ ಅಳುತ್ತಾ ಆತ ಕುಳಿತಿದ್ದ. ಅವನ ಮನಸ್ಸಿನ ಮುಂದೆ ಅನೋಕಾಳ ರೂಪ ಅಸ್ಪಷ್ಟವಾಗಿ ಸುಳಿದಾಡುತ್ತಿತ್ತು. ಅನಂತರ ಒಂದು ಪೀಪಾಯಿಯ ಮೇಲೆ ಬಾಗಿದಾಗ ಅವನಿಗೆ ಸಾವಿನ ಅನುಭವವಾಯಿತು. ಆದರೆ ಅದು ಹಿತಕರವಾಗಿತ್ತು. ಯಾಕೆಂದರೆ ಈಗ ಮತ್ತೊಂದು ಕನಸು – ಆಸ್ಟ್ರೋಯಿಚ್‌ನ ಕಾಡುಕುದುರೆಯ ಬೆನ್ನ ಮೇಲೆ ತಾನು. ಹಿಂಬದಿಯಲ್ಲಿ ತನ್ನ ಸೊಂಟ ಸುತ್ತಿದ ಅನೋಕಾ. ಮೊದಲ ಬಾರಿ ಹೆಂಡ ಕುಡಿದಾಗ ಕಲ್ಪನೆ ಗರಿಗೆದರುವುದು ಹೀಗೆಯೇ.

ವೆಲಿಂಕಾ ದೀಪ ಹಿಡಿದು ಏನನ್ನೋ ಹುಡುಕುತ್ತಾ ಬಂದು ಇವನನ್ನು ಕಂಡಳು. ಅವನು ಸ್ವಲ್ಪ ಹೊತ್ತು ಕಣ್ಣು ಮುಚ್ಚಿದ್ದ. ಅವನ ಕೈಯಲ್ಲಿದ್ದ ಹೆಂಡದ ಜಾಡಿಯನ್ನು ನೋಡಿ ಆಕೆ ಗಾಬರಿಗೊಂಡಳು. ಅವಳು ಹತ್ತಿರ ಬಂದು ಅವನ ಭುಜ ಅಲುಗಾಡಿಸಿ "ಮುದ್ದು" ಎಂದಾಗ ಆರ್ಸೆನ್ ಕೆಂಪಾಗಿದ್ದ ತನ್ನ ಕಣ್ಣುಗಳನ್ನು ತೆರೆದ.

"ನೀನು ಕುಡಿದಿದ್ದೀಯ, ಮೋಜುಗಾರ."

ಆರ್ಸೆನ್ ತನ್ನ ಸ್ಥಿತಿಯನ್ನು ಅರಿತುಕೊಂಡು ಖುಷಿಯಿಂದ "ಕುಡಿದಿದ್ದೇನೆ" ಎಂದ.

"ಯಾಕಪ್ಪಾ ಸರದಾರ?"

"ಯಾಕೆ? ನಾನು ಫಿಲಿಪ್ ಮಾರಿಚಿಚ್‌ನನ್ನು ಕೊಲ್ಲಬೇಕು," ಎಂದು ಆರ್ಸೆನ್ ಹೆಂಡದ ಜಾಡಿಯನ್ನು ಮೇಲಕ್ಕೆತ್ತಿ ಕೆಳಕ್ಕೆ ಹಾಕಿದ. ಅದು ಚೂರುಚೂರಾಯಿತು. ಅವನು ನಕ್ಕ. ವೆಲಿಂಕಾ ಕೂಡ ನಕ್ಕಳು.

"ಫಿಲಿಪ್ ನಿನಗೇನು ಮಾಡಿದ ಮುದ್ದು?"

"ಅವನಿಗೆ ಅನೋಕಾಳು ಬೇಕಂತೆ."

"ಸರಿ, ಅವನು ಅವಳನ್ನು ಪಡೀಲಿ."

"ಅದೆಲ್ಲ ಆಗೋದಿಲ್ಲ."

ಆ ಸ್ಥಳವನ್ನು ಬಿಡಬೇಕೆಂದು ಮೇಲೆದ್ದ ಅವನು ದೊಪ್ಪನ ಬಿದ್ದ. ವೆಲಿಂಕಾ ಜೋರಾಗಿ ನಕ್ಕು ಕೇಳಿದಳು :

"ಏನು ಮುದ್ದು – ಹಾಗಾದರೆ ಅವಳು ನಿನಗೆ ಬೇಕಾ?"

"ಹೌದು ಮತ್ತೆ" ಎಂದು ಆರ್ಸೆನ್ ಕಂಗೆಟ್ಟು ಪೀಪಾಯಿಯ ಕಡೆ ಬಾಗಿ ನರಳಿದ :

"ನಮ್ಮಣ್ಣ ಯಾಕೆ ಮದುವೆಯಾದ? ಅದಕ್ಕೆ ನಾನೂ ಆಗ್ಬೇಕು."

ಬಳಿಕ ಈ ಮಾತಿಗೆ ಪುಷ್ಟಿ ನೀಡುವಂತೆ ತನ್ನ ಮೊಣಕಾಲುಗಳನ್ನು ಆತ ಬಡಿದುಕೊಂಡ.

ವೆಲಿಂಕಾ ಆಶ್ಚರ್ಯದಿಂದ ಜೋರಾಗಿ ನಕ್ಕು ನುಡಿದಳು :

"ಅಯ್ಯೋ ದೇವರೇ, ನನ್ನ ಮಗುವೆ... ನೀನು ಅವಳನ್ನೇ ಮದುವೆಯಾಗುವೆಯಂತೆ. ನಾನು ಅಪ್ಪನಿಗೆ ಹೇಳ್ತೀನೆ. ಅಪ್ಪ ಅಜ್ಜಿಗೆ ಹೇಳ್ತಾರೆ. ಅಜ್ಜಿ ಸಮಯ ನೋಡಿಕೊಂಡು ನಿನಗೆ ಸಮಾಧಾನವಾಗೋ ರೀತೀಲಿ ಅಜ್ಜನ ಹತ್ತಿರ ಮಾತಾಡ್ತಾರೆ. ಈಗ ಬಾ. ಹಿಡಿದುಕೊಳ್ಳಲಾ? ಅಜ್ಜ ನಿನ್ನನ್ನು ಈ ಸ್ಥಿತಿಯಲ್ಲಿ ನೋಡಬಾರದು. ಈಗ ನಿದ್ದೆ ಮಾಡು. ಗಾಬರಿ ಬೇಡ. ನಿನಗೊಬ್ಬ ಹುಡುಗೀನ ತರ್ತೀವೆ – ಅದು ಅನೋಕಾಳೇ ಆದ್ರೂ ಚಿಂತಿಲ್ಲ."

"ದೇವರಾಣೆ, ನನಗೆ ಅವಳೇ ಬೇಕು."

ವೆಲಿಂಕಾ ಕುಡಿದಿದ್ದ ಮೈದುನನನ್ನು ಕೊಠಡಿಗೆ ಕರೆದುಕೊಂಡು ಹೋಗಿ ಅವನ ಮೇಲೆ ರಗ್ಗು ಹೊದಿಸಿದಳು. ಅನಂತರ ಅಡುಗೆಮನೆಗೆ ಬಂದು ಈ ಸುದ್ದಿಯನ್ನು ಎಲ್ಲರಿಗೂ ಹೇಳಿದಳು. ಆದರೆ ಯಾರಿಗೂ ಸಂತೋಷವಾಗಲಿಲ್ಲ.

– "ಅವಳು ನಮ್ಮನೆಗೆ ಹೊಂದಿಕೊಳ್ಳಲ್ಲ."

– "ಅವಳು ಭಲೇ ಸೊಗಸುಗಾತಿ !"

– "ಅಷ್ಟೇ ಅಲ್ಲ. ಅವಳು ಅತಿ ಮುದ್ದಿನಿಂದ ಕೆಟ್ಟು ಹೋಗಿದ್ದಾಳೆ. ದೇವರೇ ನಮ್ಮನ್ನು ಕಾಪಾಡ್ಬೇಕು."

– "ಅವಳಿಂದ ಈ ಮನೆ ಹೋಳಾಗ್ತದೆ."

ಮಥಾಯಸ್ ಜೆನಾಡಿಚ್ ಹಣ್ಣು ಹಣ್ಣು ಮುದುಕ. ಅವನ ಹಣೆಯ ಮೇಲೆ ಒಂದು ಹಳೇ ಗಾಯದ ಕಲೆ ಇನ್ನೂ ಇದೆ. ಅದು ಅವನು ಹಜ್‌ಡುಕ್ ವೆಲಜ್‌ಕೋನ ಕೋಟೆಯಲ್ಲಿ ಯುದ್ಧ ಮಾಡುವಾಗ ಆಗಿದ್ದು. ಇಡೀ ಹಳ್ಳಿಯೇ ಅವನನ್ನು 'ಅಜ್ಜ' ಎಂದು ಕರೆಯುತ್ತದೆ. ಅವನ ಹೆಂಡತಿ ಬಹಳ ಹಿಂದೆಯೇ ತೀರಿಕೊಂಡಿದ್ದಳು. ವಿಧವೆಯಾಗಿದ್ದ ಅವನ ಅಣ್ಣನ ಹೆಂಡತಿ ಈಗ ಅವನ ಜೊತೆಯಲ್ಲಿ ಮನೆಯ ಉಸ್ತುವಾರಿ ನೋಡಿಕೊಳ್ಳುತ್ತಾಳೆ. ಕುಟುಂಬದ ಹಿರಿಯರ ಸಮಿತಿಯ ಕರ್ತವ್ಯಗಳಲ್ಲಿ ಆಕೆ ಅವನೊಂದಿಗೆ ಭಾಗಿಯಾಗುತ್ತಾಳೆ. ಅವಳ ಹೆಸರು ರಡೋಯ್‌ಕಾ. ಊಟದ ಮೇಜಿನ ಮೇಲೆ ಅವಳ ಸ್ಥಾನ ಅಜ್ಜನ ಬಲಗಡೆಗೆ. ಅಜ್ಜ ಏನನ್ನಾದರೂ ಅಸ್ತು ಎನ್ನಬೇಕಾದರೆ ರಡೋಯ್‌ಕಾ ಒಪ್ಪಿಗೆ ಕೊಡಬೇಕಿತ್ತು. ಉದಾಹರಣೆಗೆ ಅವನು ಹೀಗೆ ಕೇಳುತ್ತಿದ್ದ :

"ಅತ್ತಿಗೆ, ಮಾರಿಚಿಚ್‌ನ ಹುಲ್ಲುಗಾವಲು ಕೊಂಡುಕೊಳ್ಳೋದರ ಬಗ್ಗೆ ನಿನ್ನ ಅಭಿಪ್ರಾಯವೇನು?

"ನಿನಗಿಷ್ಟ ಬಂದಂತೆ ಮಾಡು ಭಾವಯ್ಯಾ. ಎಷ್ಟಾದರೂ ನಿನ್ನದು ಗಂಡಸಿನ ತಲೆ."

ಅಜ್ಜನ ದೊಡ್ಡ ಮಗ ಬ್ಲಾಗೋಯೆ, ಅಂದರೆ ಆರ್ಸೆನ್ನನ ತಂದೆ, ಹಿರಿಯರ ಸಮಿತಿಯ ಮೂರನೆಯ ಸದಸ್ಯ. ಉಳಿದವರೆಲ್ಲ ಇವರ ಮಾತು ಕೇಳಿ ಅದರಂತೆ ನಡೆದುಕೊಳ್ಳುತ್ತಾರೆ. ಈ ಮೂರು ಜನ ಹಿರಿಯರು ಕೆಲವು ಸಲ ಬೇಕೆಂದೇ ಮನೆಬಿಟ್ಟು ಹೊರಗೆ ಹೋಗುತ್ತಾರೆ. ಮಕ್ಕಳು ಮನಸ್ಸಿಗೆ ಬಂದಂತೆ ಇರಲಿ, ಹೆಂಗಸರು ಬೇಕಾದಂತೆ ಮಾತಾಡಿಕೊಳ್ಳಲಿ, ಗಂಡಸರು ಧಾರಾಳವಾಗಿ ಹೊಗೆ ಸೇದಲು ಅನುಕೂಲವಾಗಲಿ ಎಂದು. ಈ 'ಮೂರು ಜನ ದೊಡ್ಡವ'ರಲ್ಲಿ ಯಾರಾದರೂ ಮನೆಗೆ ಹೆಜ್ಜೆ ಇಟ್ಟ ಕೂಡಲೆ ಎಲ್ಲರೂ ಸುಮ್ಮನಾಗಿ, ತಮ್ಮ ತಮ್ಮ ಕೆಲಸಗಳಲ್ಲಿ ಮಗ್ನರಾಗುತ್ತಾರೆ.

ಅಜ್ಜನಿಗೆ ವಯಸ್ಸಾದ್ದರಿಂದ ಒಂದೊಂದು ಸಲ ಆತ ಮಕ್ಕಳಂತೆ ವರ್ತಿಸುತ್ತಿದ್ದ. ಒಮ್ಮೊಮ್ಮೆ ಕೆಲಸಕ್ಕೆ ಬಾರದ ವಿಚಾರಕ್ಕೂ ಕೋಪ ಮಾಡಿಕೊಳ್ಳುತ್ತಿದ್ದ. ಆಗ ಆವೇಶ ಬಂದು

ಕೆರಳಿ ಕೂಗಾಡಿ ಹತ್ತಿರ ಇದ್ದವರ ಮೇಲೆ ಒಂದೆರಡು ಏಟುಗಳನ್ನೂ ಹಾಕುತ್ತಿದ್ದ. ಒಮ್ಮೊಮ್ಮೆ ಬಹಳ ಮೃದು ಹೃದಯಿಯೂ ಉದಾರಿಯೂ ಆಗುತ್ತಿದ್ದ. ಹುಡುಗರ ಜೊತೆಯಲ್ಲಿ ಆಟವಾಡುತ್ತ, ಅವರಿಗೆ ಕಾಸು ಕೊಡುತ್ತಿದ್ದ. ಇನ್ನೂ ಕೆಲವು ಸಲ ಯಾವ ಕಾರಣವೂ ಇಲ್ಲದೆ "ನಾನು ಈ ಪ್ರಪಂಚದಲ್ಲಿ ಬೆಟ್ಟದ ಮೇಲಿನ ಬೋಳು ಮರದಂತೆ ಒಬ್ಬಂಟಿ" ಎಂದು ಆಳುತ್ತಿದ್ದ.

ಯೌವನಕ್ಕೆ ಹುಡುಗಾಟ; ಮುಪ್ಪಿಗೆ ಮುದಿಭ್ರಾಂತಿ.

ಆರ್ಸೆನ್ನನ ಸಾಹಸದ ಮರುದಿನ ಬ್ಲಾಗೋಯೆ, ರಡೋಯ್‌ಕಾಳ ಹತ್ತಿರ ಬಂದು ಗಂಭೀರವಾಗಿ ಹೇಳಿದ :

"ಅತ್ತೆ, ದೇವರೇ ನಮ್ಮನ್ನು ಕಾಪಾಡ್ಬೇಕು ! ಆರ್ಸೆನ್ ಆ ಬರ್ಮಾಸ್‌ನ ಹುಡುಗಿಯ ಬಗ್ಗೆ ಹುಚ್ಚನಾಗಿದ್ದಾನೆ. ಅವಳೋ, ರಾಕ್ಷಸ ಹುಡುಗಿ."

"ಆರ್ಸೆನ್ ? ಕಳೆದ ಸುಗ್ಗಿಯಲ್ಲಿ ಮದುವೆಯ ವಯಸ್ಸಿಗೆ ಬಂದವನು ?"

"ಹೌದು, ಅವನೇ."

"ನೀನು ಹೇಳಿದ್ದು, ಆ ಬರ್ಮಾಸ್‌ನ ಗಂಡುಬೀರಿ ಹುಡುಗಿ ?"

"ಹೌದು,"

"ಅನೋಕಾ ?"

"ಅವಳೇ,"

"ಅವಳು ನಮ್ಮ ಮನೆಗೆ ಯೋಗ್ಯಳಲ್ಲ."

"ನಾನೂ ಹಾಗೇ ಅಂದುಕೊಂಡಿದ್ದೆ. ಆರ್ಸೆನ್ ಅವಳನ್ನ ಗಾಢವಾಗಿ ಪ್ರೀತಿಸ್ತಿದ್ದಾನೆ... ದೇವರೇ ಕ್ಷಮಿಸ್ಬೇಕು ನಮ್ಮ ಪಾಪಗಳನ್ನ... ವೆಲಿಂಕಾ ಹೇಳಿದ್ಲು – ಕಳೆದ ರಾತ್ರಿ ಅವನು ಬಹಳ ಕೆಟ್ಟದಾಗಿ ನಡೆದುಕೊಂಡನಂತೆ."

"ಹೇಗೆ? ಏನು ಮಾಡಿದ ?"

"ದಯವಿಟ್ಟು ಅಜ್ಜನ ಹತ್ತಿರ ಏನೂ ಹೇಳೋದು ಬೇಡ."

"ಇಲ್ಲ."

"ವೆಲಿಂಕಾ ಹೇಳಿದ್ಲು, ಅವನು ಚೆನ್ನಾಗಿ ಕುಡಿದಿದ್ದ. ಫಿಲಿಪ್ ಮಾರಿಚಿಚ್‌ನನ್ನು ಕೊಲ್ಲೋದಾಗಿ ಹೆದರಿಸಿದ. ಯಾಕೆಂದರೆ ಅವನು ಅನೋಕಾನ ಇಷ್ಟಪಡ್ತಾನೆ."

"ಏನೆಂದೆ ?" ಎಂದು ರಡೋಯ್‌ಕಾ ಅಜ್ಜಿ ಸ್ವಲ್ಪ ಹೊತ್ತು ಯೋಚಿಸಿ ಮತ್ತೆ ನುಡಿದಳು :

"ನಾನು ಈ ವಿಷಯವನ್ನು ಅಜ್ಜನಿಗೆ ತಿಳಿಸ್ತೇನೆ. ಅವರು ಏನು ಹೇಳ್ತಾರೋ ನೋಡೋಣ."

"ದಯವಿಟ್ಟು ಕಳೆದ ರಾತ್ರಿಯ ವಿಷಯವನ್ನು ಹೇಳೋದು ಬೇಡ."

"ದೇವರಾಣೆಗೂ ಇಲ್ಲ !"

ರಡೋಯ್‌ಕಾ ಅಜ್ಜನ ಬಳಿ ಕಥೆಯನ್ನು ಹೇಳಿದಳು. ಅವನು ಸಹಜವಾಗಿ ಚಿಂತೆಗೊಳಗಾದ. ಸ್ವಲ್ಪ ಹೊತ್ತು ಸುಮ್ಮನಿದ್ದ. ಬಳಿಕ ಮುದುಕಿಯ ಕಡೆ ನೋಡಿ ಹೇಳಿದ :

"ಅತ್ತಿಗೆ, ನಿನಗೆಲ್ಲಾ ಗೊತ್ತು. ನೀನು ಹೇಳೋದು ಸರಿ. ಆದರೆ ನಮ್ಮ ಹಿಂದಿನೋರು ಹೇಳೋದನ್ನು ಕೇಳಿದ್ದೇನೆ. ಯುವಕರ ಮನಸ್ಸು ಮುರಿಯೋದಾಗಲಿ, ಅವರ ಆಸೆಗಳ ಮೇಲೆ ತಣ್ಣೀರು ಎರಚೋದಾಗಲಿ ಸರಿಯಲ್ಲ ಅಂತ. ನನಗೆ ಗೊತ್ತಿರೋ ಹಾಗೆ ನಮ್ಮ ಸಂಸಾರದಲ್ಲಿ ಎಂಬತ್ತು ಜನ ಇದ್ದಾರೆ."

"ಇನ್ನೂ ಜಾಸ್ತಿ."

"ದೇವರು ದೊಡ್ಡವನು... ಹಾಗಾದರೆ ಅನೋಕಾ ಯಾಕೆ ನಮ್ಮೊಡನೆ ಹೊಂದಿಕೊಂಡು ನಮ್ಮಲ್ಲಿ ಒಬ್ಬಳಾಗ್ಬಾರದು ?"

"ದೇವರ ರಕ್ಷೆಯಿರಲಿ ನಿನ್ನ ಮಾತುಗಳಿಗೆ."

ಕೆಲವು ದಿನಗಳಾದ ಮೇಲೆ ಅನೋಕಾ ತನ್ನ ಗೆಳತಿಯೊಬ್ಬಳಿಗೆ ಹೇಳಿದಳು.

"ನನಗೆ ಗೊತ್ತು, ಎಲ್ಲಾ ನಾನು ಬಯಸಿದಂತೇನೆ ಆಗ್ತದೆ ಅಂತ. ಈ ಸುತ್ತಮುತ್ತಲ ಒಂಬತ್ತು ಹಳ್ಳಿಗಳಿಗೆಲ್ಲ ನಾನೇ ಚೆನ್ನಾಗಿರೋ ಹೆಣ್ಣು."

ಅನಂತರ ಕೈಚೀಲದ ಕನ್ನಡಿ ತೆಗೆದು ತನ್ನ ಗುಂಗುರು ಕೂದಲನ್ನು ಆಕೆ ನೇವರಿಸಿಕೊಂಡಳು.

* * *

ಮಥಾಯಸ್ ಜೆನಾಡಿಚ್ ಕುಟುಂಬದ ಸದಸ್ಯಳಾದ ಮೇಲೂ ಅನೋಕಾಳ ವರ್ತನೆಯಲ್ಲಿ ಏನೂ ಬದಲಾವಣೆಯಾಗಲಿಲ್ಲ. ಅವಳು ಮುದ್ದಿನಿಂದ ಕೆಟ್ಟುಹೋದ ಹಳೆ ಅನೋಕಾಳೇ ಆಗಿದ್ದಳು. ಸದಾ ಜಂಬ, ಹಟಮಾರಿತನ. ತಾನು ಮಾಡಬೇಕಾಗಿದ್ದ ಕೆಲಸವನ್ನೂ ಅವಳು ಮಾಡುತ್ತಿರಲಿಲ್ಲ. ಎಲ್ಲರಿಗೂ ಎದುರುತ್ತರ ಕೊಡಲು ತಯಾರು :

"ಈ ಕೆಲಸ ನಮ್ಮಪ್ಪನ ಮನೇಲಿ ಮಾಡಿಲ್ಲ !"

"ನಾನೇಕೆ ಸೈನ್ಯದಂಥ ಸಂಸಾರಕ್ಕೆ ಹಸಿ ಹಿಟ್ಟು ನಾದಬೇಕು ?" ನನಗೆ, ನನ್ನ ಗಂಡನಿಗೆ ಒಂದು ರೊಟ್ಟಿ ಸಾಕು !"

ಉಳಿದ ಹೆಂಗಸರಿಗೆ ಇದನ್ನು ಕುರಿತು ಮಾತನಾಡಲು ಧೈರ್ಯವಿರಲಿಲ್ಲ. ಆಗೋ ಈಗೋ ತಮ್ಮ ಗಂಡಂದಿರ ಹತ್ತಿರ ಅವರು ಗೊಣಗುತ್ತಿದ್ದರು. ಆದರೆ ಅವರ್‍ಯಾರಿಗೂ ರಡೋಯ್‌ಕಾಗಾಗಲಿ, ಅಜ್ಜನಿಗಾಗಲಿ ಹೇಳುವ ಧೈರ್ಯವಿರಲಿಲ್ಲ.

ಕೆಲವು ದಿನ ಸಹಿಸಿಕೊಂಡು ಅವಳ ತಪ್ಪುಗಳನ್ನೆಲ್ಲ ಅವರು ಮುಚ್ಚಿಟ್ಟರು. ಎಲ್ಲರೂ ಅವಳಿಗಾಗಿ ಕೆಲಸ ಮಾಡಿದರು. ಅವಳು ಹೇಳಿದಂತೆ ಕೇಳಿದರು. ಅವಳಲ್ಲಿ ಮನೆಮಾಡಿದ್ದ ಅಧಿಕಾರ ಚಲಾಯಿಸುವ ಗುಣ, ಅವಳ ಇಷ್ಟಕ್ಕೆ ತಕ್ಕಂತೆ ಎಲ್ಲರನ್ನೂ ಗುಲಾಮರನ್ನಾಗಿ ಮಾಡಿತ್ತು. ಅವಳ ವಾರಗಿತ್ತಿಯರು ತಮ್ಮತಮ್ಮಲ್ಲೇ ಅವಳ ಬಗ್ಗೆ ಮಾತನಾಡಿಕೊಂಡು, ಅವಳ ವರ್ತನೆಯನ್ನು ಟೀಕಿಸುತ್ತಿದ್ದರೂ ಹಿರಿಯರ ಮುಂದಾಗಲಿ, ಹೊಸಬರ ಮುಂದಾಗಲಿ ಅವಳನ್ನು ಬಿಟ್ಟು ಕೊಡುತ್ತಿರಲಿಲ್ಲ. ಅನೋಕಾ ಬಂದು ಸುಮಾರು ಆರು ತಿಂಗಳುಗಳಾಗುವಷ್ಟರಲ್ಲಿ ಅವರೆಲ್ಲರ ಪಾಲಿಗೂ ಆ ಮನೆಯನ್ನು ಒಂದು ನರಕವನ್ನಾಗಿ ಅವಳು ಮಾಡದೆ ಇರುತ್ತಿದ್ದರೆ, ಈ ಪರಿಸ್ಥಿತಿ ಹೀಗೆಯೇ ಎಷ್ಟು ಸಮಯ ಮುಂದುವರಿಯುತ್ತಿತ್ತು ಎನ್ನುವುದು ದೇವರಿಗೇ ಗೊತ್ತು. ಅವರು ಕೋಸು ನಾಟಿ ಹಾಕುವಾಗ ಅವಳು ಸಹಾಯವನ್ನೂ ಮಾಡುತ್ತಿರಲಿಲ್ಲ ಅಥವಾ ಮಕ್ಕಳನ್ನು ನೋಡಿಕೊಂಡು ಮನೆಯಲ್ಲೂ ಕುಳಿತುಕೊಳ್ಳುತ್ತಿರಲಿಲ್ಲ. ಬೇರೆ ಹೆಂಗಸರಿಗಿಂತ ಹೆಚ್ಚು ಒಳ್ಳೆಯ ಉಡುಪು ತನಗೆ ಬೇಕು ಎಂದು ಕೇಳುವಷ್ಟರ ತನಕ ಅವಳ ಉದ್ಧಟತನ ಬೆಳೆಯಿತು. ರಡೋಯ್‌ಕಾ ಮತ್ತು ಅಜ್ಜ ಮನೆಯವರಿಗೆಲ್ಲ ಒಂದೇ ರೀತಿಯ ಉಡುಪುಗಳನ್ನು ತರುತ್ತಾರೆ ಎಂದು ಆ ಬಡಪ್ರಾಣಿ ಆರ್ಸೆನ್ ಅವಳಿಗೆ ವಿವರಿಸಿದ. ಆದುದರಿಂದ ಅವಳಿಗಾಗಿ ಇನ್ನೊಂದು ಸಿಲ್ಕ್ ಕುಪ್ಪಸವನ್ನು ಕೇಳುವ ಯೋಚನೆಯನ್ನು ಕೂಡ ತನಗೆ ಮಾಡಲು ಸಾಧ್ಯವಿಲ್ಲವೆಂದು ತಿಳಿಸಿದ. ಅದಕ್ಕೆ ಅವಳ ಪ್ರತಿಕ್ರಿಯೆ : "ನಾನು ಅಜ್ಜನನ್ನು ಮದುವೆಯಾಗಿ ಬರಲಿಲ್ಲ. ನಾನು ಈಗಲೆ ನಮ್ಮ ತಂದೆ ಮನೆಗೆ ಹೋಗ್ತೇನೆ. ಅಳಿಯ ಇಷ್ಟು ಪುಕ್ಕಲು ಅಂತ ತಂದೆಗೆ ಗೊತ್ತಾದರೆ ನನಗೆ ಏನು ಬೇಕೋ ಅದನ್ನೆಲ್ಲಾ ತಂದು ಕೊಡ್ತಾರೆ." ಆರ್ಸೆನ್‌ಗೆ ಧರ್ಮಸಂಕಟ. ಅತ್ತ

ಪುಲಿ ಇತ್ತ ದರಿ. ಜ್ವಲಿಸುತ್ತಿದ್ದ ಅವಳ ದೊಡ್ಡ ಕಣ್ಣುಗಳು ಅವನ ಮೇಲೆಯೇ ನೆಟ್ಟಿದ್ದವು. ಅವಳು ತನ್ನತ್ತ ಹೀಗೆ ದುರುಗುಟ್ಟಿ ನೋಡುವುದನ್ನಾದರೂ ನಿಲ್ಲಿಸಿದರೆ... ಎಂದು ಆರ್ಸೆನ್ ಯೋಚಿಸಿದ. ಆಗ ಅವಳನ್ನು ಹೇಗಾದರೂ ಮಾಡಿ ಸಮಜಾಯಿಸಬಹುದಿತ್ತು...

ಅನೋಕಾಳ ಕೋಪ ದಿನದಿನಕ್ಕೆ ಹೆಚ್ಚಿತು. ತನ್ನ ಕುಚೇಷ್ಟೆಯಿಂದ ಮನೆಯವರಿಗೆಲ್ಲ ಅವಳು ಕಿರುಕುಳ ಕೊಡಲು ಪ್ರಾರಂಭಿಸಿದಳು. ಅಡುಗೆಮನೆಗೆ ನಾಯಿಗಳನ್ನು ನುಗ್ಗಿಸಿ, ತಪ್ಪಲೆಯಿಂದ ಮಾಂಸವನ್ನು ತಿನ್ನಲು ಅವುಗಳನ್ನು ಆಕೆ ಬಿಡುತ್ತಿದ್ದಳು. ಉಗ್ರಾಣದ ಪೀಪಾಯಿನ ಕೊಳವೆಗಳನ್ನು ತಿರುಗಿಸಿ ಹೆಂಡ ಹರಿಯುವಂತೆ ಮಾಡುತ್ತಿದ್ದಳು. ಒಲೆಯನ್ನು ನೋಡಿಕೊಳ್ಳುವ ಸರದಿ ಅವಳಿಗೆ ಬಂದಾಗ ರೊಟ್ಟಿ ಸುಟ್ಟು ಸೀಕರಿಯಾಗುತ್ತಿತ್ತು. ಕೆಲಸದ ದಿನಗಳಲ್ಲಿ ಅವಳು ರಜಾ ದಿನದ ಉಡುಪುಗಳನ್ನು ಧರಿಸುತ್ತಿದ್ದಳು. ದಿನ ದಿನಕ್ಕೂ ಪರಿಸ್ಥಿತಿ ಹದಗೆಡುತ್ತಿತ್ತು. ಉಳಿದ ಹೆಂಗಸರಿಗೆ ಇದನ್ನು ಹೆಚ್ಚು ದಿನ ಸಹಿಸಲು ಆಗಲಿಲ್ಲ. ಒಂದು ಸಲ ಮನೆಯನ್ನು ನೋಡಿಕೊಳ್ಳುವ ಜವಾಬ್ದಾರಿ ಅನೋಕಾಳ ಪಾಲಿಗೆ ಬಂದಿದ್ದಾಗ ಆಕೆ ಮನೆಬಿಟ್ಟು ಸಂತೆಗೆ ಹೋಗಿದ್ದಳು. ಆಗ ಅವಳ ವಾರಗಿತ್ತಿಯರೆಲ್ಲ ಗುಟ್ಟಾಗಿ ಒಂದು ಕಡೆ ಸೇರಿದರು.

"ನನಗೆ ಗೊತ್ತಿಲ್ಲ ತಾಯಿ, ನಾವು ಏನು ಅಷ್ಟು ದೊಡ್ಡ ತಪ್ಪು ಮಾಡಿದ್ದೇವೆ ಅಂತ – ಇಷ್ಟು ಕಷ್ಟ ಅನುಭವಿಸೋದಕ್ಕೆ."

"ನನಗೂ ಗೊತ್ತಿಲ್ಲ."

"ಇದು ನಮಗೊಂದು ದೊಡ್ಡ ಶಿಕ್ಷೆ; ಒಂದು ಮಹಾ ದೌರ್ಭಾಗ್ಯ."

"ನಮ್ಮನ್ನ ದೇವರೇ ಕಾಪಾಡ್ಬೇಕು."

"ಇಲ್ಲ, ಸಾಧ್ಯವಿಲ್ಲ; ಇದನ್ನು ಹೀಗೆ ಮುಂದುವರಿಯೋದಕ್ಕೆ ಬಿಡಬಾರದು."

"ನಾವು ಅಜ್ಜಿಯ ಹತ್ತಿರ ಮಾತಾಡೋಣ; ಅವಳು ಅಜ್ಜನಿಗೆ ತಿಳಿಸ್ತಾಳೆ."

"ಅಜ್ಜಿಯ ಹತ್ತಿರ ನೀನೇ ಮಾತಾಡು ಸೆಲೆನಾ."

"ನಾನೇ ಯಾಕೆ ?"

"ಅವಳ ಬಳೆ ಕದ್ದ ದೂರನ್ನು ನಿನ್ನ ಮೇಲೆ ತಾನೆ ಅವಳು ಹಾಕಿದ್ದು ?"

"ಅವಳು ನಿನ್ನ ಗಂಡನ್ನ ತಾನೆ ಒರಟು ಪಾದ್ರಿ ಅಂತ ಕರೆದದ್ದು ?"

"ಸರಿ, ಅವಳು ಮರಿಯಾನಳನ್ನು ತಿರುಕನ ಮಗಳು ಅಂತ ಕರೆದಳಲ್ಲ !"

"ವೆಲಿಂಕಾಳ ಮಗುವನ್ನು 'ಸೂಳೆಮಗು' ಅಂತ ಬಯ್ದಳಲ್ಲ ?"

ಮೌನವಾಗಿ ಎಲ್ಲವನ್ನೂ ಗಮನಿಸುತ್ತಿದ್ದ ರಡೋಯ್‌ಕಾಗೆ ಹೆಂಗಸರು ಹೇಳಿದ ನೋವಿನ ಸಂಗತಿಗಳಲ್ಲಿ ಹೊಸದೇನೂ ಇರಲಿಲ್ಲ. ಇದೇ ಸಮಯದಲ್ಲಿ ಅನೋಕಾ ಪೊದೆಗಳ ಮಧ್ಯೆ ನುಗ್ಗಿ ತನ್ನ ಹೊಸ ಕುಪ್ಪಸವನ್ನು ಹರಿದುಕೊಂಡ ವಿಷಯವನ್ನು ಅಜ್ಜನಿಗೆ ತಿಳಿಸಲು ಆರ್ಸೆನ್ ಕೂಡ ಹೋದ.

ಆರ್ಸೆನ್ ಗಲಾಟೆ ಮನುಷ್ಯನಲ್ಲ. ಚಿಕ್ಕಂದಿನಿಂದಲೂ ಹಿರಿಯರಿಗೆ ಎಂದೂ ಇದಿರಾಡಿದವನಲ್ಲ. ಕಟ್ಟಿಗೆ ಹೊರೆಯನ್ನು ಪೇಟೆಗೆ ತೆಗೆದುಕೊಂಡು ಹೋಗುವಾಗ ಕೂಡ, ಅದಕ್ಕೆ ಎಷ್ಟು ಬೆಲೆ ಕೇಳಬೇಕು, ಎಷ್ಟಕ್ಕೆ ಮಾರಬೇಕು ಎಂಬುದನ್ನು ತಿಳಿದುಕೊಳ್ಳದೆ ಆತ ಹೋಗುತ್ತಿರಲಿಲ್ಲ.

ಆರ್ಸೆನ್ ಬಂದಾಗ ಅಜ್ಜ ಕೊಠಡಿಯಲ್ಲಿ ಒಬ್ಬನೇ ಕುಳಿತಿದ್ದ. ಹೊರಗಡೆ ಹೋಗಿ ಕೆಲಸಮಾಡಲು ಸಾಧ್ಯವಾಗದ ವಯಸ್ಸು. ಆದ್ದರಿಂದ ಮನೆಯವರು ಅವರೆಕಾಯಿ ಬಿಡಿಸುವ ಕೆಲಸವನ್ನು ಅವನಿಗೆ ಕೊಟ್ಟಿದ್ದರು.

ಆರ್ಸೆನ್ ತಲೆಯ ಮೇಲಿನ ಟೋಪಿ ತೆಗೆದು ಅಜ್ಜನಿಗೆ ಕೈ ನೀಡಲು ಮುಂದಾದ. ಅಜ್ಜ ಕೋಪಗೊಂಡಿದ್ದ. ಆತ ಕುಳಿತಲ್ಲಿಂದ ಕದಲದೆ ತನ್ನ ಕೈಯನ್ನು ಹಿಂದೆ ಸೆಳೆದು, ಸಪ್ಪೆಯಾಗಿ ನುಡಿದ :

"ಸರಿ !"

"ಅಜ್ಜ ನಿಮ್ಮನ್ನು ಬೇಡಿಕೊಳ್ತೇನೆ, ಕೇಳಿಕೊಳ್ತೇನೆ, ಇನ್ನು ಹೆಚ್ಚು ದಿನ ಮುಚ್ಚಿಡೋದರಿಂದ ಪ್ರಯೋಜನವಿಲ್ಲ. ಎಲ್ಲಕ್ಕೂ ನಾನೇ ಹೊಣೆ. ನನ್ನಿಂದ ಈ ಮನೆಗೇ ಅವಮಾನ."

ಮುದುಕ ಅವನನ್ನು ತೀಕ್ಷ್ಣವಾಗಿ ನೋಡಿದ.

"ಪ್ರಯೋಜನವಿಲ್ಲ ಅಜ್ಜ. ಕೋಪ ಮಾಡ್ಬೇಡಿ."

ಅಜ್ಜ ತಲೆ ಎತ್ತಿ, ಕೋಪದಿಂದ ಅವರೆಕಾಯಿಯ ಬೋಗುಣಿಯನ್ನು ನೂಕಿದ.

"ನನಗೆಲ್ಲಾ ಗೊತ್ತು, ಎಂಥಾ ಗಂಡಸಯ್ಯ ನೀನು, ಛೇ ! ನನ್ನ ಮನೆ ಸಂತೋಷಾನ, ನನ್ನ ಸ್ವಾತಂತ್ರ್ಯಾನ ಹಾಳುಮಾಡ್ತೀಯಾ ?"

ಮುಗ್ಧ ಆರ್ಸೆನ್ ಅಜ್ಜನಿಗೆ ಎಲ್ಲವೂ ತಿಳಿದಿದೆಯೆಂದು ಸುಮ್ಮನೆ ನಿಂತ.

"ನನಗೇನು ಮಾಡಬೇಕು ಅಂತ ಗೊತ್ತಾಗೋದಿಲ್ಲ ಅಜ್ಜ, ಕ್ಷಮಿಸು."

ಆರ್ಸೆನ್ ಅಜ್ಜನ ಕೈ ಕುಲುಕಲು ಮತ್ತೆ ಮುಂದಾದ. ಆದರೆ ಮುದುಕ ನಿರಾಕರಿಸಿದ.

"ಇಲ್ಲಿಂದ ಹೊರಟುಹೋಗು. ಈ ಸ್ಥಳದ ಮಾನ-ಮರ್ಯಾದೆಯನ್ನು ಹಾಳುಮಾಡ್ಬೇಡ. ನೀನು ಒಬ್ಬ ಗಂಡಸಾ ?"

ಆರ್ಸೆನ್ನನ ಕಣ್ಣಲ್ಲಿ ನೀರು ತುಳುಕಾಡಿತು. ಬಟ್ಟೆಯಲ್ಲಿ ಮುಖ ಮರೆಸಿಕೊಂಡು ಆತ ಗದ್ಗದಿಸಿದ :

"ನಮ್ಮಿಬ್ಬರನ್ನು ಏನು ಬೇಕಾದರೂ ಮಾಡಿ. ನನ್ನನ್ನು ಕೊಂದು, ಅವಳನ್ನು ತೌರಿಗೆ ಓಡಿಸಿ. ದೇವರು ಬುದ್ಧಿ ಕೊಟ್ಟ ಹಾಗೆ ಮಾಡಿ. ಆದರೆ ನಾಯಿಯಂತೆ ನನ್ನನ್ನು ನೂಕಬೇಡಿ-ದಯೆ ಇರಲಿ."

ಅಜ್ಜನ ಗಡ್ಡ ಅಲುಗಾಡಿತು.

ತನ್ನ ಉದ್ವೇಗವನ್ನು ಮುಚ್ಚಿಡಲು ಆತ ಪ್ರಯತ್ನಿಸಿದ. ತಲೆ ಎತ್ತಿದ. ಕಾಲುಗಳನ್ನು ಚಾಚಿ ವಿಲಕ್ಷಣ ಭರವಸೆಯಿಂದ ಮಾತನಾಡಿದ :

"ಮಗನೆ, ನೀನೇ ತಾನೆ ಅವಳನ್ನು ಇಷ್ಟಪಟ್ಟಿದ್ದು ? ಹಾಗೆ ಮಾಡು ಅಂತ ನಿನಗೆ ನಾನು ಹೇಳಿದೆನಾ?"

"ಇಲ್ಲ. ನಾನೇ ಇಷ್ಟಪಟ್ಟಿದ್ದು. ನಾನೊಬ್ಬನೆ ತಪ್ಪಿತಸ್ಥ."

ಅಜ್ಜ ತನ್ನ ಗಡ್ಡವನ್ನು ನೇವರಿಸಿದ. ತೀಕ್ಷ್ಣವಾಗಿ ನೋಡಿದ. ಬಳಿಕ ಗಂಭೀರವಾಗಿ ಕೇಳಿದ :

"ಈ ತಪ್ಪನ್ನು ನಾನು ಸರಿಪಡಿಸಲಾ ?"

"ಆ ದೇವರು ಒಂದೆ, ನೀವೂ ಒಂದೆ."

"ಹೌದಾ ? ಆದರೆ ಹೇಗೆ ಅಂತ ನನಗೆ ತೋಚೋದಿಲ್ಲ."

ಅಜ್ಜನ ಕಣ್ಣುಗಳಲ್ಲಿ ಮಿಂಚುತ್ತಿದ್ದ ತುಂಟತನದ ಬಾಲಿಶ ನೋಟವನ್ನು ರಡೋಯ್‌ಕಾ ಅಲ್ಲಿದ್ದರೆ ಗುರುತಿಸುತ್ತಿದ್ದಳು.

"ದೇವರು ನಿಮಗೆ ಸಹಾಯ ಮಾಡ್ತಾನೆ. ಒಂದು ನಿರ್ಧಾರಕ್ಕೆ ಬನ್ನಿ."

"ಸರಿ, ಆದರೆ ನೀನು... ಯಾಕೆ... ಅವಳನ್ನು ನೀನು ಪ್ರೀತಿಸೋದಿಲ್ವಾ?"

ಆರ್ಸೆನ್‌ಗೆ ಮುಜುಗರವಾಯಿತು. ನಾಚಿಕೆಯಿಂದ ಆತ ತಲೆ ತಗ್ಗಿಸಿದ. ಇದಕ್ಕಿಂತ ಸಾಯುವುದೇ ಲೇಸೆಂದು ಅವನಿಗೆ ತೋರಿತು. ಅಜ್ಜ ನೇರವಾಗಿ ಅವನ ಕಣ್ಣುಗಳನ್ನೇ ದಿಟ್ಟಿಸಿದ.

"ಅವಳಲ್ಲಿ ಕೃತಜ್ಞತೆ ಇಲ್ಲ."

"ಗೊತ್ತು ಗೊತ್ತು. ನಾನು ನಿನ್ನನ್ನು ಕೇಳ್ತಾ ಇರೋದು, ನಿನಗೆ ಅವಳ ಮೇಲೆ ಪ್ರೀತಿ ಇದೆಯಾ ಅಂತ ?"

ಆರ್ಸೆನ್ ಸುಮ್ಮನಿದ್ದ. ಅಜ್ಜನ ಕೈಯಿಂದ ಪಾರಾಗುವ ಬಗೆ ಹೇಗೆ ಎಂದು ಹೆಣಗಾಡುತ್ತಿದ್ದ. ಆದರೆ ಅಜ್ಜ ಅವನನ್ನು ತೀಕ್ಷ್ಣವಾಗಿ ಗಮನಿಸುತ್ತಿದ್ದ. ಯಾವ ಉಪಾಯವೂ ತೋರದೆ ಆರ್ಸೆನ್ ಕೊನೆಗೆ ಹೇಳಿದ :

"ಆ ಬರ್ಮಾಸ್ ಅವಳನ್ನು ಮುದ್ದಿಸಿ ಮುದ್ದಿಸಿ ವಿಪರೀತ ಹಾಳು ಮಾಡಿದ್ದಾನೆ ಅಂತ ಕಾಣ್ತದೆ. ನಿಮಗೇ ಗೊತ್ತಿಲ್ಲ ಅವರ ಮನೆಗೆಲ್ಲ ಇವಳೊಬ್ಬಳೆ ಮಗಳು."

ಅಜ್ಜ ತಾಳ್ಮೆಗೆಟ್ಟು ನುಡಿದ :

"ಮಗು, ನನ್ನ ಮಾತು ಕೇಳು. ನಾನು ನಿನ್ನನ್ನು ಕೇಳಿದ್ದೇನು ? ನನಗೆ ಬೇಕಾಗಿರೋದು, ನೀನು ಅನೋಕಾನ ಪ್ರೀತಿಸ್ತಿಯಾ, ಇಲ್ಲವಾ ಅನ್ನೋ ಪ್ರಶ್ನೆಗೆ ಉತ್ತರ. ಅದನ್ನು ಹೇಳು !"

ಆರ್ಸೆನ್ ತಲೆತಗ್ಗಿಸಿ, ಮುಖ ಮರೆಸಿಕೊಂಡು, ಭುಜ ಎಗರಿಸುತ್ತಾ, ಸಂಕೋಚದಿಂದ "ನಂಗೊತ್ತಿಲ್ಲ" ಎಂದ.

"ಸರಿ, ನಿನಗಲ್ಲದೆ ಇನ್ಯಾರಿಗೆ ಗೊತ್ತಿರ್ಬೇಕು ? ನಿನ್ನ ಉತ್ತರದಿಂದ ನಾನೊಂದು ತೀರ್ಮಾನಕ್ಕೆ ಬರ್ತೇನೆ. ಅದರ ಬಗ್ಗೆ ಮತ್ತೆ ನೀನು ಬಂದು ದೂರು ಕೊಡೋದು ಬೇಡ."

"ಇಲ್ಲ. ದೂರು ಕೊಡೋದಿಲ್ಲ."

ಅಜ್ಜನ ಮುಖಭಾವದಿಂದ ಆತ ಒಂದು ನಿರ್ಧಾರಕ್ಕೆ ಬಂದಿದ್ದ ಎಂದು ಯಾರು ಬೇಕಾದರೂ ತಿಳಿಯಬಹುದಾಗಿತ್ತು. ತನ್ನ ಯೋಚನೆಗಳ ಬಗ್ಗೆ ಅವನಲ್ಲಿ ತೃಪ್ತಿ ಕಾಣುತ್ತಿತ್ತು.

ಅದೇ ದಿನ ರಾತ್ರಿ ಗಂಡಸರೆಲ್ಲರೂ ಮೇಜಿನ ಸುತ್ತ ಕೂತಿದ್ದರು. ಅವರಿಗೆ ಅದು ಊಟದ ಸಮಯ. ಕುಳಿತಿದ್ದವರಲ್ಲಿ ರಡೋಯ್‌ಕಾ ಒಬ್ಬಳೇ ಹೆಂಗಸು. ಉಳಿದ ಹೆಂಗಸರ ಊಟ ಅಡುಗೆಮನೆಯಲ್ಲಿ. ಎರಡು ಮೂರು ಮಂದಿ ಹೆಂಗಸರು ಊಟ ಬಡಿಸುತ್ತಾ ಇದ್ದರು.

ಅವರಾದ ಬಳಿಕ ಅನೋಕಾಳ ಸರದಿ.

ಇಬ್ಬರು ಬೇರೆ ಹೆಂಗಸರು ಆಹಾರ ಪದಾರ್ಥಗಳನ್ನೂ ತಟ್ಟೆಗಳನ್ನೂ ಹಿಡಿದುಕೊಂಡು ಒಳಹೊರ ಓಡಾಡಿದರು. ಅನೋಕಾ ಬಾಗಿಲಿಗೆ ಒರಗಿಕೊಂಡು ಮುಖ ಗಂಟಿಕ್ಕಿಕೊಂಡಿದ್ದಳು.

ಅಜ್ಜ ಅವಳನ್ನು ಉಗ್ರವಾಗಿ ನೋಡಿದರು. ಯಾರದೂ ಮಾತಿಲ್ಲ. ರಡೋಯ್‌ಕಾಗೆ ತಲೆ ಬಿಸಿಯಾಯಿತು. ಅನೋಕಾ ಮಾತ್ರ ಇದಾವುದನ್ನು ಗಮನಿಸಲಿಲ್ಲ !

ಊಟವಾದ ಮೇಲೆ ಎಲ್ಲರೂ ಶಿಲುಬೆಯ ನ್ಯಾಸ ಮಾಡಿದರು. ಊಟದ ಮನೆ ಬಿಡಲು ಅಜ್ಜನ ಸಂಕೇತಕ್ಕಾಗಿ ಕಾಯುತ್ತಿದ್ದರು.

ಆದರೆ, ಮುದುಕ ಉಳಿದ ಚೂರು ರೊಟ್ಟಿ, ಚಮಚ, ಚಾಕು, ಪಾತ್ರೆಯನ್ನು ಪಕ್ಕಕ್ಕೆ ಸರಿಸಿದ. ಗಲ್ಲಕ್ಕೆ ಅಂಗೈ ಆಸರೆಯನ್ನು ಕೊಟ್ಟು ಒಮ್ಮೆ ಸುತ್ತಲೂ ನೋಡಿದ. ತನ್ನ ದೃಷ್ಟಿಯನ್ನು ಅನೋಕಾಳ ಮೇಲೆ ಕೇಂದ್ರೀಕರಿಸಿದ.

ಅವಳಿಗೆ ಮುಳ್ಳಿನ ಮೇಲೆ ನಿಂತಂತಾಯಿತು. ಆಕೆ ಕೈಗಳನ್ನು ಕೆಳಗಿಳಿಸಿ, ಮಾಟವಾದ ತನ್ನ ಮೈಯನ್ನು ನಿಗುರಿಸುತ್ತಾ ಊಟದ ಮನೆಯಿಂದ ಕಾಲ್ತೆಗೆಯಲು ಸಿದ್ಧಳಾದಳು.

"ಮಗಳೆ, ನಿಲ್ಲು," ಎಂದು ಎಂದಿಗಿಂತ ಹೆಚ್ಚು ಸ್ಪಷ್ಟವಾದ ಸ್ವರದಲ್ಲಿ ಅಜ್ಜ ಹೇಳಿದ.

ಇಡೀ ಕುಟುಂಬ ಚಕಿತಗೊಂಡಿತು.

ಅಜ್ಜ ಅದೇ ಧ್ವನಿಯಲ್ಲೇ ಮುಂದುವರಿಸಿದ;

"ಮಗಳೆ, ನನ್ನ ಮನೆಯಲ್ಲಿ, ನನ್ನ ಸಂಸಾರದಲ್ಲಿ ತಾನೊಬ್ಬ ಪರಕೀಯಳು ಅನ್ನೋ ಭಾವನೆ ನಿನಗೆ ಬರೋ ಹಾಗಾಗಿದೆ ಅಂತ ಕೇಳಿದೆ."

ಅಜ್ಜ ಪುನಃ ನಿಧಾನವಾಗಿ ನುಡಿದ :

"ನಾನು ಬದುಕಿರುವವರೆಗೂ ಇದನ್ನು ಸಹಿಸೋದಕ್ಕೆ ಸಾಧ್ಯವಿಲ್ಲ. ನನ್ನ ಯಾವುದೇ ಮಕ್ಕಳಿಗೆ ನನ್ನ ಮನೆ ಜೈಲಾಗ್ಬಾರದು."

ಬಳಿಕ ಅಡುಗೆಮನೆಯ ಕಡೆ ಕೈ ತೋರಿಸಿ ಅವನೆಂದ:

"ಅಲ್ಲಿರೋ ಆ ಹೆಂಗಸರು ನಿನ್ನನ್ನು ಸರಿಯಾಗಿ ನೋಡಿಕೊಳ್ತಾ ಇಲ್ಲ ಅಂತ ನನಗೆ ತಿಳಿದು ಬಂದಿದೆ. ನಾನು ಇನ್ನೂ ಈ ಮನೆಯ ಯಜಮಾನ ಅನ್ನೋದನ್ನ ಅವರು ಮರೆತಿದ್ದಾರೆ."

ಅಜ್ಜನ ಮಾತುಗಳಲ್ಲಿ ದುರುದ್ದೇಶದ ಎಳೆ ಇದೆ ಎಂದು ಅನೋಕಾ ಭಾವಿಸಿದಳು. ಅವಳ ಹೃದಯದ ತುಂಬ ಒಟ್ಟಿಗೆ ದ್ವೇಷ ಮತ್ತು ಭಯ ತುಂಬಿಕೊಂಡವು.

"ನಿನ್ನನ್ನು ಅವರು ಕೀಟಲೆ ಮಾಡ್ತಾರೆ. ನೀನು ಕೆಲಸ ಮಾಡಿ, ಅವರಿಗೆ ಗುಲಾಮಳಾಗ ಬೇಕು ಅಂತ ಅವರ ಇಷ್ಟ. ನೀನೇನು ಭಿಕಾರಿಗಳ ಮನೆಯಿಂದ ಬಂದವಳಲ್ಲ. ಅಲ್ಲವೇ ಅಲ್ಲ!"

ಅವನು ಪ್ರತಿಕ್ಷಣದಲ್ಲೂ ಪ್ರೀತಿಯಿಂದ, ಮಧುರವಾಗಿ, ಮೃದುವಾಗಿ ಮಾತನಾಡಲು ಪ್ರಯತ್ನಿಸಿದ. ಅನೋಕಾಳ ಆತಂಕ ಹೆಚ್ಚಾಯಿತು.

"ಇದೇ ರೀತಿ ಇನ್ನು ಮುಂದೆ ನಡೆಯೋದಕ್ಕೆ ನಾನು ಬಿಡೋದಿಲ್ಲ. ನಾನೂ ವಯಸ್ಸಾದ ಮುದುಕ. ಈ ಜಗಳಗಳನ್ನು ಸಹಿಸೋ ಶಕ್ತಿ ಇಲ್ಲ. ಈಗ..."

ಅವನ ಮುಖ ಬಿರುಸಾಗಿ ತುಟಿಗಳು ಅದುರಿದುವು. ಇಡೀ ಕುಟುಂಬಕ್ಕೆ ಕೇಳುವಂತೆ ಆತ ಚೀರಿದ. "ಎಲ್ಲರಿಗೆ – ರಡೋಯ್‌ಕಾ ಮತ್ತು ಬ್ಲಾಗೋಯೆ ಸಮೇತ – ಈಗ ನಿಮಗೆಲ್ಲ ಅಪ್ಪಣೆ ಮಾಡ್ತಿದ್ದೇನೆ. ಇನ್ನು ಮುಂದೆ ನೀವು, ನಿಮ್ಮ ಹೆಂಗಸರು ಅನೋಕಾಗೆ ವಿಧೇಯರಾಗಿರ್ಬೇಕು. ಇನ್ನು ಮುಂದೆ ಈ ಮನೆಯಲ್ಲಿ ಅವಳು ಯಾವ ಕೆಲಸವನ್ನೂ ಮಾಡ್ಬಾರದು, ಅವಳ ಶ್ರೀಮಂತ ಕೈಗಳು ಕೊಳೆ ಆಗ್ಬಾರದು. ಅವಳ ಮಾತು ಕೇಳದವರನ್ನು, ಅವಳಿಗೆ ಅವಮಾನ ಮಾಡಿದವರನ್ನು ದೇವರೂ ಕಾಪಾಡೋದಿಲ್ಲ."

ಇಷ್ಟು ಹೇಳಿ ಆತ ಎದ್ದು ನಿಂತ. ಗಂಭೀರವಾಗಿ, ಧೀರನಾಗಿ ಕಾಣಲು ಪ್ರಯತ್ನಪಟ್ಟ. ಆದರೆ ಈ ಪ್ರಯತ್ನ ಕರುಣಾಜನಕವಾಗಿದ್ದು, ಆತ ಒಬ್ಬ ಬಡಪಾಯಿ ಮುದುಕನಂತೆ ತೋರಿದ.

ಉಳಿದವರೆಲ್ಲ ಶಿಲುಬೆಯ ನ್ಯಾಸ ಮಾಡಿ ಎದ್ದು, ಅನೋಕಾಳನ್ನು ತಾಕದಂತೆ ಎಚ್ಚರಿಕೆಯಿಂದ ಮುಂದೆ ನಡೆದರು.

ಅನೋಕಾಳಿಗೆ ಎಲ್ಲಿಲ್ಲದ ಆವೇಶ ಬಂತು. ಅಡುಗೆಮನೆಗೆ ಓಡಿ, ಗೆದ್ದ ಧ್ವನಿಯಿಂದ ಅವಳು ಕೂಗಿ ಹೇಳಿದಳು :

"ನೀವೆಲ್ಲಾ ಕೇಳಿದಿರಾ ?"

ಇದುವರೆಗೂ ಆ ಹೆಂಗಸರು ಏನನ್ನೂ ಕೇಳಿಲ್ಲವೆಂಬಂತೆ !

"ನನಗೆ ನಿಂಬೆ ಮರದ ಕೆಳಗೆ ಹಾಸಿಗೆ ಹಾಸಿ. ನನಗೆ ಅಜ್ಜನ ಹಾಸಿಗೆ, ರಡೋಯ್‌ಕಾಳ ಚಿಕ್ಕ ತಲೆದಿಂಬು, ಬ್ಲಾಗೋಯೆಯ ರಗ್ಗು ಬೇಕು. ಅಲ್ಲದೆ, ಓ ಪೆಟ್ರಿಯಾ – ನಿನ್ನಣ್ಣ

ಜೈಲಿನಲ್ಲಿದ್ದಾನಲ್ಲ ? – ನೀನು ಒಂದು ಕೋಲು ತೆಗೆದುಕೊಂಡು ಮರದ ಬಳಿಯಿಂದ ಕೋಳಿಗಳನ್ನು ಓಡಿಸು. ಇಡೀ ರಾತ್ರಿ ನೀನು ಎಚ್ಚರವಾಗಿದ್ದು, ಅಲ್ಲಿ ಪಹರೆ ಮಾಡ್ಬೇಕು. ನನ್ನ ಮಾತು ಮೀರಿದವರಿಗೆ ದೇವರೇ ಶಿಕ್ಷೆ ಕೊಡ್ತಾನೆ. ಅಜ್ಜ ಹೇಳಿದ್ದು ಕೇಳಿದಿರಲ್ಲಾ ನೀವು ?"

ದೇವರೇ ಕಾಪಾಡಬೇಕು ! ಮನುಷ್ಯ ಕೆಲವು ಸಲ ಎಷ್ಟು ವಿಚಿತ್ರವಾಗಿ ವರ್ತಿಸುತ್ತಾನೆ !

ಅವಳ ಮಾತಿಗೆ ಒಬ್ಬರೂ ಎದುರಾಡಲಿಲ್ಲ. ವಿಲಕ್ಷಣವಾದ ಒಂದು ರೀತಿಯ ಭಯ ಎಲ್ಲರನ್ನೂ ಆವರಿಸಿತ್ತು. 'ದೇವರೂ ಕಾಪಾಡೋದಿಲ್ಲ' ಎಂಬ ಅಜ್ಜನ ಮಾತು ಎಲ್ಲರ ಕಿವಿಗಳಲ್ಲಿ ಇನ್ನೂ ಮೊರೆಯುತ್ತಿತ್ತು.

ಆರ್ಸೆನ್ ದಿಗ್ಭ್ರಾಂತನಾಗಿ ತೆನೆ ಬಡಿಯುವ ಚಾವಡಿಯಲ್ಲಿ ಹುದುಗಿದ. ತಲೆ ಕೆಳಗಿಟ್ಟು ಮಲಗಲು ಪ್ರಯತ್ನಿಸಿದ. ಸಾಧ್ಯವಾಗಲಿಲ್ಲ. ನಿದ್ದೆಯೆಂದರೆ ಅದೊಂದು ರಗ್ಗಿನಂತಲ್ಲ. ನಾವು ಬೇಕೆಂದಾಗ ಅದನ್ನು ತಲೆಯ ಮೇಲೆ ಎಳೆದುಕೊಳ್ಳಲು ಸಾಧ್ಯವಿಲ್ಲ.

ಅನೋಕಾಳ ಇಚ್ಛೆ ಈಡೇರಿತು.

ಆದರೆ ತಾನು ತಿಳಿದುಕೊಂಡಷ್ಟು ಸುಲಭವಾಗಿ ಅವಳಿಗೆ ನಿದ್ದೆ ಬರಲಿಲ್ಲ. ತಾನೀಗ ಒಂಟಿಯಾಗಿದ್ದೇನೆ, ಇತರರಿಂದ ಪ್ರತ್ಯೇಕವಾಗಿದ್ದೇನೆ ಎಂಬ ಒಂದು ಭಾವನೆ ಅವಳನ್ನು ಬಾಧಿಸುತ್ತಿತ್ತು. ಇಂಥ ಭಾವನೆ ಹಿಂದೆಂದೂ ಅವಳಿಗೆ ಬಂದಿರಲಿಲ್ಲ. ಅಲ್ಲದೆ, ನಿಂಬೆ ಮರದ ಕೊಂಬೆಗಳ ಹೊರತು ಅವಳ ತಲೆಯ ಮೇಲೆ ಬೇರೆ ಸೂರು ಇರಲಿಲ್ಲ. ಆದ ಕಾರಣ ಕಡಿವಾಣವಿಲ್ಲದ ಕುದುರೆಯ ಮೇಲೆ ತಾನು ಕುಳಿತಿದ್ದಂತೆ ಅಥವಾ ತೆರೆದ ಸಮುದ್ರದ ಮೇಲೆ ಹಾಯಿ ದೋಣಿಯಲ್ಲಿ ತೇಲಾಡುತ್ತಿರುವಂತೆ ಅವಳಿಗೆ ಭಾಸವಾಯಿತು. ಎದೆ ಹೊತ್ತಿ ಉರಿಯುತ್ತಿದ್ದರೂ ಅವಳನ್ನು ಸಮಾಧಾನ ಮಾಡುವವರು ಯಾರೂ ಇಲ್ಲದಂತಾಗಿತ್ತು. ಆದರೂ ತನ್ನ ಮೊಂಡುತನವನ್ನು ಅವಳು ಬಿಡಲಿಲ್ಲ.

"ನೀನು ಅಲ್ಲಿ ಮಲಗಿ ನಿದ್ರೆ ಮಾಡ್ಬಾರದು. ಇದು ನನ್ನ ಅಪ್ಪಣೆ. ದೇವರು ನಿನ್ನನ್ನು ದಂಡಿಸಬೇಕೆ ?" ಎಂದು ಅವಳು ಪೆಟ್ರಿಯಾಗೆ ಹೇಳಿದಳು.

ಚಂದ್ರ ನೆತ್ತಿಗೆ ಬಂದಿದ್ದ. ಎಲ್ಲೆಲ್ಲೂ ನಿಶ್ಶಬ್ದ. ಆದರೆ ಅನೋಕಾಳ ಹೃದಯ ಚೂರು ಚೂರಾಗುತ್ತಾ ಇತ್ತು. ಕಂಡರಿಯದ ಏನೋ ಒಂದು ಅವಳಲ್ಲಿ ನಿಧಾನವಾಗಿ ಕರಗುತ್ತಿತ್ತು.

ಇದೇ ರೀತಿ ತಾನು ಮುಂದುವರಿಯುವುದು ಸಾಧ್ಯವೇ ಇಲ್ಲವೆಂದು ಅವಳು ಯೋಚಿಸಿದಳು. ಆದರೆ ಬೇರೇನು ಮಾಡುವುದು ? ತೌರಿಗೆ ಹಿಂದಿರುಗುವುದೆ ? ತಂದೆಗೆ ಏನೆಂದು ಹೇಳುವುದು ? "ನನಗೆಲ್ಲರೂ ವಿಧೇಯರಾಗಿರುವಂತೆ ಅಜ್ಜ ಅಪ್ಪಣೆ ಮಾಡಿದರು" ಎಂದೇ ? ಇಲ್ಲ, ಹಾಗೆ ಹೇಳುವಂತಿರಲಿಲ್ಲ. ಮತ್ತೆ ಈ ಭೀಕರ ರಾತ್ರಿ ಇನ್ನು ಸ್ವಲ್ಪ ಹೊತ್ತಿನಲ್ಲಿ ಕೊನೆಗಾಣುತ್ತದೆ. ಅರುಣೋದಯವಾಗಿ ಭಗವಂತನ ಸಮಸ್ತ ಜೀವರಾಶಿಯನ್ನು ಸೂರ್ಯನ ಹೊಂಗಿರಣಗಳು ಆವರಿಸುತ್ತವೆ. ಆದರೆ ಮಾನಹೀನೆಯಾದ ತಾನೇನು ಮಾಡಬೇಕು ? ಮತ್ತಷ್ಟು ಉಗ್ರಳಾಗುವುದೆ ? ಸುಮ್ಮನಿರುವುದೆ – ಹೇಗೆ ? ಶರಣಾಗುವುದೆ ? ಇಲ್ಲ !

ಅನೇಕ ವಿಚಾರಗಳು ಅವಳ ತಲೆಯಲ್ಲಿ ಒಂದಕ್ಕೊಂದು ಡಿಕ್ಕಿ ಹೊಡೆದು ಬೇರೆಯಾಗಿ, ಮತ್ತೆ ಸೇರಿ ಒಂದು ರುದ್ರ ನೃತ್ಯವನ್ನೇ ನಡೆಸಿದುವು.

ಅವಳಿಗೆ ಬಹಳ ಆಯಾಸವಾಗಿತ್ತು. ಉದ್ರೇಕ, ಪ್ರೇಮ, ಮತ್ಸರ, ಹಸಿವು, ಬಾಯಾರಿಕೆ ಎಲ್ಲಾ ಕರಗಿದ್ದುವು. ಕಣ್ಣುರೆಪ್ಪೆಗಳು ಕಬ್ಬಿಣದಂತೆ ಭಾರವಾಗಿದ್ದರೂ ಅವುಗಳನ್ನು ಮುಚ್ಚಲಾಗುತ್ತಿರಲಿಲ್ಲ. ಈ ಸಂಕಟ, ಒಂಟಿತನದಿಂದ ಹೇಗಾದರೂ ತಪ್ಪಿಸಿಕೊಂಡು

ಶೂನ್ಯದಲ್ಲಿ ಸಂತೋಷವಾಗಿ ಮಾಯವಾಗುವ ಬಯಕೆ. ಆದರೆ ನಿದ್ದೆ ಅಜ್ಜನ ಅಪ್ಪಣೆಯನ್ನು ಕೇಳುವುದಿಲ್ಲ. ಅದು ಅವನಿಗೆ ಹೆದರುವುದೂ ಇಲ್ಲ.

ಅನೋಕಾ ಮೇಲೆದ್ದಳು. ಸಮೀಪದಲ್ಲಿ ಕುಳಿತಿದ್ದ ಪೆಟ್ರಿಯಾಳ ಕಪ್ಪು ಆಕೃತಿ ಅವಳಿಗೆ ಕಾಣಿಸಿತು.

ತನ್ನ ಎದೆ ಬಿರಿಯುತ್ತಿದೆ ಎಂದು ಅವಳಿಗೆ ಭಾಸವಾಯಿತು. ತಕ್ಷಣ ಕ್ರಿಸ್ತ ಸದೃಶ ಅನುಕಂಪದ ಒಂದು ಭಾವ ಅವಳ ಮೇಲೆ ಪ್ರಬಲ ಶಕ್ತಿಯಿಂದ ಹರಿಯಿತು. "ಪೆಟ್ರಿಯಾ, ನಿದ್ದೆ ಮಾಡು" ಎಂದು ಅವಳು ಕೂಗಿದಳು.

ಪೆಟ್ರಿಯಾ ಮಾತನಾಡದೆ, ಕೋಲನ್ನು ಕೆಳಗೆ ಹಾಕಿ ಅಲ್ಲಿಂದ ಹೊರಡಲು ಅನುವಾದಳು.

"ಪೆಟ್ರಿಯಾ !"

ಪೆಟ್ರಿಯಾ ನಡುಗಿದಳು. ನಿಂತಲ್ಲೆ ಕಲ್ಲಾದಳು: 'ಅಯ್ಯೋ ದೇವರೆ, ಇನ್ನಾವ ಅಪ್ಪಣೆ – ಈಗ ಏನಾಗಬಹುದು ?'

"ತಂಗಿ ಪೆಟ್ರಿಯಾ, ನನ್ನನ್ನು ಕ್ಷಮಿಸು !"

ಪೆಟ್ರಿಯಾಳ ಹೆಣ್ಣು ಹೃದಯ ಮೃದುವಾಯಿತು. ಎಲ್ಲವೂ ಅರ್ಥವಾಗಿ, ಅವಳು ಕರಗಿ ನೀರಾದಳು.

"ನನ್ನ ಪ್ರೀತಿಯ ಅನೋಕಾ, ದೇವರು ನಿನ್ನನ್ನು ಕ್ಷಮಿಸಲಿ !"

"ತಂಗಿ ಪೆಟ್ರಿಯಾ..."

ಅವಳು ಪೆಟ್ರಿಯಾಳ ಕೈಹಿಡಿದು ಅವಳನ್ನು ಬರಸೆಳೆದು ಅಪ್ಪಿಕೊಂಡಳು. ಇಬ್ಬರೂ ಅಳುತ್ತಿದ್ದರು.

ಇಬ್ಬರೂ ಮಕ್ಕಳ ರೀತಿಯಲ್ಲಿ ಚೆನ್ನಾಗಿ ಅತ್ತರು.

ಎಲ್ಲೆಲ್ಲೂ ನಿಶ್ಶಬ್ದ – ಆಕಾಶದ ಕೆಳಗೆಲ್ಲೂ ಗದ್ದಲವಿಲ್ಲ. ಇಬ್ಬರು ಹೆಂಗಸರೂ ಒಬ್ಬರನ್ನೊಬ್ಬರು ಅಪ್ಪಿಕೊಂಡರು, ಸಮಾಧಾನಪಡಿಸಿದರು. ಅನೋಕಾ ಮತ್ತೆ ಮತ್ತೆ ಪೆಟ್ರಿಯಾಳನ್ನು ಚುಂಬಿಸಿದಳು. ಪೆಟ್ರಿಯಾ ಅವಳ ಕೊರಳಿಗೆ, ಮುಂದಲೆಗೆ ಮುತ್ತಿಟ್ಟಳು. ಇದನ್ನು ಕಂಡ ಚಂದ್ರ ಆಶ್ಚರ್ಯದಿಂದ ಹುಬ್ಬೇರಿಸಿದ.

"ನನ್ನ ಪ್ರೀತಿಯ ಪೆಟ್ರಿಯಾ, ನಾನಿನ್ನು ಸತ್ತುಬಿಡ್ತೇನೆ. ನಾನು ಹೋದ ಮೇಲೆ ನನಗೆ ನೀನೇ ಸ್ನಾನಮಾಡಿಸು ತಂಗಿ. ನನ್ನನ್ನು ಸುಗಂಧದ ಎಲೆಗಳಿಂದ ಅಲಂಕರಿಸು. ಒಂದು ಸೇಬನ್ನು ಕಚ್ಚಿ ನನ್ನ ಶವದ ಪೆಟ್ಟಿಗೆಯಲ್ಲಿಡು. ನೀನೊಬ್ಬಳೇ ನನ್ನನ್ನು ಪ್ರೀತಿಸೋದು."

"ಹುಚ್ಚಿ , ಹಾಗೆನ್ನಬೇಡ. ನಿನ್ನನ್ನು ಎಲ್ಲರೂ ಪ್ರೀತಿಸ್ತಾರೆ."

"ಇಲ್ಲ, ಇಲ್ಲ. ನನಗೆ ಗೊತ್ತು. ನನ್ನನ್ಯಾರೂ ಪ್ರೀತಿಸೋದಿಲ್ಲ."

"ನಿನಗೆ ಗೊತ್ತಿಲ್ಲ. ನೀನು ಯಾರ ಜೊತೆಯಲ್ಲೂ ಮಾತಾಡೇ ಇಲ್ಲ. ನಿನ್ನನ್ನು ಯಾರಾದರೂ ಈಗ ದೂರೋದಾದರೆ ನಾನೇ ಸಾಯ್ತೇನೆ."

"ಅಜ್ಜ ?"

"ನಮ್ಮ ಅಜ್ಜ ವಯಸ್ಸಾದ ಕರುಣೆಯುಳ್ಳ ಮನುಷ್ಯ. ಅವನ ಬಳಿ ಪಶ್ಚಾತ್ತಾಪದಿಂದ ನೀನು ಹೋದದ್ದೇ ಆದರೆ ನಿನಗೇ ಗೊತ್ತಾಗ್ತದೆ."

"ಒಳ್ಳೇದು. ನಾನು ಅವರ ಹತ್ತಿರ ಹೋಗ್ತೇನೆ. ನಾನು ಸತ್ತರೆ, ನನ್ನ ನೆನಪಿರಲಿ ತಂಗಿ."

ಪೆಟ್ರಿಯಾ ತನ್ನ ಕೈಯಿಂದ ಬಾಯಿ ಮುಚ್ಚಿಕೊಂಡಳು. ಅನೋಕಾ ಅವಳ ಕೈಬಿಡಿಸಿ, ತನ್ನ

ಕುತ್ತಿಗೆಗೆ ಬಳಸಿಕೊಂಡು "ನಾನು ಸತ್ತರೆ ನನ್ನ ಬಗ್ಗೆ ಕೆಟ್ಟ ಮಾತಾಡಬೇಡ ಪೆಟ್ರಿಯಾ! ದಯವಿಟ್ಟು ಈಗ ಹೋಗು," ಎಂದಳು.

"ನಾನು ಬದುಕಿರುವವರೆಗೂ ನಿನ್ನನ್ನು ಬಿಟ್ಟು ಹೋಗೋದಿಲ್ಲ."

"ದೇವರನ್ನು ಬೇಡಿಕೊಳ್ಳೋ ಹಾಗೆ ನಿನ್ನನ್ನು ಬೇಡಿಕೊಳ್ತೇನೆ."

"ಮತ್ತೆ ನೀನು ಎಲ್ಲಿಗೆ ಹೋಗ್ತಿಯಾ ?"

"ನನ್ನನ್ನು ಬಿಟ್ಟುಬಿಡು. ನಾನು ಈಗ ತುಂಬಾ ಖುಷಿಯಾಗಿದ್ದೇನೆ. ಬಿಟ್ಟುಬಿಡು. ದೇವರು ನಿನ್ನನ್ನು ಕಾಪಾಡಲಿ. ನಿನ್ನ ಮಗುವಿನ ಆಣೆ, ನನ್ನನ್ನು ಬಿಟ್ಟು ಬಿಡು."

ಪೆಟ್ರಿಯಾ ಮನೆಯ ಹಿಂದೆ ಅವಿತುಕೊಂಡು ಅನೋಕಾ ಎಲ್ಲಿಗೆ ಹೋಗುವಳೆಂದು ನೋಡುತ್ತಿದ್ದಳು. ಆದರೆ ಇರುಳಿನ ರಾಜ್ಯ ಇನ್ನೂ ಇತ್ತು. ಅನೋಕಾ ಹೋಗಿ ಅಜ್ಜನ ಕೊಠಡಿಯ ಹೊಸ್ತಿಲ ಹತ್ತಿರ ಕೂತಿದ್ದು ಪೆಟ್ರಿಯಾಗೆ ಕಾಣಿಸಲಿಲ್ಲ.

ಅಜ್ಜ ಕೂಡ ಇಡೀ ರಾತ್ರಿ ಕಣ್ಣು ಮುಚ್ಚಿರಲಿಲ್ಲ.

ಮೊದಲ ಜಾವದ ಕೋಳಿ ಕೂಗಿತು. ಹೊಸ ದಿನದ ಹೊಸ ಜೀವನದ ಸಂದೇಶವನ್ನು ಸಾರಿತು. ಅನೋಕಾ ಇದುವರೆಗೂ ಈ ಸಂದೇಶವನ್ನು ಇಷ್ಟು ಅರ್ಥಪೂರ್ಣವಾಗಿ ಕಂಡಿರಲಿಲ್ಲ.

ಅಜ್ಜ ರಗ್ಗನ್ನು ಮೈಯಿಂದ ಸರಿಸಿ ಎದ್ದು ಕುಳಿತು, ತಲೆ ತುಂಬ ಚಿಂತೆ ತುಂಬಿಕೊಂಡು ಹಾಸಿಗೆಯ ಮೇಲೆ ಕತ್ತಲಲ್ಲೇ ಕೂತಿದ್ದ.

ಮತ್ತೆ ಕೋಳಿ ಕೂಗಿತು.

ಅಜ್ಜ ಮಾಮೂಲಿನಂತೆ ಬಾವಿ ಕಟ್ಟೆಯ ಬಳಿ ಹೋಗಲು ಎದ್ದ.

ಮುಂಜಾನೆಯ ಮಬ್ಬು ಬೆಳಕಿನಲ್ಲಿ ಒಂದು ಮಾನವಾಕೃತಿ ಹೊಸ್ತಿಲ ಮೇಲೆ ಕೂತಿರುವುದು ಅವನಿಗೆ ಕಂಡಿತು.

"ಯಾರಲ್ಲಿ ? ಯಾರು ನೀನು ?"

"ನಾನು ಅನೋಕಾ, ಅಜ್ಜ! ನಾನು ಸಾಯಬೇಕು. ಸಾಧ್ಯವಾದರೆ ನನ್ನನ್ನು ಕ್ಷಮಿಸಿ."

ಅಜ್ಜ ನಿಂತಲ್ಲೇ ನಿಂತು, ತೂಗಾಡಿ ಕುಸಿದ.

"ಮಗೂ, ಈ ರೀತಿ ಮಾತನಾಡೋದು ಮಹಾ ಪಾಪ. ನನ್ನ ತಲೆಯನ್ನು ನೋಡು–ಕುರಿ ತುಪ್ಪಟಕ್ಕಿಂತ ಹೆಚ್ಚು ಬೆಳ್ಳಗಾಗಿದೆ."

ಅನೋಕಾ ನಡುಗುತ್ತಾ ತಾತನ ನಿಲುವಂಗಿಯ ಅಂಚನ್ನು ಹಿಡಿದು ಅದಕ್ಕೆ ಮುತ್ತಿಟ್ಟಳು.

"ನಾನು ಬೇಕಾದಷ್ಟು ಪಾಪ ಮಾಡಿದ್ದೇನೆ. ನಿಮ್ಮ ಮನೆಯ ಶಾಂತಿಯನ್ನು ಹಾಳುಗೆಡವಿದ್ದೇನೆ. ದಯವಿಟ್ಟು ನನ್ನನ್ನು ಕ್ಷಮಿಸು."

ವಯಸ್ಸಾದವರನ್ನು ಅಳುವಂತೆ ಮಾಡುವುದು ಬಹಳ ಸುಲಭ. ಅಜ್ಜನ ಕೆನ್ನೆಯ ಮೇಲೆ ಕಣ್ಣೀರು ಉರುಳಿತು. ಅವನು ಅನೋಕಾಳ ತಲೆಯನ್ನು ಎರಡೂ ಕೈಗಳಲ್ಲಿ ಎತ್ತಿ ಚುಂಬಿಸಿದ.

"ಒಳಗೆ ಬಾ, ಅನೋಕಾ."

ಅವಳು ಅವನನ್ನು ಹಿಂಬಾಲಿಸಿದಳು.

"ಅಲ್ಲಿ ಕೂತುಕೊ."

ಅವಳು ಸ್ಟೂಲಿನ ಮೇಲೆ ಕುಳಿತಳು. ಅಜ್ಜ ಹಾಸಿಗೆಯ ಅಂಚಿನಲ್ಲಿ ಕೂತ.

"ಆ ಅವರೆಕಾಯಿಗಳನ್ನು ಸುಲಿ."

ಅವಳು ಹಾಗೆ ಮಾಡಿದಳು. ಅಜ್ಜ ಸಂತೋಷದಿಂದ ಅವಳನ್ನು ನೋಡಿದ. ಇಬ್ಬರೂ

ಸುಮ್ಮನಿದ್ದರು. ಯಾರೂ ಒಂದು ಶಬ್ದವನ್ನು ಕೂಡ ಉಚ್ಚರಿಸದಿದ್ದರೂ ಅವರ ಹೃದಯಗಳು ಮಾತನಾಡಿದುವು. ಹಗಲಿನ ಆಳ್ವಿಕೆ ಪ್ರಾರಂಭವಾಯಿತು. ಅಜ್ಜ ಹೇಳಿದ :

"ನನ್ನ ಹಿಂದೆ ಬಾ."

ಅವಳು ಅವನ ಜೊತೆಯಲ್ಲಿ ಲಾಯಕ್ಕೆ ಹೋದಳು. ಅಜ್ಜನ ಅಪ್ಪಣೆಯಂತೆ ಕುದುರೆಗಳಿಗೆ ಮೇವು ತಿನ್ನಿಸಿದಳು. ಅವಳಿಗೆ ಅವುಗಳ ಹೆದರಿಕೆಯಿರಲಿಲ್ಲ. ಸಾಮಾನ್ಯವಾಗಿ ಒದೆಯುವ, ಕಚ್ಚುವ ಬ್ಲಾಗೋಯೆನ ಹೆಣ್ಣು ಕುದುರೆಗೂ ಅವಳು ಹೆದರಿಕೊಳ್ಳಲಿಲ್ಲ.

"ಈಗ, ಹೀಗೆ ಬಾ."

ಅಜ್ಜ ಅವಳನ್ನು ಹಂದಿಯ ರೊಪ್ಪಕ್ಕೆ ಕರೆದುಕೊಂಡು ಹೋದ. ಅವಳು ಒಂಬತ್ತು ಕುಂಬಳ ಕಾಯಿಗಳನ್ನು ಕತ್ತರಿಸಿ ಹಂದಿಗಳಿಗೆ ಎಸೆದಳು.

ಮನೆಯವರೆಲ್ಲ ಎದ್ದು ಹೊರಗೆ ಬಂದರು. ಎಲ್ಲರೂ ಅವರಿಬ್ಬರ ಕಣ್ಣು ತಮ್ಮ ಮೇಲೆ ಬೀಳದಂತೆ ಎಚ್ಚರ ವಹಿಸಿ ಅವರನ್ನೇ ನೋಡುತ್ತಿದ್ದರು. ಆರ್ಸೆನ್ ಗಾಬರಿಯಿಂದ ದಿಗಿಲು ಬಿದ್ದು ಒಂದು ಅಕ್ಷೋಟದ ಮರವನ್ನೇರಿ ಈ ಅದ್ಭುತ ಅಸಾಮಾನ್ಯ ದೃಶ್ಯವನ್ನು ನೋಡುತ್ತಿದ್ದ.

ಅಜ್ಜ ಯುವಕನಾಗಿ ಕಾಣುತ್ತಿದ್ದ. ಅವನು ನಡೆಯುತ್ತಿರಲಿಲ್ಲ, ಕುಪ್ಪಳಿಸುತ್ತಿದ್ದ. ಅನೋಕಾಳೊಡನೆ ಆತ ಹೇಳಿದ :

"ಬಾವಿ ಕಟ್ಟೆಯ ಬಳಿ ಬಾ !"

ಇಬ್ಬರೂ ಬಾವಿ ಕಟ್ಟೆಯನ್ನು ಸೇರಿದರು.

"ನೀರು ಸೇದು."

ಅನೋಕಾ ನೀರು ಸೇದಿದಳು.

"ನನ್ನ ಕೈಗೊಂದಿಷ್ಟು ನೀರು ಹಾಕಮ್ಮ."

ಅನೋಕಾ ನೀರು ಹಾಕಿದಳು. ಅಜ್ಜ ಮುಖದ ಮೇಲೆ, ತಲೆಯ ಮೇಲೆ ನೀರು ಎರಚಿಕೊಂಡ.

"ನನ್ನ ತಲೆಯೊರಸು."

ಅನೋಕಾ ಅಜ್ಜನ ತಲೆಯನ್ನು ಎಚ್ಚರಿಕೆಯಿಂದ ಒರೆಸಿದಳು. ನೀರು ಒರೆಸುವುದು ಸುಲಭ. ಆದರೆ ಮುದುಕನ ದುರ್ಬಲ ಕಣ್ಣುಗಳಿಂದ ಅವನ ಕೆನ್ನೆಯ ಮೇಲೆ ಒಂದೇ ಸಮನೆ ಕಣ್ಣೀರು ಸುರಿಯುತ್ತಿತ್ತು.

ಅಂಗಳದಲ್ಲಿ ಜನ ನಿಂತಿರುವುದನ್ನು ಅಜ್ಜ ನೋಡಿದ.

"ನೀವೆಲ್ಲಾ ಹತ್ತಿರ ಬನ್ನಿ. ನೀವೂ ಏಕೆ ಮುಖ ತೊಳೆಯಬಾರದು ? ಅನೋಕಾ ನಿಮಗೆಲ್ಲ ನೀರು ಹಾಕಲು ಸಿದ್ಧಳಾಗಿರೋದು ಕಾಣೋದಿಲ್ವೆ? ಪಾಪ, ಆ ಹುಡುಗಿ ನಿಮಗೆ ನೀರು ಹಾಕ್ತಾಳೆ. ಆದರೆ ಇದೇ ಸೇವೆಯನ್ನು ನಿಮ್ಮಿಂದ ಅವಳು ಇಷ್ಟಪಟ್ಟಲ್ಲಿ ನೀವು ಸಾವಿರ ಸಲ ಗೊಣಗಾಡೋದು ಖಂಡಿತ."

ಅಲ್ಲಿದ್ದ ಗಂಡಸರು, ಹೆಂಗಸರು ಸ್ವಲ್ಪ ಅಳುಕುತ್ತಲೇ ಬಾವಿಯ ಹತ್ತಿರ ಬಂದರು.

ಸಂಭಾವಿತ, ಉಪಕೃತ ಜನರಂತೆ ಪ್ರತಿಯೊಬ್ಬರೂ ಅನೋಕಾಗೆ ವಂದನೆ ಹೇಳಿದರು.

ಆರ್ಸೆನ್ನನ ಮುಖ ಸಂತೋಷದಿಂದ ತುಳುಕಾಡಿತು. ಅವನೂ ಬಾವಿಯ ಕಟ್ಟೆಯ ಬಳಿ ಬಂದ, ಕಾಲುಗಳನ್ನು ಅಗಲಿಸಿ ನಿಂತು, ಮುಂದಕ್ಕೆ ಬಾಗಿ ಕೈಗಳನ್ನು ಚಾಚಿದ.

"ನೀರು ಹಾಕು !"

ಅವಳು ಹಾಕಿದಳು.

ಆರ್ಸೆನ್‌ಗೆ ಸ್ವರ್ಗ ಮೂರೇ ಗೇಣು ಉಳಿಯಿತು.

"ಎಷ್ಟು ಚೆನ್ನಾಗಿ ನೀರು ಹಾಕ್ತೀಯಾ... ನಿಧಾನವಾಗಿ... ನಾನು ಒದ್ದೆಯಾದೆ. ನಿಲ್ಲಿಸು; ಹಾಗಲ್ಲ, ಹಾಗಲ್ಲ."

ಅವಳು ತನ್ನ ಬಲಗೈಯಿಂದ ಅವನ ಷರಟಿನ ತೋಳನ್ನು ಮೇಲೆತ್ತಿ ನೀರು ಹಾಕಿದಳು.

"ಅದು ಸರಿ, ದೇವರು ನಿನ್ನನ್ನು ಕಾಪಾಡಲಿ."

ಪೆಟ್ರಿಯಾ ಕೆಲವರಿಗೆ ಏನೇನೋ ಹೇಳುತ್ತಾ, ಇನ್ನೂ ಕೆಲವರನ್ನು ಪ್ರಶ್ನೆ ಮಾಡುತ್ತಾ ಎಲ್ಲಕಡೆ ಸಡಗರದಿಂದ ಓಡಾಡಿದಳು. ಅವಳ ಕಣ್ಣಲ್ಲಿ ನೀರು ಸುರಿಯುತ್ತಿತ್ತು.

ಅಜ್ಜನಿಗೆ ಸಂತೋಷ ತಡೆಯಲಾಗಲಿಲ್ಲ. ಅವನು ತನ್ನ ಕೊಠಡಿಗೆ ಹೋದ. ಒಂದು ಹಳೆಯ ಮರದ ಪೆಟ್ಟಿಗೆಯನ್ನು ತೆರೆದು, ಅದರಿಂದ ಮುತ್ತಿನ ಹಾರವೊಂದನ್ನು ಹೊರತೆಗೆದ. ಅದನ್ನು ಎಚ್ಚರಿಕೆಯಿಂದ ತನ್ನ ಕರವಸ್ತ್ರದಲ್ಲಿ ಸುತ್ತಿ ಸೊಂಟದಲ್ಲಿ ಹುದುಗಿಸಿಟ್ಟುಕೊಂಡು ಮತ್ತೆ ಬಾವಿ ಕಟ್ಟೆಯ ಬಳಿಗೆ ಬಂದ.

ಎಲ್ಲರೂ ಮುಖ ತೊಳೆಯುತ್ತಿದ್ದರು. ಅವರೆಲ್ಲರಿಗೂ ಯಾವುದೋ ಪುಣ್ಯಭೂಮಿಯ ಮೇಲೆ ನಿಂತು "ಭೂಮಿಯ ನೀರಿಗೆ ಭಗವಂತನ ಅನುಗ್ರಹ..." ಎಂಬ ಪವಿತ್ರ ಗೀತೆಯನ್ನು ಕೇಳುತ್ತಿರುವ ಅನುಭವವಾಯಿತು. ಯಾರಾದರೊಬ್ಬರು ಸೂಚನೆ ನೀಡಿದ್ದರೆ, ಎಲ್ಲರೂ ಮೊಣಕಾಲೂರಿ ಪ್ರಾರ್ಥಿಸುತ್ತಿದ್ದರು. ಅಜ್ಜ ಹೆಮ್ಮೆಯಿಂದ ಒಮ್ಮೆ ಸುತ್ತಲೂ ನೋಡಿದ. ಪಾಪ, ವಯಸ್ಸಾದ ಮುದುಕ!

"ನೀವೆಲ್ಲ ಒಳ್ಳೆಯ ಜನ! ಅನೋಕಾಗೆ ನೀರು ಹಾಕುವವರ್‍ಯಾರೂ ಇಲ್ಲವೆ ಇಲ್ಲಿ?"

ಎಲ್ಲರೂ ಬಾವಿ ಕಟ್ಟೆಯ ಬಳಿ ಜಗಿದರು.

"ನೀವು ತಡ ಮಾಡಿದಿರಿ. ಆ ಕೆಲಸವನ್ನು ನಾನೇ ಮಾಡ್ತೇನೆ. ಬಾ ಮಗುವೆ. ಮುಖ ತೊಳೆದುಕೊ."

ಆಗ ಅಜ್ಜನ ಕೈಗಳು ನಡುಗುತ್ತಿದ್ದವೊ ಅಥವಾ ಅನೋಕಾಳ ಹೃದಯ ಅದುರುತ್ತಿತ್ತೊ ಹೇಳುವುದು ಕಷ್ಟ. ಅವನು ತನ್ನ ವಸ್ತ್ರದಿಂದ ಅವಳ ಕೈಗಳನ್ನು ಒರೆಸಿದ. ಅವಳ ಕೊರಳಿಗೆ ಮುತ್ತಿನ ಹಾರವನ್ನು ಹಾಕಿದ.

"ಪಾಪ... ಮಗು, ಎಲ್ಲವನ್ನೂ ತಾನಾಗಿಯೇ ಮಾಡಿತು. ಆದರೆ ನಾನು ರಾತ್ರಿ ಹೇಳಿದ್ದನ್ನೇ ಮತ್ತೊಮ್ಮೆ ಹೇಳ್ತೇನೆ. ಪ್ರತಿಯೊಬ್ಬರೂ ನೆನಪಿನಲ್ಲಿಡಿ. ಅವಳಿಗೆ ಅವಮಾನ ಮಾಡಿದೋರನ್ನು ದೇವರೂ ಕಾಪಾಡೋದಿಲ್ಲ."

ಮಾನವ ವ್ಯವಹಾರಗಳನ್ನು ವಿಸ್ಮಯದಿಂದ ವೀಕ್ಷಿಸುತ್ತಾ, ಮೇಲಿನ ಸ್ವರ್ಗ ಲೋಕವು ಕೆಳಗಿನ ಮರ್ತ್ಯ ಲೋಕದ ಮೇಲೆ ಸಂತೋಷದ ನಗೆಯನ್ನು ಬೀರಿತು. ಮನುಷ್ಯ ಎಂತಹ ತಮಾಷೆಯ ಎರಡು ಕಾಲಿನ ಪ್ರಾಣಿ! ಅವನು ಆಕಾಶದತ್ತ ನೋಡುತ್ತಾನೆ, ಹತಾಶೆಯಿಂದ ಕೈಗಳನ್ನು ಮೇಲೆತ್ತುತ್ತಾನೆ. ನಿಗೂಢ ಶಬ್ದಗಳಿಂದ ಉದ್ಗರಿಸುತ್ತಾನೆ, ಪ್ರಾರ್ಥಿಸುತ್ತಾನೆ, ಕಾಯುತ್ತಾನೆ, ಆಶ್ಚರ್ಯಪಡುತ್ತಾನೆ. ತನಗೆ ಗೊತ್ತಿಲ್ಲದ ಏನೋ ಒಂದು ಅವನ ಎದೆಯಲ್ಲಿ ಉರಿಯುತ್ತದೆ. ಅವನ ಆತ್ಮ ತುಂಬಿ ಬಂದು, ಪವಿತ್ರ ಧೂಪದಂತೆ ಮೇಲೆದ್ದು ವಿಶ್ವದೊಡನೆ ಒಂದಾಗಲು ಬಯಸುತ್ತದೆ...

ದೇವರ ದಯೆಯಿಂದ ಅದು ಯಾವಾಗಲೂ ಹಾಗೆ! ○

○ ಐವಾನ್ ಚನ್‌ಕಾರ್

ಮಕ್ಕಳು ಮತ್ತು ದೊಡ್ಡವರು

ಪ್ರತಿದಿನ ರಾತ್ರಿ ಮಲಗುವ ಮೊದಲು ಮಕ್ಕಳು ಹರಟೆ ಹೊಡೆಯುತ್ತಿದ್ದರು. ದೊಡ್ಡ ಒಲೆಯ ಬೆಚ್ಚನೆಯ ಕಟ್ಟೆಯ ಮೇಲೆ ಕುಳಿತು ತಮ್ಮ ಮನಸ್ಸಿನಲ್ಲಿ ಮೂಡಿದ ಮುಗ್ಧ ಅನಿಸಿಕೆಗಳಿಗೆ ಮಾತಿನ ರೂಪಕೊಡುತ್ತಿದ್ದರು. ಮುಸ್ಸಂಜೆಯ ಮುಬ್ಬು ಬೆಳಕು, ಕನಸುಗಳಿಂದ ಭಾರವಾದ ತನ್ನ ಕಣ್ಣುಗಳೊಂದಿಗೆ ಆ ಕೋಣೆಯಲ್ಲಿ ಇಣುಕುತ್ತಿತ್ತು. ಕಂಡು ಕೇಳರಿಯದ ಕಡೆಗಳಿಂದ ಭಾರವಾದ ಮೂಕ ನೆರಳುಗಳು ಪ್ರತಿಯೊಂದು ಮೂಲೆಯಿಂದಲೂ ನಿಧಾನವಾಗಿ ಮುಗಿಲ ಕಡೆ ಹೊರಡುತ್ತಿದ್ದವು.

ಅವರು ಬಾಯಿಗೆ ಬಂದಂತೆ ಹರಟುತ್ತಿದ್ದರು, ನಿಜ. ಆದರೆ ಅವರ ಮನಸ್ಸಿನಲ್ಲಿ ಕೇವಲ ಸಂತೋಷದ ಕಥೆಗಳೇ ತುಂಬಿದ್ದವು. ಸೂರ್ಯನ ಬೆಳಕಿನ ಜೀವಂತ ಶಾಖದಿಂದ ಬೆಚ್ಚಗಾದ, ಪ್ರೀತಿ ಮತ್ತು ಭರವಸೆಗಳನ್ನು ಹೆಣೆದುಕೊಂಡ ಕಥೆಗಳು. ಅವರ ಮಟ್ಟಿಗೆ ಭವಿಷ್ಯವೆಲ್ಲ ನಿತ್ಯ ಸಂತಸದ ಒಂದು ದೀರ್ಘ ಹಬ್ಬ. ಕ್ರಿಸ್‌ಮಸ್‌ನಿಂದ ಈಸ್ಟರ್‌ವರೆಗೆ ಅವಿಶ್ರಾಂತವಾದ ಸುಖ. ನಡುವೆ 'ಲೆಂಟ್'* ಇಲ್ಲ. ಅಗೋ ಅಲ್ಲಿ, ಹೂವು ಹೂವಿನ ಕಿಟಕಿ ಪರದೆಯ ಆಚೆ, ಸಮಗ್ರ ಜೀವನ ಪ್ರವಾಹ, ಹೊಳೆ ಹೊಳೆಯುತ್ತ ಜುಳು ಜುಳು ಶಬ್ದ ಮಾಡುತ್ತಾ ಹರಿಯುತ್ತಿತ್ತು.

ಈ ಮಕ್ಕಳನ್ನು ತನ್ನ ಕಡೆಗೆ ಕರೆಯುತ್ತಿತ್ತು. ಬೆಳಕಿನಿಂದ ಬೆಳಕಿಗೆ ಬದುಕು ಚಲಿಸುತ್ತಿತ್ತು. ಕೋಣೆಯೊಳಗೆ ಮಾತುಕತೆ ಪಿಸುದನಿಯಲ್ಲಿ ನಡೆಯುತ್ತಿತ್ತು; ಅವುಗಳನ್ನು ಮನಸ್ಸು ಪೂರ್ಣ ಗ್ರಹಿಸದಿದ್ದರೂ ಹೃದಯ ಹಿಡಿಯುತ್ತಿತ್ತು. ಅವರ ಯಾವ ಕಥೆಗೂ ಮೊದಲೂ ಇರಲಿಲ್ಲ, ಕೊನೆಯೂ ಇರಲಿಲ್ಲ ಅಥವಾ ಯಾವ ರೂಪವೂ ಇರಲಿಲ್ಲ. ಕೆಲವು ಬಾರಿ ನಾಲ್ಕು ಮಕ್ಕಳೂ ಒಟ್ಟಿಗೆ ಮಾತನಾಡುತ್ತಿದ್ದರು. ಆದರೂ ಯಾರಿಗೂ ಗಲಿಬಿಲಿ ಯಾಗುತ್ತಿರಲಿಲ್ಲ. ಎಲ್ಲರೂ ಮಂತ್ರಮುಗ್ಧರಂತೆ ಸ್ವರ್ಗೀಯ ಸೌಂದರ್ಯದಿಂದ ತುಂಬಿದ ಒಂದು ಕನಸಿನ ಲೋಕದತ್ತ ಮುಖ ಮಾಡಿದ್ದರು. ಆ ಲೋಕದಲ್ಲಿ ಪ್ರತಿಯೊಂದು ಪದ ಕೂಡ ಸ್ಪಷ್ಟ

---

* ಕ್ರೈಸ್ತರು ಉಪವಾಸವಿರುವ ಮತ್ತು ಪರಿತಪಿಸುವ ಅವಧಿ

ಹಾಗೂ ಸತ್ಯ. ಪ್ರತಿಯೊಂದು ಕಥೆಗೂ ತನ್ನದೇ ಆದ ವೈಭವಪೂರ್ಣ ಉಜ್ವಲ ಮುಕ್ತಾಯ.

ಮಕ್ಕಳಲ್ಲಿ ಒಂದೇ ಅಚ್ಚಿನಿಂದ ಮೂಡಿದಂತಹ ಹೋಲಿಕೆ. ಮುಸ್ಸಂಜೆಯ ಮಬ್ಬು ಬೆಳಕಿನಲ್ಲಿ ಅತ್ಯಂತ ಚಿಕ್ಕವನಾಗಿದ್ದ ನಾಲ್ಕು ವರ್ಷದ ತೋನ್‌ಚೆಕ್‌ನಿಗೂ ಹತ್ತು ವರ್ಷದ ಲೋಜಿಕಾಗೂ ವ್ಯತ್ಯಾಸವೇ ಗೊತ್ತಾಗುತ್ತಿರಲಿಲ್ಲ. ಎಲ್ಲರಿಗೂ ತೆಳ್ಳಗಾದ ಉದ್ದನೆಯ ಮುಖಗಳು ಮತ್ತು ಅಗಲವಾದ ಬಟ್ಟಲು ಕಣ್ಣುಗಳು – ಅಂತರ್ಮುಖಿಯಾದ ಕಣ್ಣುಗಳು.

ಅಂದು ಸಂಜೆ ಯಾವುದೋ ನಿಗೂಢ ನೆಲೆಯಿಂದ ಯಾವುದೋ ಕ್ರೂರ ಹಸ್ತವೊಂದು ನಿಷ್ಕರುಣೆಯಿಂದ ಆ ಸ್ವರ್ಗದ ಸುಂದರ ಬೆಳಕಿನ ಮೇಲೆ ದಾಳಿ ಮಾಡಿತು. ಆ ರಜಾದಿನ ಗಳನ್ನು, ಕಥೆಗಳನ್ನು ಕತ್ತರಿಸಿತು. ದೂರದ ಇಟೆಲಿಯ ನೆಲದಲ್ಲಿ ತಂದೆ 'ಕೆಳಕ್ಕುರುಳಿದ' ಎಂಬ ಸುದ್ದಿಯನ್ನು ಅಂಚೆ ತಂದಿತು. ತಮ್ಮ ಅರಿವಿಗೆ ನಿಲುಕದ ಯಾವುದೋ ಹೊಸ, ಅಪರಿಚಿತ ಅಜ್ಞಾತ ವಿರೂಪವೊಂದು ಅವರ ಮುಂದೆ ಧುತ್ತೆಂದು ನಿಂತಿತು. ಇಷ್ಟೆತ್ತರ, ಅಷ್ಟು ಗಾತ್ರ. ಆದರೆ ಅದಕ್ಕೆ ಮುಖವಿರಲಿಲ್ಲ, ಕಣ್ಣುಗಳಿರಲಿಲ್ಲ, ಬಾಯಿ ಇರಲಿಲ್ಲ. ಅದು ಯಾವ ಲೋಕದ ಸಂಗತಿ? ಇಗರ್ಜಿಯ ಮುಂದಿನ ಅಥವಾ ಬೀದಿಯೊಳಗಿನ ಜೀವಂತ ಲೋಕದ್ದಂತೂ ಅಲ್ಲ. ಬೆಚ್ಚನೆಯ ಒಲೆಯ ಸುತ್ತ ಕುಳಿತು ಹೆಣೆದ ಸುಂದರ ಕಥೆಗಳ ಪ್ರಪಂಚಕ್ಕಂತೂ ಅದು ಖಂಡಿತ ಸೇರಿರಲಿಲ್ಲ.

ಅದು ಸಂತೋಷವನ್ನು ತರಲಿಲ್ಲ. ಹಾಗೆಂದು ತಡೆಯಲಾಗದ ದುಃಖವನ್ನೂ ತರಲಿಲ್ಲ. ಏಕೆಂದರೆ ಅದು 'ಸಾವು' ಆಗಿತ್ತು. ಅದಕ್ಕೆ ಕಣ್ಣಿದ್ದಿದ್ದರೆ ತಾನು ಎಲ್ಲಿಂದ ಬಂದೆ, ಯಾವಾಗ ಬಂದೆ, ಎಂದು ಅದು ಹೇಳಬಹುದಿತ್ತೇನೊ? ಬಾಯಿ ಇದ್ದಿದ್ದರೆ ಮಾತುಗಳಲ್ಲಿ ತನ್ನ ಅರ್ಥವನ್ನು ಬಿತ್ತರಿಸುತ್ತಿತ್ತೇನೋ? ಆ ಭೂತಾಕಾರದ ಎದುರು ಆಲೋಚನೆ ತಲೆ ಬಾಗಿಸಿ, ತತ್ತರಿಸುತ್ತಾ ನಿಶ್ಚಲವಾಗಿ ನಿಂತಿತ್ತು – ಬಲು ಎತ್ತರದ ಒಂದು ಕಪ್ಪುಗೋಡೆಯ ಎದುರು ನಿಂತಂತೆ, ಆಲೋಚನೆ ಗೋಡೆಯ ಹತ್ತಿರಹತ್ತಿರ ಹೋಗಿ ಮೂಕವಾಗಿ ಶೂನ್ಯದೃಷ್ಟಿಯಿಂದ ಅದರ ಕಡೆ ದಿಟ್ಟಿಸುತ್ತಿತ್ತು.

"ಆದರೆ ಅಪ್ಪ ಯಾವಾಗ ಹಿಂದಕ್ಕೆ ಬರ್ತಾರೆ?" ತೋನ್‌ಚೆಕ್ ಕುತೂಹಲದಿಂದ ಕೇಳಿದ.

"ಕೆಳಕ್ಕುರುಳಿದ ಮೇಲೆ ಹಿಂದಕ್ಕೆ ಬರೋದು ಹೇಗೆ?" ಲೋಜಿಕಾಳ ಕೋಪಯುಕ್ತ ನೋಟ ಅವನನ್ನು ಅಲುಗಾಡಿಸಿತು.

ಎಲ್ಲರೂ ಸುಮ್ಮನಾದರು. ಅವರೆಲ್ಲ ಆ ದೊಡ್ಡ ಕಪ್ಪುಗೋಡೆಯ ಮುಂದೆ ನಿಂತಿದ್ದರು. ಅದರಾಚೆಗೆ ಅವರಿಗೇನೂ ಕಾಣಿಸುತ್ತಿರಲಿಲ್ಲ.

"ನಾನೂ ಯುದ್ಧಕ್ಕೆ ಹೋಗ್ತೇನೆ!" ಏಳು ವರ್ಷದ ಮಾಟಿಚಿ ಏನೋ ಜ್ಞಾನೋದಯವಾದಂತೆ ಹೇಳಿದ. ಅಷ್ಟಕ್ಕಿಂತ ಹೆಚ್ಚಾಗಿ ಅವನು ಇನ್ನೇನು ತಾನೇ ಹೇಳಬೇಕು? ಹೇಳಬಲ್ಲ?

ಇನ್ನೂ ಅಂಗಿ ಚೆಡ್ಡಿ ಹಾಕಿಕೊಳ್ಳುವ ವಯಸ್ಸಿನ ನಾಲ್ಕು ವರ್ಷದ ತೋನ್‌ಚೆಕ್ "ನೀನು ಇನ್ನೂ ಚಿಕ್ಕವನು" ಎಂದು ಎಚ್ಚರಿಸಿದ.

ಮಿಲ್ಕಾ ಎಲ್ಲರಿಗಿಂತಲೂ ಹೆಚ್ಚು ಸಣಕಲು ದೇಹದವಳು. ರೋಗದ ರಾಶಿ. ಅವರ ಅಮ್ಮನ ದೊಡ್ಡ ಶಾಲು ಸುತ್ತಿಕೊಂಡು, ಪ್ರಯಾಣಿಕರ ಬಟ್ಟೆ ಗಂಟಿನ ಥರ ಅವಳು ಕುಳಿತಿದ್ದಳು. ಅವಳು ಕುಳಿತ ಮೂಲೆಯ ನೆರಳುಗಳ ಒಡಲಿನಿಂದ ಮೃದುವಾದ, ದುರ್ಬಲ ಧ್ವನಿ ಕೇಳಿಬಂತು:

"ಯುದ್ಧ ಹೇಗಿರ್ತವೆ? ನಮಗೆ ಯುದ್ಧದ ಕಥೆ ಹೇಳು ಮಾಟಿಚಿ."

ಮಾಟಿಚಿ ವಿವರಿಸಿದ:

"ಸರಿ, ಯುದ್ಧ ಹೀಗಿರ್‍ತದೆ. ಜನರು ತಮ್ಮ ಕತ್ತಿಗಳಿಂದ ಒಬ್ಬರನ್ನೊಬ್ಬರು ತಿವೀತಾರೆ. ಒಬ್ಬರನ್ನೊಬ್ಬರು ಕತ್ತರಿಸ್ತಾರೆ. ಗುಂಡಿಕ್ತಾರೆ. ನೀನು ಯುದ್ಧದಲ್ಲಿ ತಿವಿದಷ್ಟೂ ಕತ್ತರಿಸಿದಷ್ಟೂ ಹೆಚ್ಚು ಪರಾಕ್ರಮಿ. ಯಾರೂ ಏನೂ ಬೈಯೋದಿಲ್ಲ. ಯಾಕೆಂದರೆ, ಯುದ್ಧದಲ್ಲಿ ಹಾಗೆ ಮಾಡೋದೇ ಸರಿ... ಅದು ಯುದ್ಧ."

"ಆದರೆ ಒಬ್ಬರನ್ನೊಬ್ಬರು ಯಾಕೆ ತಿವಿಬೇಕು? ಕತ್ತರಿಸ್ಬೇಕು?" ಮಿಲ್ಕಾಗೆ ಇನ್ನೂ ಅನುಮಾನ.

"ಚಕ್ರವರ್ತಿಗಾಗಿ" ಎಂದು ಮಾಟಿಚಿ. ಎಲ್ಲರೂ ಸುಮ್ಮನಾದರು.

ದೂರದ ಮಬ್ಬಿನಲ್ಲಿ ಅವರ ಹನಿಗೂಡಿದ ಕಣ್ಣುಗಳ ಮುಂದೆ ದಿವ್ಯ ಪ್ರಭೆಯಿಂದ ಥಳಥಳಿಸುವ ಯಾವುದೋ ಪ್ರಚಂಡ ಮೂರ್ತಿಯೊಂದು ಕಂಡಿತು. ಆಶೀರ್ವಚನ ಸಮಯದಲ್ಲಿ ಇಗರ್ಜಿಯಲ್ಲಿ ಕುಳಿತಂತೆ ಅವರು ಅಲುಗಾಡದೆ ಮೌನವಾಗಿ ಕುಳಿತರು. ಬಾಯಿಯಿಂದ ಉಸಿರಾಡಲೂ ಅವರಿಗೆ ಧೈರ್ಯವಾಗಲಿಲ್ಲ.

ತಮ್ಮ ಮೇಲೆ ಭಾರವಾಗಿ ಕುಳಿತಿದ್ದ ಈ ಮೌನವನ್ನು ಚದರಿಸಲು ಮಾಟಿಚಿ ಮತ್ತೆ ಬೇಗ ಬೇಗನೆ ತನ್ನ ಆಲೋಚನೆಗಳನ್ನು ಹೇಳಿದ.

"ಶತ್ರುವಿನ ಮೇಲೆ ಯುದ್ಧಕ್ಕೆ ನಾನೂ ಹೋಗ್ತೇನೆ."

ತಕ್ಷಣ ಮೆಲುದನಿಯಲ್ಲಿ ಕೇಳಿದಳು ಮಿಲ್ಕಾ.

"ಶತ್ರು ಹೇಗಿರ್‍ತಾನೆ? ಅವನಿಗೆ ಕೊಂಬಿದೆಯಾ?"

"ಕೊಂಬು ಇದ್ದೇ ಇರುತ್ತೆ. ಇಲ್ಲದಿದ್ದರೆ ಶತ್ರು ಹೇಗಾಗಲು ಸಾಧ್ಯ?" ಎಂದು ತೋನ್‌ಚೆಕ್ ಕೋಪದಿಂದ ಗಂಭೀರವಾಗಿ ಹೇಳಿದ. ಈಗ ಮಾಟಿಚಿಗೂ ಗಲಿಬಲಿಯಾಯಿತು. ಇದಕ್ಕೆ ಸರಿಯಾದ ಉತ್ತರ ಅವನಿಗೂ ಗೊತ್ತಿರಲಿಲ್ಲ.

"ನನಗೆ ತೋರ್‍ತದೆ – ಅವನಿಗೆ – ಕೊಂಬಿರೋದಿಲ್ಲ ಅಂತ!"

– ನಿಧಾನವಾಗಿ ತಡವರಿಸುತ್ತಾ ಆತ ಹೇಳಿದ.

"ಅವನಿಗೆ ಕೊಂಬು ಇರೋದು ಹೇಗೆ ಸಾಧ್ಯ! ಅವನೂ ನಮ್ಮ ಹಾಗೆ ಮನುಷ್ಯ," ಎಂದು ಲೋಜಿಕಾ ಇಷ್ಟವಿಲ್ಲದೆ ನುಡಿದಳು. ಮತ್ತೆ ಆಲೋಚಿಸಿ "ಅವನಿಗೆ ಆತ್ಮ ಮಾತ್ರ ಇಲ್ಲ," ಎಂದಳು.

ಅನಂತರದ ಸುದೀರ್ಘ ಮೌನವನ್ನು ಭೇದಿಸಿ ತೋನ್‌ಚೆಕ್ ಕೇಳಿದ:

"ಯುದ್ಧದಲ್ಲಿ ಮನುಷ್ಯ ಹೇಗೆ ಕೆಳಕ್ಕುರುಳ್ತಾನೆ? ಹೀಗಾ?... ಅಥವಾ ಹಿಂದಕ್ಕಾ?". ಅವನು ಅಭಿನಯಿಸಿ ತೋರಿಸಿದ.

"ಅವನಿಗೆ ಸಾವು ಬರೋ ತನಕ ಕೊಲ್ತಾರೆ!" ಎಂದು ಮಾಟಿಚಿ ಶಾಂತವಾಗಿ ಉತ್ತರಿಸಿದ.

"ಅಪ್ಪ ಬಂದೂಕು ತರೋದಾಗಿ ನನಗೆ ಮಾತು ಕೊಟ್ಟಿದ್ದ."

"ಅಪ್ಪ ಬಂದೂಕು ತರೋದು ಹೇಗೆ ಸಾಧ್ಯ–ಕೆಳಕ್ಕುರುಳಿದ ಮೇಲೆ?" ಲೋಜಿಕಾ ಒರಟಾಗಿ ಉತ್ತರಿಸಿದಳು.

"ಅಂದರೆ, ಅವನಿಗೆ ಸಾವು ಬರೋ ತನಕ ಕೊಂದಿದ್ದಾರೆ!"

"ಹೌದು, ಸಾವು ಬರೋತನಕ."

ಎಳೆ ಮಕ್ಕಳ ಬಟ್ಟಲು ಕಣ್ಣುಗಳು ದುಃಖವನ್ನೂ ಮೌನವನ್ನೂ ಹೊರ ಚೆಲ್ಲುತ್ತಿದ್ದುವು.

ಕತ್ತಲಿನ ಕಡೆಗೆ ನೋಟ. ಹೃದಯಕ್ಕೂ ಅಜ್ಞಾತ. ಬುದ್ಧಿಗೂ ಅಗೋಚರ.

ಅದೇ ಸಮಯದಲ್ಲಿ ಮನೆಯ ಮುಂದಿನ ಬೆಂಚಿನ ಮೇಲೆ ಅಜ್ಜಿ, ತಾತ ಕೂತಿದ್ದರು. ಸೂರ್ಯನ ಕೊನೆಯ ಕೆಂಗಿರಣಗಳು ಉದ್ಯಾನದ ಎಲೆಗಳಿಗೆ ಮುತ್ತಿಡುತ್ತಿದ್ದವು. ಸಂಜೆಯ ನೀರವತೆಯನ್ನು ಒಂದೇ ಒಂದು ಶಬ್ದ ಮಾತ್ರ ಭೇದಿಸುತ್ತಿತ್ತು. ಅದು ಲಾಯದ ಕಡೆಯಿಂದ ಕೇಳಿಬರುತ್ತಿದ್ದ ಉಸಿರು ಕಟ್ಟಿದ, ಒಡೆದ ಗಂಟಲಿನ, ಬಿಕ್ಕಳಿಸುವ ಶಬ್ದ. ಬಹುಶಃ ಜಾನುವಾರುಗಳ ಉಸ್ತುವಾರಿಗೆ ಹೋಗಿದ್ದ ಆ ಮಕ್ಕಳ ತಾಯಿಯ ಮುಗಿಯದ ರೋದನ.

ಮುದುಕರಿಬ್ಬರೂ ತಲೆಬಾಗಿಸಿ, ಮೈಬಾಗಿಸಿ ಒಬ್ಬರಿಗೊಬ್ಬರು ಅಂಟಿಕೊಂಡು ಕುಳಿತಿದ್ದರು. ಒಬ್ಬರ ಕೈ ಇನ್ನೊಬ್ಬರು ಹಿಡಿದಿದ್ದರು. ಅವರು ಹಾಗೆ ಕುಳಿತು ಎಷ್ಟೋ ದಿನಗಳಾಗಿದ್ದವು. ಅವರು ಮುಸ್ಸಂಜೆಯ ಸ್ವರ್ಗೀಯ ಕಾಂತಿಯನ್ನು ನಿಟ್ಟಿಸಿ ನೋಡುತ್ತಿದ್ದರು. ನೀರಿಲ್ಲದ ಕಣ್ಣುಗಳು. ಮಾತಿಲ್ಲದ ಮೌನ.

○ ಇವೊ ಆಂದ್ರಿಕ್ಸ್

ಮುಸ್ತಾಫಾ ಮದಜರ್

ಸೂರ್ಯೋದಯದ ವೇಳೆಗೆ ಊರಿನ ಎಲ್ಲ ಭಾಗಗಳಿಂದ ಡಮರು ಬಾರಿಸುವವರು ಬಂದು ಸೇರಿದರು. ಸ್ವಾಗತ ಸಮಾರಂಭದಲ್ಲಿ ಭಾಗವಹಿಸಬೇಕಾದ ಕುದುರೆ ಸವಾರರೆಲ್ಲರೂ ಗುಂಪುಗೂಡಿದರು.

ಬಂಜಲೂಕದಲ್ಲಿ ಆಸ್ಟ್ರಿಯನ್ನರ ವಿರುದ್ಧ ತುರುಕರಿಗೆ ಅದ್ಭುತ ಜಯ ಲಭಿಸಿತ್ತು. ಆ ಗೆಲುವಿನ ಸಂತೋಷಕ್ಕಾಗಿ, ದೊಬೋಜ್‌ನಲ್ಲಿ ಸತತವಾಗಿ ನಾಲ್ಕು ದಿನಗಳಿಂದ ಮದ್ದು ಗುಂಡುಗಳ ಸಂಭ್ರಮವೋ ಸಂಭ್ರಮ. ಆ ಕದನದ ಮಹಾನ್ ವೀರ ಮುಸ್ತಾಫಾ ಮದಜರ್. ಆ ದೇಶ ಬಾಂಧವನ ಬಗೆಗೆ ಇಡೀ ಬೊಸ್ನಿಯಾ ಪ್ರಾಂತಕ್ಕೆ, ಆದರಲ್ಲೂ ವಿಶೇಷವಾಗಿ ಅವನ ಹುಟ್ಟೂರು ದೊಬೋಜ್‌ನ ಜನರಿಗೆ ಹೆಮ್ಮೆ. ನಂಬುವುದೇ ಕಷ್ಟ ಎನಿಸುವಷ್ಟು ಒಳ್ಳೆಯ ಸುದ್ದಿ ಬಂದಿತ್ತು. ಜರ್ಮನರನ್ನು ಕೊಂದದ್ದು, ತುಚ್ಛ ಕೀಟಲೆಕಾರರನ್ನು ತುಂಡರಿಸಿದ್ದು– ಎಲ್ಲದರಲ್ಲೂ ಮುಸ್ತಾಫಾ ಮದಜರ್‌ನದೇ ಸಿಂಹಪಾಲು. ಈ ದಿನ ಎಲ್ಲರೂ ಅವನ ಆಗಮನಕ್ಕಾಗಿ ಕಾಯುತ್ತಿದ್ದರು.

ರಸ್ತೆಯ ಮೇಲೆ ಆಗಾಗ ಏಳುತ್ತಿದ್ದ ಧೂಳಿನ ಅಲೆಗಳಿಂದ ಅವರು ಮತ್ತೆ ಮತ್ತೆ ಮೋಸಹೋಗುತ್ತಿದ್ದರು. ಸೂರ್ಯ ಮುಳುಗುವುದಕ್ಕೆ ಸ್ವಲ್ಪ ಮೊದಲು ಮುಸ್ತಾಫಾ ಮದಜರ್ ಕಹಳೆ ಮತ್ತು ಧ್ವಜಗಳ ಸಮೇತನಾಗಿ ಬಂದ. ಆದರೆ ಅವನ ಬಗ್ಗೆ ಅವರು ಕೇಳಿದ್ದ ಕಥೆಗಳ ವೀರನಂತೆ, ಅಥವಾ ಅವರು ನಿರೀಕ್ಷಿಸಿದ್ದಂತೆ ಆತ ಕಟ್ಟುಮಸ್ತಾದ ವ್ಯಕ್ತಿಯಾಗಿರದೆ, ಬಾಗಿದ ಒಬ್ಬ ಚಿಕ್ಕ ಮನುಷ್ಯನಾಗಿದ್ದ. ಸಾಕಷ್ಟು ಬಗ್ಗಿ ಹೋಗಿದ್ದ, ಕಪ್ಪಾಗಿದ್ದ ಹಾಗೂ ನಿಲುವಂಗಿಯೊಂದನ್ನು ತೊಟ್ಟಿದ್ದ ಅವನು ಧರ್ಮಶ್ರದ್ಧೆಯುಳ್ಳ ಒಬ್ಬ ವಿದ್ಯಾವಂತ ಯಾತ್ರಿಕನಂತೆ ಕಾಣುತ್ತಿದ್ದನೇ ಹೊರತು ಕಥೆ ಮತ್ತು ಹಾಡುಗಬ್ಬಗಳಲ್ಲಿ ಕೊಂಡಾಡಲ್ಪಟ್ಟ ಮುಸ್ತಾಫಾ ಮದಜರ್‌ನಂತೆ ತೋರುತ್ತಿರಲಿಲ್ಲ.

ಅವನು ಗುಂಡಿನ ಸದ್ದು, ಜಯಕಾರದ ಗದ್ದಲಗಳ ಮಧ್ಯೆ ಯಾವುದಕ್ಕೂ ಲಕ್ಷ್ಯಕೊಡದೆ ಸರಸರನೆ ನಡೆದ. ತನ್ನ ಮನೆಯನ್ನು ಪ್ರವೇಶಿಸುವವರೆಗೂ ಆತ ಯಾರೊಂದಿಗೂ

ಮಾತನಾಡಲಿಲ್ಲ. ಹಿಂದಿರುಗಿ ನೋಡಲೂ ಇಲ್ಲ. ಆದರೆ ಜನರ ಗುಂಪು ಅವನ ಮನೆಯ ಅಂಗಳದ ಮುಂದೆ ನಿಂತು, ಕುದುರೆಯ ಮೇಲಿಂದ ಇಳಿಸುತ್ತಿದ್ದ ಲೂಟಿ ಮಾಡಿ ತಂದ ಸರಕನ್ನು ನೋಡುತ್ತಿದ್ದರು.

ನದಿಯ ಮೇಲ್ಗಡೆ ಇದ್ದ ತನ್ನ ಇಳಿಜಾರು ಮನೆಗೆ ಮುಸ್ತಾಫಾ ಮದಜರ್ ಮರಳಿ ಬರುತ್ತಿದ್ದುದು ಇದು ಮೂರನೆಯ ಸಲ.

*　　　　*　　　　*

ಕೆಲವು ಗುಲಾಮರನ್ನು ಬಿಟ್ಟರೆ, ತನ್ನ ದುಂದುಗಾರ, ಕುಡುಕ ತಂದೆಯಿಂದ ಆ ಮನೆಯೊಂದೇ ಅವನ ಪಾಲಿಗೆ ಬಂದಿದ್ದ ಆಸ್ತಿ. ಆಸ್ತಿಯನ್ನು ಇವನಿಗೂ ಇವನ ಸೋದರನಿಗೂ ಹಂಚಲಾಗಿತ್ತು. ಇವರ ತಾತ ಅವ್‌ದಾಗಾ ಮದಜರ್ ಒಳ್ಳೆಯ ಹಂಗೇರಿ ಮನೆತನದವನು. ಕ್ರೈಸ್ತನಾಗಿದ್ದ ಆತ ಇಸ್ಲಾಂಗೆ ಮತಾಂತರ ಹೊಂದಿದ್ದ. ಅವನು ಸಾಕಷ್ಟು ಆಸ್ತಿಯನ್ನು ಸಂಪಾದಿಸಿ ಬೇಕಾದಷ್ಟು ಭಾಗ್ಯವನ್ನು ಬಿಟ್ಟುಹೋಗಿದ್ದ.

ತಂದೆ ಸತ್ತು, ಅಣ್ಣ ಮದುವೆಯಾದಾಗ ಮುಸ್ತಾಫಾನಿಗೆ ಹದಿನೈದು ವರ್ಷ. ಅವನನ್ನು ಮುಸ್ಲಿಂ ಧರ್ಮಶಾಸ್ತ್ರದ ಅಧ್ಯಯನಕ್ಕೆ ಸರಾಜಿವೊಗೆ ಕಳುಹಿಸಿದ್ದರು. ಅಲ್ಲಿ ಕಡು ಬಡತನದ ನಾಲ್ಕು ಕಠಿಣ ವರ್ಷಗಳನ್ನು ಕಳೆದು ದೊಬೋಜ್‌ಗೆ ಆತ ಹಿಂದಿರುಗಿದಾಗ ಅವನಿಗೆ ಇಪ್ಪತ್ತು ವರ್ಷ. ಆಗ ತನ್ನೊಂದಿಗೆ ಧರ್ಮಶಾಸ್ತ್ರಜ್ಞನ ದುರವಸ್ಥೆಯನ್ನೂ ಪುಸ್ತಕಗಳಿಂದ ತುಂಬಿದ ಒಂದು ಪೆಟ್ಟಿಗೆಯನ್ನೂ ಮತ್ತು ಬೆಳ್ಳಿಯ ಕಟ್ಟು ಹಾಕಿದ ಒಂದು ದೊಡ್ಡ ಕೊಳಲನ್ನೂ ಅವನು ತಂದಿದ್ದ. ಅಣ್ಣನ ಮನೆಗೆ ಆತ ಹೋಗಲಿಲ್ಲ. ಅದರ ಬದಲು ಈ ಹಳೆಯ ಮನೆಗೆ ಬಂದ.

ಅವನು ಸಂಪೂರ್ಣವಾಗಿ ಬದಲಾಗಿದ್ದ. ತುಟಿಯ ಮೇಲೆ ಚಿಗುರೊಡೆಯುತ್ತಿದ್ದ ಮೀಸೆ. ಬಾಗಿದ ಬೆನ್ನು. ನಗುವಿರದ ಮುಖ. ಅವನು ಯಾರೊಡನೆಯೂ ಬೆರೆಯುತ್ತಿರಲಿಲ್ಲ, ಮಾತನಾಡುತ್ತಿರಲಿಲ್ಲ. ಹಗಲಿನಲ್ಲಿ ಮುಸಲ್ಮಾನ್ ಧರ್ಮಗುರು ಇಸ್ಮೆತಾಗನೊಂದಿಗೆ ಧರ್ಮ ಗ್ರಂಥಗಳ ಓದು. ರಾತ್ರಿ ಬಹಳ ಹೊತ್ತಿನವರೆಗೂ ಕೊಳಲು ಬಾರಿಸುತ್ತಾ ವಿಶಾಲವಾದ ಅಂಗಳವನ್ನು ತನ್ನ ಸಂಗೀತದಿಂದ ತುಂಬುತ್ತಿದ್ದ. ಮೊದಲನೆಯ ಸಲ ಸೈನ್ಯದ ಭರ್ತಿ ಪ್ರಾರಂಭವಾದಾಗ ಅವನು ತನ್ನ ಶಸ್ತ್ರಾಸ್ತ್ರಗಳನ್ನು ಎತ್ತಿಕೊಂಡು, ಮನೆಗೆ ಬೀಗಹಾಕಿ, ದೆಲಾಲಿಜ್‌ನ ಧ್ವಜದಡಿಯಲ್ಲಿ ರಷ್ಯಕ್ಕೆ ಹೋದ. ಅನಂತರ ಬಹಳ ದಿನಗಳವರೆಗೂ ಅವನ ಬಗ್ಗೆ ಸುದ್ದಿಯೇ ಬರಲಿಲ್ಲ. ಒಂದು ವರ್ಷ ಅವನು ಸತ್ತುಹೋದನೆಂದು ಸುದ್ದಿ ಬಂತು. ಜನರ ಜೊತೆಯಲ್ಲಿ ಬೆರೆಯದ ಯುವಕನಾಗಿದ್ದರಿಂದ ಬಹುಬೇಗ ಅವನನ್ನು ಊರಿನವರು ಮರೆತುಬಿಟ್ಟರು. ದೆಲಾಲಿಜ್ ಹಿಂತಿರುಗಿದಾಗ, ಮುಸ್ತಾಫಾ ಬದುಕಿದ್ದಾನೆ (ಮತ್ತು "ಚೆನ್ನಾಗಿದ್ದಾನೆ") ಎಂದು ಅವನು ಹೇಳಿದ. ಬೊಸ್ನಿಯಾದಲ್ಲೇ ಅವನಂಥ ವೀರ ಇನ್ನೊಬ್ಬನಿಲ್ಲವೆಂದೂ ಆತ ವಿಶೇಷ ಗೌರವಕ್ಕೆ ಪಾತ್ರನಾಗಿದ್ದನೆಂದೂ ತಿಳಿಸಿದ.

ಆರು ವರ್ಷಗಳ ಬಳಿಕ ಒಮ್ಮೆ ಇದ್ದಕ್ಕಿದ್ದಂತೆ ಸ್ವತಃ ಮುಸ್ತಾಫನೇ ದೊಬೋಜ್‌ಗೆ ಬಂದ. ಅವನನ್ನು ಯಾರೂ ಗುರುತು ಹಿಡಿಯಲಿಲ್ಲ. ಇಸ್ತಾಂಬುಲ್‌ನಿಂದ ಬಂದ ಮನುಷ್ಯನಂತೆ ಆತ ಶ್ರೀಮಂತ ಉಡುಪುಗಳನ್ನು ಧರಿಸಿದ್ದ. ತೆಳ್ಳಗೆ ಬಿಳಿಚಿಕೊಂಡು ಗಡ್ಡಬಿಟ್ಟಿದ್ದ. ಬಂದೊಡನೆಯೇ ಅವನು ತನ್ನ ಮನೆಯ ಬೀಗ ತೆಗೆದು ಒಳಹೊಕ್ಕ. ರಾತ್ರಿ ಬಹಳ ಹೊತ್ತಾದ ಬಳಿಕ, ಮೇಣದ ಬಟ್ಟೆಯಲ್ಲಿ ಸುತ್ತಿಟ್ಟಿದ್ದ ತನ್ನ ಕೊಳಲಿಗಾಗಿ ಹುಡುಕಾಡಿದ. ಅನಂತರ ಮೆಲುದನಿಯಲ್ಲಿ ಅದನ್ನು ನಿಧಾನವಾಗಿ ನುಡಿಸಿದ.

"ತೂ, ತೀತಿತಾ... ತಾ..."

ಆ ನೀರವತೆಯಲ್ಲಿ ಈ ಶಬ್ದ ನಿರುತ್ಸಾಹದಿಂದ ಮಾರ್ದನಿ ಕೊಟ್ಟಿತು.

ಕೊಳಲು ಅವನು ಹೇಳಿದಂತೆ ಕೇಳುತ್ತಿರಲಿಲ್ಲ. ಅದರ ಮೇಲೆ ಹಿಂದೆ ಮಿಂಚಿನಂತೆ ಚಲಿಸುತ್ತಿದ್ದ ಅವನ ಬೆರಳುಗಳು, ಈಗ ಮೊರಡುಗಟ್ಟಿದ್ದವು. ಒಂದೇ ಸಮನೆ ಗಾಳಿ ಊದಲು ಅವನ ಎದೆ ನಿರಾಕರಿಸುತ್ತಿತ್ತು. ಹಳೆಯ ರಾಗಗಳು ಅವನಿಗೆ ಮರೆತು ಹೋಗಿದ್ದವು. ಅವನು ಮೌನವಾಗಿ ಕೊಳಲನ್ನು ಬಟ್ಟೆಯಲ್ಲಿ ಸುತ್ತಿಟ್ಟ. ನಿದ್ದೆ ಬಾರದೆ ಹೊರಳಾಡುವ ಚಿತ್ರಹಿಂಸೆಗೆ ತನ್ನನ್ನು ತಾನೇ ಸಮರ್ಪಿಸಿಕೊಂಡ. ಯುದ್ಧ ಮುಗಿದಾಗಿನಿಂದ ಅವನಿಗೆ ನಿದ್ದೆ ದೂರವಾಗಿತ್ತು.

ಈ ಚಿತ್ರಹಿಂಸೆ ಪ್ರತಿರಾತ್ರಿಯೂ ಮರುಕಳಿಸುತ್ತಿತ್ತು. ಒಂದೊಂದು ಸಲ ತನ್ನ ಬಗ್ಗೆ ಎಲ್ಲವನ್ನೂ ಅವನು ಮರೆತು ಬಿಡುತ್ತಿದ್ದ. ತನ್ನ ಹೆಸರೂ ಅವನಿಗೆ ನೆನಪಾಗುತ್ತಿರಲಿಲ್ಲ. ಪ್ರಾರಂಭದ ಈ ಅರೆನಿದ್ದೆಯಲ್ಲಿ ಅವನಿಗೆ ಹಿಂದಿನ ನೆನಪುಗಳು ಮತ್ತು ಮುಂದೆ ಬರಲಿರುವ ದಿನದ ಅರಿವು ಮಾಯವಾಗಿ, ಆತ ಮುದುರಿಕೊಂಡು ಬಂಡೆಗಲ್ಲಿನಂತೆ ಬಿದ್ದಿರುತ್ತಿದ್ದ. ಆಗ ಅವನಿಗೆ ಹಾಸಿಗೆ ಮುಳ್ಳಿನ ಮಂಚವಾಗುತ್ತಿತ್ತು. ಎದೆಯ ಪದರದೊಳಗೆ ಭೀತಿ ತೂರಿ ತಣ್ಣಗಿನ ಪ್ರವಾಹದಂತೆ ಶರೀರವನ್ನೆಲ್ಲ ವ್ಯಾಪಿಸುತ್ತಿತ್ತು. ಇದರಿಂದಾಗಿ ಅವನು ಆಗಾಗ ತಡವರಿಸಿಕೊಂಡು ಬಹಳ ಪ್ರಯತ್ನ ಪೂರ್ವಕವಾಗಿ ಎದ್ದೇಳುತ್ತಿದ್ದ. ಬಳಿಕ ದೀಪ ಹಚ್ಚಿ ಕಿಟಿಕಿ ತೆರೆದು, ತಾನಿನ್ನೂ ಬದುಕಿದ್ದೇನೆ, ರಾತ್ರಿಯ ಕರಾಳ ಶಕ್ತಿಗಳು ತನ್ನನ್ನು ನಾಶ ಮಾಡಿ ಸೆಳೆದುಕೊಂಡು ಹೋಗಿಲ್ಲ ಎಂಬುದನ್ನು ಖಚಿತಪಡಿಸಿಕೊಳ್ಳುತ್ತಿದ್ದ. ರಾತ್ರಿ ಇಡೀ ಹೀಗೆ ಕಳೆಯುತ್ತಿತ್ತು. ಕೊನೆಗೆ ಮುಂಜಾವದ ಹೊತ್ತಿನಲ್ಲಿ ಅವನ ನೊಂದ ದೇಹಕ್ಕೆ ಎಲ್ಲಿಂದಲೋ ಒಂದಿಷ್ಟು ವಿಶ್ರಾಂತಿಯ ಸುಖ ಸಿಗುತ್ತಿತ್ತು. ನಿದ್ದೆ ಅವನ ಭಾರವಾದ ರೆಪ್ಪೆಗಳ ಮೇಲೆ ಇಳಿಯುತ್ತಿತ್ತು. ಸ್ವಲ್ಪವೇ ಸ್ವಲ್ಪಕಾಲ ಮಾತ್ರ. ಅದರೇನು ? ಅವನ ಪಾಲಿಗೆ ಈ ಜಗತ್ತಿನಲ್ಲಿ ಅದಕ್ಕಿಂತ ಹೆಚ್ಚು ದಯಾಮಯವಾದದ್ದು, ಮಧುರವಾದದ್ದು ಬೇರಾವುದೂ ಇರಲಿಲ್ಲ. ಸರಿ, ಬೆಳಗಾದರೆ ಇನ್ನೊಂದು ದಿನ. ಹೀಗೆ ಪ್ರತಿಯೊಂದು ದಿನವೂ ಇದರ ಪುನರಾವೃತ್ತಿಯಾಗುತ್ತಿತ್ತು. ಆದರೆ ಇದರ ಬಗ್ಗೆ ಯಾರೊಂದಿಗಾದರೂ ಮಾತನಾಡುವ ಯೋಚನೆಯನ್ನು ಕೂಡ ಅವನು ಮಾಡಲಿಲ್ಲ. ಅವನಿಗೆ ಧರ್ಮಗುರುಗಳನ್ನು ಕಂಡರೆ ಆಗುತ್ತಿರಲಿಲ್ಲ. ವೈದ್ಯರಲ್ಲಿ ನಂಬಿಕೆ ಇರಲಿಲ್ಲ.

ಇಸ್ತಾಂಬುಲ್‌ನಿಂದ ಅವನು ಮನೆಗೆ ಮರಳಿದ ಮೊದಲ ರಾತ್ರಿಯೂ ಹೀಗೆಯೇ ಕಳೆಯಿತು. ಮರುದಿನ ಅವನು ಊರೊಳಗೆ ಬಂದ. ಉಪಾಹಾರ ಗೃಹದಲ್ಲಿ ಕುಳಿತ ಜನ ಮೇಲೆದ್ದು ಅವನಿಗೆ ಜಾಗ ಮಾಡಿಕೊಟ್ಟರು. ಅವನು ಮಾತ್ರ ಅವರ ಕುತೂಹಲವನ್ನು ತಣಿಸಲು ಇಸ್ತಾಂಬುಲ್ ಯುದ್ಧದ ಬಗ್ಗೆ ಮಾತನಾಡುವುದಿರಲಿ, ನಗಲೂ ಇಲ್ಲ. ಅವರು ಇವನನ್ನು ಮತ್ತೆ ಕಡೆಗಣಿಸಿ ಮರೆತುಬಿಟ್ಟರು. ಆದರೆ ಸ್ಲಾವೋನಿಯಾದಲ್ಲಿ ಪುನಃ ಯುದ್ಧ ಪ್ರಾರಂಭವಾಯಿತು. ಅವನು ಹೇಗೆ ಸದ್ದಿಲ್ಲದೆ ಊರಿಗೆ ಬಂದಿದ್ದನೋ ಹಾಗೆಯೇ ಒಂದು ಮುಂಜಾನೆ ಮೊದಲ ತುಕಡಿಯ ಜೊತೆಯಲ್ಲಿ ಅಲ್ಲಿಂದ ಹೊರಟು ಹೋದ.

*   *   *

ಮತ್ತೆ ಹಂಗರಿ, ಸ್ಲಾವೋನಿಯ ಹಾಗೂ ಒರಲ್‌ಜಾವ ನದೀ ಮುಖದಲ್ಲಿ ಅವನು ನಡೆಸಿದ ಉಗ್ರ ಕದನಗಳ, ವೀರೋಚಿತ ಸಾಹಸಗಳ ಸುದ್ದಿ ಬಂತು. ಆಸ್ಟ್ರಿಯನ್ನರು ಬಂಜಲೂಕಾವನ್ನು ಸುತ್ತುವರಿದಾಗ ಲೂಟಿಗಾರರು ತುರುಕರನ್ನು ಊರೊಳಕ್ಕೆ ಅಟ್ಟಿ ಜನರನ್ನು ದೋಚಿದರು. ಆಗ ಇಡೀ ಬೊಸ್ನಿಯಾ ಸೈನ್ಯ ವೃಬಾಸ್ ನದಿಯ ತೀರದಲ್ಲಿ

ಜಮಾಯಿಸಿತು. ಆದರೆ ಆಸ್ಟ್ರಿಯದ ಪಡೆ ಹೆಚ್ಚು ದೊಡ್ಡದಾಗಿದ್ದುದರಿಂದ, ಮುಸ್ತಾಫಾ ಮದಜರ್ ಒಂದು ಉಪಾಯ ಹೂಡುವವರೆಗೂ ಅದರ ಎದುರು ಮುನ್ನುಗ್ಗುವ ಧೈರ್ಯವನ್ನು ಯಾರೂ ಮಾಡಲಿಲ್ಲ. ಅವನ ಉಪಾಯ ಹೀಗಿತ್ತು: ಆಸ್ಟ್ರಿಯದವರಿಗೆ ಕಾಣಿಸದಂತೆ ಅವರು ನದಿಯ ಮೇಲುಭಾಗದಲ್ಲಿ ಮರದ ದಿಮ್ಮಿಗಳಿಂದ ತೆಪ್ಪಗಳನ್ನು ಮಾಡಬೇಕು. ರಾತ್ರಿಯಲ್ಲಿ ಅವನ್ನು ನೀರಿಗಿಳಿಸಬೇಕು, ಬೆಳಗಾಗುವುದೇ ತಡ ತೆಪ್ಪಗಳ ಮೇಲಿಂದ ಬಿರುಗಾಳಿಯಂತೆ ನುಗ್ಗಿ ಆಸ್ಟ್ರಿಯದವರ ಮೇಲೆ ಹಠಾತ್ತನೆ ಎರಗಬೇಕು.

ಆ ರಾತ್ರಿ ಮರದ ತೆಪ್ಪಗಳನ್ನು ಸಿದ್ಧಪಡಿಸುತ್ತಿದ್ದಾಗ, ದೂರದ ನಡಿಗೆಯ ಆಯಾಸ ಪರಿಹಾರಕ್ಕಾಗಿ ಹತ್ತಿರದಲ್ಲಿದ್ದ ಒಷಿಯರ್ ✴ ಗಿಡಗಳ ದಂಡೆಯಲ್ಲಿ ಮುಸ್ತಾಫಾ ಮಲಗಿಕೊಂಡ. ಈಚೆಗೆ ಅವನನ್ನು ಬಗೆಬಗೆಯ ಕನಸುಗಳು ಕಾಡುತ್ತಿದ್ದವು. ಮೊದಲೇ ಕಡಿಮೆಯಾಗಿದ್ದ ಅವನ ನಿದ್ದೆಯ ಅವಧಿಯನ್ನು ಮತ್ತಷ್ಟು ಅವು ಕಡಿಮೆ ಮಾಡಿ, ಅವನನ್ನು ಹತಾಶೆಯ ಆಳಗಳಿಗೆ ತಳ್ಳಿದ್ದವು. ಇಂದು ಅವನಿಗೆ ಮಲಗಿದ ಕೂಡಲೇ ನಿದ್ದೆಯೇನೋ ಬಂತು. ಆದರೆ ಕಣ್ಣು ಮುಚ್ಚುವುದೇ ತಡ, ಕ್ರಿಮಿಯಾ ದೇಶದ ಕೆಲವು ಮಕ್ಕಳು ಅವನ ಕನಸಿನಲ್ಲಿ ಪ್ರತ್ಯಕ್ಷರಾದರು. ಆ ಘಟನೆ ನಡೆದು ಹಲವು ವರ್ಷಗಳೇ ಕಳೆದಿದ್ದವು. ಮತ್ತೆ ಇಂದಿನ ತನಕ ಅವನಿಗೆ ಅವರ ನೆನಪಾಗಿರಲಿಲ್ಲ.

ಆಗ ಅವನು ಅಶ್ವದಳದ ತುಕಡಿಯಲ್ಲಿದ್ದ. ಅದು ಕ್ರಿಮಿಯಾ. ಶತ್ರುವನ್ನು ಹಿಮ್ಮೆಟ್ಟಿಸಿದ ಮೇಲೆ ಅವರು ಬೇಸಿಗೆ ಕಾಲದಲ್ಲಿ ಮಾತ್ರ ಉಪಯೋಗಿಸಲ್ಪಡುತ್ತಿದ್ದ ಒಂದು ಹಾಳು ಮನೆಯಲ್ಲಿ ತಂಗಿದ್ದರು. ಅವರು ಮಲಗುವ ಮೊದಲು ಒಂದು ಗೂಡಿನಲ್ಲಿ ನಾಲ್ಕು ಮಕ್ಕಳು ಅವಿತುಕೊಂಡಿರುವುದನ್ನು ಕಂಡರು. ಅವರೆಲ್ಲ ಹುಡುಗರು. ಬಿಳಿಯ ಮೈಬಣ್ಣ. ಮಟ್ಟಸವಾಗಿ ಕತ್ತರಿಸಿದ ನಸು ಹೊಂಬಣ್ಣದ ತಲೆಗೂದಲು. ಒಳ್ಳೆಯ ಉಡುಪುಗಳು. ಅವರು ಭಯದಿಂದ, ನೋವಿನಿಂದ ಅರ್ಧ ಸತ್ತಿದ್ದರು. ಮುಸ್ತಾಫಾನ ತುಕಡಿಯ ಹದಿನೈದು ಮಂದಿ ಸೈನಿಕರು ಅಲ್ಲಿದ್ದರು. ಎಲ್ಲರೂ ಅನಟೋಲಿಯಾದಿಂದ ಬಂದಿದ್ದ ಕುದುರೆ ಸವಾರರು. ಅವರು ಆ ಹುಡುಗರನ್ನು ಒಬ್ಬರಿಂದೊಬ್ಬರ ಕೈಗೆ ಎಸೆದಾಡುತ್ತಾ ಇರುಳನ್ನು ಕಳೆದಿದ್ದರು. ಇದರಿಂದ ಮೈಯೆಲ್ಲ ಊದಿಕೊಂಡು ನೀಲಿಗಟ್ಟಿದ ಹುಡುಗರಿಗೆ ಬೆಳಗಾಗುವಾಗ ಕಾಲುಗಳ ಮೇಲೆ ನಿಲ್ಲಲೂ ತ್ರಾಣವಿರಲಿಲ್ಲ. ಅಷ್ಟರಲ್ಲಿ ರಷ್ಯನರ ಬಲಿಷ್ಠವಾದ ತುಕಡಿಯೊಂದು ಅತ್ತ ಬಂದುದರಿಂದ ಹುಡುಗರನ್ನು ಕೊಲ್ಲಲು ನಿಲ್ಲದೆ ಮುಸ್ತಾಫಾನ ಸಮೇತ ಅವರು ಓಡಿದ್ದರು. ಈ ದಿನ ಕನಸಿನಲ್ಲಿ ಅವನು ಆ ನಾಲ್ಕು ಹುಡುಗರನ್ನು ಮತ್ತೆ ನೋಡಿದ. ಅವನಿಗೆ ರಷ್ಯನರು ಬರುವ ಸದ್ದು ಕೇಳಿಸಿತು. ತಾನೂ ಕುದುರೆ ಏರಬೇಕೆಂದು ಹೊರಟಾಗ, ರಿಕಾಪು ಪಟ್ಟಿ ಸುತ್ತಿಕೊಂಡು ತನ್ನ ಕಾಲು ಜಾರಿದಂತೆ, ತನ್ನ ಕುದುರೆ ಮುಂದಕ್ಕೋಡಿ ತಾನು ಹಿಂದೆ ಉಳಿದಂತೆ ಅವನಿಗೆ ಕನಸಿನಲ್ಲಿ ಕಂಡಿತು.

ಮೈಯೆಲ್ಲಾ ಬೆವತು ಅವನು ಎಚ್ಚರಗೊಂಡ. ಕನಸಿನಲ್ಲಿ ಒದ್ದಾಡಿ ಹೊರಳಾಡಿದ ಪರಿಣಾಮವಾಗಿ ಅವನ ಮೇಲಂಗಿಯೆಲ್ಲಾ ಸಿಕ್ಕುಗೊಂಡಿತ್ತು. ಬೆಳಕು ಹರಿಯಲು ಇನ್ನೂ ಸಾಕಷ್ಟು ಸಮಯವಿದ್ದುದರಿಂದ ಕತ್ತಲು ದಟ್ಟವಾಗಿದ್ದು, ಚೆನ್ನಾಗಿ ಚಳಿಯಾಗುತ್ತಿತ್ತು. ಆಗವನು ತನ್ನ ನಡುಪಟ್ಟಿಯನ್ನು ಕಟ್ಟಿಕೊಂಡು, ಕೋಪದಿಂದ ಉಗುಳುತ್ತಾ ಮೈಮೇಲಿನ ಬಟ್ಟೆಗಳನ್ನು

✴ ಬುಟ್ಟಿ ಹೆಣೆಯಲು ಬಳಸುವ ಬಿದಿರು ಜಾತಿಯ ಗಿಡ.

ಸರಿ ಪಡಿಸಿಕೊಂಡ. ಅನಿರೀಕ್ಷಿತವಾದ ಆ ಭಯಾನಕ ಕನಸು ಕೊಟ್ಟ ಚಿತ್ರಹಿಂಸೆಯಿಂದ ಆತ ರೋಸಿಹೋಗಿದ್ದ.

ತುರುಕರು ಆಗಲೆ ನದಿಯ ದಂಡೆಯ ಮೇಲೆ ಸಜ್ಜಾಗಿದ್ದರು. ಬೆಳಕು ಮೂಡುವುದರಲ್ಲಿತ್ತು. ತಡವಾಗಿ ಬಂದ ತೆಪ್ಪಗಳನ್ನು ಜೋಡಿಸುವ ಕಷ್ಟದ ಕೆಲಸ ಪ್ರಾರಂಭವಾಯಿತು. ಇವರ ಗದ್ದಲ, ಕೂಗಾಟಗಳು ಎದುರು ದಂಡೆಯ ಆಸ್ಟ್ರಿಯನ್ನರನ್ನು ಎಚ್ಚರಿಸಿದವು. ಕಾವಲುಗಾರರು ನೋಡಿದರು. ಇನ್ನು ಹೆಚ್ಚು ತಡಮಾಡಿ ಪ್ರಯೋಜನವಿಲ್ಲವೆಂದು ಹಗ್ಗಗಳನ್ನು ಬಿಗಿಮಾಡಿ ಅತ್ತ ಕಡೆ ಸರಿಯುವಂತೆ ಮುಸ್ತಾಫಾ ಅಂಬಿಗರಿಗೆ ಸೂಚನೆ ಕೊಟ್ಟ. ಬಳಿಕ ತನ್ನ ಕತ್ತಿಯನ್ನು ಬತ್ತಲೆ ಮಾಡಿ ಮುಂದೆ ನುಗ್ಗಿ ಗಟ್ಟಿಯಾಗಿ ಕೂಗಿದ:

"ಅಲ್ಲಾ! ನಿನ್ನ ನೆರವು ನಮಗಿರಲಿ! ಮಹಮದನ ಅನುಯಾಯಿಗಳೇ..."

"ಕಾಫರರ ವಿರುದ್ಧ ಮುನ್ನಡೆಯಿರಿ!"

"ವೈರಿಗಳ ವಿರುದ್ಧ ಮುನ್ನಡೆಯಿರಿ!"

"ಅಲ್ಲಾ! ಅಲ್ಲಾ!" ಎಂದು ಸೈನಿಕರು ಆವೇಶದಿಂದ ಪ್ರತಿಧ್ವನಿಸಿದರು.

ಮುಸ್ತಾಫಾನ ಹಿಂದೆ ಅವರು ರಭಸದಿಂದ ನುಗ್ಗಿದರು. ತೆಪ್ಪಗಳನ್ನು ಹತ್ತಿದರು. ಆದರೆ ಅವು ಒಂದಕ್ಕೊಂದು ಒತ್ತಿಕೊಂಡಿರದೆ, ಅವರು ಊಹಿಸಿದ್ದಕ್ಕಿಂತ ಹೆಚ್ಚು ದೂರ ದೂರವಾಗಿದ್ದವು. ಆದುದರಿಂದ ಕೆಲವರು ನೀರಿಗೆ ಬಿದ್ದರು. ಕೆಲವರು ಹಿಂದೆ ಹಾರಿದರು. ಆದರೆ ಬಹುಮಂದಿ ಅಲ್ಲೇ ಉಳಿದರು. ಮುಸ್ತಾಫಾ ಒಬ್ಬನೇ ಮುನ್ನಡೆದ. ಅವನ ಭುಜಗಳಿಗೆ ರೆಕ್ಕೆ ಮೂಡಿದಂತೆ, ತೆಪ್ಪದಿಂದ ತೆಪ್ಪಕ್ಕೆ ಜಿಗಿಯುತ್ತಿದ್ದ ಆತ ನೀರಿನ ಮೇಲೆ ಹಾರುತ್ತಿರುವಂತೆ ಭಾಸವಾಯಿತು. ಮುಂಚೂಣಿಯ ಸೈನಿಕರು ತೆಪ್ಪಗಳ ಮೇಲೆ ನಿಂತು ಹಿಂದೆ ಮುಂದೆ ನೋಡುತ್ತಿದ್ದಾಗ ಮುಸ್ತಾಫಾ ಎದುರು ದಡದಲ್ಲಿದ್ದ. ಮಾತ್ರವಲ್ಲ, ತನ್ನ ಮುಂದಣ ಅಪಾಯವನ್ನು ಲೆಕ್ಕಿಸದೆ ವೈರಿ ಪಡೆಯ ಕಾವಲು ಭಟರ ಮೇಲೆ ಆತ ಬಿದ್ದ. ಅವರಿಗಂತೂ ಇದು ಕನಸಿನಲ್ಲೂ ಇದಿರುನೋಡದಿದ್ದ ಸಂಗತಿ. ತಮ್ಮ ನಾಯಕ ಒಬ್ಬನೇ ಹೋದದ್ದನ್ನು ಕಂಡು ತುರ್ಕಿಯ ಸೈನಿಕರು ಮುಂದೆ ನೆಗೆಯಲಾರಂಭಿಸಿದರು. ಹಿಂದೆ ಇದ್ದ ಸೈನಿಕರು ಮುಂದಿನವರನ್ನು ಜೋರಾಗಿ ನೂಕಿ ಅವರು ಮುನ್ನಡೆಯದಿದ್ದರೆ ಅವರನ್ನು ನೀರಿನಲ್ಲಿ ಮುಳುಗಿಸುವುದಾಗಿ ಹೆದರಿಸಿದರು.

ಹೀಗೆ ಭಾರಿ ಸದ್ದುಗದ್ದಲಗಳೊಂದಿಗೆ ಮೊದಲ ಸಾಲಿನ ಸೈನಿಕರು ನದಿಯನ್ನು ದಾಟಿದರು. ಅವರಲ್ಲಿ ಅನೇಕರು ನೀರಿಗೆ ಬಿದ್ದು ಅಲ್ಲಾಡುವ ತೆಪ್ಪಗಳ ಕೆಳಗಿಂದ ಸಹಾಯಕ್ಕಾಗಿ ಕೂಗುತ್ತಿದ್ದರೂ ಹೆಚ್ಚಿನವರು ಆಚೆಯ ದಡವನ್ನು ಸುರಕ್ಷಿತವಾಗಿ ಸೇರಿದರು.

ಅವರಿಗೆ ಬಹುಕಾಲದಿಂದ ಇಂಥ ಕ್ಷಿಪ್ರ ವಿಜಯ ದೊರೆತಿರಲಿಲ್ಲ. ಅನಿರೀಕ್ಷಿತ ವೇಳೆಯಲ್ಲಿ, ಅನಿರೀಕ್ಷಿತ ಕಡೆಯಿಂದ ಬಂದ ಈ ದಾಳಿಗೆ ಆಸ್ಟ್ರಿಯದ ಧಾಂಡಿಗ ಸೈನ್ಯ ತಕ್ಷಣ ಚೆಲ್ಲಾಪಿಲ್ಲಿಯಾಯಿತು. ಅವರು ಚೀರಾಡುತ್ತಾ ಯದ್ವಾತದ್ವಾ ಓಡುತ್ತಿದ್ದಾಗ ಮುಸ್ತಾಫಾ ಹಿಂದಿನ ಸಾಲಿನ ಸೈನಿಕರ ಮೇಲೆ ಮಿಂಚಿನಂತೆ ಎರಗಿದ. ಅವನ ಕತ್ತಿಯ ಬೀಸು ಮಿಂಚಿನ ಚಲನೆಯಂತಿದ್ದರೆ, ಅದರ ಸ್ಪರ್ಶ ಮೃತ್ಯುಶೀತಲ. ತುರುಕರು 'ಅಲ್ಲಾ, ಅಲ್ಲಾ!' ಎಂದು ಕೂಗುತ್ತಾ ಅವನನ್ನು ಹಿಂಬಾಲಿಸಿದರು.

ಇದುವರೆಗೂ ನಗರದೊಳಗೆ ಸೆರೆಯಾಗಿದ್ದ ಬಂಜಲೂಕಾದ ತುರುಕರು ಈಗ ಹೊರಗೆ ಬಂದರು. ಆಗ ಶುರುವಾಯಿತು ಕೊಲೆ, ಸುಲಿಗೆ ಮತ್ತು ಲೂಟಿ.

ಗೆಲುವು ದೊರೆತ ದಿನದ ಸಂಜೆ. ತನ್ನ ಗುಡಾರದ ಮುಂದಿನ ಹುಲ್ಲು ಹಾಸಿಗೆಯ ಮೇಲೆ ಮುಸ್ತಾಫಾ ಬೋರಲಾಗಿ ಮಲಗಿದ್ದ. ಅವನ ಎದೆ ಮತ್ತು ಅಂಗೈಗಳು ಹುಲ್ಲಿನ ಶೀತಲ ಸಂಪರ್ಕ ಪಡೆದಿದ್ದವು. ಆದರೆ ಅವರ ಶರೀರದ ಮೂಲೆ ಮೂಲೆಯಲ್ಲೂ ತಡೆಯಲಾಗದ ಯಾತನೆ. ತನ್ನ ಮಾಂಸಖಂಡಗಳು ಹಿಗ್ಗಿ ಹಿಗ್ಗಿ ತನ್ನಿಂದ ತಪ್ಪಿಸಿಕೊಂಡು ಹೋಗುತ್ತಿವೆಯೆಂದು ಅವನಿಗೆ ತೋರಿತು.

ಅವನಿಗೆ ಸೈನಿಕರು ಹಚ್ಚಿದ ಬೆಂಕಿ ಕಾಣಿಸುತ್ತಿತ್ತು. ಕೊಳ್ಳೆ ಹೊಡೆಯುತ್ತಿದ್ದವರ ಅಟ್ಟಹಾಸದ ಧ್ವನಿ ಮತ್ತು ಹಿಂಸೆಗೊಳಗಾದವರ ಚೀತ್ಕಾರ ಅವನಿಗೆ ಕೇಳಿಸುತ್ತಿದ್ದವು. ಅವನ ಮನಸ್ಸಿನಲ್ಲಿ ಒಂದು ಭಾವನೆ ಸುಳಿಯಿತು.

"ಈ ಜಗತ್ತೆಲ್ಲ ಕೆಡುಕಿನಿಂದ ತುಂಬಿದೆ!"

ಇದನ್ನೇ ಅವನು ಇಂದು ಮುಂಜಾನೆ ವ್ಯಬಾಸ್ ನದೀ ತೀರದ ಮೇಲೆ ಎರಡು ಸೈನ್ಯಗಳ ಮಧ್ಯೆ ನಿಂತು ಆಲೋಚಿಸಿದ್ದ. ಒಂದು ಕಡೆ ಓಡಿ ಹೋಗುತ್ತಿದ್ದ ಸೈನ್ಯ, ಮತ್ತೊಂದು ಕಡೆ ಹಿಂದೆ ಮುಂದೆ ನೋಡುತ್ತಾ ತೆಪ್ಪಗಳಲ್ಲಿ ನಿಂತಿದ್ದ ಸೈನ್ಯ. ಆಗ ಉಂಟಾದ ಕಹಿ ಭಾವನೆಯನ್ನು ಹೊರಗೆ ಹಾಕಲು ಅವನು ಜೋರಾಗಿ ಹೀಗೆ ಕೂಗಬೇಕೆಂದು ಇಚ್ಛಿಸಿದ್ದ:

"ಈ ಜಗತ್ತೆಲ್ಲ ಕೆಡುಕಿನಿಂದ ತುಂಬಿದೆ!"

ಅವನ ರಕ್ತನಾಳಗಳಲ್ಲಿ ನೆತ್ತರು ಉಕ್ಕೇರಿ, ದೇಹವೆಲ್ಲಾ ಕಂಪಿಸುತ್ತಿತ್ತು. ಅವನಿಗೆ ನಿದ್ದೆ ಬರಲಿಲ್ಲ.

ಆ ರಾತ್ರಿಯಿಂದ ಅವನ ನಿದ್ದೆ ಸಂಪೂರ್ಣ ಮಾಯವಾಯಿತು. ಸೂರ್ಯೋದಯಕ್ಕೆ ಮೊದಲಿನ ಆ ಒಂದೆರಡು ಗಂಟೆಗಳ ನಿದ್ದೆ ಕೂಡ ಗತಕಾಲದ ಸಂಗತಿಯಾಯಿತು. ಆಗ ಹೊಸ ಕನಸುಗಳು ಅವನನ್ನು ಕಾಡತೊಡಗಿದವು. ಅವನ ಅದುವರೆಗಿನ ಬದುಕಿನ ಭೀಕರ ಅನುಭವಗಳು ಕನಸಿನಲ್ಲಿ ಕಾಣತೊಡಗಿದವು. ಎಲ್ಲವೂ ಕಲಸುಮೇಲೋಗರ, ಅನಿರೀಕ್ಷಿತ, ಆದರೆ ಕ್ರೂರ. ಪ್ರತಿಯೊಂದು ವಿವರ ಕೂಡ ಗೆರೆಕೊರೆದಂತೆ ಸ್ಪಷ್ಟ – ಅದು ತನ್ನದೇ ಆದ ಮಹತ್ವವನ್ನು ಮತ್ತು ಪ್ರತ್ಯೇಕ ಬದುಕನ್ನು ಹೊಂದಿದ ಹಾಗೆ. ಅವನಿಗೆ ರಾತ್ರಿಯ ಯೋಚನೆಯೇ ಭಯಾನಕವಾಯಿತು. ಅವನು ತಾನಾಗಿಯೇ ಆ ಭೀತಿಯನ್ನು ಒಪ್ಪಿಕೊಳ್ಳಲು ಸಿದ್ಧನಿರಲಿಲ್ಲ. ಆದರೆ ಅದು ಅವನಲ್ಲಿ ದಿನ ದಿನಕ್ಕೆ ಬೆಳೆಯುತ್ತಾ ಚಿತ್ರಹಿಂಸೆ ಕೊಡುತ್ತಾ ಅವನ ದೇಹವನ್ನು ಹೆಚ್ಚು ಆಳವಾಗಿ ಪ್ರವೇಶಿಸಿತು. ಅದು ಕನಸೆಂಬ ಭಾವನೆಯನ್ನು ಕಿತ್ತೊಗೆದು ಅವನ ಜೊತೆಯಲ್ಲಿ ಬದುಕಲಾರಂಭಿಸಿತು. ರೇಶ್ಮೆಯ ಎಳೆಗಿಂತ ಸೂಕ್ಷ್ಮವಾಗಿ, ಅಗೋಚರವಾಗಿ, ಪ್ರತಿದಿನ ಅವನಲ್ಲಿ ಬೇರು ಬಿಡತೊಡಗಿತು.

ಇಷ್ಟೆಲ್ಲ ಕಳೆದ ಮೇಲೆ ಈ ದಿನ ಅವನು ಮೂರನೆಯ ಬಾರಿ ತನ್ನ ಮನೆಗೆ ಹಿಂದಿರುಗಿ ಬಂದಿದ್ದ:

ಆದ್ದರಿಂದ ಈ ಸಂಜೆ ಒಗ್ಗದ ಮನಸ್ಸಿನಿಂದ ದೊಬೋಜ್‌ನ ರಸ್ತೆಗಳಲ್ಲಿ ನಡೆದು ಬಂದ ಮೇಲೆ, ಜನಜಂಗುಳಿಯ ಕುಣಿದಾಟ ಅರಚಾಟಗಳ ನಡುವೆ ನುಗ್ಗಿ ಬಂದ ಮೇಲೆ, ತನ್ನ ಅಂಗರಕ್ಷಕರಿಂದ ವಿದಾಯ ಪಡೆದ ಮೇಲೆ ಅವನು ತನ್ನ ಮನೆಯೊಳಗೆ ಹುಚ್ಚನಂತೆ ಅತ್ತಿಂದಿತ್ತ ನಡೆಯತೊಡಗಿದ. ಅವನ ಪದಗತಿಗೆ ನೆಲ ಕಿರುಗುಟ್ಟಿ ಬಿರುಕು ಬಿಟ್ಟಿತು. ತನ್ನನ್ನು ಮತ್ತು ತನ್ನ ಗೆಲುವುಗಳನ್ನು ಹೊಗಳಿ ಯುವಕರು ಮಾಡುತ್ತಿದ್ದ ಜಯ ಘೋಷ ಅವನಿಗೆ ಕೇಳಿಸುತ್ತಿತ್ತು. ಆದರೆ ಅವನು ಅತ್ತಿಂದಿತ್ತ ನಡೆಯುತ್ತಲೇ ಹೋದ. ಕುಳಿತುಕೊಂಡರೆ ಕನಸುಗಳ ಭಯ. ಅವನ ದೃಷ್ಟಿ ಕ್ಷಣಕಾಲ ಮೇಣದ ಬಟ್ಟೆಯಲ್ಲಿ ಕಟ್ಟಿಟ್ಟಿದ್ದ ತನ್ನ ಕೊಳಲಿನ ಮೇಲೆ,

ಪುಸ್ತಕ ತುಂಬಿದ ಹಸಿರು ಪೆಟ್ಟಿಗೆಯ ಮೇಲೆ ನಿಂತಿತು. ಆದರೆ ಅವನು ಅವುಗಳನ್ನು ಮುಟ್ಟಲಿಲ್ಲ.

ಕತ್ತಲಲ್ಲಿ ಬೆಟ್ಟಗುಡ್ಡಗಳು ಕಾಣಿಸುತ್ತಿರಲಿಲ್ಲ. ನಗರ ನಿದ್ರಿಸುತ್ತಿತ್ತು. ಆದರೆ ದೂರದ ಬೆಟ್ಟದ ಮೇಲಿನ ಭಗ್ನಾವಶೇಷಗಳಿಂದ ಅವನಿಗೆ ಗೂಬೆಯ ಕೂಗು ಕೇಳಿಸುತ್ತಿತ್ತು.

ಅವನು ಕಿಟಕಿಯ ಮೇಲೆ ಹಾಗೇ ಒರಗಿದ. ನಿದ್ದೆ ಬಾರದ ಜ್ವರ, ಪ್ರಯಾಣದ ಆಯಾಸ ಮತ್ತು ತನ್ನ ಎದೆಯ ಬಡಿತಕ್ಕೆ ಅವನಿಗೆ ತೂಕಡಿಕೆ ಬಂತು. ಆದರೆ ನಿದ್ದೆ ಹತ್ತುವ ಮೊದಲೇ ಕನಸುಗಳು ನುಗ್ಗಿದುವು. ಅವನು ಕಣ್ಣು ಮುಚ್ಚಿಕೊಂಡಿದ್ದನೇ ? ಒಂದು ಕತ್ತಲು ಕೋಣೆ ಅವನಿಗೆ ಕಾಣಿಸಿತು. ಎಲ್ಲೆಲ್ಲೂ ಹಳೆಯ ವಸ್ತುಗಳು ಮತ್ತು ಜೇಡರ ಬಲೆಗಳು. ಒಂದು ಮರದ ಪೆಟ್ಟಿಗೆಯ ಮೇಲೆ ಅವನ ತಾತ ಆವ್‌ದಾಗಾ ಮದಜರ್ ಕೂತಿದ್ದ. ಅವನ ಕೆಂದು ಮುಖದಲ್ಲಿ ಚಿಕ್ಕ ಗಡ್ಡ ಮತ್ತು ಮೊನಚಾದ ಮೀಸೆ ಎದ್ದು ಕಾಣಿಸುತ್ತಿದ್ದವು. ಆತ ಕದಲದೆ ಮೂಕನಾಗಿ ಕೂತಿದ್ದ. ಆದರೆ ಅಲ್ಲಿ ಅವನ ಸಾನ್ನಿಧ್ಯವೇ ಮುಸ್ತಾಫಾನಿಗೆ ಮಹತ್ವಪೂರ್ಣವಾಗಿ ತೋರಿತು. ತಡೆಯಲಾಗದ ಯಾತನೆ ಮತ್ತು ಹೇಳಲಾಗದ ಭಯ ಅವನನ್ನು ತುಂಬಿದವು. ಅವನಿಗೆ ಉಸಿರು ಕಟ್ಟಿದಂತೆ ಆಯಿತು. ಆತ ಹೌಹಾರಿ ಎದ್ದು ನಿಂತ. ಕೋಣೆಯೊಳಗಿನ ಕತ್ತಲು ಅವನಲ್ಲಿ ಭೀತಿಯನ್ನು ಉಂಟುಮಾಡಿತು. ಆದರೂ ಅವನು ಮೇಣದ ಬತ್ತಿಯನ್ನು ಹಚ್ಚಿ ಬೆಳಕಿನ ನೆರವು ಪಡೆಯಲಿಲ್ಲ. ಬದಲಾಗಿ ತನ್ನನ್ನು ಸುತ್ತುವರಿದಿದ್ದ ಭಯದ ಆವರಣದ ನಡುವೆ ಆತ ನಡೆಯತೊಡಗಿದ. ಆದರೆ ಒಂದು ಕವಚದಂತೆ ಆ ಭಯ ಅವನನ್ನು ಸಂಪೂರ್ಣ ಆವರಿಸಿದ್ದುದರಿಂದ, ತನಗೆ ಕಾಲುಗಳೇ ಇಲ್ಲವೇನೋ ಎಂದು ಅವನಿಗೆ ತೋರಿತು.

ಅವನು ನಿಲ್ಲುವ ಧೈರ್ಯ ಮಾಡಲಿಲ್ಲ. ನಿಂತರೆ, ನಿದ್ದೆಬಾರದ ಭಯ. ನಿದ್ದೆ ಬಂದರೆ ಕಾಡುವ ಕನಸುಗಳ ಭಯ. ಹೀಗೆ ನಡೆಯುತ್ತಿದ್ದಾಗ ಅವನಿಗೆ ಸರಾಜಿವೊದ ನೆನಪಾಯಿತು. ಅಲ್ಲಿ ಸದಾ ಖುಷಿಯಿಂದಿದ್ದ ತನ್ನ ಗೆಳೆಯ ಜುಶುಫಾಗಿತ್ಸ್‌ನನ್ನು ಮತ್ತು ತಾನು ಧರ್ಮ ಶಾಸ್ತ್ರದ ವಿದ್ಯಾರ್ಥಿಯಾಗಿದ್ದಾಗ ಚೆಕೃಲಿಂತ್ಸ್‌ನ ಹಸಿರು ಗುಡ್ಡಗಳ ಮೆತ್ತನೆಯ ಹುಲ್ಲಿನ ಮೇಲೆ ಕೈಯನ್ನೆ ತಲೆದಿಂಬಾಗಿ ಮಾಡಿಕೊಂಡು ಕಳೆದಿದ್ದ ಹಲವಾರು ಮಧ್ಯಾಹ್ನಗಳನ್ನು ಆತ ಜ್ಞಾಪಿಸಿಕೊಂಡ. ಇನ್ನು ಅವನಿಗೆ ಅಲ್ಲಿ ನಿಲ್ಲಲಾಗಲಿಲ್ಲ. ಆತ ಕೂಡಲೇ ಕುದುರೆ ಹತ್ತಿದ. ತಪ್ಪು ಮಾಡಿದವನಂತೆ ಯಾರಿಗೂ ಕಾಣಿಸಿಕೊಳ್ಳದೆ ಆ ಕತ್ತಲಿನಲ್ಲೆ ದೊಬೋಜ್‌ನಿಂದ ಹೊರಟು ಹೋದ.

*　　*　　*

ಅವನು ಹೊರಟುಹೋದ ಸಮಾಚಾರವನ್ನು ಮೂರನೆಯ ದಿನ ಕೇಳಿದಾಗ ಇಡೀ ನಗರಕ್ಕೆ ಆಶ್ಚರ್ಯ. ಅವನು ಹೋಗುವಾಗ, ದಾರಿಯಲ್ಲಿ ಕಂಡ ಕೆಲವು ಪ್ರಯಾಣಿಕರ ಮೇಲೆ ಹಲ್ಲೆಮಾಡಿ ಅವರನ್ನು ಗಾಯಗೊಳಿಸಿ ಅವರ ಕುದುರೆಗಳನ್ನು ಹೆದರಿಸಿದ್ದ. ಅವನು ಹಿಡಿದಿದ್ದು ಕೆಲವೊಮ್ಮೆ ಹಳ್ಳಿಗಳ ಅಂಚುಗಳಲ್ಲಿ ಹರಿಯುವ ಕಾಲುದಾರಿ. ಕೆಲವೊಮ್ಮೆ ಅವುಗಳ ನಡುವಿನ ದಾರಿ. ಅಲ್ಲಾದರೂ ಇಲ್ಲಾದರೂ ಅವನು ಮಾಡುತ್ತಿದ್ದ ಕೆಲಸ ಒಂದೇ. ದಾರಿಯಲ್ಲಿ ಕಂಡ ಕ್ರೈಸ್ತರನ್ನು ಹೊಡೆದು, ಹೆದರಿಸಿ ಚದರಿಸುವುದು. ಅವನ ಉಗ್ರತೆಗೆ ಅವನ ಶತ್ರುಗಳಿರಲಿ, ತುರುಕರೇ ಬೆದರಿದರು.

ಅವನು ಸುಂಟ್‌ಜೆಸ್ಕಾಕ್ಕೆ ಬಂದಾಗ ಅಲ್ಲಿನ ಕ್ರೈಸ್ತ ಸನ್ಯಾಸಿಗಳ ಮಠ ಮುಚ್ಚಲ್ಪಟ್ಟಿದ್ದು ಅದರೊಳಗೆ ಯಾರೂ ಇಲ್ಲವೆಂಬಂತೆ ತೋರುತ್ತಿತ್ತು. ಭೂತ ಹಿಡಿದವನಂತೆ ತನಗೆ ಇದಿರಾದವರನ್ನೆಲ್ಲ ಕೊಲ್ಲುತ್ತ, ಮುಸ್ತಾಫಾ ಮದಜರ್ ದೊಬೋಜ್‌ನಿಂದ ಬರುತ್ತಿದ್ದಾನೆ ಎಂದು ಅದರ ಹಿಂದಿನ ದಿನ ಮಠದ ಮುಖ್ಯ ಸನ್ಯಾಸಿಗೆ ಕೆಲವರು ಹೇಳಿದ್ದರು.

ಮುಸ್ತಾಫಾ ತನ್ನ ಕೊಡಲಿಯ ಹಿಡಿಯಿಂದ ಮಠದ ಬಾಗಿಲು ಬಡಿದ. ಸದ್ದಿಲ್ಲ. ಹಿಂದಕ್ಕೆ ಬಂದು ಆತ ಮಠವನ್ನು ಒಮ್ಮೆ ನೋಡಿದ. ಬಲವಾದ ಗೋಡೆಗಳು, ಸಣ್ಣ ಸಣ್ಣ ಕಿಟಕಿಗಳು ಮತ್ತು ಸುಭದ್ರವಾದ ದೊಡ್ಡ ಛಾವಣಿ. ಒಂದು ಕ್ಷಣ ಆತ ಅದಕ್ಕೆ ಬೆಂಕಿ ಹಚ್ಚಬೇಕೆಂದು ಕೊಂಡ. ಆದರೆ ಅದಕ್ಕೋಸ್ಕರ ಒಣಹುಲ್ಲು ಮತ್ತು ಬೆಂಕಿಗಳನ್ನು ಎಲ್ಲಿಂದಾದರೂ ಹುಡುಕಿ ತರಬೇಕಲ್ಲ? ಈ ಯೋಚನೆ ಅವನಿಗೆ ಬೇಸರ ತಂದಿತು. ಅಲ್ಲದೆ ಅವನಿಗೆ ಎಲ್ಲವೂ ವಿಚಿತ್ರವಾಗಿ ಕಂಡಿತು. ಆ ಆಲಯ ಅವನ ಮುಂದೆ ದೊಡ್ಡದಾಗಿ ನಿಂತಿತ್ತು. ಆದರೆ ಅದರೊಳಗಿದ್ದ ಸನ್ಯಾಸಿಗಳು ಬೂದು ಬಣ್ಣದ ಚಿಕ್ಕ ಇಲಿಗಳಂತಿದ್ದರು.

"ಎಷ್ಟು ಬೇಗ ಅವರು ಬಾಗಿಲು ಹಾಕ್ಕೊಂಡಿದ್ದಾರೆ... ಹ... ಹ... ಹ!"

ಹೀಗೆ ಜೋರಾಗಿ ನಗುತ್ತ ಆತ ಅಲ್ಲಿಂದ ಹೊರಟ. ಅವನು ಸ್ಮಶಾನದ ಪಕ್ಕದಲ್ಲಿ ಹೋಗುತ್ತಿದ್ದಾಗ ಗೋಡೆಯ ಮರೆಯಿಂದ ಇಣುಕುತ್ತಿದ್ದ ಬಿಳಿಯ ಶಿಲುಬೆಗಳನ್ನು ಕಂಡು ಕುದುರೆ ಬೆಚ್ಚಿಬಿದ್ದು ನೆಗೆಯಿತು. ಅವನು ಲಗಾಮನ್ನು ಎಳೆದು ಅದನ್ನು ನಿಲ್ಲಿಸಿದ. ಆ ಸನ್ಯಾಸಿಗಳ ಬಗ್ಗೆ ಕೋಪದಿಂದ ಕೆಂಡಕಾರುತ್ತಾ, ಆತ ಕುದುರೆಯನ್ನು ಸಾಂತ್ವನಗೊಳಿಸುತ್ತಿದ್ದಾಗ, ಇಬ್ಬರು ಸನ್ಯಾಸಿಗಳು ಮೂಲೆಯಲ್ಲಿ ಕಾಣಿಸಿಕೊಂಡರು. ಅವರಲ್ಲೊಬ್ಬ ಪುಸ್ತಕಗಳನ್ನೂ ಒಂದು ಗಂಟನ್ನೂ, ಇನ್ನೊಬ್ಬ ತಿಂಡಿಯ ಒಂದು ಬುಟ್ಟಿಯನ್ನೂ ಹೊತ್ತುಕೊಂಡಿದ್ದ. ಅವರು ಹಿಂದಕ್ಕೆ ಹೋಗಲಾರದೆ ದಾರಿಯ ಪಕ್ಕದ ಹಳ್ಳಕ್ಕಿಳಿದು ಈ ತುರುಕನಿಗೆ ವಂದಿಸಿದರು. ಇವನು ಅವರ ಹತ್ತಿರ ಹೋಗಿ ಕೇಳಿದ:

"ನೀವು ಅರ್ಚಕರೇನು ?"

"ಹೌದು, ಸುಲ್ತಾನನು ಚಿರಾಯುವಾಗಲಿ."

"ನನ್ನ ಕುದುರೆ ಹೆದರಿಕೊಳ್ಳೋಹಾಗೆ ದಾರಿಯಲ್ಲಿ ಈ ಕೋಡುಗಳನ್ನು ನಿಲ್ಲಿಸಿದವರಾರು ? ಹೇಳಿ... ಹಂದಿಗಳೇ..."

"ಅದಕ್ಕಲ್ಲ, ಬೇ."*

" 'ಅದಕ್ಕಲ್ಲ' ಅಂದ್ರೆ ಏನು ? ಅವುಗಳನ್ನು ನಿಲ್ಲಿಸೋದಕ್ಕೆ ನಿಮಗೆ ಯಾರು ಅನುಮತಿ ಕೊಟ್ರು?"

"ಮಾನ್ಯ ಸುಲ್ತಾನರು ಮತ್ತು ವಜೀರರು. ಇಬ್ಬರು ಅನುಮತಿ ಕೊಟ್ಟಿದ್ರು," ಎಂದು ಹಿರಿಯ ಸನ್ಯಾಸಿ ಹೇಳಿದ. ಆತ ಎತ್ತರದ ನಿಲುವಿನ ಗಂಭೀರ ವ್ಯಕ್ತಿಯಾಗಿದ್ದು, ಸೊಗಸಾದ ಗಡ್ಡ ಬಿಟ್ಟಿದ್ದ. ಅವನ ಕಣ್ಣುಗಳಲ್ಲಿ ಜ್ಞಾನಿಯ ಹೊಳಪಿತ್ತು.

ಮುಸ್ತಾಫಾ ತನ್ನ ಬಲಗೈಯನ್ನು ಕೆಳಗಿಳಿಸಿ ಅವರನ್ನು ಸಿಟ್ಟಿನಿಂದ ದುರುಗುಟ್ಟಿ ನೋಡಿದ. ಅವರು ನಡುಗುತ್ತಾ ತಲೆತಗ್ಗಿಸಿಕೊಂಡು ಅಲ್ಲೇ ನಿಂತರು.

"ಹಾಗಾದರೆ ನಿಮ್ಮ ಹತ್ತಿರ ಅಪ್ಪಣೆ ಚೀಟಿಯಿದೆಯೆ ?"

"ಹೌದು, ನಮ್ಮ ಹತ್ತಿರ ಇದೆ, ಬೇ. ನಮಗೆ ಬೇಕಾಗಿರೋದು ಎಲ್ಲಾ ಇದೆ."

"ಸುಲ್ತಾನರ ಅಪ್ಪಣೆ ಚೀಟಿ ?"

"ಹೌದು ! ಅಲ್ಲದೆ ವಜೀರರ ಕಡೆಯಿಂದ ಒಂದು ಮತ್ತು ಸರಾಜಿವೊದ ಮುಲ್ಲಾರಿಂದಲೂ ಒಂದು."

---

* ಬೇ : ತುರ್ಕಿ ದೇಶದಲ್ಲಿ ಒಂದು ಪ್ರಾಂತದ ಆಡಳಿತವನ್ನು ನಡೆಸುವ ಮುಖ್ಯಾಧಿಕಾರಿಯ ಹೆಸರು. ದೊಡ್ಡ ಬಿರುದು.

"ಸರಿ. ಅ ಮೂರನ್ನೂ ಒಟ್ಟಿಗೆ ಸೇರಿಸಿ ದೂರ ಬಿಸಾಡಿ. ಕೇಳಿಸ್ತಾ? ನೀವು ಯಾಕೆ ಹೀಗೆ ಮಾಡ್ತೀರಿ ಅಂತ ಯಾರಾದ್ರೂ ಕೇಳಿದ್ರೆ, 'ಬೆಟ್ಟದ ಮೇಲಿಂದ ಉರುಳೋ ಬಂಡೆಯ ಹಾಗೆ ಇಳಿದು ಬಂದ, ನಿದ್ರಾಹಾರ ಬೇಡದ ಹಾಗೂ ಕಾನೂನನ್ನು ಲೆಕ್ಕಿಸದ ಮುಸ್ತಾಫಾ ಮದಜರ್ ಅಪ್ಪಣೆ ಮಾಡಿದ' ಅಂತ ಹೇಳಿ."

ಇವನ ಹುಚ್ಚುತನಕ್ಕೆ, ನೆಟ್ಟ ನೋಟಕ್ಕೆ ಅವರು ಆಗಲೇ ಹೆದರಿದ್ದರು. ಈ ಮಾತುಗಳಿಂದ ಅವರು ಮತ್ತಷ್ಟು ಕಂಗಾಲಾದರು. ಅನಂತರ ಮುಸ್ತಾಫಾ, ತನ್ನ ಜೀನಿನಿಂದ ತೊಗಲಿನ ಪಟ್ಟಿಗಳನ್ನೆಳೆದು ಅವುಗಳನ್ನು ಚಿಕ್ಕವನ ಕೈಗೆ ಕೊಟ್ಟು ದೊಡ್ಡ ಸನ್ಯಾಸಿಯನ್ನು ಕಟ್ಟಿ ಹಾಕುವಂತೆ ಹೇಳಿದ. ದೊಡ್ಡವನು ತಾನಾಗಿಯೇ ತನ್ನ ಕೈಗಳನ್ನು ಬೆನ್ನ ಹಿಂದೆ ಜೋಡಿಸಿ ಹಿಡಿದ. ಚಿಕ್ಕವನು ನಡುಗುವ ಕೈಗಳಿಂದ ಅವುಗಳನ್ನು ನಿಧಾನವಾಗಿ ಕಟ್ಟಿಹಾಕಿದ.

"ಸರಿಯಾಗಿ ಕಟ್ಟಿದೆಯಾ?"

"ಕಟ್ಟಿದ್ದೇನೆ, ಬೇ."

ಕಟ್ಟಿದ್ದ ಪಟ್ಟಿಯನ್ನು ಮುಸ್ತಾಫಾ ಪರೀಕ್ಷಿಸಿದ. ಅದು ಸಡಿಲವಾಗಿರುವುದನ್ನು ಕಂಡು ತನ್ನ ಕೊಡಲಿಯಿಂದ ಚಿಕ್ಕ ಸನ್ಯಾಸಿಯ ಕುತ್ತಿಗೆಗೆ ಗುರಿಯಿಟ್ಟು ಹೊಡೆದ. ಸನ್ಯಾಸಿ ತನ್ನ ತಲೆಯನ್ನು ಪಕ್ಕಕ್ಕೆ ಸರಿಸಿದ್ದರಿಂದ ಏಟು ಅವನ ಭುಜವನ್ನು ಸವರಿತು. ಅದರ ರಭಸಕ್ಕೆ ಅವನು ನಿಶ್ಶಬ್ದವಾಗಿ ನೆಲದ ಮೇಲುರುಳಿದ. ಆದರೆ ಮುಸ್ತಾಫಾ ಅವನನ್ನು ಕ್ರೂರವಾಗಿ ಹೊಡೆಯಲಾರಂಭಿಸಿದಾಗ, ಆತ ಮೇಲೆದ್ದು ಬಂಧಿತ ಜೊತೆಗಾರನೊಂದಿಗೆ ನಡೆಯಲಾರಂಭಿಸಿದ. ಅವನ ಗಾಯದಿಂದ ರಕ್ತ ಧಾರಾಕಾರವಾಗಿ ಸೋರುತ್ತಾ, ದಾರಿಯುದ್ದಕ್ಕೂ ತನ್ನ ಗುರುತನ್ನು ಬಿಟ್ಟಿತು.

ಮುಸ್ತಾಫಾನಿಗೆ ಇದ್ದಕ್ಕಿದ್ದಂತೆ ಒಂದು ಆಲೋಚನೆ ಬಂತು. ಇವರನ್ನು ಸರಾಜಿವೊಗೆ ಎಳೆದುಕೊಂಡು ಹೋಗಿ ತನ್ನ ಹಳೆಯ ಗೆಳೆಯ ಜುಶುಫಾಗಿತ್ಸ್‌ಗೆ ಒಪ್ಪಿಸೋಣವೆಂದು ಕೊಂಡ. ಅವನು ದೊಡ್ಡ ಶ್ರೀಮಂತ ಮತ್ತು ತಮಾಷೆಯ ಮನುಷ್ಯ. ಆದರೆ ಅವರು ಬಯಲು ಹಾದಿಯನ್ನು ಕ್ರಮಿಸಿ ಏರುದಾರಿಯಲ್ಲಿ ಹೋಗುತ್ತಿದ್ದಾಗ, ಗಾಯಗೊಂಡಿದ್ದ ಸನ್ಯಾಸಿ ಮುನ್ನಡೆಯಲಾಗದೆ ಸೂರ್ಯ ಮುಳುಗುವ ಹೊತ್ತಿಗೆ ಪ್ರಜ್ಞೆತಪ್ಪಿ ಕೆಳಗೆ ಬಿದ್ದ. ಮುಸ್ತಾಫಾ ತನ್ನ ಕೊಡಲಿಯ ಹಿಡಿಯಿಂದ ಅವನ ಪಕ್ಕೆಲುಬುಗಳಿಗೆ ಒಂದೇ ಸಮನೆ ಹೊಡೆದ. ಅವನು ಮಿಸುಕಾಡಲಿಲ್ಲ. ಖಾಲಿ ಪೀಪಾಯಿಯನ್ನು ಬಡಿದ ಸದ್ದಾಗುತ್ತಿತ್ತು. ಅವರು ರಸ್ತೆ ಬದಿಯಲ್ಲಿ ಪಾಳು ಬಿದ್ದ ಒಂದು ಲಾಯದ ಹತ್ತಿರ ನಿಂತರು. ಸನ್ಯಾಸಿಗಳು ಒಬ್ಬರ ಪಕ್ಕದಲ್ಲೊಬ್ಬರು ನೆಲಕ್ಕೆ ಉರುಳಿದರು. ಮುಸ್ತಾಫಾ ಕುದುರೆಯನ್ನು ಕಟ್ಟಿ, ತನ್ನ ನಿಲುವಂಗಿಯನ್ನು ಕೆಳಕ್ಕೆ ಹಾಸಿ ಮಲಗಿಕೊಂಡ. ಬಹು ದಿನಗಳಿಂದ ಬಯಸುತ್ತಿದ್ದ ನಿದ್ದೆ ಕೂಡಲೇ ಅವನನ್ನು ಆವರಿಸಿತು.

ನಿದ್ದೆ. ಅದರಲ್ಲೂ ಮಲಗಿದ ತಕ್ಷಣ ಬರುವ ನಿದ್ದೆಯಂಥ ಆನಂದ ಬೇರೊಂದಿಲ್ಲ.

ಅಲೆಗಳ ಮೆಲುನುಡಿ ಮತ್ತು ಮಂಜಿನ ಚಲನೆ ಅಡ್ಡ ಬಂದು ಆ ಮಧುರ ಅನುಭವ ಅವನಿಂದ ದೂರ ಸರಿಯಿತು. ವೃಬಾಸ್ ನದಿಯ ಮರ್ಮರದೊಂದಿಗೆ ತೆಪ್ಪಗಳ ಸದ್ದೂ ಕೂಡಿತು. ಆದರೆ ಯುದ್ಧದ ಸಮಯದಲ್ಲಿದ್ದಂತೆ ಆ ತೆಪ್ಪಗಳು ಒಂದಕ್ಕೊಂದು ಜೋಡಿಕೊಂಡೂ ಇರಲಿಲ್ಲ ಅಥವಾ ಬೇರೆ ಬೇರೆಯಾಗಿಯೂ ಇರಲಿಲ್ಲ; ಸೈನಿಕರಿಂದ ಭಾರವಾಗಿಯೂ ಇರಲಿಲ್ಲ ಅಥವಾ ರಕ್ತರಂಜಿತವಾಗಿಯೂ ಇರಲಿಲ್ಲ. ಬದಲಾಗಿ ಅವು

ನಿಧಾನವಾಗಿ ತೊನೆಯುತ್ತಾ ತೇಲಾಡುತ್ತಿದ್ದವು. ಅಷ್ಟರಲ್ಲಿ ಅಲೆಗಳ ಮರ್ಮರವನ್ನು ಮೊಟಕುಗೊಳಿಸಿ ತೆಪ್ಪಗಳನ್ನು ಭೇದಿಸಿಕೊಂಡು ಏನೋ ಬಂತು. ಅವನು ಎಚ್ಚರಗೊಂಡ. ಗಟ್ಟಿಯಾದ ನೆಲದ ಮೇಲೆ ಮಲಗಿದ್ದ ಅವನಿಗೆ ಯಾರದೋ ಮಾರಣಾಂತಿಕ ನರಳಾಟದ ಸದ್ದು ಏಕತಾನದಂತೆ ಕೇಳಿಸುತ್ತಿತ್ತು. ಅವನು ತಕ್ಷಣ ಎದ್ದು ಕುಳಿತ. ಬಹಳ ದೊಡ್ಡದಾಗಿಯೂ ತಣ್ಣಗಾಗಿಯೂ ಇದ್ದಂತೆ ತೋರುತ್ತಿದ್ದ ತನ್ನ ಕಣ್ಣುಗಳನ್ನು ಪೂರ್ತಿ ತೆರೆದ. ಅವನ ಮುಖದಲ್ಲಿ ನಿದ್ದೆ ಮಾಡಿದ ಸೂಚನೆಯೂ ಇರಲಿಲ್ಲ. ಬಳಿಕ ಆ ಶಬ್ದವನ್ನು ಅವನು ಕಿವಿಗೊಟ್ಟು ಕೇಳಿದ. ಸನ್ಯಾಸಿಗಳು ಬಿದ್ದುಕೊಂಡಿದ್ದ ಮೂಲೆಯಿಂದ ಪಿಸುಮಾತು ಕೇಳಿ ಬರುತ್ತಿತ್ತು.

ಸಾವನ್ನು ಎದುರು ನೋಡುತ್ತಿದ್ದ, ಗಾಯಗೊಂಡ ಸನ್ಯಾಸಿ (ಆತ ಇನ್ನೂ ಸನ್ಯಾಸ ದೀಕ್ಷೆ ಪಡೆಯದ ಲೌಕಿಕ ಭಿಕ್ಷುವಾಗಿದ್ದ) ದೊಡ್ಡ ಸನ್ಯಾಸಿಯ ಬಳಿ ಪಾಪ ನಿವೇದನೆಯನ್ನು ಮಾಡಿಕೊಳ್ಳುತ್ತಿದ್ದ. ಅವನಿಗೆ ಕ್ಷಮೆ ದೊರೆತಿದ್ದರೂ ಆತ ಚಿತ್ತ ಭ್ರಮೆಯಿಂದ ಒಂದೇ ಸಮನೆ ಪರಿತಾಪದ ಮಾತುಗಳನ್ನಾಡುತ್ತಾ, ಪ್ರಾರ್ಥನೆಯ ಸಾಲುಗಳನ್ನು ಗೊಣಗುತ್ತಿದ್ದ.

"ಓ... ನನ್ನ ದೇವರೇ. ನನ್ನ ಒಲವೆಲ್ಲ ನಿನ್ನದು. ಯಾಕೆಂದರೆ ನಿನಗಿಂತ ಒಳ್ಳೆಯದು ಮತ್ತೊಂದಿಲ್ಲ."

"ಏ, ಕೊಳಕು ಹಂದಿಗಳಾ, ಏನದು ನೀವು ಬೊಗಳ್ತಿರೋದು ?"

ಬಳಿಕ ತನ್ನ ಚಿಕ್ಕ ಬಂದೂಕಿನಿಂದ ಆ ಸನ್ಯಾಸಿಗಳಿದ್ದ ಕತ್ತಲೆಯ ಕಡೆ ಮುಸ್ತಾಫಾ ಗುಂಡು ಹಾರಿಸಿದ. ನರಳಾಟ, ರೋದನ ಪ್ರಾರಂಭವಾಯಿತು. ಅವನು ಕೂಡಲೆ ಮೇಲಕ್ಕೆ ಜಿಗಿದು ತನ್ನ ನಿಲುವಂಗಿಯನ್ನು ಧರಿಸಿಕೊಂಡು ಕುದುರೆಯನ್ನು ಹತ್ತಿದ. ಅವನಿಗೆ ತನ್ನ ಗೆಳೆಯ ಜುಶುಫಾಗಿತ್ಸ್‌ನ ನೆನಪು ಪೂರ್ಣ ಮರೆತುಹೋಯಿತು. ಅದರೊಂದಿಗೇ ಸನ್ಯಾಸಿಗಳಿಗೆ ಚಿತ್ರಹಿಂಸೆ ಕೊಟ್ಟು ತಮಾಷೆ ಮಾಡುವ ನಿರ್ಧಾರ ಕರಗಿತು. ಅವರಿಂದ ದೂರದೂರ ಓಡಿ ಹೋಗುವ ಬಯಕೆ ಮಾತ್ರ ತೀವ್ರವಾಯಿತು. ಕುದುರೆಯ ನಾಗಾಲೋಟ ಮುಂದುವರಿಯಿತು. ಆದರೆ ತಾನು ಮಾಡಿದ ಕ್ರೂರ ಕೃತ್ಯ ಜೊತೆಯಲ್ಲಿಯೇ ಬಂತು.

ಅವನು ಕಾಡಿನ ನಡುವೆ ನುಗ್ಗಿದ. ಶೀತಲರಾತ್ರಿ ಅವನನ್ನು ಶಾಂತಗೊಳಿಸಿತು. ಅವನ ಕುದುರೆ ಮೇಲೆದ್ದ ಮರದ ಬೇರುಗಳನ್ನು ಕಂಡು ಬೆಚ್ಚಿಬೀಳುತ್ತಿತ್ತು. ಆಗಾಗ ಕಿವಿ ನಿಮಿರಿಸಿ ದೂರದ ಶಬ್ದಗಳನ್ನು ಆಲಿಸುತ್ತಿತ್ತು. ರಾತ್ರಿ ಮುಗಿದು ಬರಲಿರುವ ಸೂರ್ಯನಿಂದ ದಿಗಂತವು ದೀಪ್ತವಾಗುವವರೆಗೂ ಈ ಓಟ ನಡೆಯಿತು. ಆಗ ಅವನು ಒಂದು ಬೀಚ್ ಮರದ ಕೆಳಗೆ ನಿಲುವಂಗಿಯನ್ನು ಹೊದ್ದುಕೊಂಡು ಮಲಗಿಕೊಂಡ. ಶೀತ ಅವನ ಮೂಳೆಗಳನ್ನು ನಡುಗಿಸಿತು. ಸುತ್ತಲ ಮೌನ ಅವನಿಗೆ ನಿದ್ದೆ ತಂದಿತು. ಸರಿ, ಕನಸುಗಳ ಮೆರವಣಿಗೆ ಮೊದಲಾಯಿತು.

ಅವನು ಆಗ ಒರಲ್‌ಜಾವ ನದೀತೀರದ ಯುದ್ಧದಲ್ಲಿ ತೊಡಗಿದ್ದ. ನೀರಿನಲ್ಲಿ ಮುಳುಗಿ ಹೋದ, ಜೊಂಡಿನಲ್ಲಿ ಮುಚ್ಚಿಹೋದ ಎರಡು ಬಂಡೆಗಳ ನಡುವೆ ನಿಂತಿದ್ದ. ಅವನ ಬೆನ್ನಿಗೆ ಆ ಬಂಡೆಗಳ ಆಸರೆ. ಅವನ ಮೇಲೆ ಲಾತ್‌ಕೋವಿತ್ಸ್ ಕುಟುಂಬದ ಇಬ್ಬರು ಸೋದರರು ಆಕ್ರಮಣ ನಡೆಸುತ್ತಿದ್ದರು. ಅವರಿಬ್ಬರು ಕಡಿದರೆ ನಾಲ್ಕಾಗುವಂತೆ ಬೆಳೆದಿದ್ದ ಒರಟರು, ಅನಾಗರಿಕರು, ಕಾನೂನಿನ ಕಟ್ಟು ಮೀರಿದವರು. ಅವನು ಬೇಡವೆಂದರೂ ಅವನ ಗಮನ ಮೇಲೆ ಹರಿಯಿತು; ಆ ಸೋದರರ ತಲೆಗಳಾಚೆಗಿನ ದಿಗಂತದಲ್ಲಿ ನಾಟಿತು. ಅಲ್ಲಿ ಅವನು ಕಂಡದ್ದು ಕಪ್ಪು ಪೋಷಾಕಿನ ಓರ್ವ ದುಃಖತಪ್ತ ಹೆಣ್ಣು. ಅವಳ ಕೈಗಳು ಎದೆಯನ್ನು ಒತ್ತಿ ಹಿಡಿದಿದ್ದವು. ಮುಖವೆಲ್ಲ ರಕ್ತಸಿಕ್ತ. ಅವಳ ಕೈ ಏಕೆ ಅಲ್ಲಿದೆ ? ಅವಳ ಮುಖ ಯಾಕೆ

ನೋವಿನಿಂದ ನುಲಿದಿದೆ? ಈ ಸಂಗತಿಗಳ ಕಾರಣ ತನಗೆ ಗೊತ್ತಿಲ್ಲದಿದ್ದರೂ ಗೊತ್ತಿದ್ದಂತೆ ಅವನಿಗೆ ತೋರಿತು. ಮತ್ತೆ ಆ ಹೆಣ್ಣನ್ನು ನೋಡುತ್ತಿದ್ದಂತೆ ಎಲ್ಲ ನೆನಪಾಯಿತು. ಎರ್ಜನುಮ್‌ನ ಷರೀಫರ ಮನೆಯಲ್ಲಿ ಆತ ಅವಳನ್ನು ಒಂಟಿಯಾಗಿ ಕಂಡಿದ್ದ. ಅವಳು ಅವನ ವಿರುದ್ಧ ತನ್ನೆಲ್ಲ ಶಕ್ತಿಯಿಂದ ಹೋರಾಡಿದ್ದಳು... ಆ ಕಾನೂನುಬಾಹಿರ ಸೋದರರಿಬ್ಬರೊಂದಿಗೆ ಧೈರ್ಯದಿಂದ ಇನ್ನೂ ಕಾದಾಡುತ್ತಿದ್ದ ಅವನಿಗೆ ಈಗ ಕೋಪ ಉಕ್ಕೇರಿತು. ಅವನು ಆವೇಶದಿಂದ ಕೂಗಿದ :

"ನೀವಿಬ್ಬರು ಸಾಲದೇನ್ರೋ ನಾಯಿಮಕ್ಕಳಾ? ಅವಳನ್ನು ಬೇರೆ ಕರೆದ್ಕೊಂಡು ಬಂದಿದ್ದೀರೇನು? ಇನ್ನೂ ಯಾರಾದ್ರೂ ಇದಾರ?"

ಅವನು ಹುಚ್ಚನಂತೆ ಅವರ ಕತ್ತಿಗಳ ವಿರುದ್ಧ ಸೆಣಸಾಡಿದ. ಆದರೆ ಆ ಸಮಾಜ ಭ್ರಷ್ಟರು ಕೋಪಗೊಂಡು ತಮ್ಮ ಕತ್ತಿಯ ಮೊನೆಯಿಂದ ಇವನ ಕಣ್ಣುಗಳನ್ನು ಚುಚ್ಚಿದರು. ಇವನು ಆ ಬಂಡೆಗಳ ಮೇಲೆ ಮತ್ತಷ್ಟು ಒರಗಿದ. ಗಡಗಡನೆ ನಡುಗುತ್ತಾ ಬೆವರಿದ.

ಅವನಿಗೆ ಎಚ್ಚರವಾಯಿತು. ಮೈಯೆಲ್ಲ ಕಲ್ಲಿನಂತೆ ನಿರ್ಜೀವ. ತುಟಿಗಳಂಚಿನಲ್ಲಿ ಭಯ, ಬೈಗಳು. ಅವನ ರಕ್ತ ತಣ್ಣಗಾಯಿತು. ಆಗತಾನೇ ಹುಟ್ಟುತ್ತಿದ್ದ ಸೂರ್ಯನ ಬಿಸಿಲು ಕಣ್ಣುಗಳನ್ನು ಚುಚ್ಚಿತು.

ಇನ್ನು ಒಂದು ಕ್ಷಣವೂ ತನಗೆ ನಿದ್ದೆ ಬರುವುದಿಲ್ಲವೆಂದು ಅವನಿಗೆ ಸ್ಪಷ್ಟವಾಯಿತು. ಮುಂಜಾವದ ಮೊದಲ ಕ್ಷಣಗಳ ನಿದ್ದೆಯಿಂದಲೂ ಅವನೀಗ ವಂಚಿತ. ಅಸಹಾಯಕ ಕೋಪ ಅವನನ್ನು ಆವರಿಸಿತು. ಅವನು ಚೀರತೊಡಗಿದ. ನೆಲಕ್ಕೆ ತಲೆ ಚಚ್ಚಿಕೊಂಡ. ಹುಚ್ಚನಂತೆ ಹೊರಳಾಡಿದ. ಕಾಡುಪ್ರಾಣಿಗಳಂತೆ ಗುರುಗುಟ್ಟಿದ. ಕೆಂಪು ನಿಲುವಂಗಿಯನ್ನು ಕಚ್ಚಿ ಹಿಡಿದಿದ್ದ ಅವನ ಬಾಯಂಚಿನಲ್ಲಿ ನೊರೆ ಬರುತ್ತಿತ್ತು. ಇದೆಲ್ಲದರ ನಡುವೆ ಪರ್ವತಗಳ ಮಡಿಲಿಂದ ಮೇಲೆ ಬಂದ ಸೂರ್ಯ, ಮೂಕಸಾಕ್ಷಿಯಾಗಿ ಆಕಾಶವನ್ನು ತುಂಬಿದ.

* * *

ಅವನೀಗ ಸಂಪೂರ್ಣವಾಗಿ ಹುಚ್ಚನಾಗಿದ್ದ. ಏಳುತ್ತಾ ಬೀಳುತ್ತಾ ಕುದುರೆಯ ಸಂಗಡ ಬೆಟ್ಟವನ್ನು ಇಳಿದ. ಸಮತಳ ಭೂಮಿ ಬಂತು. ಅಲ್ಲೊಂದು ನೀರಿನ ಚಿಲುಮೆ. ಪೈನ್‌ಮರದ ಕಾಂಡವನ್ನು ಸೀಳಿ ತಿರುಳನ್ನು ತೆಗೆದು ಮಾಡಿದ ಮರದ ತೊಟ್ಟಿಗೆ ಅದರ ನೀರು ಹರಿಯುತ್ತಿತ್ತು. ಹೊಳೆಹೊಳೆಯುವ, ಜೀವಕೊಡುವ ನೀರು. ಅದು ತೊಟ್ಟಿಯಿಂದ ಹೊರಚೆಲ್ಲಿ ನೆಲದ ಬಹುಭಾಗದ ಮೇಲೆ ಹರಡಿ, ಅಲ್ಲಲ್ಲಿ ಕೆಸರಿನ ಹೊಂಡಗಳನ್ನೂ ಚಿಕ್ಕ ಹಳ್ಳಗಳನ್ನೂ ನಿರ್ಮಿಸಿತ್ತು. ಅವುಗಳ ಮೇಲೆ ಬೆಳಗಿನ ಹೊಳಪಿನಲ್ಲಿ ಚಿಟ್ಟೆಗಳು ರೆಕ್ಕೆ ಬಡಿಯುತ್ತಿದ್ದವು. ನೊಣಗಳ ದಟ್ಟ ಹಿಂಡುಗಳು ಅವಿಶ್ರಾಂತ ಅಲೆಗಳಂತೆ ಅತ್ತಿಂದಿತ್ತ ಹಾರಾಡುತ್ತಿದ್ದವು.

ಅವನ ಕುದುರೆ ಬಹಳ ಹೊತ್ತು ನೀರು ಕುಡಿಯಿತು. ಬೆಳಗಿನ ತಂಗಾಳಿ ಮತ್ತು ನೀರಿನ ಜೀವಂತತೆಯಿಂದ ಅವನ ಮುಖ ಸ್ವಲ್ಪ ಶಾಂತವಾಯಿತು. ಆತ ಕ್ಷಣಕಾಲ ಮೌನಿಯಾಗಿ, ಚಿಂತಾಮಗ್ನನಾಗಿ ಕುಳಿತ. ಅನಂತರ ತನ್ನ ಮುಖವನ್ನು ನೀರಿನಲ್ಲಿ ನೋಡಿಕೊಂಡ. ಅವನ ಮುಖ ರಾತ್ರಿಯಂತೆ ಕಪ್ಪಾಗಿ ಪ್ರತಿಫಲಿಸಿತು. ಆ ಕಪ್ಪು ನೆರಳಿನ ಸುತ್ತ, ಸೂರ್ಯನ ಬೆಳಕಿನಲ್ಲಿ ಸ್ನಾನ ಮಾಡುತ್ತಾ ನರ್ತಿಸುವ ನೊಣಗಳು. ಪ್ರಕಾಶಚುಂಬಿತ ನೊಣಗಳ ಪ್ರಭಾವಲಯ ಒಂದು ಕ್ಷಣ ಹೂಮಾಲೆಯಂತೆ ಕಂಡಿತು. ಅವನು ತಕ್ಷಣ ಕೈ ಮೇಲೆತ್ತಿದ. ಬಾಗಿದ ಬೆರಳುಗಳ ನೆರಳು ನೀರಿನಲ್ಲಿ. ನೊಣಗಳ ಮಧ್ಯೆ ಕೈ ಬೀಸಿದ. ಕೈಗೆ ಸಿಕ್ಕಿದ್ದು ಬರಿಯ ಗಾಳಿ. ಭಾರವಿಲ್ಲದ

ಅರ್ಥವಿಲ್ಲದ ಕ್ಷುಲ್ಲಕ ನೊಣಗಳು, ಇವನಿಗೋ ಹೇಳತೀರದ ಬೇಸರ. ಇದ್ದಕ್ಕಿದ್ದಂತೆ ಕುದುರೆ ಕೆನೆಯಿತು. ಅವನು ಬೆಚ್ಚಿದ. ನೊಣಗಳು ಹರಿದು ಚದರಿದವು. ಹೂಮಾಲೆ ಚೂರು ಚೂರಾಯಿತು.

ಅವನು ನಂಬಲಾಗದಷ್ಟು ಮೌನಿಯಾಗಿ ಮಧ್ಯಾಹ್ನದವರೆಗೆ ಸಮಾಧಿ ಸ್ಥಿತಿಯಲ್ಲಿರುವವನಂತೆ ಸವಾರಿ ಮಾಡಿದ. ಅವನ ಪಾಡಿಗೆ ಅವನನ್ನು ಬಿಟ್ಟಿದ್ದರೆ, ಅವನು ರಾತ್ರಿಯೆಲ್ಲಾ ಪ್ರಯಾಣ ಮಾಡಿ ಸರಾಜಿವೊ ತಲಪುತ್ತಿದ್ದ. ಆದರೆ ದಾರಿಯಲ್ಲಿ ಅವನಿಗ ಓಮರ್‌ನ ಉಪಾಹಾರ ಗೃಹದಲ್ಲಿ ಚತಿತ್ಸಿ ಊರಿನ ಅಬ್ದುಸೆಲಾಮ್ ಬೇ ಎಂಬಾತ ಕಾಣಸಿಕ್ಕಿದ. ಅವನೋ ಭಾರಿ ಹರಟೆ ಕೊಚ್ಚುವ ಬಡಾಯಿ ಮನುಷ್ಯ. ತೆಳು ಗಡ್ಡದ, ನೀಲಿ ಕಣ್ಣಿನ ವ್ಯಕ್ತಿ. ಅವನಿಗೊಂದು ಹುಚ್ಚು ಆಸೆ: ಊರಿನ ಒಳಗೆ ಜೋಡಿ ಕುದುರೆಗಳ ಮೇಲೆ ಮುಸ್ತಾಫಾ ಮದಜರ್‌ನೊಂದಿಗೆ ತಾನು ನಗರವನ್ನು ಪ್ರವೇಶಿಸಬೇಕು. ತನ್ನ ಗೆಳೆಯರು ಅದನ್ನು ನೋಡಬೇಕು. ಊರಿನ ಜನ ನೋಡಬೇಕು. ನೋಡಿ ಆಶ್ಚರ್ಯಪಡಬೇಕು. "ಆಹಾ! ನೋಡಿದೆಯಾ? ನಮ್ಮ ಅಬ್ದುಸೆಲಾಮ್ ಬೇ ಎಂಥ ದೊಡ್ಡ ಮನುಷ್ಯ! ಮಹಾವೀರ ಮುಸ್ತಾಫಾ ಕೂಡ ಅವನ ಖಾಸಾ ಗೆಳೆಯ," ಎನ್ನಬೇಕು. ಆದುದರಿಂದ ತಾವಿಬ್ಬರೂ ಮಾರನೆಯ ದಿನ ಒಟ್ಟಿಗೆ ಸರಾಜಿವೋಗೆ ಹೋಗೋಣ, ಈ ರಾತ್ರಿಯನ್ನು ಇಲ್ಲಿಯೇ ಕಳೆಯೋಣ ಎಂದು ಆತ ಮುಸ್ತಾಫಾನಿಗೆ ಹೇಳಿದ. ಸರಿ, ಮುಸ್ತಾಫಾ ಒಪ್ಪಿಕೊಂಡ. ಆಯಾಸಭರಿತವಾಗಿದ್ದ ಆ ಹಗಲಿನ ಕೊನೆ ಸಮೀಪಿಸುತ್ತಿತ್ತು. ಇನ್ನು ನಿದ್ದೆಯೆಂದರೆ ಮತ್ತಷ್ಟು ಆಯಾಸ. ಅವನ ಪಾಲಿಗೆ ಅದು ಎಲ್ಲ ನೆನಪುಗಳೂ ಅಳಿಸಿ ಹೋಗುವ ಮಧುರ ಅನುಭವವಲ್ಲ. ಹಿಂದೆ ಆಗಿದ್ದೆಲ್ಲ ಮತ್ತಷ್ಟು ಸ್ಪಷ್ಟವಾಗಿ ಶನಿಯಂತೆ ಕಾಡುವ ದಾರುಣ ಸಂಗತಿ. ಆದರೂ ಆ ನಿದ್ದೆ ಅವನನ್ನು ಆವರಿಸುತ್ತಿತ್ತು. ಮೇಲೆ ಇನ್ನೂ ಉರಿಯುತ್ತಿದ್ದ ಸಂಜೆಯ ಸೂರ್ಯ. ಅವನ ಕೋಪ ನೆತ್ತಿಗೇರಿ, ಅವನಿಗೆ ಉಸಿರುಕಟ್ಟಿದಂತಾಯಿತು.

ಆತ ಒಂದಷ್ಟು ನೀರು ಕುಡಿದ. ಬಳಿಕ ಅಬ್ದುಸೆಲಾಮ್ ಬೇ ಕಡೆ ತಿರುಗಿಯೂ ನೋಡದೆ ಹಾಗೆಯೇ ಉರುಳಿಕೊಂಡ. ಮಲಗುವ ಮೊದಲು ಉಪಾಹಾರ ಗೃಹದ ಒಡೆಯನಿಗೆ ಎಚ್ಚರಿಕೆ ಕೊಟ್ಟ. ತನ್ನ ನಿದ್ದೆ ಕೆಡಿಸುವವರು ನಾಯಿ, ಕೋಳಿ, ಮನುಷ್ಯ ಯಾರೇ ಆಗಿರಲಿ, ಅವರನ್ನು ಕೊಲ್ಲುವುದಾಗಿ ಹೇಳಿದ.

ಅವನಿಗೆ ಮೊದಲು ನಿದ್ದೆ ಬಂತು. ಅನಂತರ ಮಾಮೂಲಿನಂತೆ ಆದರೆ ಅನಿರೀಕ್ಷಿತವಾಗಿ, ಕ್ರಿಮಿಯಾದ ಮಕ್ಕಳು ಅವನ ಕಣ್ಣ ಮುಂದೆ ಕುಣಿಯತೊಡಗಿದರು. ಬಿಳಿಯ ಮೈಬಣ್ಣ. ಮಟ್ಟಸವಾಗಿ ಕತ್ತರಿಸಿದ ತಲೆಕೂದಲು. ಆದರೆ ಅದೇಕೋ ಅವರು ಗಡುಸಾಗಿ, ನುಣುಪಾಗಿ, ಚೈತನ್ಯಪೂರ್ಣರಾಗಿದ್ದರು; ಮೀನುಗಳಂತೆ ನುಣಿಚಿಕೊಳ್ಳುತ್ತಿದ್ದರು. ಅವರ ಕಣ್ಣುಗಳಲ್ಲಿ ದಣಿವು, ನಿರುತ್ಸಾಹ ಇರಲಿಲ್ಲ. ಅವುಗಳ ನೋಟ ಭಯದಿಂದ ಕುಗ್ಗಿರಲಿಲ್ಲ. ಬದಲು ಹೃದಯವನ್ನೇ ತಲಪುವ ನೆಟ್ಟನೋಟ. ಅವರ ಪ್ರತಿಯೊಂದು ಚಲನೆಯನ್ನೂ ಗಮನಿಸಿ, ಉಸಿರುಕಟ್ಟಿ ಅವರನ್ನು ಹಿಡಿಯಲು ಆತ ಪ್ರಯತ್ನಿಸಿದ. ಆದರೆ ವಿಫಲನಾಗಿ ಕೋಪಗೊಂಡ. ಆಗ ಯಾರೋ ಅವನ ಹಿಂದೆ ಮಾತನಾಡಿದಂತಾಯಿತು.

"ಅವರನ್ನು ಹಿಡಿದು ಬಾಣಲೆಯಲ್ಲಿ ಹಾಕಿ ಹುರಿದು ಬಿಡಬೇಕಿತ್ತು. ಒಲೇಲಿ ಹಾಕಿ ಸುಟ್ಟು ಬಿಡಬೇಕಿತ್ತು... ಈಗ ಸಮಯ ಮೀರಿ ಹೋಯಿತು."

ಅವನಿಗೆ ಕೋಪದಿಂದ ಹುಚ್ಚು ಹಿಡಿಯಿತು. ಹೌದು ಅವರು ಹಾಗೇ ಮಾಡಬೇಕಿತ್ತು.

ಅವರನ್ನು ಹುರಿದು ಬಿಡಬೇಕಿತ್ತು! ಮತ್ತೆ ಅವರನ್ನು ಹಿಡಿಯಲು ಆತ ಎದ್ದ. ಕೈಗಳನ್ನು ಆ ಕಡೆ ಈ ಕಡೆ ಬೀಸಿದ. ಆದರೆ ಅವರು ಸಿಗಲಿಲ್ಲ. ಯಾಕೆಂದರೆ ಗಾತ್ರದಲ್ಲಿ ಅವನೀಗ ಬಹಳ ಚಿಕ್ಕ ವ್ಯಕ್ತಿಯಾಗಿ, ಹಾಸ್ಯಾಸ್ಪದನಾಗಿ ತೋರುತ್ತಿದ್ದ. ಆ ಮಕ್ಕಳು ಅವನನ್ನು ನೋಡಿ ನಕ್ಕರು. ಅವನ ಹಿಡಿತಕ್ಕೆ ಸಿಕ್ಕದೆ ಜಾರಿದರು. ಮೋಡಗಳ ಹಾಗೆ ಚದರಿ ಹೋದರು.

ಅವನು ಮೈಯೆಲ್ಲಾ ಬೆವತು ಮೇಲೆದ್ದ. ಏದುಸಿರು ಬಿಡುತ್ತಾ, ತಾನು ಮಲಗಿದ್ದ ಚಾಪೆಯನ್ನು ಹರಿದುಹಾಕಿದ. ಹಗಲು ಕೊನೆಗೊಂಡು ಕತ್ತಲಾಗುತ್ತಿತ್ತು. ಭಯ ಅವನನ್ನು ಆಕ್ರಮಿಸಿತು. ಬೆವರು ಅವನ ಮೇಲೆ ಹೆಪ್ಪುಗಟ್ಟಿತು. ಅವನು ಅಬ್ದುಸೆಲಾಮ್ ಬೇಯನ್ನು ಒರಟಾಗಿ ಕರೆದು ಕಾಫಿ, ಬ್ರಾಂದಿ ಮತ್ತು ಮೇಣದ ಬತ್ತಿಯನ್ನು ತರಹೇಳಿದ.

ಅವರು ಬಹಳ ಹೊತ್ತಿನವರೆಗೆ ಕುಡಿಯುತ್ತಾ ಕುಳಿತರು. ಅವರಿಬ್ಬರ ಮಧ್ಯೆ ಮಿಣುಗುಟ್ಟುವ ಮೇಣದ ಬತ್ತಿಯ ಬೆಳಕಿನಲ್ಲಿ ಆಗಾಗ ಮೂಡಿ ಮಾಯವಾಗುತ್ತಿರುವ ನೆರಳುಗಳು. ಚಿಕ್ಕ ಕಿಟಕಿಯಿಂದ ಹೊರಗಿನ ನೀಲರಾತ್ರಿ ಕಾಣುತ್ತಿತ್ತು. ಖಾಲಿ ಕೋಣೆಯಲ್ಲಿ ಅವರಿಬ್ಬರ ಮಾತಿಗೆ ರಂಗೇರಿತ್ತು. ಅಬ್ದುಸೆಲಾಮ್ ಬೇ ತನ್ನ ಬಗ್ಗೆ, ತಾನು ಮಾಡಿದ ಯುದ್ಧಗಳ ಬಗ್ಗೆ ತನ್ನ ಸಂಸಾರದ ಬಗ್ಗೆ ಹೆಚ್ಚಾಗಿ ಹೇಳಿಕೊಂಡ. ತಾನು ಗಬೇಲಾದಲ್ಲಿ ಮಾಡಿದ್ದ ಕಾವಲು ಕೆಲಸದ ಬಗ್ಗೆ ಕೊಚ್ಚಿಕೊಂಡ. ಮುಸ್ತಾಫಾ ತುಟಿಪಿಟಿಕ್ ಎನ್ನದೆ ಬ್ರಾಂದಿ, ಕಾಫಿ ಹೀರುತ್ತಿದ್ದ. ಬಟ್ಟಲು ಖಾಲಿ ಮಾಡಿ ಮತ್ತೆ ತುಂಬಿಕೊಳ್ಳುತ್ತಿದ್ದ. ಆದರೆ ಹೇಗಾದರೂ ಮಾಡಿ ಅವನನ್ನು ಮಾತಿಗೆಳೆಯಬೇಕೆಂದು ಅಬ್ದುಸೆಲಾಮ್ ಬೇ ತವಕಿಸುತ್ತಿದ್ದ. ಆದ್ದರಿಂದ ಬಂಜಲೂಕಾ ಯುದ್ಧದ ಮಾತು ತೆಗೆದು ಮುಸ್ತಾಫಾ ತೆಪ್ಪದಿಂದ ತೆಪ್ಪಕ್ಕೆ ಹಾರುತ್ತಾ ನದಿ ದಾಟಿದ್ದನ್ನು ತಾನು ನೋಡಿದೆ ಎಂದ. ತಾನೂ ಅವನನ್ನು ಹಿಂಬಾಲಿಸಿ ಜರ್ಮನರನ್ನು ಕೊಂದೆ ಎಂದ.

"ಏಯ್, ನೀನು ಹಾಸಿಗೆಯ ಅಡಿಯಲ್ಲಿ ಅಡಗಿದ್ದೆ. ಅಲ್ಲಿಂದ ನೀನು ಹೇಗೆ ನೋಡ್ತಾ ಇದ್ದಿ? ಏನು ನೋಡ್ತಾ ಇದ್ದಿ?"

"ಏ...ನು? ಹೇಗೆ?" ಅಬ್ದುಸೆಲಾಮ್ ಬೇ ಬೆಬ್ಬೆಬ್ಬೆ ಎಂದ.

ಮುಸ್ತಾಫಾನ ಕಣ್ಣುಗಳು ಹೊಳೆಯುತ್ತ ಕುಣಿಯುತ್ತಿದ್ದುವು. ಏನು ಮಾಡುವುದೆಂದು ತಿಳಿಯದೆ ಅಬ್ದುಸೆಲಾಮ್ ಬೇ ಸುಮ್ಮನಿದ್ದ. ಇದಕ್ಕೆ ಸಿಟ್ಟು ಮಾಡಿಕೊಳ್ಳಬೇಕೆ ಅಥವಾ ಇದನ್ನು ತಮಾಷೆಯಾಗಿ ತೆಗೆದುಕೊಳ್ಳಬೇಕೆ ಎಂದು ಅವನು ಯೋಚಿಸಿದ. ಅಷ್ಟರಲ್ಲಿ ಮುಸ್ತಾಫಾ ಗೊಳ್ಳನೆ ನಗಲು ಪ್ರಾರಂಭಿಸಿದ. ಅಬ್ದುಸೆಲಾಮ್ ಬೇ ತಕ್ಷಣ ಅವನ ಜೊತೆ ಸೇರಿದ.

"ಕೇವಲ ಒಂದು ತಮಾಷೆ" ಎಂದ ಮುಸ್ತಾಫಾ.

"ಹೌದು, ಹೌದು," ಎಂದು ಬೇ ಒಪ್ಪಿದ.

ಆದರೆ ಅವನ ಬಡಾಯಿ ನಿಲ್ಲಲಿಲ್ಲ. ಮುಸ್ತಾಫಾ ಅಟ್ಟಿದ ಜರ್ಮನರನ್ನು ತಾನು ಹೇಗೆ ಹಿಡಿದೆ ಎಂಬುದನ್ನು ಆತ ಹೇಳಿದ.

"ಹೌದು. ನಾನು ಕನಿಷ್ಠ ನಲವತ್ತು ಜನರನ್ನಾದರೂ ಕತ್ತರಿಸಿಹಾಕಿದೆ."

"ಅಲ್ಲವೇ ಮತ್ತೆ!"

"ಅವರಲ್ಲಿ ಚುರುಕಾದವನೊಬ್ಬನು ಓಡಲು ಪ್ರಾರಂಭಿಸಿದ. ನಾನು ಅವನನ್ನು ಬೆನ್ನಟ್ಟಿದೆ. ದೇವರು ಕಾಲಿಗೆ ಶಕ್ತಿಕೊಟ್ಟ. ನಾ ಓಡಿದೆ... ಓಡಿದೆ..."

"ನೀನು ಅವನನ್ನು ಹಿಡಿದೆಯಾ?"

"ಸ್ವಲ್ಪ ಕೇಳು. ನಾವು ಏರುರಸ್ತೆಯಲ್ಲಿ ಓಡ್ತಾ ಇದ್ದಿವಿ. ಅವನು ಸುಸ್ತಾದ. ನಾನು ಅವನ

ಹತ್ತಿರ ಹೋಗಿ ಮಾಂಸ ಕತ್ತರಿಸೋ ಹಾಗೆ ಕತ್ತರಿಸಿಹಾಕಿದೆ."

"ಒಳ್ಳೇದು, ಒಳ್ಳೇದು."

ಮುಸ್ತಾಫಾ ಆಗಾಗ ಗೊಣಗುತ್ತಾ ನಿಟ್ಟುಸಿರು ಬಿಡುತ್ತಿದ್ದ. ಅಬ್ದುಸೆಲಾಮ್ ಬೇ ಮಾತನ್ನು ಮುಂದುವರಿಸಿದ. ಮೊದಲೇ ರಾತ್ರಿ. ಅದರ ಮೇಲೆ ಬ್ರಾಂದಿ. ಸಾಲದ್ದಕ್ಕೆ ದಡ್ಡ, ಆಸೆಬುರುಕ, ಆಳವಿಲ್ಲದ ಸ್ವಭಾವದ ಅಬ್ದುಸೆಲಾಮ್ ಬೇ ಅಳೆದದ್ದೂ ಅಳೆದದ್ದೆ. ಹೊಸ ಹೊಸ ಸಾಹಸಗಳ ಬಗ್ಗೆ ಅವನು ಬುರುಡೆ ಬಿಟ್ಟ. ಅವರಪ್ಪ ಮಾಡಿದ್ದು, ಅವರಜ್ಜ ಮಾಡಿದ್ದು ಎಲ್ಲಾ ಕಂತೆ ಪುರಾಣ ತೆಗೆದ. ಗಬೇಲಾ ಯುದ್ಧದಲ್ಲಿ ಅವನು ವಹಿಸಿದ ಪಾತ್ರ ಈಗ ಸಂಪೂರ್ಣ ರೂಪಾಂತರಗೊಂಡಿತು.

"ಅಲ್ಲಾ ಧೈರ್ಯಕೊಟ್ಟ. ಅಲ್ಲಿ ವೆನೀಶಿಯನ್ನರ ವಿರುದ್ಧ ಬಹಳ ಅಪಾಯಕರವಾದ ಕಾರ್ಯಾಚರಣೆಗಳಲ್ಲಿ ನಾವು ಒಮ್ಮೊಮ್ಮೆ ತೊಡಗಬೇಕಾಗ್ತಿತ್ತು. ಆಗ ಉಳಿದವರೆಲ್ಲ ಆ ಕತ್ತಲಿನಲ್ಲಿ ಗೊಣಗಿಕೊಂಡು ನಡುಗುತ್ತಿದ್ದರು. ಆದರೆ ನಾನು ಕಂದಕದಿಂದ ಮೇಲೆದ್ದು ಜೋರಾಗಿ ಹಾಡೋದಕ್ಕೆ ಶುರುಮಾಡ್ತಿದ್ದೆ. ಆಗ ನನ್ನ ಗಂಟಲು ಒಳ್ಳೆ ಕೊಳಲಿನ ಹಾಗಿತ್ತು. ಆದಾದ ಮೇಲೆ ವ್ಲಾಸಿ ಕೇಳಿದನಂತೆ 'ಅಷ್ಟು ಧೈರ್ಯ ಇರೊ ತುರುಕ ಯಾರು? ಆ ಪರಾಕ್ರಮಿ ಯಾರು?' ಅಂತ. ಆದರೆ ನಮ್ಮವರಿಗೆಲ್ಲಾ ಗೊತ್ತಿತ್ತು. ಇನ್ಯಾರು ಆಗೋದಕ್ಕೆ ಸಾಧ್ಯವಿತ್ತು?"

"ಸರಿ, ನೀನೊಬ್ಬ ದೊಡ್ಡ ಸುಳ್ಳುಗಾರ."

ಅಬ್ದುಸೆಲಾಮ್ ಬೇ ತನ್ನದೇ ಮಾತಿನ ಭ್ರಮಾಲೋಕದಲ್ಲಿ ಮುಳುಗಿದ್ದರಿಂದ ಅವನಿಗೆ ಮುಸ್ತಾಫಾನ ಮಾತುಗಳು ಸರಿಯಾಗಿ ಕೇಳಿಸಲಿಲ್ಲ.

"ಏನು ಹೇಳಿದೆ?"

"ಗೆಳೆಯ, ನೀನು ಹೇಳೋದೆಲ್ಲಾ ಸುಳ್ಳಿನ ಕಂತೆ," ಎಂದು ಮುಸ್ತಾಫಾ ತನ್ನ ತುಟಿಗಳನ್ನು ತಿರುಚಿ ಮೀಸೆ ಕಡಿಯುತ್ತಾ ಒರಟಾಗಿ ಹೇಳಿದ.

ಆಗ ಅವನಿಗೆ ಅರ್ಥವಾಯಿತು. ಕೂತಿದ್ದ ಕೊಠಡಿಯ ಕತ್ತಲು ಮತ್ತಷ್ಟು ದಟ್ಟವಾದಂತಾಯಿತು. ಅವನು ಬಿಡುತ್ತಿದ್ದ ಉಸಿರಿನಿಂದ ಮೇಣದ ಬತ್ತಿಯ ದೀಪದ ಕುಡಿ ಓಲಾಡಿತು. ತನ್ನ ಹತ್ತಿರದಲ್ಲಿದ್ದ ಮುಸ್ತಾಫಾನ ಕಡೆ ನೋಡಿದಾಗ ಆತ ಕಂಡಿದ್ದು ಭೀಕರವಾಗಿ ಹೊಳೆಯುತ್ತಿದ್ದ ಎರಡು ಕೆಂಗಣ್ಣುಗಳ ವಕ್ರನೋಟ, ಶವದಂತೆ ಹಳದಿಯಾಗಿದ್ದ ಹಣೆ, ಕರಿ ಗಡ್ಡದಿಂದ ಆವೃತವಾಗಿದ್ದ ಮುಖ. ಅಬ್ದುಸೆಲಾಮ್ ಬೇಗೆ ಭಯವಾಯಿತು. ಅವಮಾನವಾಯಿತು. ಅವನು ಮೇಲಕ್ಕೆದ್ದ. ಮುಂದಿದ್ದ ಮೇಜು ತಲೆಕೆಳಗಾಗಿ, ಮೇಣದ ಬತ್ತಿ ಆರಿಹೋಗಿ ಕತ್ತಲಾಯಿತು.

ಮುಸ್ತಾಫಾ ಕುಡಿದಿದ್ದರೂ ಯೋಧನಂತೆ ಗೋಡೆಗೆ ಒರಗಿ ತನ್ನ ನಿಲುವಂಗಿಯೊಳಗಿನ ನಡುಪಟ್ಟಿಯಿಂದ ಚಿಕ್ಕ ಬಂದೂಕನ್ನು ಹೊರತೆಗೆದ. ಇಬ್ಬರ ಮಧ್ಯೆ ಮೇಜು ತಲೆಕೆಳಗಾಗಿ ಬಿದ್ದಿತ್ತು. ಆ ಕತ್ತಲಲ್ಲಿ ಅವರ ಹಿಂದಿದ್ದ ಕಿಟಕಿಯ ಆಕಾರ ಎದ್ದು ಕಾಣುತ್ತಿತ್ತು. ಸದ್ದಿಲ್ಲದ ಆ ಕತ್ತಲಲ್ಲಿ ಅವನಿಗೆ ಅಬ್ದುಸೆಲಾಮ್ ಬೇ ತನ್ನ ಒರೆಯಿಂದ ಚಾಕುವನ್ನು ತೆಗೆಯುತ್ತಿದ್ದ ಸಣ್ಣ ಶಬ್ದ ಕೇಳಿಸಿತು. ಆಗ ಅವನಿಗೆ ತನ್ನ ಬದುಕಿನ ಅನೇಕ ಸಾಹಸಗಳ ನೆನಪಾಯಿತೋ ಎಂಬಂತೆ ಆತ ಉಗ್ರ ಕ್ರೋಧದಿಂದ ಪುನಃ ಯೋಚಿಸಿದ: 'ಈ ಜಗತ್ತಿನಲ್ಲಿ ಎಷ್ಟೊಂದು ಕೆಡುಕು ತುಂಬಿಕೊಂಡಿದೆ!' ಮುಂದಿನ ಕ್ಷಣವೇ ತನ್ನನ್ನು ತಾನೇ ನಿಯಂತ್ರಿಸಿಕೊಂಡು ಎದುರಿಗಿರುವ ಸಮಸ್ಯೆಯನ್ನು ಅರ್ಥಮಾಡಿಕೊಂಡ.

'ಅಬ್ದುಸೆಲಾಮ್ ಬೇ ಮಹಾ ಹೇಡಿ ಮತ್ತು ಸುಳ್ಳುಗಾರ. ಅಂಥವರು ಕೊಲ್ಲೋದಕ್ಕೆ ಬೇಗ

ಮುಂದಾಗ್ತಾರೆ. ಅವನ ಕೈಯಲ್ಲಿ ಬಂದೂಕಿಲ್ಲ, ಅದನ್ನು ಪಡೀಬೇಕಾದರೆ ಆತ ಕಿಟಕಿಯ ಹತ್ತಿರ ಹೋಗಬೇಕು.'

ಅವನು ತಲೆ ಎತ್ತಿ ಕಿಟಕಿಯ ಮಧ್ಯಕ್ಕೆ ಗುರಿಯಿಟ್ಟ. ಸರಿಯಾಗಿ ಒಂದು ನಿಮಿಷದ ಬಳಿಕ ಕಿಟಕಿಯ ಹಿನ್ನೆಲೆಯಲ್ಲಿ ಅಬ್ದುವಿನ ಕೈ ಕಾಣಿಸಿಕೊಂಡಿತು. ಅನಂತರ ಅವನ ಇಡೀ ದೇಹ ಕಿಟಕಿಯನ್ನು ಮುಚ್ಚಿತು. ಮುಸ್ತಾಫಾ ಗುಂಡು ಹಾರಿಸಿದ. ಅದರ ಸ್ಫೋಟದ ಶಬ್ದದಲ್ಲಿ ಅವನಿಗೆ ಅಬ್ದು ಬಿದ್ದ ಸದ್ದು ಕೇಳಿಸಲಿಲ್ಲ.

ಖಾನಾವಳಿಯ ಒಡೆಯ ಮುದುಕ ಓಮರ್‌ಗೆ ಏನೂ ಕೇಳಿಸಲಿಲ್ಲ. ಅಥವಾ ಕೇಳಿಸಿದರೂ ಉಸಿರೆತ್ತುವ ಧೈರ್ಯ ಅವನಿಗೆ ಇರಲಿಲ್ಲ.

* * *

ಆ ದಿನ ರಾತ್ರಿ ಮುಸ್ತಾಫಾ ಎಲ್ಲೂ ನಿಲ್ಲದೆ ಕಾಡಿನಲ್ಲಿ ಪ್ರಯಾಣ ಮಾಡಿದ. ಅವನ ಕುದುರೆ ನೆರಳುಗಳಿಗೆ ಹೆದರಿ, ಆಯಾಸದಿಂದ ಆಗಾಗ ನಿಲ್ಲುತ್ತಿತ್ತು. ಅನಂತರ, ಚಂದ್ರನಿಲ್ಲದೆ ನಕ್ಷತ್ರಗಳಿಂದ ಮಾತ್ರ ಬೆಳಗಲ್ಪಟ್ಟಿದ್ದ ಆ ಶುಭ್ರ ರಾತ್ರಿಯಲ್ಲಿ ಅವನು ಕೂಡ ಒಂಟಿ ಮರಗಳ ವಿಚಿತ್ರ ರೂಪಗಳನ್ನೂ ಅವುಗಳ ನೆರಳುಗಳನ್ನೂ ನೋಡತೊಡಗಿದ. ಅಪಾಯಕಾರಿಯಾಗಿ ಕಾಣುತ್ತಿದ್ದ ಮರಗಳ ಸಾಮೀಪ್ಯದಿಂದ ಆತ ಗೌರವದಿಂದ ದೂರಸರಿಯುತ್ತಿದ್ದ. ಇದ್ದಕ್ಕಿದ್ದಂತೆ ಪ್ರತಿಯೊಂದು ವಸ್ತುವಿಗೂ ತನ್ನದೇ ಆದ ಒಂದು ವಿಶಿಷ್ಟ ಧ್ವನಿಯಿದೆ ಎಂಬ ವಿಚಾರ ಅವನ ತಲೆ ತುಂಬಿತು. ಹೌದು, ಪಿಸುಗುಟ್ಟುವ, ಕರೆಯುವ, ಹಾಡುವ, ಮೃದುವಾದ ಗುರುತಿಸಲಾಗದ ಧ್ವನಿಗಳು. ವಸ್ತುಗಳ ಆಕಾರದೊಂದಿಗೆ ಹೆಣೆದುಕೊಂಡು ಕರಗುವ ಧ್ವನಿಗಳು. ಕೊನೆಗೊಮ್ಮೆ ಎಲ್ಲ ಧ್ವನಿಗಳೂ ಅವನು ಕುದುರೆಯ ಮೇಲೆ ಬೀಸಿದ ಚಾವಟಿಯ ಸುಂಯ್‌ಕಾರದೊಂದಿಗೆ ಬೆರೆತು ಹೋದುವು. ಕುದುರೆಗೆ ಹೊಡೆಯುವುದನ್ನು ನಿಲ್ಲಿಸಿದ ಕ್ಷಣವೇ ಧ್ವನಿ ನೂರುಮಡಿಯಾಗಿ ಹೆದರಿಸತೊಡಗಿತು. ಅದನ್ನು ಮೌನಗೊಳಿಸಲು ಅವನು ಗಟ್ಟಿಯಾಗಿ ಕೂಗಿದ:

"ಆ ಆ ಆ ಆ ಆ ಆ ಆ..."

ಆ ಕಾಡಿನ ಪ್ರತಿಯೊಂದು ಬಿಲ, ಮರ, ಎಲೆ – ಎಲ್ಲೆಡೆಯಿಂದ ಅವನ ಧ್ವನಿ ಇನ್ನೂ ಗಟ್ಟಿಯಾಗಿ ಪ್ರತಿಧ್ವನಿಗೊಂಡು ಅವನ ಕೂಗನ್ನು ನುಂಗಿತು:

"ಆ ಆ ಆ ಆ ಆ ಆ ಆ ಆ ಆ ಆ ಆ ಆ ಆ..."

ತನ್ನ ಬಲವನ್ನೆಲ್ಲಾ ಪ್ರಯೋಗಿಸಿ ಅದಷ್ಟು ಗಟ್ಟಿಯಾಗಿ ಆತ ಕೂಗಿದ. ಇದರಿಂದ ಅವನ ಗಂಟಲು ಒಣಗಿ, ಉಸಿರು ಕಟ್ಟಿಕೊಂಡರೂ ಎಣಿಸಲಾಗದ, ತಡೆಯಲಾಗದ ಧ್ವನಿಗಳು ಅವನ ಕೂಗನ್ನು ಮುಳುಗಿಸಿ, ಸುತ್ತಮುತ್ತಲಿನ ಮರಗಳೂ ಪೊದೆಗಳೂ ಅವನನ್ನು ಹೆದರಿಸಿದುವು. ಆತ ವೇಗವಾಗಿ ಅಲ್ಲಿಂದ ಮುಂದೆ ಸಾಗಿದ. ಅವನ ಮೈಯೆಲ್ಲ ಭಯದಿಂದ ಜುಮ್ಮೆನ್ನುತ್ತಿತ್ತು. ತಾನು ಕುದುರೆಯ ಮೇಲೆ ಕುಳಿತಿದ್ದೇನೆ ಎಂಬ ಭಾವನೆ ಕೂಡ ಅವನ ಮನಸ್ಸಿನಿಂದ ಮರೆಯಾಗಿತ್ತು. ಅವನ ಗಂಟಲು ಕಟ್ಟಿಹೋಗಿತ್ತು. ಆದರೂ ಬಯಲು ಕಾಣಿಸಿಕೊಂಡು ಧ್ವನಿಗಳು ನಿಲ್ಲುವವರೆಗೂ ಆತ ಎಡೆಬಿಡದೆ ಕೂಗುತ್ತಲೇ ಇದ್ದ.

ಬೆಳಗಾಗುವ ವೇಳೆಗೆ ಅವನು ಸರಾಜಿವೋದಿಂದ ಸ್ವಲ್ಪವೇ ದೂರದಲ್ಲಿರುವ ಗೋರಿತ್ಸಾ ಎಂಬ ಊರನ್ನು ತಲಪಿದ್ದ. ಪ್ಲಮ್ ಹಣ್ಣಿನ ತೋಟವೊಂದರಲ್ಲಿ ಆತ ತಂಗಿದ. ಅವನ ಕುದುರೆಯ ಗೊರಸುಗಳಿಂದ ರಕ್ತ ಸುರಿಯುತ್ತಿತ್ತು. ಅದರ ಅಳ್ಳೆಗಳು ನಡುಗುತ್ತಿದ್ದವು. ಅದು ಆಗಲೋ ಈಗಲೋ ಕೆಳಗೆ ಬೀಳುವಂತೆ ತೂರಾಡುತ್ತಿತ್ತು. ಮೇಲೆ ಹೊಳೆಹೊಳೆಯುವ

ಅನಂತ ಆಕಾಶ. ಬೆಳಕನ್ನು ತುಂಬಿಕೊಂಡಿದ್ದ ತೆಳು ಮೋಡಗಳು. ನಗರದ ಮೇಲೆ ಮಂಜಿನ ಮುಸುಕು. ಮುಳುಗಿರುವ ಹಡಗುಗಳ ಕೂವೆಕಂಬಗಳಂತೆ ಈ ಮಂಜನ್ನು ಸೀಳಿ ಮೇಲೇರಿದ್ದ ಮಸೀದಿ ಸ್ತಂಭಗಳ ಗೋಪುರಗಳು.

ಅವನ ಕೈ ಮುಖವನ್ನು ಸವರಿತು. ಏನೂ ಪ್ರಯೋಜನವಾಗಲಿಲ್ಲ. ಅವನ ಕಣ್ಣ ಮುಂದೆ ಬಂದು ನಿಂತಿದ್ದ ಕಪ್ಪು ವರ್ತುಲಗಳು ಕರಗಲೇ ಇಲ್ಲ. ಆ ವರ್ತುಲಗಳೂ ಸ್ಥಿರವಾಗಿರಲಿಲ್ಲ. ಅವುಗಳಾಚೆಗೆ ಬೆಳಕು ತುಂಬಿದ ದಿನ. ಅದರ ಮಧ್ಯೆ ಊರು. ಅವನ ಕೆನ್ನೆಗಳು ಸಿಡಿಯುತ್ತಿದ್ದವು. ಅವನು ತಿರುಗಿದಾಗ ಆ ಕಪ್ಪು ವಲಯಗಳೂ ಅವನೊಂದಿಗೆ ತಿರುಗಿದವು. ಅನಂತರ ಕೇವಲ ತಿರುಗುವ, ನಡುಗುವ ಕಪ್ಪು ಜಗತ್ತು. ಸುತ್ತಲಿನ ಮೌನ ಕಿವುಡಾಗಿತ್ತು. ಅವನ ಗಂಟಲಿನ ಬಳಿ ರಕ್ತ ಸಂಚಯವಾಗಿ ರಭಸದಿಂದ ಮಿಡಿಯುತ್ತಿದ್ದ ಸದ್ದು ಅವನಿಗೆ ಕೇಳುತ್ತಿತ್ತು. ಅವನಿಗೆ ತಾನು ಯಾರೆಂಬ ನೆನಪೂ ಉಳಿಯಲಿಲ್ಲ. ಕಾಲ ದೇಶಗಳ ಪರಿವೆ ಕರಗಿಹೋಯಿತು. ಎದುರಿಗಿರುವ ಸರಾಜಿವೊ ಬಗ್ಗೆ ಅವನು ಆಲೋಚಿಸಿದ. ಆದರೆ ಅವನ ಕಣ್ಣಿಗೆ ಕಂಡದ್ದು ಕಾಕಸಸ್ ಪರ್ವತ ಶ್ರೇಣಿಯ ಯಾವುದೋ ಊರು. ಅದರ ಗೋಪುರಗಳು ಆಗೊಮ್ಮೆ ಈಗೊಮ್ಮೆ ಅವನಿಗೆ ಏನೂ ಕಾಣಿಸುತ್ತಿರಲಿಲ್ಲ.

ಹಾಗೂ ಹೀಗೂ ಅವನು ಪ್ಲಮ್ ತೋಟದಿಂದ ಈಚೆ ಬಂದ. ನಗರದ ಹೊರವಲಯವನ್ನು ತಲಪಿದಾಗ, ಅಲ್ಲಿದ್ದ ಒಂದು ಉಪಾಹಾರ ಗೃಹದ ಮುಂದೆ ತನ್ನ ಕುದುರೆಯನ್ನು ನಿಲ್ಲಿಸಿದ. ಅಲ್ಲಿ ಸಮಾಧಿಯೊಂದರ ಬಳಿಯಿದ್ದ ವಿಶಾಲ ಹಸಿರು ಮೈದಾನದಲ್ಲಿ ಕೆಲವು ತುರುಕರು ಆಗಲೇ ಕಾಫಿ ಕುಡಿಯುತ್ತಾ ಕುಳಿತಿದ್ದರು. ಅವನು ಕುದುರೆಯಿಂದ ಇಳಿದು ಒಳಗೆ ಹೋದ. ಮುದುರಿಕೊಂಡಿದ್ದ ಹರಕು ಬಟ್ಟೆಯ ಕೊಳಕಿನೊಂದಿಗೆ, ತನ್ನನ್ನು ಸುತ್ತುವರಿದಿದ್ದ ಕತ್ತಲನ್ನು ಸೀಳಿಕೊಂಡು ನಡೆಯಲಾಗದೆ ನಡೆದ. ಅವನ ಮುಂದೆ ಮುಖಗಳು ಇದ್ದಕ್ಕಿದ್ದಂತೆ ಮರೆಯಾಗಿ, ಮತ್ತೊಂದು ಕ್ಷಣದಲ್ಲಿ ಕಾಣಿಸಿಕೊಂಡು ಅವನನ್ನು ಗಲಿಬಿಲಿಗೊಳಿಸಿದವು. ಅವನು ಕುಳಿತ. ಸುತ್ತಲಿನವರ ಮಾತುಗಳಿಗೆ ಕಿವಿಗೊಡಲು ಪ್ರಯತ್ನಿಸಿದ. ಅಸ್ಪಷ್ಟವಾಗಿ ಏನೋ ಸ್ವಲ್ಪ ಕೇಳಿಸಿತು. ಅವರು ಸುಲ್ತಾನನ ಪ್ರತಿನಿಧಿಯಾದ ಕುಲಸೆಹಾಜ ಲಫ್ಟಿಬೆಯ ಕಾರ್ಯ ವಿಧಾನದ ಬಗ್ಗೆ ಮಾತನಾಡುತ್ತಿದ್ದರು.

ದೀರ್ಘ ಕಾಲದ ಯುದ್ಧಗಳ ತರುವಾಯ, ಸರಾಜಿವೋದಲ್ಲಿ ಮತ್ತು ಬೊಸ್ನಿಯಾದ ಇತರ ಭಾಗಗಳಲ್ಲಿ ಅನೇಕ ಮಂದಿ ಕುಡುಕರು, ಸೋಮಾರಿಗಳು ಮತ್ತು ಪುಂಡರು ಸೇರಿಕೊಂಡಿದ್ದರು. ಇವರು ಕೊಲೆ, ಸುಲಿಗೆ ಮತ್ತು ದರೋಡೆಗಳಲ್ಲಿ ನಿರತರಾಗಿ ಜನರ ಮೇಲೆ ಹಾವಳಿ ಮಾಡುತ್ತಿದ್ದರು. ಇಸ್ತಾಂಬುಲ್‌ನ ಅಧಿಕಾರಿಗಳಿಗೆ ಜನರ ದೂರು ಕೇಳಿ ಕೇಳಿ ಸಾಕಾಯಿತು. ಸುಲ್ತಾನ ಮಿತಿಯಿಲ್ಲದ ಅಧಿಕಾರದೊಂದಿಗೆ ತನ್ನ ಪ್ರತಿನಿಧಿಯನ್ನು ಕಳಿಸಿದ. ಸನ್ಯಾಸಿಯ ಹಾಗೆ ರಸ್ತೆಗಳಲ್ಲಿ ನಡೆಯುತ್ತಿದ್ದ ಆ ಎತ್ತರದ ಮನುಷ್ಯನ ಬೆನ್ನು ಬಾಗಿತ್ತು. ಮುಖ ಬಿಳಿಚಿಕೊಂಡಿತ್ತು. ಮೀಸೆಗಳು ಜೋತಾಡುತ್ತಿದ್ದುವು. ಆದರೆ ಅವನು ನಿರ್ದಯಿ, ಕಟುಕ ಮತ್ತು ಹಿಂದೆ ಮುಂದೆ ನೋಡದೆ ಶಿಕ್ಷೆ ಕೊಡುವುದರಲ್ಲಿ ನಿಪುಣ. ಅವನ ಕೈಗೆ ಯಾರಾದರೂ ಕುಡುಕನೋ ಸೋಮಾರಿಯೋ ಸಿಕ್ಕರೆ ಅಥವಾ ಕೊಲೆಗಾರನೋ ದರೋಡೆಗಾರನೋ ಅವನ ಹತ್ತಿರ ಕಳಿಸಲ್ಪಟ್ಟರೆ ಅವರ ಕಥೆ ಮುಗಿಯಿತೆಂದೇ ಅರ್ಥ. ಅವರನ್ನು ಸೀದಾ ಝುಟಾ ತಬೀಜಾ ಸೆರೆಮನೆಗೆ ಆತ ಕಳುಹಿಸುತ್ತಿದ್ದ. ಅಲ್ಲಿ ಕಟುಕರು ಹಗ್ಗ ಹಿಡಿದುಕೊಂಡು ಅವರ ಕತ್ತುಹಿಸುಕಲು ಕಾದಿರುತ್ತಿದ್ದರು. ಪ್ರಶ್ನೆಯಿಲ್ಲ. ವಿಚಾರಣೆಯಿಲ್ಲ. ಕೆಲವೊಮ್ಮೆ ಒಂದೇ

ರಾತ್ರಿಯಲ್ಲಿ ಹೀಗೆ ಅರವತ್ತು ಜನರನ್ನು ಕತ್ತು ಹಿಸುಕಿ ಕೊಂದ ಸಂದರ್ಭಗಳು ಇದ್ದವು. ಕ್ರೈಸ್ತರಿಗೇನೋ ಇದರಿಂದ ಖುಷಿಯಾಯಿತು. ತುರುಕರು ಮಾತ್ರ ಅವನ ಕಟ್ಟುನಿಟ್ಟಿನ ವಿರುದ್ಧ ಗೊಣಗತೊಡಗಿದರು. ಆದರೆ ತನ್ನ ಬಗ್ಗೆ ಹೀಗೆ ಬಹಿರಂಗವಾಗಿ ಅಪಪ್ರಚಾರ ಮಾಡುತ್ತಿದ್ದ ಇಬ್ಬರು ತುರುಕ ವ್ಯಾಪಾರಿಗಳನ್ನು ಅವನು ಹಿಡಿಸಿ ಕೊಲ್ಲಿಸಿದ. ಯಾರಿಗೂ ಮಧ್ಯಪ್ರವೇಶ ಮಾಡಲು ಅವಕಾಶವೇ ಕೊಡಲಿಲ್ಲ.

ಕುಡಿದ ಅಮಲಿನ ಕೋಪದಲ್ಲಿ ಸೆಹಾಜನ ಶಿಸ್ತಿನ ವಿರುದ್ಧ ತಮ್ಮನ್ನು ತಾವು ಸಮರ್ಥಿಸಿಕೊಳ್ಳಲು ಹೋಗಿ ಅನೇಕರು ಹೆಣಗಳಾಗಿದ್ದರು. ಆದ್ದರಿಂದ ಉಪಾಹಾರ ಗೃಹದಲ್ಲಿ ಕಾಫಿ ಕುಡಿಯುತ್ತಿದ್ದವರು ತಮಗೆ ಅನ್ನಿಸಿದ್ದನ್ನು ಧೈರ್ಯವಾಗಿ ಹೇಳಲು ಹಿಂಜರಿದು, ಯುದ್ಧದಲ್ಲಿ ಹೋರಾಡಿದ್ದ ಕೆಲವು ವೀರರನ್ನು ಕೊಲ್ಲಿಸಿದ ಬಗ್ಗೆ ಮಾತ್ರ ವಿಷಾದ ವ್ಯಕ್ತಪಡಿಸುತ್ತಿದ್ದರು. ಅವರಲ್ಲಿ ಒಬ್ಬ ಹೇಳಿದ :

"ನೋಡ್ತಾ ಇರು. ಹೀಗೇ ಇದ್ರೆ ಕ್ರೈಸ್ತರನ್ನು ಹೇಳೋರು ಕೇಳೋರು ಇರೋದಿಲ್ಲ. ನಮ್ಮ ಜನ ಸಾಯ್ತಾ ಇದ್ದಾರೆ. ಅವರಾದರೋ ಹೆಚ್ಚಿಕೊಳ್ತಾ ಇದ್ದಾರೆ."

ಈ ಮಾತುಗಳನ್ನು ಮುಸ್ತಾಫಾ ಅಸ್ಪಷ್ಟವಾಗಿ ಕೇಳಿಸಿಕೊಂಡ. ತನ್ನ ಆಲೋಚನೆಗಳಿಗೂ ಇದಕ್ಕೂ ಸಂಬಂಧವಿದೆ ಎಂದು ಅವನಿಗೆ ಅನಿಸಿತು. ಬಹಳ ಕಷ್ಟಪಟ್ಟು ಆತ ತನ್ನನ್ನು ತಾನು ನಿಯಂತ್ರಿಸಿಕೊಂಡ.

"ಕ್ರೈಸ್ತರಾದರೂ ಅಷ್ಟೆ. ಅಲ್ಲದೆ ಇದ್ರೂ ಅಷ್ಟೆ. ಈ ಜಗತ್ತೆಲ್ಲ ಕೆಡುಕಿನಿಂದ ತುಂಬಿದೆ."

ಪಿಸುಗುಟ್ಟಿದಂತಿದ್ದ ಅವನ ಒರಟು ದನಿ ಕೇಳಿ ಎಲ್ಲರೂ ಆ ಕಡೆ ನೋಡಿದರು. ಮೊದಲ ನೋಟಕ್ಕೆ ಅವರಿಗೆ ಕಂಡದ್ದು ಚಿಂದಿಚಿಂದಿಯಾಗಿದ್ದ ಅವನ ಬಟ್ಟೆ. ಮೈಯೆಲ್ಲ ಅಂಟಿಕೊಂಡ ಹುಲ್ಲು. ಹಳದಿಯಾಗಿ ಮೆತ್ತಿಕೊಂಡ ಜೇಡಿಮಣ್ಣು. ಮಸಿಯಂತೆ ಕಪ್ಪಾಗಿದ್ದ ಅವನ ಮುಖ. ಅನಂತರ ಅವರಿಗೆ ಅವನ ಬಗ್ಗೆ ಹೆಚ್ಚು ವಿವರಗಳು ಗೊತ್ತಾದುವು. ಅವನ ಕಣ್ಣುಗಳು ರಕ್ತದಂತೆ ಕೆಂಪಾಗಿದ್ದವು. ಕಣ್ಣುಗುಡ್ಡೆಗಳು ಕಪ್ಪು ಚುಕ್ಕೆಗಳಾಗಿದ್ದವು. ಕೈಗಳು ಮರಗಟ್ಟಿದ್ದವು. ಅವನ ಬತ್ತಲೆ ಕುತ್ತಿಗೆ ಬೀಗಿಕೊಂಡಿತ್ತು. ಹಲ್ಲಿನಿಂದ ಕಚ್ಚಿ ಕಚ್ಚಿ ಎಡಗಡೆಯ ಮೀಸೆ ಬಲಗಡೆಯದಕ್ಕಿಂತ ಚಿಕ್ಕದಾಗಿತ್ತು.

ಅವರು ಒಬ್ಬರನ್ನೊಬ್ಬರು ನೋಡಿಕೊಂಡರು. ಬಳಿಕ ಅವನತ್ತ ಮುಖ ತಿರುಗಿಸಿದರು. ಅವನ ಕಣ್ಣಿನ ಮುಂದೆ ಮಂಜು ಕವಿದಂತಾಯಿತು. ಆ ಮಂಜಿನ ತೆರೆಯಿಂದ ತನ್ನ ಕಡೆ ತಿರುಗಿದ್ದ ಆ ಮುಖಗಳನ್ನೆಲ್ಲ ಆತ ದಿಟ್ಟಿಸಿ ನೋಡಿದ. ಅವರೆಲ್ಲ ತನ್ನ ಮೇಲೆ ಬೀಳಲು ತಯಾರಾಗಿರುವಂತೆ ಅವನಿಗೆ ಕಂಡಿತು. ಅವನು ತನ್ನ ಕತ್ತಿಯನ್ನೆಳೆದ. ಅವರೆಲ್ಲ ಹಿಂದಕ್ಕೆ ಜಿಗಿದರು. ವಯಸ್ಸಾದವರು ಗೋಡೆಗೆ ಒರಗಿದರು. ಇಬ್ಬರು ತರುಣರು ತಮ್ಮ ಚಾಕುಗಳನ್ನು ತೆಗೆದು ಅವನ ಮುಂದೆ ನಿಂತರು. ಆತ ಮೊದಲನೆಯವನನ್ನು ಕೆಳಗುರುಳಿಸಿದ. ಆದರೆ ಅವನಿಗೆ ಸ್ಪಷ್ಟವಾಗಿ ಕಾಣುತ್ತಿರಲಿಲ್ಲವಾದ್ದರಿಂದ ಎರಡನೆಯವನು ತಪ್ಪಿಸಿಕೊಂಡ. ಈ ಹಣಾಹಣಿಯಲ್ಲಿ ಕಾಫಿ ಬೀಜವನ್ನು ಪುಡಿ ಮಾಡುವ ಯಂತ್ರ ತಲೆಕೆಳಗಾಯಿತು. ಆತ್ಮರಕ್ಷಣೆ ಮಾಡಿಕೊಳ್ಳುತ್ತಾ ಮುಸ್ತಾಫಾ ಕುರುಡನಂತೆ ಬೀದಿಗೆ ನುಗ್ಗಿದ. ತುರುಕರು ಅವನನ್ನು ಹಿಂಬಾಲಿಸಿದರು. ಜನ ಸೇರಿದರು. ಅವರಲ್ಲಿ ಕೆಲವರು ಸೆಹಾಜನ ಜನ, ಸಮಾಜ ವಿರೋಧಿಗಳನ್ನು ಅಟ್ಟಿಸಿಕೊಂಡು ಹೋಗುತ್ತಿದ್ದಾರೆ ಎಂದೂ ಇತರ ಕೆಲವರು ಅವನ ಪೊಲೀಸರನ್ನು ತುರುಕರು ಓಡಿಸುತ್ತಿದ್ದಾರೆ ಎಂದೂ ಭಾವಿಸಿದರು. ಈಚೆಗೆ ಪ್ರತಿನಿತ್ಯ

ನಡೆಯುವ ಅಂತಹ ಹೊಡೆದಾಟ ಅವರಿಗೆ ರೂಢಿಯಾಗಿತ್ತು. ಅದರಲ್ಲಿ ಭಾಗವಹಿಸುವವರಲ್ಲೆಲ್ಲ ಪರಸ್ಪರರ ರಕ್ತ ಹೀರುವಷ್ಟು ಹಗೆತನ ಕಂಡು ಬರುತ್ತಿತ್ತು.

ದೃಷ್ಟಿ ಕಳೆದುಕೊಂಡು ಮುಸ್ತಾಫಾ ಬಾಗಿಲನ್ನು ಎಡವಿಬಿದ್ದ. ಆ ವೇಳೆಗೆ ಬೀದಿಯಲ್ಲಿನ ತುರುಕರು ಮತ್ತು ಒಳಗಿದ್ದವರು ಅವನ ಸುತ್ತ ಸೇರಿದರು. ಅನೇಕ ಕೈಗಳು ಅವನನ್ನು ಬಿಗಿಯಾಗಿ ಹಿಡಿದುಕೊಂಡವು. ಅವನು ಧರಿಸಿದ್ದ ಕೋಟನ್ನು ಹರಿದು ಕಿತ್ತರು. ಅವನ ಮೇಲೆ ಷರಟು ಮಾತ್ರ ಉಳಿಯಿತು. ಮುಸ್ತಾಫಾ ಮತ್ತೆ ಕೆಳಗೆ ಬಿದ್ದ. ಅವನ ಷರಟೂ ಹರಿಯಿತು. ಆದರೂ ಅವನು ಹುಚ್ಚನ ಹಾಗೆ ಉಗ್ರವಾಗಿ ಹೊಡೆದಾಡಿದ. ಅವನ ಕತ್ತಿ ಇನ್ನೂ ಅವನ ಹತ್ತಿರ ಇತ್ತು. ಅಲ್ಲಿ ಬಹಳ ಜನರು ಸೇರಿದ್ದರಿಂದ ಆ ತೆಳುವಾದ ಬಾಗಿಲು ಮುರಿಯಿತು. ಅದಕ್ಕೆ ಒರಗಿದ್ದವರೆಲ್ಲ ಕೆಳಗೆ ಬಿದ್ದರು. ಮುಸ್ತಾಫಾ ಅವರ ಮಧ್ಯೆ ತೂರಿಕೊಂಡು ತನ್ನ ಕತ್ತಿಯನ್ನು ಝಳಪಿಸುತ್ತಾ ಆ ಇಳಿಜಾರಿನಲ್ಲಿ ಓಡಿದ. ಇಡೀ ಗುಂಪು ಅವನನ್ನು ಹಿಂಬಾಲಿಸಿತು. ತನ್ನ ಮುಂದಿದ್ದ ಯಾವುದನ್ನೂ ನೋಡದೆ ಅವನು ಓಡಿದ. ಸೊಂಟದವರೆಗೆ ಬತ್ತಲೆ. ಮೈತುಂಬ ಕೂದಲ ಚಾಪೆ. ಜನ ಹಿಂದೆಯೇ ನುಗ್ಗಿದರು, ಕೂಗಿದರು.

"ಹಿಡೀರಿ... ಅವನು ಹುಚ್ಚ."

"ಅವನು ಒಬ್ಬನನ್ನು ಕೊಂದಿದ್ದಾನೆ."

"ಹೇಡಿ !..."

"ಓಡಿ ಹೋಗೋದಕ್ಕೆ ಬಿಡಬೇಡಿ...ಹಿಡೀರಿ..."

ಕೆಲವು ದಾರಿಹೋಕರು ಅವನನ್ನು ಹಿಡಿಯಲು ಪ್ರಯತ್ನಿಸಿ ವಿಫಲರಾದರು. ತನ್ನನ್ನು ಅಡ್ಡಗಟ್ಟಿದ ಒಬ್ಬ ಪೊಲೀಸನನ್ನು ಆತ ತಲೆಕೆಳಗಾಗಿ ಬೀಳಿಸಿದ. ಅವನನ್ನು ಯಾಕೆ ಅಟ್ಟಿಸಿಕೊಂಡು ಹೋಗುತ್ತಿದ್ದಾರೆ ಎಂದು ಜನರಿಗೆ ಗೊತ್ತಿರಲಿಲ್ಲ. ಆದರೂ ಗುಂಪು ದೊಡ್ಡದಾಯಿತು. ಹೊಸಬರು ಮನೆಗಳಿಂದ ಬಂದು ಗುಂಪಿನ ಜೊತೆಯಲ್ಲಿ ಸೇರಿಕೊಂಡರು. ವ್ಯಾಪಾರಿಗಳು ಕೂತ ಕಡೆಯಿಂದಲೇ ಮರದ ಚಪ್ಪಲಿಗಳನ್ನು, ಕಬ್ಬಿಣದ ಚೂರುಗಳನ್ನು ಎಸೆದು ಅವನನ್ನು ತಡೆಯಲು ಪ್ರಯತ್ನಿಸಿದರು. ಭಯಗೊಂಡ ಕುದುರೆಗಳು ಅವನ ಜೊತೆಯಲ್ಲೆ ಓಡಿದವು. ಹೇಂಟೆಗಳು ಗಾಬರಿಯಾಗಿ ಕೂಗಲಾರಂಭಿಸಿದವು. ಎಲ್ಲಾ ಕಿಟಕಿಗಳಲ್ಲೂ ತಲೆಗಳು ಕಾಣಿಸಿದವು.

ಅವನನ್ನು ಹೊಡೆದು ಜನ ಅಟ್ಟಿಸಿಕೊಂಡು ಬರುತ್ತಿದ್ದರೂ ಅವನ ಸಂಕಟಭರಿತ ಮನಸ್ಸು ಮತ್ತೊಮ್ಮೆ ಸ್ವಲ್ಪ ಹಗುರಗೊಂಡಿತು : ಈ ಜಗತ್ತೆಲ್ಲ ಕೆಡುಕಿನಿಂದ ತುಂಬಿತ್ತು. ಎಲ್ಲ ಕಡೆಗಳಲ್ಲೂ !

ಅವನಿಗೆ ಪೂರ್ತಿ ಹುಚ್ಚು ಹಿಡಿದಿತ್ತು. ಆದರೂ ಅವನು ಅವರ ಹೊಡೆತಗಳಿಗೆ ಬಲಿಬೀಳದೆ ಅವರಿಗಿಂತ ಜೋರಾಗಿಯೇ ಓಡಿದ. ಅವನು ಆಗಲೇ ಚೆಕ್ಕಲಿಂಚಿಯ ಹಸಿರು ಸ್ಮಶಾನದ ಬಳಿ ಇದ್ದ. ಆಗ ಪಕ್ಕದ ಕಮ್ಮಾರ ಕುಲುಮೆಯಿಂದ ಒಬ್ಬ ಜಿಪ್ಸಿ ಹೊರಗಡೆ ಬಂದ. ಅರೆಬತ್ತಲೆ ಮನುಷ್ಯನೊಬ್ಬನನ್ನು ಜನರು ಅಟ್ಟಿಸಿಕೊಂಡು ಬರುವುದು ಅವನಿಗೆ ಕಾಣಿಸಿತು. ಅವನು ಹಳೆಯ ಕಬ್ಬಿಣದ ತುಂಡೊಂದನ್ನು ತೆಗೆದುಕೊಂಡು ಬೀಸಿ ಹೊಡೆದ. ಅದು ಮುಸ್ತಾಫಾನ ಕಪಾಳಕ್ಕೆ ತಗಲಿತು. ಅವನು ಕೆಳಗೆ ಬಿದ್ದ.

ಭಾರೀ ಏಟು. ಅವನ ಕಣ್ಣುಗಳ ಮುಂದೆ ಕತ್ತಲು ಮುಸುಕಿತು. ಅದರ ಮಧ್ಯೆ ಕರಿಯ ಆಕಾಶದಲ್ಲಿ ಒಂದು ದೊಡ್ಡ ನಕ್ಷತ್ರ ಹಾದು ಹೋಯಿತು. ಚಿಕ್ಕ ತಾರೆಗಳು ಅದನ್ನು ಹಿಂಬಾಲಿಸಿದವು. ಮತ್ತೊಂದು ಕ್ಷಣದಲ್ಲಿ ಕೊನೆಯ ತಾರೆಯೂ ಮಾಯವಾಯಿತು. ಇದೇ ಅವನ ಕೊನೆಯ ಸಂವೇದನೆಯಾಗಿತ್ತು. ಬೇಟೆಗಾರರ ಗುಂಪು ಹತ್ತಿರ ಬರುತ್ತಿತ್ತು. ❍

○ ಸಿ. ಮೆಂದೆರೋವಿತ್ಸ್

ಒಂದು ಚಲನಚಿತ್ರ – ಮೂರು ರೀಲುಗಳಲ್ಲಿ

ಪೀಠಿಕೆ :

ಸಿನಿಮಾ ಜೊತೆಯಲ್ಲಿ ನನ್ನ ಮೊದಲ ಅನುಭವ ಸ್ವಲ್ಪ ದುಃಖದಾಯಕವಾಗಿತ್ತು. ಅದರೊಂದಿಗೆ ನಡೆದ ಈ ಪ್ರಥಮ ಸಂಪರ್ಕದ ವೇಳೆಯಲ್ಲಿ ನಾನಿನ್ನೂ ಬಹಳ ಚಿಕ್ಕವನಾಗಿದ್ದೆ. ಹಾಗೆ ನೋಡಿದರೆ ಆಗ ಸಿನಿಮಾ ಕೂಡ ನನಗಿಂತ ಹೆಚ್ಚು ಹಳೆಯದಾಗಿರಲಿಲ್ಲ. ನನ್ನ ಬಾಲ್ಯದ ದಿನಗಳಲ್ಲಿ ಅದು ಆಗತಾನೆ ಅಭಿಜಾತ ಕೃತಿಗಳನ್ನು ಕೊಡಲಾರಂಭಿಸಿತ್ತು. ನಾನು ನೋಡಿದ ಮೊದಲ ಚಲನಚಿತ್ರಕ್ಕೆ ಸಂಬಂಧಪಟ್ಟ ಹಾಗೆ ಈಗ ನನಗೆ ನೆನಪಿರುವುದು ಕೇವಲ ಮೂರು ಪದಗಳು, ಸ್ವಲ್ಪ ಕ್ರಿಯೆ ಮತ್ತು ಒಂದು ದೃಶ್ಯ ಮಾತ್ರ. ಆ ಮೂರು ಪದಗಳು – 'ಆರ್‌ಫಿಯಂ,' (ನಮ್ಮ ಊರಿನಲ್ಲಿ ತೋರಿಸಿದ ಮೊದಲನೆಯ ಸಿನಿಮಾದ ಹೆಸರು) 'ರೋಮಿಯೊ' ಮತ್ತು 'ಜೂಲಿಯೆಟ್'. ನನಗೆ ನೆನಪಿರುವ ಕ್ರಿಯೆ ಹೀಗಿದೆ – ಯಾರೋ ಒಬ್ಬ ಗುರುತಿಸಲಾಗದ ನಟ ಕಿಟಕಿಯಿಂದ ರೇಶ್ಮೆಯ ಏಣಿಯೊಂದನ್ನು ಎಸೆಯುತ್ತಾನೆ. ಬಹುಮಟ್ಟಿಗೆ ಆ ಏಣಿಯು ತನ್ನಿಂದ ತಾನೇ ಎಸೆಯಲ್ಪಟ್ಟು ಒಂದು ಚಂದ್ರಚುಂಬಿತ ಉದ್ಯಾನದ ಮೇಲೆ ಜೋಲಾಡುವಂತೆ ನನಗೆನ್ನಿಸಿತ್ತು. ಇನ್ನು ದೃಶ್ಯದ ಬಗ್ಗೆ ಹೇಳುವುದಾದರೆ, ಅದಕ್ಕೂ ಚಲನಚಿತ್ರಕ್ಕೂ ಅಂತಹ ನಿಕಟ ಸಂಬಂಧವೇನೂ ಇಲ್ಲ. ಆದರೆ ಅದು ಹೇಗೋ ಆ ದೃಶ್ಯವು ನಾನು ನೋಡಿದ ಮೊದಲ ಚಲನಚಿತ್ರದ ನೆನಪಿನೊಂದಿಗೆ ಹಾಸುಹೊಕ್ಕಾಗಿ ಸೇರಿಬಿಟ್ಟಿದೆ. ದೃಶ್ಯ – ನಾನು ಒಂದು ದೊಡ್ಡ ರಸ್ತೆಯ ಪಕ್ಕದಲ್ಲಿ ದೀಪಗಳಿಂದ ಅಲಂಕರಿಸಿದ ಸಿನಿಮಾ ಟಿಕೇಟು ಮಾರುವ ಕಿಟಿಕಿಯ ಮುಂದೆ ನಿಂತಿದ್ದೇನೆ. ಸಮಯ–ಸಂಜೆ. ಧಾರಾಕಾರವಾಗಿ ಮಳೆ ಸುರಿಯುತ್ತಿದೆ. ನಮ್ಮ ಸುತ್ತಲಿನ ಕಾಲುದಾರಿಯ ತುಂಬ ದೊಡ್ಡ ಕಪ್ಪು ಕೊಡೆಗಳನ್ನು ಹಿಡಿದ ಜನ. ನನ್ನೆದುರಿಗಿನ ರಸ್ತೆಯ ಮಧ್ಯದಲ್ಲಿ ಎರಡು ಕರಿಯ ಕುದುರೆಗಳು ನೆನೆಯುತ್ತಾ ನಿಂತಿವೆ. ಅವುಗಳನ್ನು ಹೂಡಿರುವುದು ಒಂದು ದೊಡ್ಡ ವ್ಯಾನಿಗೆ...

ಏಕೋ ಏನೋ ನನಗೆ ಗೊತ್ತಿಲ್ಲ – ಆದರೆ ಕುದುರೆಗಳನ್ನು ಅದಕ್ಕಿಂತ ಭಿನ್ನವಾದ ರೀತಿಯಲ್ಲಿ ಕಲ್ಪಿಸಿಕೊಳ್ಳುವುದು ನನಗೆ

ಸಾಧ್ಯವಾಗುವುದೇ ಇಲ್ಲ. ಪಶ್ಚಿಮ ಅಮೆರಿಕದ ಕಾಡುಕುದುರೆಗಳಂತೆ ತಮ್ಮ ಕತ್ತಿನ ಕೇಸರಗಳನ್ನು ಹಾರಾಡಿಸಿಕೊಂಡು ನೆಗೆಯುವ ಅಥವಾ ನಾಗಾಲೋಟದಿಂದ ಓಡುವ ಕುದುರೆಗಳು ಯಾವಾಗಲೂ ನನ್ನ ಕಲ್ಪನೆಯ ಕಣ್ಣುಗಳೆದುರು ಬರುವುದಿಲ್ಲ. ಇವು ನಿಶ್ಚಲ ಕುದುರೆಗಳು. ತಮ್ಮದೇ ಆದ ಆಲೋಚನೆಯಲ್ಲಿ ಲೀನವಾದ, ಗಾಡಿಗೆ ಹೂಡಿದ ಕುದುರೆಗಳು. ಆ ಮಳೆಯಲ್ಲಿ ಖಾಲಿ ಗೋಣಿ ಚೀಲಗಳನ್ನೋ, ಯಾವುದೋ ಪವಾಡದಿಂದ ಇನ್ನೂ ಹರಿಯದೆ ಉಳಿದಿರುವ, ನೂಲು ಬಿಟ್ಟುಕೊಂಡ ಕಂಬಳಿಗಳನ್ನೋ ಹೊದ್ದುಕೊಂಡು ನಿಂತಿರುವ ಕುದುರೆಗಳು. ಶರತ್ಕಾಲದಲ್ಲಿ ಚಲನಚಿತ್ರ ಮಂದಿರಗಳ ಮುಂದೆ ಪ್ರದರ್ಶಿಸಲಾಗುವ ಭಾವಚಿತ್ರಗಳು ನನಗೆ ಇಷ್ಟವಾಗಿದ್ದುವು. ಏನೋ ಒಂದು ಬಗೆಯ ದುಃಖದ ಸ್ಪರ್ಶವಿದ್ದರೂ, ಅವುಗಳಲ್ಲಿ ಆಕರ್ಷಕವಾದ ಸೊಗಸು ಇರುತ್ತಿತ್ತು. ಇದಕ್ಕೆ ನನ್ನ ಬಾಲ್ಯದಲ್ಲಿ ಈ ಮಳೆಯು ಬೀರಿದ ಮರೆಯಲಾಗದ ಗಾಢ ಪರಿಣಾಮ ಕೂಡ ಒಂದು ಕಾರಣವಿರಬಹುದು. ಉಪನಗರಗಳಲ್ಲಿ ಜೀವಿಸುವ ಹುಡುಗರು, ಮಂಕು ಕವಿದ ಅಂಗೈಯಗಲದ ರಸ್ತೆಗಳಲ್ಲಿ ವಾಸಮಾಡುವ ಹುಡುಗರು, ಭಾನುವಾರದ ಮಧ್ಯಾಹ್ನ ಒಮ್ಮೊಮ್ಮೆ ಪುರಸೊತ್ತು ಮಾಡಿಕೊಂಡು ಕೆಳಮಟ್ಟದ ಹೊಲಸು ಚಲನಚಿತ್ರಗಳನ್ನು ನೋಡುವುದರಲ್ಲಿ ಅದ್ಭುತವಾಗಿ ಮೈಮರೆಯುತ್ತಾರೆ. ಚಿತ್ರಮಂದಿರದಲ್ಲಿ ದೀಪಗಳು ನಿಗೂಢವಾಗಿ ಮರೆಯಾಗುತ್ತವೆ. ಹೊಳೆಹೊಳೆಯುವ ಆ ಬೆಳ್ಳಿ ತೆರೆಯ ಮೇಲೆ ನಮಗೆ ತಿಳಿದಿರುವುದಕ್ಕಿಂತ ಭಿನ್ನವಾದ ಕಿನ್ನರ ಲೋಕ ಅದು ಹೇಗೋ ಕಾಣಿಸಿಕೊಳ್ಳುತ್ತದೆ. ಆ ಇಂದ್ರಜಾಲದ ಮಬ್ಬು ಬೆಳಕಿನಲ್ಲಿ ಕೊಳಕು ಕುರ್ಚಿಗಳು ಕೂಡ ನಾಟಕೀಯವಾಗಿ, ಈಗಲೋ ಆಗಲೋ ಬೀಳುವಂತೆ ಕಿರುಗುಟ್ಟುತ್ತವೆ. ಪುಟ್ಟ ದುರ್ಬಲ ಹೃದಯ ಕಾತರದಿಂದ ಬಡಿದುಕೊಳ್ಳುತ್ತದೆ.

ದಿನನಿತ್ಯದ ಗುರಿಯಿರದ ಬದುಕಿನ ಏಕತಾನತೆಯನ್ನು, ನಿಸ್ತೇಜ ದೃಶ್ಯಗಳನ್ನು, ನೋವಿನ ನಿತ್ಯಯಾತ್ರೆಯನ್ನು ಪ್ರೊಜೆಕ್ಟರ್‌ನಿಂದ ಬರುವ ಹೊಳೆಹೊಳೆಯುವ ಬೆಳಕು ಪವಾಡದಿಂದಲೆಂಬಂತೆ ಮಾಯಮಾಡುತ್ತದೆ, ಅಲ್ಲಾ ಉದ್ದೀನನ ಅದ್ಭುತ ದೀಪದ ಹಾಗೆ. ಕನಸು ಮತ್ತು ವಾಸ್ತವತೆಗಳ ನಡುವಿನ ಘರ್ಷಣೆಯಿಂದ ನೋಡುವವರೆಲ್ಲರ ತಲೆಯ ಮೇಲೆ ಹೊಗೆಬೆಳಕಿನ ದಟ್ಟಮೋಡ. ಅಲ್ಲಿಂದ ಹರಿದು ಬರುತ್ತವೆ ಕಂಡು ಕೇಳರಿಯದ ಅಸಾಮಾನ್ಯ ಸಂಗತಿಗಳು. ಚಿಕ್ಕಂದಿನ ಅದ್ಭುತ ಕಥೆಗಳಿಗೆ ಹೊಸ ಆಯಾಮಗಳು ಮೂಡಿ ಅವೆಲ್ಲ ಮರುಹುಟ್ಟು ಪಡೆಯುತ್ತವೆ. ಅದ್ಭುತ ಕಥೆಗಳಿಲ್ಲದೆ ಮನುಷ್ಯನು ಬದುಕಲು ಸಾಧ್ಯವಿಲ್ಲ. ಆದ್ದರಿಂದಲೇ ಅವನು ವಾಸ್ತವತೆಯನ್ನೇ ಅದ್ಭುತ ಕಥೆಯಾಗಿ ಪರಿವರ್ತಿಸಲು ಇಚ್ಛಿಸುತ್ತಾನೆ. ಉಪನಗರಗಳಿಂದ ಮಕ್ಕಳು ಓಡಿ ಓಡಿ ಬರುತ್ತಾರೆ. ಅಗ್ಗದ ತರಗತಿಗಳ ಮಬ್ಬು ಬೆಳಕಿನಲ್ಲಿ ಪ್ರೊಜೆಕ್ಟರ್‌ನಿಂದ ಹೊರಡುವ ತೀವ್ರ ಕಿರಣಗಳ ಕೆಳಗೆ ಮೈಯೆಲ್ಲ ಕಣ್ಣಾಗಿ ಕೂಡುತ್ತಾರೆ. ಅವರು ಹುಡುಕುವುದು ತಾವು ತೀರಾ ಚಿಕ್ಕವರಾಗಿದ್ದಾಗ ಕೇಳಿದ ಕಟ್ಟುಕಥೆಗಳ ಮಾಯಾಲೋಕವನ್ನು; ಅವರು ಬಯಸುವುದು ವಿಸ್ಮೃತಿಯನ್ನು.

ನನ್ನ ಚಿಕ್ಕಂದಿನ ಕಾಲದಿಂದ ಇಲ್ಲಿಯವರೆಗೆ ಬಹಳ ದಿನಗಳು ಉರುಳಿವೆ. ಆಗಿನ ಸಿನಿಮಾಕ್ಕೂ ಈಗಿನ ಸಿನಿಮಾಕ್ಕೂ ಸಂಬಂಧವೇ ಇಲ್ಲ. ನಮ್ಮ ಕಾಲದ ಮೂಕ ಅಸ್ಪಷ್ಟ ಮಂಕು ಚಿತ್ರಗಳ ಬದಲು ಮನಸ್ಸನ್ನು ಸೆರೆ ಹಿಡಿಯುವ ಇಂದಿನ ಸಿನಿಮಾ ಜೀವಂತವಾದ, ಮಾತನಾಡುವ ಚಿತ್ರಗಳನ್ನು ನೀಡುತ್ತಿದೆ. ಇಂದು ಮರಣ ಶಯ್ಯೆಯಲ್ಲಿ ಮಲಗಿರುವವನ ತುಟಿಗಳು ಅರ್ಥವಿಲ್ಲದೆ ಅಲುಗಾಡುವುದಿಲ್ಲ; ಅವು ಅರ್ಥಪೂರ್ಣವಾದ ವಾಕ್ಯಗಳನ್ನು

ಆಡುತ್ತವೆ. ಬಂಗಾರದ ಕೂದಲಿನ ಸಾಲ್ವೀಗ್ ಅಲೆದಾಡುವ ತನ್ನ ಪ್ರಿಯತಮನನ್ನು ತನ್ನ ಸ್ವಂತ ದನಿಯಲ್ಲೇ ಹಾಡುತ್ತಾ ಸ್ವಾಗತಿಸುತ್ತಾಳೆ. ಹೌದು, ಇಂದಿನ ಸಿನಿಮಾ ಉಂಟುಮಾಡುವ ವಿಸ್ಮೃತಿಯ ಸ್ವರೂಪವೇ ಬೇರೆ...

ಮೂಕ ಚಿತ್ರಗಳನ್ನು ತಯಾರಿಸುತ್ತಿದ್ದ ನನ್ನ ಬಾಲ್ಯದ ದಿನಗಳಲ್ಲಿ ನನಗೆ ಇದೆಲ್ಲ ತಿಳಿದಿರಲಿಲ್ಲ. ಮನುಷ್ಯ ತನ್ನನ್ನು ತಾನು ಮರೆಯುವ ಅನುಭವವನ್ನು ಇಷ್ಟೊಂದು ಆರ್ತನಾಗಿ ಬಯಸುವನೆಂದು ಗೊತ್ತಿರಲಿಲ್ಲ. ನನ್ನಲ್ಲೇ ಸುಪ್ತವಾಗಿದ್ದ ಆ ಬಗೆಯ ಆಸೆಯಂತೂ ಸಂಪೂರ್ಣವಾಗಿ ಅಪರಿಚಿತವಾಗಿತ್ತು. ಆದರೂ ಅವಕಾಶ ಸಿಕ್ಕಿದಾಗಲೆಲ್ಲ ನಾನು ಸಿನಿಮಾ ನೋಡುತ್ತಿದ್ದುದಕ್ಕೆ ಇದೇ ಮುಖ್ಯ ಕಾರಣವಿರಬೇಕು. ಚಿತ್ರದ ವಸ್ತು ಏನೇ ಆಗಿದ್ದರೂ ನಾನು ಆಸಕ್ತಿಯಿಂದ ವಿವೇಚನೆಯಿಲ್ಲದೆ ಅದನ್ನು ನೋಡುತ್ತಿದ್ದೆ.

ನಗರದ ಚಿಕ್ಕ ಗಲ್ಲಿಯ ಕಡೇ ಮನೆಯಲ್ಲಿನ ನಮ್ಮ ಚಿಕ್ಕ ಸಂಸಾರದಲ್ಲಿ ಈ ನನ್ನ ಆಸಕ್ತಿ ಒಂದು ಸಂದರ್ಭದಲ್ಲಿ ಸಾಕಷ್ಟು ಗೊಂದಲವನ್ನೇ ಉಂಟುಮಾಡಿತು. ನಾಟಕೀಯ ಘಟನೆಗಳಿಗೆ ಕಾರಣವಾಯಿತು. ಆ ಮೂರು ವಾರಗಳ ಅವಧಿಯಲ್ಲಿ ಒಂದು ಪೂರ್ಣ ಮೂಕ ಚಿತ್ರವೇ ನಡೆದುಹೋಯಿತು. ಆ ಕಾಲದಲ್ಲಿ ಸಾಮಾನ್ಯವಾಗಿದ್ದಂತೆ ನಮ್ಮ ಚಿತ್ರದಲ್ಲೂ 'ಮೂರು ರೀಲು' ಗಳಿದ್ದವು. ನನಗೆ ಆಗಾಗ ನೆನಪಾಗುತ್ತಿರುವಂತೆ ಆ ಚಿತ್ರದಲ್ಲಿ ಮುಖ್ಯ ಪಾತ್ರವನ್ನು ನಾನೇ ವಹಿಸಬೇಕೆಂದಿದ್ದರೂ, ಅದು ಸಾಧ್ಯವಾಗಿರಲಿಲ್ಲ. ಸ್ಪಷ್ಟವಾಗಿ ಹೇಳುವುದಾದರೆ ಖನಿಜ ಜಲವನ್ನು ತಯಾರು ಮಾಡುವವನೊಬ್ಬನ ಹೆಂಡತಿಯಾಗಿದ್ದ ಶ್ರೀಮತಿ ಜೋಕ್ಸಿಮೋವಿತ್ಸ್ ಎಂಬವಳು ಅದರಲ್ಲಿ ಮುಖ್ಯ ಪಾತ್ರವನ್ನು ವಹಿಸಿದ್ದಳು. ಅವರ ಬಂಗಲೆ ಮರಳುಗಾಡಿನ ಮಧ್ಯೆ ಹೂವು ಗಳಿಂದ ಕಂಗೊಳಿಸುವ ಒಂದು ಹಸಿರು ಭೂಮಿಯಂತಿತ್ತು. ಅದು ನಮ್ಮ ಚಿಕ್ಕಗಲ್ಲಿಗೆ ಸಮೀಪ ವಾಗಿಯೇ ಇತ್ತು. ಉಳಿದ ಪಾತ್ರಗಳನ್ನು ಅಭಿನಯಿಸಿದವರೆಂದರೆ ನಾನು, ನನ್ನ ತಾಯಿ ಮತ್ತು ಜಾರ್ಜ್. ಇದರ ಜೊತೆಗೆ ನಿಮಗೂ ಗೊತ್ತಿರುವ ಕಾಲ್ಪನಿಕ ಪಾತ್ರ ರಾಬಿನ್‌ಸನ್ ಕ್ರೂಸೊ.

ಈ ಚಿತ್ರದ ಮೂಲ ಪ್ರತಿ ಈಗ ಬಹಳ ಮಸುಕಾಗಿರುವುದರಿಂದ ಈಗ ನಿಮ್ಮ ಮುಂದಿಡುವ ಹರಿದು ಹೋದ ಈ ಹಳೆ ಪ್ರತಿ ಕೆಲವು ಕಡೆಗಳಲ್ಲಿ ಮೂಲಕ್ಕಿಂತ ತುಸು ಭಿನ್ನವಾಗಿರಬಹುದು. ಅಲ್ಲಿ ಇಲ್ಲಿ ಚಿಕ್ಕಪುಟ್ಟ ತಾಂತ್ರಿಕ ಬದಲಾವಣೆಗಳನ್ನು ಮಾಡಿರಬಹುದು. ಈ ಬದಲಾವಣೆಗಳ ಉದ್ದೇಶವೇನೋ ಒಳ್ಳೆಯದೆ. ಆದರೆ ತನ್ನ ಬಾಲ್ಯದ ನೆನಪುಗಳ ಉಗ್ರಾಣದಲ್ಲಿ ಕರಗಿ ಹೋಗುತ್ತಿರುವ ಈ ಚಲನಚಿತ್ರವನ್ನು ನಿರೂಪಿಸುವಾಗ ಮೂರು ರೀಲುಗಳ ವಿಂಗಡಣೆ ಅನಿವಾರ್ಯ. ವಸ್ತುವೇ ರೂಪವನ್ನು ನಿರ್ಧರಿಸಿಬಿಟ್ಟಿದೆ. ಕಥೆಯಲ್ಲೂ ಮೂರು ಹಂತಗಳಿವೆ. ಹಿಂದೆ ಚಿತ್ರಗಳನ್ನು ಹಾಗೆ ವಿಂಗಡಿಸುವುದಕ್ಕೆ, ಈಚಿನ ಕೆಲವು ಕಾದಂಬರಿಗಳ ಬಾಹುಳ್ಯಕ್ಕೆ ಇರುವಂತೆ ಗಹನವಾದ ಮಹತ್ವದ ಕಾರಣಗಳಿದ್ದವು. ಸಿದ್ಧರಾಗಿ! ದೀಪಗಳು ಆರುತ್ತಿವೆ. ಹೊರಗಡೆ ಬೀಳುತ್ತಿರುವ ಹಿತವಾದ ಮಳೆಯನ್ನು ಕೂಡಲೇ ಮರೆಯುತ್ತೀರಿ. ತೇಪೆಹಾಕಿದ ಪರದೆಯ ಮೇಲೆ ನಿಮ್ಮ ಕಣ್ಣುಗಳ ಮುಂದೆಯೇ ಚಿತ್ರ ಈಗಲೇ ಪ್ರಾರಂಭವಾಗುತ್ತಿದೆ.

ಒಂದನೆಯ ರೀಲು

ಜೋಕ್ಸಿಮೋವಿತ್ಸ್‌ನ ಮನೆಯ ಅಂಗಳವನ್ನು ನಾನು ಮತ್ತು ಜಾರ್ಜ್ ಮೊದಲ ಸಲ ಪ್ರವೇಶಿಸುತ್ತೇವೆ. ಅದುವರೆಗೆ ಅವರ ಬಂಗಲೆಯ ಸ್ವರ್ಗ ಸಮಾನ ಸೌಂದರ್ಯದ ಇಣಿಕು

ನೋಟ ಮಾತ್ರ ಎಲ್ಲೋ ಒಂದೊಂದು ಸಲ ನಮಗೆ ದೊರೆಯುತ್ತಿತ್ತು. ಯಾವಾಗ ಎಂದರೆ, ಆ ಮನೆಯ ಮಗ ದುಡಿಕ ತನ್ನ ದಾದಿಯ ರಕ್ಷಣೆಯಲ್ಲಿ ಶಾಲೆಯಿಂದ ಮನೆಗೆ ಹಿಂದಿರುಗಿದಾಗ, ಅವನಿಗಾಗಿ ದೊಡ್ಡ ಕಬ್ಬಿಣದ ಬಾಗಿಲು ತೆರೆದಾಗ ಮಾತ್ರ, ಅಥವಾ ಜೋಕ್ಸಿಮೋವಿತ್ಸ್ ಸಂಸಾರದ ಸದಸ್ಯರು ಯಾರಾದರೂ ಬಂದಾಗ. ಮನೆಯಲ್ಲಿ ಯಾರೂ ಇಲ್ಲವೆಂಬಂತೆ ಅಂಗಳ ನಿರ್ಜನವಾಗಿದೆ. ಅದರ ತುಂಬ ಮರಗಳ ನೆರಳು ಹರಡಿದೆ. ಜಗಲಿಯಲ್ಲಿ ಹಳದಿ ಬಣ್ಣದ ಬೆತ್ತದ ಕುರ್ಚಿಗಳನ್ನು ಒಂದು ದೊಡ್ಡ ಮೇಜಿನ ಸುತ್ತ ಬೆಳಗಿನ ಉಪಾಹಾರಕ್ಕಾಗಿ ಸಿದ್ಧ ಪಡಿಸಿದಂತಿದೆ. (ಅದು ಈಗಾಗಲೇ ಮುಗಿದಿದೆ) ಆ ಮೇಜಿನ ಮೇಲೆ ಎರಡು ಟೆನ್ನಿಸ್ ಚೆಂಡುಗಳಿರುವುದನ್ನು ನೋಡಬಹುದು. ಅಂಗಳದ ಕೊನೆಯಲ್ಲಿ ಹೂ ತುಂಬಿದ ಚೆರ್ರಿ ಹಣ್ಣಿನ ಮರಕ್ಕೆ ಉಯ್ಯಾಲೆಯೊಂದನ್ನು ಕಟ್ಟಿದ್ದಾರೆ.

ಇಂದು ಸೂರ್ಯ ತುಂಬಿದ ದಿನ. ವಸಂತ ಕಾಲದ ಭಾನುವಾರ. ಹೊಳೆಯುವ ಬಿಸಿಲಿನಲ್ಲಿ ಅಣ್ಣತಮ್ಮಂದಿರು ನಾವಿಬ್ಬರು ನಿಂತಿದ್ದೇವೆ. ಗುಂಗುರು ಕೂದಲಿನಿಂದ ಆವೃತವಾದ ನಮ್ಮ ಮುಖಗಳಲ್ಲಿ ಬೇಡವಾದಷ್ಟು ಹೋಲಿಕೆ ಇದೆ. ಮುಖದ ಮೇಲೆ ಬೇಸರ ಹುಟ್ಟಿಸುವ ಜಾಣ, ವಿಧೇಯ ಮುದ್ರೆ. ಹಿರಿಯರ ಎದುರಿಗೆ ಅಥವಾ ಮಹತ್ವದ ಸಂದರ್ಭಗಳಲ್ಲಿ ಈ ರೀತಿಯ ಮುಖಭಾವ ತಾನೇ ತಾನಾಗಿ ಬಂದುಬಿಡುತ್ತದೆ. ಆದರೆ ನಮ್ಮ ಶಿಶು ಸಹಜ ಕುತೂಹಲ ನಮ್ಮ ಹೊಳೆ ಹೊಳೆಯುವ ಕಣ್ಣುಗಳಲ್ಲಿ ಪ್ರತಿಬಿಂಬಿತವಾಗಿದೆ. ಹಿಂದೆಂದೂ ಅನುಭವಿಸದ ವಾಸನೆಗಳಿಂದ ನಮ್ಮ ಮೂಗಿನ ಹೊಳ್ಳೆಗಳು ಅರಳುತ್ತಿವೆ. ಬೆಳಗಿನಿಂದ ನಾವು ತಿಂಡಿ ತಿಂದಿಲ್ಲ. ನಮ್ಮ ತಾಯಿ ಊರಿನಿಂದ ಬಂದು ಸ್ವಲ್ಪ ಹೊತ್ತಾಗಿತ್ತು. ನಮ್ಮ ಮಧ್ಯಾಹ್ನದ ಊಟ–ಐದೋ ಆರೋ ಆಲೂಗಡ್ಡೆಗಳು–ಒಲೆಯ ಮೇಲೆ ಬೇಯುತ್ತಿವೆ.

ಜಾರ್ಜ್ ತನ್ನ ಕಣ್ಣುಗಳನ್ನು ಮೇಜಿನ ಮೇಲಿರುವ ಬಿಳಿಯ ಟೆನ್ನಿಸ್ ಚೆಂಡುಗಳ ಮೇಲೆ ನೆಟ್ಟು, ವಿನಯದಿಂದ ಹೇಳುತ್ತಾನೆ :

"ಮೇಡಂ ಜೋಕ್ಸಿಮೋವಿತ್ಸ್, ನಾವು ಬಂದಿದ್ದೇವೆ."

ಅಶುಭ ಸೂಚಕ ಮೌನ.

"ಮೇಡಂ ಜೋಕ್ಸಿಮೋವಿತ್ಸ್, ನಾವು ಹೂವಿನ ಕುಂಡಗಳಿಗಾಗಿ ಬಂದಿದ್ದೇವೆ," ಎಂದು ಜಾರ್ಜ್ ಇನ್ನಷ್ಟು ವಿನಯಪೂರ್ವಕವಾಗಿ ಹೇಳುತ್ತಾನೆ. ಉತ್ತರಕ್ಕಾಗಿ ಕಾಯುತ್ತಾ ತನ್ನ ಬಲಗೈಯ ತೋರು ಬೆರಳನ್ನು ಮೂಗಿನ ನಿಗೂಢ ಹೊಳ್ಳೆಯೊಳಗೆ ತೂರಿಸುತ್ತಾನೆ. ನಾನು ಆಗ ಅಂಗಳದ ಕೊನೆಯಲ್ಲಿದ್ದ ತೂಗುಯ್ಯಾಲೆಯ ಎತ್ತರ ಮತ್ತು ಗುಣಗಳನ್ನು ಕುರಿತು ಯೋಚಿಸುತ್ತಿದ್ದೇನೆ.

"ಓ, ನೀವು ಬಂದಿರಾ!"

ಹಸಿರು–ಕೆಂಪು–ಹಳದಿ ನಿಲುವಂಗಿ – ಶ್ರೀಮತಿ ಜೋಕ್ಸಿಮೋವಿತ್ಸ್ – ಮಲಗುವ ಮನೆಯ ಬಾಗಿಲ ಕಡೆಯಿಂದ ರಂಗದ ಮೇಲೆ ಕಾಣಿಸಿಕೊಳ್ಳುತ್ತಾಳೆ.

ಈ ದೃಶ್ಯ ನಡೆಯುತ್ತಿರುವುದು ಜಗಲಿಯಲ್ಲಿ. ಹಸಿರು–ಕೆಂಪು–ಹಳದಿ ನಿಲುವಂಗಿ ಸದ್ದಿಲ್ಲದ ಗ್ರಾಮಾಫೋನ್‌ನಷ್ಟೇ ವಾಚಾಳಿ.

"ನೀವು ಬಂದದ್ದು ಒಳ್ಳೆಯದಾಯಿತು... ನೀವು ಬರೋದೇ ಇಲ್ಲಾಂತ ತಿಳಿದಿದ್ದೆ... ನನಗೆ ಸಸಿಗಳು ಹಾಳಾಗ್ಬಹುದು ಅಂತ ಹೆದರಿಕೆಯಾಗಿತ್ತು... ಇದು ಸರಿಯಾದ ಗೊಬ್ಬರ ತಾನೆ? ಡಾನ್ಯೂಬ್ ನದೀ ದಂಡೆಯ ಮೇಲೂ ಹೂ ಗಿಡಗಳಿಗೆ ಒಳ್ಳೆಯ ಗೊಬ್ಬರ ಸಿಕ್ತದೆ

ಅನ್ನೋದನ್ನು ನನ್ನ ಮಿತಾ ನಂಬೋದಿಲ್ಲ. ಆದರೆ ನೀವು ಹಾಗೆ ಹೇಳೋದಿದ್ದರೆ... ನೀವು ನಿಜವಾಗಿಯೂ ಉತ್ತಮ ಗೊಬ್ಬರ ತಂದದ್ದೇ ಆದರೆ, ನಿಮಗೆ ಒಳ್ಳೇ ಬೆಲೆ ಕೊಡ್ತೇನೆ. ನನಗೆ ಒಳ್ಳೆಯ ಮಕ್ಕಳನ್ನು ಕಂಡರೆ ಇಷ್ಟ. ಆದರೆ ಅದು ಸರಿಯಾದ ಗೊಬ್ಬರವಾಗಿರ್ಬೇಕು. ಕುಂಡಗಳಲ್ಲಿ ಹೂವಿನ ಗಿಡಗಳನ್ನು ಬೆಳೆಸೋದಕ್ಕೆ ಉಪಯೋಗಿಸುವ ಗೊಬ್ಬರವೇ ಆಗ್ಬೇಕು."

ಜಾರ್ಜ್ ತನಗೆಲ್ಲ ಗೊತ್ತು ಎನ್ನುವ ಒಂದು ರೀತಿಯ ಅಹಂಕಾರದ ನಗೆಯನ್ನು ತಂದುಕೊಳ್ಳುತ್ತಾನೆ. ನಾನು ಕುಳ್ಳ. ಒಂದು ಕ್ಷಣ ಮೇಲೆ ನೋಡಿ, ಅದೇ ರೀತಿ ಮುಖಭಾವವನ್ನು ತೋರಿಸಿ ಹೇಳುತ್ತೇನೆ :

"ಈ ರೀತಿಯ ಮಣ್ಣು ಎಲ್ಲಿ ಸಿಕ್ತದೆ ಅಂತ ನಮಗೆ ಬಿಟ್ಟು ಬೇರೆಯವರಿಗೆ ಗೊತ್ತಿಲ್ಲ. ಆದ್ದರಿಂದ ಕುಂಡಗಳನ್ನು ಕೊಡುವಿರಾ ?..."

ದೃಶ್ಯ ಬದಲಾಗುತ್ತದೆ. ಬಿಸಿಲಿನ ಚಾಪೆ ಹಾಸಿರುವ ವಿಶಾಲವಾದ ನೀಲಿ ನದಿ ನೆಲವನ್ನು ಸೀಳಿಕೊಂಡು ಹರಿಯುತ್ತಿದೆ. ಡಾನ್ಯೂಬ್ ನದಿಯ ದಂಡೆಯ ಮೇಲಿರುವ ಕಸದ ರಾಶಿ ಬಿಸಿಲಿಗೆ ಕಾದು ಹಬೆಯಾಡುತ್ತಿದೆ. ಹಳೆಯ ಕಾಲದ ದೊಡ್ಡ ಬಲಿಕುಂಡದಂತೆ. ವಸಂತದಿನದ ಕೊನೆಯಿಲ್ಲದ ಬೆಳಕು ಅದರ ಮೇಲೆ ಚೆಲ್ಲಿದೆ. ಈ ಎಳೆ ಬಿಸಿಲಿನಲ್ಲಿ ನಮ್ಮ ಸುತ್ತಮುತ್ತಲಿರುವ ಕಪ್ಪೆಗಳ ವಟಗುಟ್ಟುವ ಸದ್ದು ನಿಧಾನವಾಗಿ ಕಸದ ರಾಶಿಯ ಮೇಲೆ, ನೀರಿನ ಮಡುಗಳಲ್ಲಿ, ತುಂಬಿ ಹರಿಯುತ್ತಿರುವ ನದಿಯಲ್ಲಿ ಒಂದೇ ರೀತಿಯ ಶಬ್ದ ತರಂಗಗಳಿಂದ ಪ್ರತಿಧ್ವನಿಸುತ್ತಿದೆ.

ನಾವು ಅದನ್ನು ಕೇಳುತ್ತಿದ್ದೇವೆ. ಸುತ್ತಮುತ್ತ ನೋಡುತ್ತಿದ್ದೇವೆ. ಹತ್ತಿರದಲ್ಲಿ ಯಾರೂ ಇಲ್ಲ.

ನಮ್ಮನ್ನು ಯಾರಾದರೂ ಹಿಂಬಾಲಿಸುವ ಧೈರ್ಯ ಮಾಡಿದ್ದರೆ ಅವರ ತಲೆಬುರುಡೆ ಒಡೆಯಲು ಸಿದ್ಧರಾಗಿದ್ದೇವೆ. ಸುತ್ತಲೂ ಕಣ್ಣು ಹಾಯಿಸಿದೆವು.

"ಇದೊಂದು ಗುಟ್ಟು!" ಜಾರ್ಜ್ ಪಿಸುದನಿಯಲ್ಲಿ ಹೇಳುತ್ತಾನೆ.

"ಗುಟ್ಟು! ನಮ್ಮ ಗುಟ್ಟು!" ಎಂದು ನಾನು ಉದ್ವೇಗದಿಂದ, ಖುಷಿಯಿಂದ ಉತ್ತರಿಸಿ, ಒಮ್ಮೆ ಸುತ್ತಲೂ ಎಚ್ಚರಿಕೆಯಿಂದ ನೋಡುತ್ತಿದ್ದೇನೆ.

"ಡೊಂಕು ಉಪ್ಪು ನೇರಳೆ ಮರದಿಂದ ಹದಿಮೂರು ಹೆಜ್ಜೆ ಮುಂದೆ ಹೋಗಬೇಕು. ಆ ಮೆರ್ರಿ–ಗೊ–ರೌಂಡ್ ಬರ್ತದೆ. ಅದರ ಎಡಗಡೆ ಚರಂಡಿ. ಅದರ ಹತ್ತಿರ ನಮ್ಮ ಗೊಬ್ಬರದ ಗುಂಡಿ." ಜಾರ್ಜ್ ನಿಧಾನವಾಗಿ ಒಂದೊಂದೇ ಪದವನ್ನು ಹೇಳುತ್ತಿದ್ದಾನೆ. ಜೀವದಾನ ಮಾಡುವ ಮಂತ್ರದಂತೆ. ಹಾಗೇ ಮುಂದುವರಿಯುತ್ತಿದ್ದೇವೆ. ನಡೆಯುತ್ತಿಲ್ಲ, ಜಿಗಿಯುತ್ತಿದ್ದೇವೆ. ಕೊನೆಯದೊಂದು ಕಪ್ಪೆ ಜಿಗಿತ. ಅಗೋ ಅಲ್ಲಿ ನಮ್ಮ ನಿಧಿ. ನಮ್ಮ ಸರ್ವಸ್ವ. ಡಾನ್ಯೂಬ್ ನದಿಯ ದಂಡೆಯ ಮೇಲಿನ ಗೊಬ್ಬರದ ಗುಂಡಿ. ಕೆಲವು ದಿನಗಳ ಹಿಂದೆ ಯಾರೋ ಹಾಕಿರುವ ಬೆಚ್ಚನೆಯ ಗೊಬ್ಬರ ಎಲ್ಲೆಲ್ಲೂ ಹರಡಿಕೊಂಡಿದೆ.

ನಾವು ಅದರಲ್ಲಿ ಮುಳುಗಿದ್ದೇವೆ. ಕೆಲವು ನಿಮಿಷಗಳ ಮೌನ. ನಿಮಗೆ ಈಗಾಗಲೇ ಪರಿಚಿತವಾದ ತುಂಟ ಗುಂಗುರು ಕೂದಲುಗಳು ಮತ್ತೆ ಮೇಲೆ ಬರುತ್ತಿವೆ. ಜಾರ್ಜ್ ಆ ಕುಂಡಗಳನ್ನು ತುಂಬಿ ತುಂಬಿ ಕೊಡುತ್ತಿದ್ದಾನೆ. ಸಾಕಷ್ಟು ಭಾರವಾದ ಅವುಗಳನ್ನು ನಾನು ತೆಗೆದುಕೊಂಡು ಹೋಗಿ ಪಕ್ಕಕ್ಕೆ ಇಡುತ್ತಿದ್ದೇನೆ. ಇದ್ದಕ್ಕಿದ್ದಂತೆ ಕರಿ ಬೆಕ್ಕಿನ ಹೆಣವೊಂದರಿಂದ ತಡೆಯಲಾಗದ ದುರ್ವಾಸನೆ.

ರೋಮಾಂಚಕಾರಿ ವಿರಾಮ.

ಕೇವಲ ನಮ್ಮ ಏದುಸಿರು ಮಾತ್ರ ಕೇಳಿಸುತ್ತಿದೆ.

ನಾವು ಆ ಜಾಗ ಬಿಟ್ಟು ಮುಂದೆ ನಡೆಯುತ್ತಿದ್ದೇವೆ. ಬೆವರು ಸುರಿಯುತ್ತಿರುವ ನಮ್ಮ ಒಾಗಿದ ಬೆನ್ನುಗಳ ಮೇಲೆ ನೀಲಿಗೊಬ್ಬರ ತುಂಬಿದ ದೊಡ್ಡ ಕುಂಡಗಳನ್ನು ಹೊತ್ತಿದ್ದೇವೆ. ಪುರಾತನ ಕಾಲವನ್ನು ನೆನಪಿಗೆ ತರುವ ಹಳೆಯ ಹೊಲಸು ವಾಸನೆಗಳು ನಮ್ಮ ಬೆನ್ನ ಹಿಂದಿನ ಕುಂಡಗಳಿಂದ ಮೇಲೆದ್ದು, ನಿಧಾನವಾಗಿ, ಗಂಭೀರವಾಗಿ ಮೇಲೇರಿ ಗಾಳಿಯ ಮೂಲಕ ಸೂರ್ಯನ ಕಡೆಗೆ ಚಲಿಸುತ್ತಿವೆ...

ಹಿಂದಿನಂತೆಯೇ ಜಗಲಿ. ಒಂದು ಗ್ರಾಮಫೋನ್, ಕೆಂಪು-ಹಸಿರು-ಹಳದಿ ನಿಲುವಂಗಿ ಮತ್ತು ಎರಡು ಟೆನ್ನಿಸ್ ಚೆಂಡುಗಳು. ಹಿನ್ನೆಲೆಯಲ್ಲಿ ನಾಟಕೀಯವಾಗಿ ನಿಶ್ಚಲವಾಗಿದ್ದ ಅದೇ ಉಯ್ಯಾಲೆ.

"ಓ, ನೀವು... ಇಷ್ಟು ಬೇಗನೆ ಬಂದಿದ್ದೀರಿ, ಒಳ್ಳೆಯದು... ಇದೇ ಸರಿಯಾದ ಮಣ್ಣು. ಏನಾಶ್ಚರ್ಯ! ನೀವು ನಿಜವಾಗಿಯೂ ಬೆವರ್‍ತಾ ಇದ್ದೀರಿ... ಆ ಗೋಡೆಯ ಹತ್ತಿರ ಕುಂಡಗಳನ್ನು ಇಡಿ."

ನಿಲುವಂಗಿಯಿಂದ ಹೊರಗೆ ಮೂಡಿರುವ ಕೆಂಪು ಮುಖ ಸ್ವಲ್ಪ ಹೊತ್ತು ಗಂಭೀರವಾಗಿದೆ. ನಾವು ನಮ್ಮ ಉರಿಯುವ ಭುಜಗಳನ್ನು ಉಜ್ಜಿಕೊಳ್ಳುತ್ತಿದ್ದೇವೆ.

"ಒಂದು ಮಾತು ಹೇಳಲಾ?... ನನಗೆ ಇನ್ನೂ ಎರಡು ಕುಂಡ ಗೊಬ್ಬರಬೇಕು. ಇದು ನನ್ನ ಸಸಿಗಳಿಗೆ ಸಾಕಾಗೋದಿಲ್ಲ. ನಾನು ನಿಮ್ಮ ಸಿನಿಮಾ ಟಿಕೆಟ್‌ಗೆ ದುಡ್ಡು ಕೊಡ್ತೀನಿ. ಇವತ್ತು ಭಾನುವಾರ. 'ರಾಬಿನ್‌ಸನ್ ಕ್ರೂಸೊ' ನಡೀತಾ ಇದೆ. ನೀವು ಮಧ್ಯಾಹ್ನ ಸಿನಿಮಾಗೆ ಹೋಗ್ಬಹುದು."

ನಮಗೆ ಆಶ್ಚರ್ಯ ಮತ್ತು ಸಂತೋಷ. ಹೇಳಲಾಗದ ಖುಷಿಯಿಂದ ನಮ್ಮ ಮೂಗಿನ ಹೊಳ್ಳೆಗಳು ಅರಳುತ್ತವೆ. ಆದರೆ ಈ ಹಸಿರು-ಕೆಂಪು-ಹಳದಿ ನಿಲುವಂಗಿಗೆ ನಮಗೆ ಅತ್ಯಂತ ಪ್ರಿಯವಾದ ಕನಸು ಯಾವುದೆಂದು ತಿಳಿದದ್ದು ಹೇಗೆ! ಹಸಿರು-ಕೆಂಪು-ಹಳದಿ ನಿಲುವಂಗಿಗೆ ನನ್ನ ಕೃತಜ್ಞತೆಯನ್ನು ತೋರಿಸಲು ಏನಾದರೂ ಹೇಳಬೇಕೆನ್ನಿಸಿದೆ. ಜಾರ್ಜ್ ಸಮಾಧಿಯಿಂದ ಎದ್ದು ಬಂದವನಂತೆ, ದುಃಖ ತುಂಬಿದ ಮುಖದಿಂದ ಹೇಳುತ್ತಾನೆ.

"ಮೂರು ವಾರ ಮೂರು ರೀಲುಗಳಲ್ಲಿ 'ರಾಬಿನ್‌ಸನ್ ಕ್ರೂಸೊ' ತೋರಿಸುತ್ತಾರೆ. ಕೇವಲ ಮೊದಲನೆಯದನ್ನು ನೋಡೋದರಿಂದ ಏನು ಪ್ರಯೋಜನ! ಗೊಬ್ಬರ ಬೇಕಾದಷ್ಟಿದೆ... ನೋಡಿ, ಈ ರೀತಿಯ ಮಣ್ಣನ್ನು ಹುಡುಕಿ ಹಿಡಿಯೋದು ಹೇಗೆ ಅಂತ ಗೊತ್ತಿರೋದು ನಮಗೆ ಮಾತ್ರ..."

ಗಾಬರಿಗೊಳ್ಳುವಂತಹ ಸ್ಮಶಾನ ಮೌನ.

ಹಸಿರು-ಕೆಂಪು-ಹಳದಿ ನಿಲುವಂಗಿಯ ಬಣ್ಣ ಮಂಕಾಗಿದೆ. ಅದರೊಳಗೆ ಬಹಳ ಕಠಿಣವಾದ ಮಾನಸಿಕ ದ್ವಂದ್ವಯುದ್ಧ ನಡೆಯುತ್ತಿದೆ. ಈ ಯುದ್ಧದಲ್ಲಿ ಇಡೀ ಪ್ರಪಂಚಗಳೇ ಪತನಗೊಳ್ಳುವುದನ್ನು ನಾವು ಪತ್ತೆ ಮಾಡಬಹುದಾಗಿದೆ. ಈ ರೀತಿಯ ಮಾನಸಿಕ ಸಂಘರ್ಷವನ್ನು ಸೂಚಿಸುವ ಕ್ಷಣಗಳಲ್ಲಿ, ನಮ್ಮ ಸಿನಿಮಾಗಳಲ್ಲಿ ಒಂದು ವಿಶಿಷ್ಟವಾದ ಹಿನ್ನೆಲೆ ಸಂಗೀತವನ್ನು ಹಾಕುತ್ತಾರೆ. ಅದನ್ನು ಗುರುತಿಸುವುದು ಕಷ್ಟ. ತುಂಬ ಪರಿಶ್ರಮ ಪಟ್ಟರೆ ಅದು 'ಸೆವಿಲ್‌ನ ಕ್ಷೌರಿಕ' ಎಂಬ ಗೀತನಾಟಕದ ಪ್ರಾರಂಭದಲ್ಲಿ ಬರುವ ನಾಂದೀ ಸಂಗೀತವೆಂದು ತಿಳಿಯುತ್ತದೆ.

ನಾವು ಕಾಯುತ್ತಿದ್ದೇವೆ. ನಮ್ಮ ಜೀವನವೇ ಅವಳು ಕೊಡುವ ತೀರ್ಮಾನವನ್ನು ಅವಲಂಬಿಸಿದೆಯೆನ್ನುವಂತೆ. ಅವಳ ಮನಸ್ಸಿನಲ್ಲಿ ನಡೆಯುವ ದ್ವಂದ್ವಯುದ್ಧಕ್ಕೆ ನಾವು ಮೂಕ, ದೀನ ಪ್ರೇಕ್ಷಕರಾಗಿದ್ದೇವೆ. ಕೊನೆಗೊಮ್ಮೆ ಈ ಲೋಕದ್ದಲ್ಲದ ಒಡಕು ದನಿಯೊಂದು ಕೇಳುತ್ತಿದೆ.

"ಸರಿ ನಾನು ನಿಮಗೆ 'ಮೂರು ರೀಲು'ಗಳಿಗೆ ಬೇಕಾಗುವಷ್ಟು ಹಣ ಕೊಡ್ತೇನೆ. ಈ ವಾರ ನಾನು ನಿಮಗೆ ಮೊದಲನೆಯ ರೀಲಿಗೆ ಕೊಡ್ತೇನೆ. ಮುಂದಿನ ವಾರ ಎರಡನೆಯ ರೀಲಿಗೆ. ಆಮೇಲೆ ಮೂರನೆಯದಕ್ಕೆ... ನನ್ನ ಮಗು ದುಡಿಕನನ್ನು ನೀವು ಹೊಡೆಯೋದಿಲ್ಲ ತಾನೆ ?"

ಇದ್ದಕ್ಕಿದ್ದಂತೆ ಆ ದನಿಯ ಬೇಸರ ಮತ್ತು ನಿರಾಶೆಗಳು ಮಾಯವಾಗುತ್ತಿವೆ. ಅದರ ಜಾಗದಲ್ಲಿ ಉಲ್ಲಾಸ, ಉತ್ಸಾಹಗಳು ತುಂಬಿ ತುಳುಕುತ್ತಿವೆ. ಏಕೆ ಗೊತ್ತಾ? ಗೇಟಿನ ಬಳಿ ಒಂದು ಮುಖ ಕಾಣಿಸುತ್ತಿದೆ. ಬಂಗಾರದ ಕಟ್ಟಿನ ಕನ್ನಡಕ; ಹಳದಿ ಬಣ್ಣದ ಪನಾಮ ಹ್ಯಾಟು. ಆ ಹ್ಯಾಟಿನ ಮೇಲೆ ದೊಡ್ಡ ದೊಡ್ಡ ಚೆರ್ರಿ ಹಣ್ಣುಗಳ ಚಿತ್ರ, ನಿಲುವಂಗಿಯ ಒಂದು ಕಣ್ಣು ಪನಾಮ ಹ್ಯಾಟಿನ ಮೇಲೆ ಇನ್ನೊಂದು ತೆರೆದ ಬಾಗಿಲ ಮೇಲೆ. ಅದರೊಂದಿಗೇ ಆಶ್ಚರ್ಯದ ಉದ್ಗಾರ :

"ಓಹೋ... ಮೇಡಂ ಮಲಜಿನಾ! ಒಳಗೆ ಬಾ!... ಇಷ್ಟು ದಿನಗಳಿಂದ ನೀನು ಯಾಕೆ ಬರಲಿಲ್ಲ ಅಂತ ಈಗ ತಾನೆ ನಾನು ಆಶ್ಚರ್ಯಪಡ್ತಾ ಇದ್ದೆ... ಓ, ಪರವಾಗಿಲ್ಲ... ಇವರು ನಮ್ಮ ಅಕ್ಕಪಕ್ಕದ ಬಡ ಹುಡುಗರು... ಅವರು ನನಗೆ ಸ್ವಲ್ಪ ಸಹಾಯ ಮಾಡಿದರು... ನಾನು ಅವರಿಗೆ ಸಿನಿಮಾ ನೋಡಲು ಸ್ವಲ್ಪ ಹಣ ಕೊಡ್ತಾ ಇದ್ದೀನಿ... ಪಾಪ, ಬಡಪಾಯಿಗಳು ಇವರ ಬದುಕಿನಲ್ಲಿ ಸುಖದ ಕ್ಷಣಗಳು ಬಹಳ ಕಡಿಮೆ... ದಯವಿಟ್ಟು ಒಳಗೆ ಬಾ. ಇದು ನಿನ್ನ ಮನೆ ಅಂತ ತಿಳ್ಕೋ... ಏನೂ ಅಭ್ಯಂತರವಿಲ್ಲ ಅಂತಾದ್ರೆ ಸ್ವಲ್ಪ ಹೊತ್ತು ಜಗಲಿಯಲ್ಲಿ ಕೂತುಕೊಳ್ಳೋಣ." ಬಳಿಕ ನಮ್ಮತ್ತ ನೋಡಿ, "ಸಿನಿಮಾ ಹೇಗಿತ್ತು ಅನ್ನೋದನ್ನು ನೀವು ನನಗೆ ಹೇಳಲೇಬೇಕು... ನೀವು ಹೋಗುವಾಗ ಬಾಗಿಲು ಮುಚ್ಚಿಕೊಳ್ಳಿ!"

ಅನಂತರ ಆಗಂತುಕಳ ಕಡೆ ಪುನಃ ತಿರುಗಿ, ದಾನಿ ನಾನು ಸಮಸ್ತ ಲೋಕಕೆ ಎನ್ನುವ ಮುಖಭಾವ ತೋರಿಸುತ್ತಾ, ಊರಗಲ ಬಾಯಿಬಿಟ್ಟು, ಪರೋಪಕಾರಿಯ ನಗೆ ನಗುತ್ತಾ ನಿಲುವಂಗಿ ಹೇಳುತ್ತದೆ :

"ನಿಂಗೆ ಗೊತ್ತಾ? ನಾನು ಅವರಿಗೆ 'ರಾಬಿನ್‌ಸನ್ ಕ್ರೂಸೊ' ಸಿನಿಮಾ ನೋಡೋಕೆ ಹಣ ಕೊಟ್ಟಿದ್ದೀನಿ."

ಮೂರು ಗಂಟೆಗೆ ಇನ್ನೂ ಹದಿನೈದು ನಿಮಿಷ ಇದೆ. ಅಗಲವಾದ ನೀಲಿ ಬೆಲ್-ಬಾಟಂ ಷರಾಯಿ ಹಾಕಿಕೊಂಡು, ಉದ್ದನೆಯ ಕಪ್ಪುಗಡ್ಡದ ಒಬ್ಬ ಮನುಷ್ಯ ಭಾರವಾದ ಕಬ್ಬಿಣದ ಸರಳನ್ನು ಮೇಲೆ ಎತ್ತಿ ಚಲನಚಿತ್ರ ಮಂದಿರದ ಬಾಗಿಲು ತೆರೆಯುತ್ತಿದ್ದಾನೆ. ಜನದ ನೂಕುನುಗ್ಗಲು, ತಳ್ಳಾಟ ಶುರುವಾಯಿತು. ನಮ್ಮಿಬ್ಬರ ಜೇಬುಗಳಲ್ಲೂ ಬೇಯಿಸಿ ತಣ್ಣಗಾದ ಮೂರು ಮೂರು ಆಲೂಗಡ್ಡೆಗಳಿವೆ. ನಮ್ಮ ಕೂದಲಿನಿಂದ ನೀರು ತೊಟ್ಟಿಕ್ಕುತ್ತಿದೆ. ಪ್ರವೇಶದ್ವಾರದ ಹತ್ತಿರ ಟಾಮ್ ಮಿಕ್ಸ್ ಜೋಡಿ ಪಿಸ್ತೂಲುಗಳನ್ನು ಹಿಡಿದುಕೊಂಡು ನಮ್ಮ ಕಡೆಗೇ ಗುರಿಮಾಡಿದ್ದಾನೆ.

– "ಟಿಕೆಟ್ ಕೊಡಿ!"

– "ನಿಮ್ಮ ಟಿಕೆಟ್ ಕೊಡಿ!"

– "ಅಯ್ಯೋ, ನನ್ನನ್ನು ಹಿಂಡಿ ಹಿಪ್ಪೆ ಮಾಡ್ತಾ ಇದ್ದರಲ್ಲ!"

– "ಪೀರಾ ಅವನನ್ನು ಹಿಡಿದುಕೊ!"

– "ಟೋಪಿ ! ನನ್ನ ಟೋಪಿ!"

ಈ ಜನಸಂದಣಿಯಲ್ಲಿ ಯಾರೋ ನನ್ನ ಕಾಲನ್ನು ತುಳಿಯುತ್ತಿದ್ದಾರೆ. ತುಳಿಯುತ್ತಲೇ ಇದ್ದಾರೆ. ನನ್ನ ಕೈ ಹಿಡಿದುಕೊಂಡಿದ್ದ ಜಾರ್ಜ್ ಜನರ ಮಧ್ಯೆ ದಾರಿ ಮಾಡಿಕೊಂಡು ಮುಂದೆ

ನುಗ್ಗುತ್ತಿದ್ದಾನೆ. ನನಗವನು ಕಾಣಿಸುತ್ತಿಲ್ಲ. ಅವನು ನನ್ನನ್ನು ಜನಸಾಗರದ ಮಧ್ಯೆ ಎಳೆಯುತ್ತಿದ್ದಾನೆ. ಆದರೆ ನನ್ನ ಎಡಗಾಲಿನ ಮೇಲೆ ಬಿದ್ದ ಒತ್ತಡ ಹೆಚ್ಚಾಗುತ್ತಿದೆಯೇ ವಿನಾ ಕಡಿಮೆಯಾಗುತ್ತಿಲ್ಲ.

ಇದ್ದಕ್ಕಿದ್ದಂತೆ ದೀಪ ಆರಿತು. ಕತ್ತಲಲ್ಲೇ ಹಣೆಯಲ್ಲಿ ಮೂಡಿದ್ದ ಬೆವರನ್ನು ಅಂಗೈಯಿಂದ ಒರೆಸಿಕೊಳ್ಳುತ್ತಿದ್ದೇನೆ. ನಾನು ಕೊಳಕು ಗಾಳಿಯನ್ನು ಆತುರಾತುರವಾಗಿ ಒಳಗೆಳೆದು ಕೊಳ್ಳುತ್ತಿದ್ದೇನೆ. ಏಕೆಂದರೆ ಪ್ರವೇಶದ್ವಾರದಲ್ಲಿ ನನಗೆ ಉಸಿರು ಕಟ್ಟಿತು.

ಈ ಜನಸಂದಣಿ ನನ್ನನ್ನು ಜಾರ್ಜ್‌ನಿಂದ ಬೇರೆ ಮಾಡಿದೆ. ಈ ಕತ್ತಲಲ್ಲಿ ಗೊತ್ತಿಲ್ಲದ ಒಂದು ಮೂಲೆಗೆ ನನ್ನನ್ನು ನೂಕಿದೆ.

ಕಪ್ಪಾದ, ಆಕಾರವಿಲ್ಲದ ಕರಿಯ ಬಂಡೆಯಂಥ ಅಗಲವಾದ ಬೆನ್ನೊಂದು ನನ್ನ ಮುಂದೆ ಕದಲದ ಹಿಮಾಲಯದಂತೆ ನಿಂತಿದೆ.

ಸ್ವಲ್ಪ ಬೆಳಕು ಬಂತು.

ನನಗೆ ಪರಿಚಿತವಾಗಿದ್ದ ಸಿನಿಮಾ ಪ್ರೊಜೆಕ್ಟರ್‌ನ ಸದ್ದು ಕೇಳಿಸುತ್ತಿದೆ.

ನನ್ನ ಮಹತ್ವದ ಕನಸೊಂದು ನನಸಾಗಿದೆ – ನಾನು ಚಿತ್ರಮಂದಿರದ ಒಳಗಿದ್ದೇನೆ. ಅಲ್ಲಿ 'ರಾಬಿನ್‌ಸನ್ ಕ್ರೂಸೊ' ತೋರಿಸುತ್ತಿದ್ದಾರೆ.

"ರಾಬಿನ್‌ಸನ್ ಕ್ರೂಸೊ !"

ಎಲ್ಲ ಕಾಲಕ್ಕೂ ಮೈನವಿರೇಳಿಸುವ ಮಹತ್ವದ ಚಿತ್ರ!

ಮೂರು ರೀಲುಗಳಲ್ಲಿ!

ನಾನು ತುದಿಗಾಲಿನ ಮೇಲೆ ನಿಂತಿದ್ದೇನೆ.

ಎಲ್ಲಕ್ಕಿಂತ ಮೊದಲು ಒಂದು ಹಡಗಿನ ಕೂವೆಕಂಬ. ಚಂಡಮಾರುತದಲ್ಲಿ ಸಮುದ್ರ ಪ್ರಯಾಣ.

ನಾನು ಕತ್ತು ಬಗ್ಗಿಸಿ, ಆ ಕತ್ತಲಲ್ಲಿ ಕಂಕುಳೊಂದರ ಕೆಳಗಿಂದ ನೋಡುತ್ತಿದ್ದೇನೆ.

ಒಬ್ಬ ಭಯಂಕರ ಮನುಷ್ಯ. ಮೈಯೆಲ್ಲಾ ಕೂದಲು, ಚರ್ಮದ ಉಡುಪನ್ನು ಧರಿಸಿದ್ದಾನೆ. ಸಮುದ್ರಕ್ಕೆ ಹತ್ತಿರವಿರುವ ಎತ್ತರದ ಮರದಿಂದ ಏನನ್ನೋ ನೋಡುತ್ತಿದ್ದಾನೆ.

ಬಹಳ ಹೊತ್ತಿನಿಂದ ನಿಂತಿದ್ದ ನನ್ನ ಕಾಲುಗಳು ಕುಸಿಯಲಾರಂಭಿಸಿವೆ. ನನಗೆ ಅಡ್ಡವಾಗಿ ನನ್ನ ಮುಂದೆ ನಿಂತಿರುವ ಆಕಾರವಿಲ್ಲದ ಕೊರಡನ್ನು ಗುದ್ದಬೇಕು, ಅದನ್ನು ಚೂರು ಚೂರು ಮಾಡಬೇಕು, ಎಲ್ಲ ಕಡೆ ಕಚ್ಚಬೇಕು ಎನಿಸುತ್ತದೆ.

ನನಗೆ ಅಳುವ ಬಯಕೆ. ನೋವು ಪ್ರಾರಂಭವಾಯಿತು. ಇನ್ನೊಮ್ಮೆ ಕತ್ತಲನ್ನು ತಿರುಗಿಸುತ್ತಿದ್ದೇನೆ.

ಪರದೆಯ ಮೇಲೆ ಒಬ್ಬ ನೀಗ್ರೊ, ಅವನ ಮುಖ ಅರ್ಧ ಮಾತ್ರ ಕಾಣುತ್ತಿದೆ. ಅವನು ಹುಚ್ಚನಂತೆ ನಗುತ್ತಿದ್ದಾನೆ.

ಹೊರಗಡೆ ರಸ್ತೆಯ ಮೇಲೆ ಬೀಳುತ್ತಿರುವ ಸುರಿಮಳೆಯ ಶಬ್ದ ಕೇಳುತ್ತಿದೆ.

ನನ್ನ ಜೇಬಿನಲ್ಲಿರುವ ಬೇಯಿಸಿದ ಆಲೂಗಡ್ಡೆಗಳು ಪುಡಿಪುಡಿಯಾಗಿವೆ.

ನನ್ನ ತಲೆಯ ಮೇಲೆಲ್ಲೋ ಚಿತ್ರ ಓಡುವ ಸದ್ದು ಹುಚ್ಚು ಹುಚ್ಚಾಗಿ ಕೇಳಿಸುತ್ತಿದೆ. ತಲೆ ಸಿಡಿಯುತ್ತಿದೆ.

"ಗಾಳಿ ! ಗಾಳಿ !"

... ಮೊದಲ ರೀಲಿನ ಜಗಲಿ. ಕಾಲ : ಗದ್ದಲವಿಲ್ಲದ ಸೋಮವಾರ ಬೆಳಿಗ್ಗೆ. ಪಾತ್ರಗಳು : ಹಸಿರು–ಕೆಂಪು–ಹಳದಿ ನಿಲುವಂಗಿ, ಜಾರ್ಜ್ ಮತ್ತು ನಾನು. ಮುಂಭಾಗದಲ್ಲಿ ಹಳದಿ ಬಣ್ಣದ

ಬೆತ್ತದ ಕುರ್ಚಿ. ಹೂತುಂಬಿದ ಚೆರ್ರಿಹಣ್ಣಿನ ಮರಕ್ಕೆ ಉಯ್ಯಾಲೆ. ಎಚ್ಚರಿಕೆಯಿಂದ ಮುಚ್ಚಿದ ಕಬ್ಬಿಣದ ಬಾಗಿಲು. ದೂರದಲ್ಲಿ: ನೀಗ್ರೋವಿನ ಅರ್ಧ ಮುಖ ಮಾತ್ರ ಕಾಣುತ್ತಿದೆ. ಕೆಲವು ತಲೆಬುರುಡೆಗಳು. ಈ ತಲೆಬುರುಡೆಗಳು ಒಮ್ಮೊಮ್ಮೆ ಬೇಯಿಸಿದ ಆಲೂಗಡ್ಡೆಯ ಚೂರುಗಳಂತೆ ಕಾಣುತ್ತಿವೆ. ಸಮುದ್ರದಲ್ಲೊಂದು ಬಿರುಗಾಳಿ. ಅರ್ಧ ಕಾಣುವ ನೀಗ್ರೋವಿನ ಮುಖದಲ್ಲಿ ನಗು. ಗುಂಗುರು ಕೂದಲಿನ ಸುಸಂಸ್ಕೃತ ಸುಂದರ ಮುಖದಲ್ಲಿ ದುರಾಶೆಯ ನೋಟ. ಖಿನ್ನತೆ ತುಂಬಿದ ಪಿಯಾನೋ ರಾಗ ವಾಕ್ಚಿತ್ರವೊ ಎಂಬಂತೆ ಅಸ್ಪಷ್ಟವಾಗಿ ಕೇಳಿಸುತ್ತಿದೆ.

"ಸರಿ, ಹಾಗಾದರೆ. ಅದು ನಿಜವಾಗಿಯೂ ಅಷ್ಟೊಂದು ರೋಮಾಂಚಕವಾಗಿತ್ತು ಅಂತಾದ್ರೆ ಮುಂದಿನ ಭಾನುವಾರ ಬನ್ನಿ. ನೀವು ಊಟ ಮಾಡಿಕೊಂಡು ಹೋಗ್ತಾ ಇದ್ದದ್ದು ನೋಡಿದೆ. ನಾನು, ನೀವು ಬರೋದಿಲ್ಲವೇನೋ ಅಂತ ಗಾಬರಿಯಾಗಿದ್ದೆ. ಮಕ್ಕಳಿಗೆ ಏನಾದರೂ ಒಳ್ಳೆಯದನ್ನು ಕೊಡೋದಕ್ಕೆ ನಾನು ಹಿಂದುಮುಂದು ನೋಡೋದಿಲ್ಲ. 'ರಾಬಿನ್‌ಸನ್ ಕ್ರೂಸೊ' ಯೋಗ್ಯ ತಿಳಿವಳಿಕೆಯನ್ನು ಕೊಡೋ ಪುಸ್ತಕ ಅಂತ ನಮ್ಮ ಮಿತಾ ಹೇಳಿದ. ದುಡಿಕ ಇಲ್ಲಿ ಇಲ್ಲದಿರೋದು ದುರದೃಷ್ಟಕರ... ಅವನು ಇದ್ದಿದ್ದರೆ ನಾನೂ ಅವನನ್ನು ದಾದಿಯ ಜೊತೆಯಲ್ಲಿ ಸಿನಿಮಾಕ್ಕೆ ಕಳಿಸ್ತಾ ಇದ್ದೆ."

ನಿರಂತರವಾಗಿ ಹಂಬಲಿಸುವ ಕಳ್ಳನ ಕಣ್ಣುಗಳಂತೆ ಆಶೆ ತುಂಬಿದ ಎರಡು ಜೊತೆ ಕಣ್ಣುಗಳು ಉಯ್ಯಾಲೆಯತ್ತ ಮತ್ತೊಮ್ಮೆ ದೀರ್ಘ ನೋಟ ಬೀರುತ್ತವೆ.

ನಾವು ಎಚ್ಚರಿಕೆಯಿಂದ, ಪ್ರೀತಿಯಿಂದ ಜೋಕ್ಸಿಮೋವಿಕ್ಸ್ ಬಂಗಲೆಯ ದೊಡ್ಡ ಕಬ್ಬಿಣದ ಬಾಗಿಲನ್ನು ಮುಚ್ಚಿದೆವು.

ಇದ್ದಕ್ಕಿದ್ದಂತೆ ಸೂರ್ಯ ಕಾಣಿಸಿಕೊಂಡು, ನೀರು ಗುಂಡಿಗಳಲ್ಲಿ ಬಿದ್ದು ಕಿರಿಚಾಡುವ ಮಕ್ಕಳ ಮೇಲೆ, ಚಿಕ್ಕ ಗಲ್ಲಿಯ ತಗ್ಗಿದ ಮನೆಗಳ ಮೇಲೆ ಬೆಳಕು ಬೀಳುತ್ತಿದೆ.

ಜಾರ್ಜ್ ನಿಂತ.

ಅವನು ನಗುತ್ತಿದ್ದಾನೆ.

"ಟೋಣಪ ದುಡಿಕ ಇನ್ನೂ ಸ್ವಲ್ಪ ದಿನ ಕಾಯಲಿ! ನಾವಿನ್ನು ಹೋಗೋಣ, ಮೊದಲ ರೀಲು ಮುಗೀತು!"

ಎರಡನೆಯ ರೀಲು

ಘಟನೆಗಳು ಅಷ್ಟೇ ನಾಟಕೀಯವಾಗಿ ಬೆಳೆಯಲಾರಂಭಿಸಿವೆ. ಈ ರೀಲಿನಲ್ಲಂತೂ ಭಾವನೆಗಳ ಸಂಘರ್ಷ ಮುಗಿಲು ಮುಟ್ಟುತ್ತದೆ. ಇಲ್ಲಿಯೂ ಕೂಡ 'ಸೆವಿಲ್‌ನ ಕ್ಷೌರಿಕ'ದ ಪ್ರಾರಂಭ ಸಂಗೀತ ಕೇಳುತ್ತಿದೆ. ಆದರೆ ದುರಂತ ಇನ್ನೂ ಸಂಭವಿಸಿಲ್ಲ. ಅದು ನಡೆಯುವುದು ಮೂರನೆಯ ರೀಲಿನಲ್ಲಿ.

ಸಹಜವಾಗಿ ನಮ್ಮ ಪಾಲಿಗೆ ಇದು ಕೊನೆಯಿಲ್ಲದ ವಾರ. ನಮ್ಮ ಮನಸ್ಸಿನಲ್ಲಿ ಚರ್ಮವನ್ನು ಸುತ್ತಿಕೊಂಡಿದ್ದ ಕೂದಲಿನ ಮನುಷ್ಯ, ಸಮುದ್ರದ ಬಿರುಗಾಳಿ, ತಲೆಬುರುಡೆಗಳು, ನೀಗ್ರೋವಿನ ಅರ್ಧಮುಖ–ಇವುಗಳದೇ ನೆನಪು. ಮೊದಲನೆಯ ರೀಲಿನಲ್ಲಿ ನನ್ನಷ್ಟು ಸಂಕಟಕ್ಕೆ ಒಳಗಾಗದಿದ್ದ ಜಾರ್ಜ್ ಇನ್ನೂ ಕೆಲವು ವಿವರಗಳನ್ನು ಕೊಡಲು ಸಮರ್ಥನಾಗಿದ್ದಾನೆ. 'ರಾಬಿನ್‌ಸನ್ ಕ್ರೂಸೊ'ನ ಮಿಥ್ಯ ಕಥೆ ಈಗ ಹೊಸ ವಿವರಗಳನ್ನು ಸೇರಿಸಿಕೊಂಡಿದೆ. ನಾವೇ ಸೇರಿಸಿರುವ ವಿವರಗಳು. ಈಗ ಅದು ಮೊದಲಿಗಿಂತ ತೃಪ್ತಿಕರ. ಅದು ನಮ್ಮ ಬದುಕಿನ

ಅವಿಭಾಜ್ಯ ಭಾಗವಾಗಿ ಬಿಟ್ಟಿದೆ. ಅದಕ್ಕಾಗಿ ನಮ್ಮ ಜೀವವನ್ನು ಬೇಕಾದರೂ ಬಲಿಯಾಗಿ ಕೊಡಬಲ್ಲೆವು. ನಾವು ಮುಂದಿನ ಭಾನುವಾರವನ್ನು ನಿರೀಕ್ಷಿಸುತ್ತಿರುವುದು ಅಸಹನೆಯಿಂದ ಅಲ್ಲ; ವೇಗವಾಗಿ ಬಡಿಯುತ್ತಿರುವ ಹೃದಯದೊಂದಿಗೆ, ಹೋರಾಟದ ಮನೋಭಾವದೊಂದಿಗೆ.

ನಾವು ಅರ್ಧ ತುಂಬಿದ ಹೊಟ್ಟೆಯಿಂದ, ಕಾಲ್ಪನಿಕ ಕತ್ತಿಗಳನ್ನು ಸೊಂಟದ ಪಟ್ಟಿಯಲ್ಲಿ ಸಿಕ್ಕಿಸಿಕೊಂಡು ಜೋಕ್ಸಿಮೋವಿತ್ಸ್ ಬಂಗಲೆಯ ಸರಹದ್ದಿನಲ್ಲೇ ಓಡಾಡುತ್ತಿದ್ದೇವೆ.

"ನಮಸ್ಕಾರ, ಮೇಡಂ ಜೋಕ್ಸಿಮೋವಿತ್ಸ್!"

"ನಮಸ್ಕಾರ."

ಈ ಸಂಭಾಷಣೆ ನೂರಾರು ಬಾರಿ ಮತ್ತೆ ಮತ್ತೆ ನಡೆಯುತ್ತಿದೆ.

ನಾವು ಜ್ವರ ಬಂದಂತೆ, ಉದ್ರಿಕ್ತರಾಗಿ ಮುಂದಿನ ಭಾನುವಾರವನ್ನು ಎದುರು ನೋಡುತ್ತಿದ್ದೇವೆ. ಆಗ ನಾವು ನಮ್ಮ ನಿಜವಾದ ಟಿಕೆಟ್‌ಗಳನ್ನು ಅಗಲ ಷರಾಯಿಯ ಆ ಗಡ್ಡದವನಿಗೆ, ಆತಂಕವಿಲ್ಲದೆ ತೋರಿಸಬಹುದು. ಅವನು ಕೂಡಲೇ 'ಒಳಗೆ ಹೋಗಿ' ಎನ್ನುವುದನ್ನು ಕೇಳಬಹುದು.

ಶುಕ್ರವಾರದ ಬೆಳಿಗ್ಗೆಯೇ ದಿಗಂತದಲ್ಲಿ ಆತಂಕದ ಮೋಡಗಳನ್ನು ಕಾಣುತ್ತಿದ್ದೇವೆ. ಶುಕ್ರವಾರದ ಮಧ್ಯಾಹ್ನವೇ ತಾಯಿ ಮನೆಗೆ ಹಿಂತಿರುಗಿದ್ದಾಳೆ. ಅವಳು ಹೇಳುತ್ತಿದ್ದಾಳೆ :

"ನಾನು ಮತ್ತೆ ಕೆಲವು ದಿನ ಕೆಲಸವಿಲ್ಲದೆ ಇರಬೇಕಾಗ್ತದೆ. ನನಗೆ ಈ ದಿನ ಕೂಡ ಕೆಲಸ ಸಿಗಲಿಲ್ಲ. ಎಲ್ಲರೂ ಆಗಲೇ ತಮ್ಮ ಬಟ್ಟೆಗಳನ್ನು ಒಗೆಸಿ ಬಿಟ್ಟಿದ್ದಾರೆ."

ಅನಂತರ ತನ್ನ ಸೋತ ಕೈಗಳನ್ನು ತೊಡೆಯ ಮೇಲಿಟ್ಟುಕೊಂಡು ಆಯಾಸಗೊಂಡ ದನಿಯಲ್ಲಿ ಅವಳು ಮುಂದುವರಿಸುತ್ತಾಳೆ :

"ನಾವು ಬ್ರೆಡ್ ಅಂಗಡಿಯವನನ್ನು ಇವತ್ತಿನ ಮಟ್ಟಿಗಾದರೂ ಬ್ರೆಡ್ ಕೊಡುವಂತೆ ಕೇಳ್ಬೇಕು. ಹಿಂದಿನ ಬಾಕಿ ಜೊತೆಗೆ ಈ ದಿವಸದ ಹಣವನ್ನೂ ಸೇರಿಸಿ ಮುಂದೆ ಕೊಡ್ತೇವೆ ಅಂತ ಹೇಳ್ಬೇಕು."

ನಾವು ಅವಳ ಮುಂದೆ ಅನುಮಾನಿಸುತ್ತಾ ನಿಂತಿದ್ದೇವೆ. ನಮ್ಮ ಕಾಲುಗಳು ನದಿಯ ದಂಡೆಯ ತುರುಚಿ ಗಿಡಗಳಿಗೆ ತಾಗಿ ಉರಿಯುತ್ತಿವೆ.

ಜಾರ್ಜ್ ಮಾತನಾಡದೆ ಹೊರಗೆ ಹೋದ. ಆದರೆ ಬರಿಗೈಯನ್ನಾಡಿಸುತ್ತಾ ಬೇಗನೆ ಬಂದ.

"ಶ್ರೀಮತಿ ಜೋಕ್ಸಿಮೋವಿತ್ಸ್ ಅವರನ್ನು ಕೇಳಿದರೆ ಹೇಗೆ..." ಎಂದು ತಾಯಿ ಸೂಚಿಸುತ್ತಾಳೆ. ನಾನು ಮತ್ತು ಜಾರ್ಜ್ ಬೆಚ್ಚಿ ಬೀಳುತ್ತೇವೆ. ನಮ್ಮ ತಾಯಿ ಕೂಡ ಅಷ್ಟೆ.

" 'ಟೂ ಪ್ಯಾರೆಟ್ಸ್' ಅಂಗಡಿಗಿಂತ ಮುಂದಿರುವ ಅಂಗಡಿಯನ್ನೇಕೆ ಕೇಳಬಾರದು?" ಎಂದು ಜಾರ್ಜ್ ಭಾರವಾದ ಮೌನವನ್ನು ಮುರಿದು ಕೊಠಡಿಯಿಂದ ಹೊರಗೆ ಹೊರಡುತ್ತಾನೆ.

ಎರಡು ಬ್ರೆಡ್ಡುಗಳನ್ನು ತೆಗೆದುಕೊಂಡು ಆತ ಮರಳುತ್ತಾನೆ.

"ಒಳ್ಳೆಯ ಮುದುಕ. ಅವನು ಹೇಳಿದ, ಇದರ ಹಣವನ್ನು ಕೊಟ್ಟ ಮೇಲೆ ಅವನು ಇನ್ನಷ್ಟು ಸಾಲ ಕೊಡುವನಂತೆ. ಈಗ ಊಟ ಮಾಡೋಣ."

ಹೀಗೆ ದುರಂತ ಮುಂದಕ್ಕೆ ಹೋಗುತ್ತದೆ.

ಆದರೆ ಇನ್ನೂ ಹೆಚ್ಚು ಭೀಕರ ರೂಪದಲ್ಲಿ ದುರಂತ ನಡೆದೇ ನಡೆಯುವುದು.

ಬಿರುಗಾಳಿ ಬರುವ ಮೊದಲು ಒಂದು ಬಗೆಯ ಮೌನವಿರುವುದಂತೆ. ಹಾಗೆಯೇ ನಾಟಕೀಯ ಸಂಘರ್ಷವು ತನ್ನ ಪರಾಕಾಷ್ಠೆಯನ್ನು ತಲಪುವ ಮೊದಲು ಪ್ರಶಾಂತವಾದ

ಒಂದು ನಾಂದೀ ಪದ್ಯವಿರುತ್ತದೆ. ಕೆಲವು ಬಾರಿ ಕುರಿಗಾಹಿಗಳ ಸುಲಲಿತವಾದ ಒಂದು ಹಾಡಿನಂತೆ. ಇಲ್ಲೂ ಅಷ್ಟೆ. ದೃಶ್ಯದ ಹಿಂದುಗಡೆ ನಿವೃತ್ತ ಅಂಚೆ ಪೇದೆ ಮನೊಜೊಲೋನ ಶಿಥಿಲವಾದ ಹಸಿರು ಜೋಪಡಿಯ ಬಳಿ ಕೆಂಪು ನಿಲುವಂಗಿಯನ್ನು ಧರಿಸಿ, ಹ್ಯಾಟಿನಲ್ಲಿ ದೊಡ್ಡ ದೊಡ್ಡ ಗರಿಗಳನ್ನು ಸಿಕ್ಕಿಸಿಕೊಂಡ ಒಬ್ಬ ಅಪರಿಚಿತ (ಅವನು ಈಗ ತಾನೇ ಅಂಗಳದ ಅಂಚಿಗೆ ಬಂದಿರುವ ಇಟೆಲಿಯ ಒಬ್ಬ ಮಿಠಾಯಿ ಮಾರಾಟಗಾರ) ತೊಸೆಲ್ಲಿಯ ಪ್ರೇಮಗೀತೆಗಳನ್ನು ಹಾಡುತ್ತಾ ಮನೊಜೊಲೋನ ಮಗಳಾದ ಮಿತ್ಸಾ ಕಡೆ ನೋಡುತ್ತಿದ್ದಾನೆ. ಅವಳು ಎಂದೂ ಇಲ್ಲದ ಎಚ್ಚರಿಕೆಯಿಂದ, ತನ್ನ ಬದುಕೇ ಅದನ್ನು ಅವಲಂಬಿಸಿರುವಂತೆ, ಮನೆಯ ಕಿಟಿಕಿಗಳನ್ನು ಒರಸುವ ಕೆಲಸದಲ್ಲಿ ತಲ್ಲೀನಳಾಗಿದ್ದಾಳೆ.

ಒಂದು ಬೃಹದಾಕಾರದ ವಸ್ತು ದೃಶ್ಯದಲ್ಲಿ ಎದ್ದುಕಾಣುತ್ತಿದೆ. ಅದು ನಮ್ಮ ಅಂಗಳದ ಮಧ್ಯದಲ್ಲಿರುವ ಸೆಗಣಿಯ ರಾಶಿ. ಭಾನುವಾರದ ಬಿಸಿಲಿನಲ್ಲಿ ಅಗ್ನಿಪರ್ವತದಂತೆ ಅದು ಹೊಗೆಯಾಡುತ್ತಿದೆ. ಹಳೆಯ ನೆನಪುಗಳನ್ನು ಕೆರಳಿಸುವ ತೊಸೆಲ್ಲಿಯ ಪ್ರೇಮಗೀತೆಗಳನ್ನು ಬಿಟ್ಟರೆ, ಉಳಿದೆಲ್ಲವೂ ಬಿರುಗಾಳಿಗೆ ಮುಂಚಿನ ಶಾಂತಿಯಂತೆ ನಿಶ್ಚಲ. ಶುಕ್ರವಾರ ಉಳಿದಿದ್ದ ಬ್ರೆಡ್ಡಿನ ತುಣುಕುಗಳನ್ನು ನಿನ್ನೆ ರಾತ್ರಿ ನಾವು ಹಂಚಿಕೊಂಡಿದ್ದೆವು.

ನಮ್ಮ ಮನೆಯ ಬಾಗಿಲ ಬಳಿಯೇ ದೃಶ್ಯ ನಡೆಯುತ್ತಿದೆ.

"ನೀವು ಹಾಗೆ ಮಾಡಲೇಬೇಕು..." ತಾಯಿಯ ದುರಂತ ಸೂಚಕ ಮಾತು. ಅವಳು ಅದೇ ಪದಗಳನ್ನು ನಿಧಾನವಾಗಿ, ಮೆಲ್ಲಗೆ, ಕೇಳುವುದೇ ಇಲ್ಲವೇನೋ ಅನ್ನುವಂತೆ ಪುನರುಚ್ಚರಿಸುತ್ತಿದ್ದಾಳೆ. ದುಃಖ ತುಂಬಿದ ಅವಳ ಕಣ್ಣುಗಳು ನಮ್ಮ ಹಿಂದುಗಡೆ ಎಲ್ಲೋ ದೂರಕ್ಕೆ ನೋಡುತ್ತಿವೆ.

"ನೀವು ಹಾಗೆ ಮಾಡಲೇಬೇಕು..."

ವಿಪತ್ಕಾರಕವಾಗಿದ್ದ ಈ ಮಾರಕ ಪದಗಳು ನನ್ನ ಆತ್ಮವನ್ನು ತಮ್ಮ ಭದ್ರಮುಷ್ಟಿಯಿಂದ ಗುದ್ದುತ್ತಿವೆ. ನಾನು ಒಂದು ವಾರದಿಂದ ಕನಸು ಕಾಣುತ್ತಿದ್ದ ತಲೆಬುರುಡೆಗಳು ಮುರಿದು, ಚೂರು ಚೂರಾಗಿ, ಎಂದೆಂದಿಗೂ ನಾಶವಾಗಿ ಹೋಗುತ್ತವೆ. ನಾವು ಆಟವಾಡುವ ಬೆಲೆ ಇಲ್ಲದ ಅಂಡಾಕಾರದ ಗೋಲಿಗಳಂತೆ. ಸಮುದ್ರದಲ್ಲಿ ದೊಡ್ಡ ಬಿರುಗಾಳಿ. ಅರ್ಧಮುಖದ ನೀಗ್ರೋ . ಆದರೆ ಅಮ್ಮ, ಅವನ ಉಳಿದರ್ಧ ಮುಖವನ್ನು ನಾನಿನ್ನು ನೋಡಲಾರೆನಲ್ಲ! ನೀಗ್ರೋವಿನ ಉಳಿದರ್ಧ ಮುಖವನ್ನು ನೋಡಲು ನಾನು ಕಾತರನಾಗಿದ್ದೇನೆ! 'ರಾಬಿನ್‌ಸನ್ ಕ್ರೂಸೊ'! ಎಲ್ಲ ಕಾಲದ ಅತ್ಯಂತ ರೋಮಾಂಚಕಾರೀ ಚಿತ್ರ! ನಾನು ಎರಡನೆಯ ರೀಲನ್ನು ನೋಡಲೇಬೇಕು, ನೋಡಲೇಬೇಕು, ನೋಡಲೇಬೇಕು !...

'ಸೆವಿಲ್‌ನ ಕ್ಷೌರಿಕ'ದ ಸಂಗೀತ ಗುಡುಗುತ್ತಿದೆ. ನನ್ನ ಮನಸ್ಸಿನಲ್ಲಿ ಭಾವನೆಗಳ ಸಂಘರ್ಷ.

ನಾನು ಕಣ್ಣೀರು ಸುರಿಸುತ್ತಿದ್ದೇನೆ.

ನನ್ನ ಪಕ್ಕದಲ್ಲಿ ಜಾರ್ಜ್ ಸುಮ್ಮನೆ ನಿಂತಿದ್ದಾನೆ.

ನೋವಿನಿಂದ ಮರಗಟ್ಟಿ ವಿಗ್ರಹದಂತೆ ಕದಲದೆ ನಿಂತಿದ್ದಾನೆ.

"ನೀವು ಹಾಗೆ ಮಾಡಲೇಬೇಕು... ಬೇರೆ ದಾರಿಯೇ ಇಲ್ಲ," ಎಂದು ಕಿಟಿಕಿ ಬಳಿ ಹಾಕಿದ್ದ ನನ್ನ ಷರಟನ್ನು ರಿಪೇರಿ ಮಾಡಲು ಎಳೆದುಕೊಳ್ಳುತ್ತಾ ಮೂರನೆಯ ಮತ್ತು ಕೊನೆಯ ಸಲ, ಹಿಂತೆಗೆದುಕೊಳ್ಳಲಾಗದ ಭೀಕರ ತೀರ್ಪನ್ನು ತಾಯಿ ನೀಡುತ್ತಿದ್ದಾಳೆ.

'ಸೆವಿಲ್‌ನ ಕ್ಷೌರಿಕ' ಮತ್ತೆ ಗುಡುಗುತ್ತಿದೆ.

ಮತ್ತೆ ಭಾವನೆಗಳ ಘರ್ಷಣೆ. ಹೇಳಲಾಗದ ತಳಮಳ. ಕಣ್ಣು ಕತ್ತಲು ಬರಿಸುವ ಬಿರುಗಾಳಿ.

ನನ್ನ ಕೆನ್ನೆಯ ಮೇಲೆ ಕಣ್ಣೀರು ಧಾರಾಕಾರವಾಗಿ ಇಳಿಯುತ್ತಿದೆ.

ಹುಚ್ಚು ಕುದುರೆಯಂತೆ ಕಾಲುಗಳನ್ನು ನೆಲಕ್ಕೆ ಬಡಿಯುತ್ತಿದ್ದೇನೆ.

ನಾನು ಉದ್ವಿಗ್ನನಾಗಿ ಆಳುತ್ತ, ಕಂಪಿಸುತ್ತ, ಬಿಗಿಹಿಡಿದ ಮುಷ್ಟಿಯೊಂದಿಗೆ ಅವಳ ಕಾಲುಗಳ ಬಳಿ ಉರುಳಿದೆ.

"ಯಾಕೆ? ಯಾಕೆ? ನಾನು ಸಿನಿಮಾಗೆ ಹೋಗಲೇ ಬೇಕು! ನಾನು ಎರಡನೆಯ ರೀಲನ್ನು ನೋಡಲೇಬೇಕು. ಈ ಕ್ಷಣದಲ್ಲಿ ಹೋಗ್ತೇನೆ. ನಾನು ಮತ್ತೆ ಹಿಂತಿರುಗೋದಿಲ್ಲ!"

ನಾನು 'ಪಯನಿಯರ್' ಮರದಂಗಡಿಯ ಬೇಲಿ ಹಾರುವಾಗ ಹರಿದುಕೊಂಡ ನನ್ನ ಷರಟಿನ ತೋಳುಗಳನ್ನು ತಾಯಿ ಹೊಲಿಯುತ್ತ ಮುಖವನ್ನು ಶಿಲೆಯಂತೆ ಮಾಡಿಕೊಂಡಿದ್ದಾಳೆ.

"ನೀನೊಬ್ಬನೆ ಹೋಗಿ ಶ್ರೀಮತಿ ಜೋಕ್ಸಿಮೋವಿಚ್ಸ್ ಅವರನ್ನು ನೋಡಬೇಕಾಗ್ತದೆ ಜಾರ್ಜ್... ಸಿನಿಮಾಗೆ ಸೀಟು ಹಿಡಿಯಲು ಬೇಗ ಹೋಗ್ಬೇಕು ಅಂತ ಹೇಳು. ನಿನಗೆ ಹಣ ಸಿಕ್ಕಿದ ಕೂಡಲೇ ಬ್ರೆಡ್ ತರೋದಕ್ಕೆ ಓಡು."

ಹಳೆಯ ಶಿಥಿಲಗೊಂಡ ಚಿತ್ರ ಇಲ್ಲಿ ಕಿತ್ತುಹೋಗಿದೆ. ಆದ್ದರಿಂದ ಅತ್ಯಂತ ಮಹತ್ವದ ಅನೇಕ ದೃಶ್ಯಗಳು ಕಾಣಿಸುತ್ತಿಲ್ಲ.

ಮೂರುವರೆ ಗಂಟೆಗೆ ಮಿತ್ಸಾಳ ದೊಡ್ಡ ಗಂಡು ಬೆಕ್ಕು ರಂಗದ ಮೇಲೆ ಗತ್ತಿನಿಂದ ಬಂದು ಎಡಗಡೆಗೆ ನಡೆದು ತೆರೆಯ ಹಿಂದೆ ಎಲ್ಲೋ ಮರೆಯಾಗುತ್ತಿದೆ. ಆಳವಾದ ನಿರಾಶೆಯ ಮಂಪರಿನಿಂದ ನನ್ನನ್ನು ಜಾರ್ಜ್ ಎಚ್ಚರಿಸುತ್ತಿದ್ದಾನೆ. ನಾನಿನ್ನೂ ನನ್ನ ಕಣ್ಣೀರಿನಿಂದ ತೋಯ್ದ ಬ್ರೆಡ್ಡಿನ ತುಣುಕನ್ನು ಹಿಡಿದುಕೊಂಡಿದ್ದೇನೆ. ನಾಟಕೀಯವಾಗಿ ಆ ಬ್ರೆಡ್ಡಿನ ತುಂಡನ್ನು ಬಾಯಲ್ಲಿಟ್ಟುಕೊಂಡು ನುಂಗುತ್ತಿದ್ದೇನೆ. ಸಪ್ಪೆ ಮುಖ ಹಾಕಿಕೊಂಡು ಅವನ ಹಿಂದೆ ಹೋಗುತ್ತಿದ್ದೇನೆ. ಜಾರ್ಜ್ ಹಿಂದೆ ತಿರುಗಿ ಗದರಿಸುತ್ತಾನೆ :

"ನಿನ್ನ ಮುಖ ಒರೆಸಿಕೊ! ಮುಖದ ಮೇಲೆಲ್ಲಾ ಜೊಲ್ಲು ಸುರಿದಿದೆ! ಕಳೆದ ಭಾನುವಾರದಂತೆ ಶ್ರೀಮತಿ ಜೋಕ್ಸಿಮೋವಿಚ್ಸ್ ನಾವು ಹಾದು ಹೋಗುವಾಗ ನಮ್ಮನ್ನು ಖಂಡಿತ ನೋಡ್ತಾಳೆ. ನೀನು ಅತ್ತದ್ದು ನೋಡಿದರೆ ಅವಳಿಗೆ ನಾವು ಸಿನಿಮಾಗೆ ಹೋಗ್ತಾ ಇಲ್ಲ ಅಂತ ಗೊತ್ತಾಗ್ತದೆ."

ಸ್ವಲ್ಪ ಹೊತ್ತು ಮಾತನಾಡದೆ ನಡೆಯುತ್ತಿದ್ದೇವೆ.

ದೃಶ್ಯ ಇದ್ದಕ್ಕಿದ್ದಂತೆ ಬದಲಾಗುತ್ತಿದೆ. ದೂರದಲ್ಲಿ, ಸೂರ್ಯನ ಬೆಳಕಿನಲ್ಲಿ ಡಾನ್ಯೂಬ್ ನದಿ ಕರಗಿದ ಬೆಳ್ಳಿಯಂತೆ ಹೊಳೆಯುತ್ತಿದೆ. ಒಂದು ಕಡೆ ಜೋಕ್ಸಿಮೋವಿಚ್ಸ್ ಮನೆಯ ಕಬ್ಬಿಣದ ಬಾಗಿಲು.

"ಈಗ ಹುಷಾರಾಗಿ ನೋಡು!" ಮೆಲುದನಿಯಲ್ಲಿ ಜಾರ್ಜ್.

ಮೊದಲನೆಯ ರೀಲಿನಲ್ಲಾದಂತೆ, ಇಡೀ ಪ್ರಪಂಚಗಳೇ ಮುರಿದು ಬೀಳುತ್ತಿವೆ ಎಂದು ನನಗೆ ಅನಿಸುತ್ತಿದೆ.

ಆದರೆ ಈಗ ಈ ಪ್ರಳಯ ತಾಂಡವ, ಈ ಮಾನಸಿಕ ಸಂಘರ್ಷ ನಡೆಯುತ್ತಿರುವುದು ನನ್ನ ಆತ್ಮದ ಅಂತರಾಳದಲ್ಲಿ.

ಸರಿಯಾಗಿ ಅದೇ ಕ್ಷಣದಲ್ಲಿ ನಮ್ಮ ಚಲನಚಿತ್ರದ ದುಃಖ ಸೂಚಕ ಸಂಗೀತವೆನ್ನಲಾದ 'ಸೆವಿಲ್‌ನ ಕ್ಷೌರಿಕ'ದ ಪ್ರಾರಂಭದ ಹಾಡು ಗುಡುಗಿನಂತೆ ಮಾರ್ದನಿಸುತ್ತಿದೆ.

ಈಗಾಗಲೇ ರೆಡ್ ಇಂಡಿಯನ್ನರು ತಮ್ಮ ಬೆಂಕಿ ಬಾಣಗಳನ್ನು ಬಿಟ್ಟು ಗುಡಿಸಲಿನ ಚಾವಣಿಗೆ ಬೆಂಕಿ ಹಚ್ಚಿದ್ದಾರೆ. ಅಗಳಿ ಹಾಕಿದ ಬಾಗಿಲಿಗೆ ಮೊದಲ ಕೊಡಲಿ ಬಂದು ತಗಲಿದೆ. ಕೋಪೋದ್ರಿಕ್ತ ಕಾಡುಕುದುರೆಗಳ ಮೇಲೆ ದೌಡಾಯಿಸುತ್ತಿರುವ ರೆಡ್ ಇಂಡಿಯನ್ನರು ವಿಕಾರವಾಗಿ ಕಿರಿಚುತ್ತಾ ಗುಡಿಸಲನ್ನು ಸುತ್ತುವರಿಯುತ್ತಿದ್ದಾರೆ. ನೇಣು ಹಾಕುವಾಗ ನಡುಗುವ ಅಪರಾಧಿಯ ಕತ್ತಿನ ಸುತ್ತ ಬಿಗಿದುಕೊಳ್ಳುವ ಕಪ್ಪು ಹಗ್ಗದಂತೆ ಅವರು ಸುತ್ತುತ್ತಿರುವ ವೃತ್ತ ಬರಬರುತ್ತಾ ಕಿರಿದಾಗುತ್ತಿದೆ.

ಇನ್ನೇನು ಸಾವಿಗೂ ಬದುಕಿಗೂ ನಡುವೆ ಉಸಿರಿನ ಅಂತರ. ವೃತ್ತ ಅಷ್ಟೊಂದು ಕಿರಿದಾಗಿದೆ. ಹರಕು ಪರದೆಯ ಮೇಲೆ ಉಲ್ಲೇಖವೊಂದು ಮೂಡುತ್ತದೆ – ಕಾಲಾತೀತವಾದ ಇಕ್ಕಟ್ಟಿನ ಪ್ರಶ್ನೆ:

"ಉಳಿಯಬೇಕೆ ? ಅಥವಾ ಅಳಿಯಬೇಕೆ ?"

ನಾನು ಗೆದ್ದೆ.

ಯಾರಿಗೂ ಹೆದರದವನಂತೆ ತಲೆ ಎತ್ತಿದೆ – ನನ್ನ ಕಣ್ಣುಗಳು ಅತ್ತು ಅತ್ತು ಇನ್ನೂ ಕೆಂಪಾಗಿವೆ.

ನಾನು ತಲೆ ಎತ್ತಿ, ಎದೆ ಚಾಚಿ ನಡೆಯುತ್ತಿದ್ದೇನೆ.

ಉಲ್ಲಾಸದಿಂದ ನೆಗೆಯುತ್ತಿದ್ದೇನೆ.

ಕುದಿಯುತ್ತಿರುವ ಕೋಪದಿಂದ ಕಲ್ಲೊಂದನ್ನು ಒದೆಯುತ್ತಿದ್ದೇನೆ. ಅದು ಹೋಗಿ ಕಬ್ಬಿಣದ ಕಂಬಕ್ಕೆ 'ಠಣ್' ಎಂದು ತಾಕುತ್ತಿದೆ.

"ಹಾಗೆ ಕುಣಿಯಬೇಡವೊ, ಅವರ ಬಂಗಲೆ ಬಂದೇ ಬಿಡ್ತು."

ಜಾರ್ಜ್ ಎಚ್ಚರಿಸುತ್ತಿದ್ದಾನೆ. ಅವನಿಗೆ ಭಯ ಮತ್ತು ಆಶ್ಚರ್ಯ. ವಿವೇಚನೆಯಿಲ್ಲದ ನನ್ನ ವರ್ತನೆಯನ್ನು ತಡೆಯಬೇಕೆಂಬ ಆಸೆ. ಅವನ ಮುಖದ ಮೇಲೆ ಸಂತರಿಗೆ ಉಚಿತವಾದ, ಮೆಚ್ಚಿಸಲೆಂದೇ ಹುಡುಕಿತಂದ ಮುಗುಳುನಗೆಯಾಡುತ್ತಿದೆ.

"ಯಾಕೆ ಕುಣೀಬಾರದು ? ನಾವು ಸಿನಿಮಾಗೆ ಹೋಗ್ತಾ ಇಲ್ವಾ?" ನಾನು ಹುಚ್ಚನಂತೆ ಕೂಗುತ್ತಿದ್ದೇನೆ. ನನ್ನ ಕಣ್ಣುಗಳು ಜೋಕ್ಸಿಮೋವಿಕ್ಸ್ ಬಂಗಲೆಯ ಬೀಗ ಹಾಕಿದ ಕಬ್ಬಿಣದ ಬಾಗಿಲಿನ ಕಡೆ ದಿಟ್ಟಿಸುತ್ತಿವೆ.

ನಾನು 'ರಾಬಿನ್‌ಸನ್ ಕ್ರೂಸೊ' ಆಣೆಯಾಗಿ ಹೇಳುತ್ತಿದ್ದೇನೆ. ನಾನು ನೋಡಿಲ್ಲದ ಎರಡನೇ, ಮೂರನೇ, ರೀಲುಗಳ ಆಣೆ, ಎಲ್ಲ ಸಿನಿಮಾಗಳ ಎಲ್ಲ ರೀಲುಗಳ ಆಣೆ. ಆ ಕ್ಷಣದಲ್ಲಿ ನಾನು ಕೋಪದಿಂದ ಕಿಡಿ ಕಾರುತ್ತಾ, ಕಬ್ಬಿಣದ ಬಾಗಿಲಿನ ಹತ್ತಿರ ಕೆಂಪು–ಹಸಿರು–ಹಳದಿ ನಿಲುವಂಗಿ ಬರಲಿ ಎಂದು ಕಾಯುತ್ತಾ ಇದ್ದೇನೆ. ಕೆಲಸಕ್ಕೆ ಬರದ ಆ ಕಚಡಾ ನಿಲುವಂಗಿಯ ಎದುರು ನಾನು ಆಳಬಾರದು. ನಾನು ಸಿನಿಮಾಕ್ಕೆ ಹೋಗುತ್ತಿಲ್ಲ ಎಂದು ಅದಕ್ಕೆ ಗೊತ್ತಾಗಬಾರದು. ಅದಕ್ಕೋಸ್ಕರ ನಾನು ಕೋತಿಯ ಹಾಗೆ ಹಲ್ಲು ಕಿರಿಯಬೇಕು. ಖುಷಿಯಾಗಿರುವ ಮುಖ ತೋರಿಸಬೇಕು. ನಾವು ನಿಜವಾಗಿಯೂ 'ರಾಬಿನ್‌ಸನ್ ಕ್ರೂಸೊ'ದ ಎರಡನೆಯ ರೀಲು ನೋಡಲು ಹೋಗುತ್ತಿದ್ದೇವೆ ಎಂದು ಅದಕ್ಕೆ ಮನವರಿಕೆಯಾಗುವಂತೆ ಅಸಹಜವಾಗಿ ವರ್ತಿಸಬೇಕು. ಹೀಗೆ ಆ ನಿಲುವಂಗಿಯ ದರ್ಶನಕ್ಕಾಗಿ ಕಾಯುತ್ತಿರುವಾಗ ನನ್ನ ಹೃದಯ ಮಾತ್ರ ತಡೆಯಲಾಗದ ನೋವಿನಿಂದ ಬಿರುಕು ಬಿಡುತ್ತಿದೆ.

ಆದರೆ ಬಾಗಿಲು ಮುಚ್ಚಿದೆ. ಬೀಗ ಹಾಕಿದೆ. ಮಿಸ್ಟರ್ ಜೋಕ್ಸಿಮೋವಿಚ್ಸ್‌ನ ಭಾನುವಾರದ ಸುಶ್ರಾವ್ಯ ಗೊರಕೆಯ ಸದ್ದು ಮಾತ್ರ ರಸ್ತೆಗೂ ಕೇಳಿಸುತ್ತಿದೆ. ಅದು ಇಡೀ ಅಂಗಳದಿಂದ ಪ್ರತಿಧ್ವನಿಸುತ್ತಿದೆ.

ಕೊನೆಗೂ ನನ್ನ ಬಯಕೆಯನ್ನು ಬಿಟ್ಟು ಕೊಟ್ಟಿದ್ದರಿಂದ ಬಹಳ ಆಯಾಸವಾದಂತಾಗಿದೆ. ನನ್ನ ಕಣ್ಣುಗಳು ಕಾಂತಿಹೀನವಾಗಿ, ತಲೆ ಕೆಳಗೆ ಬಾಗುತ್ತಿದೆ. ನಾವು ಮನೆಗೆ ಹೋಗಲು ಹಿಂತಿರುಗಿದ್ದೇವೆ.

ಜಾರ್ಜ್‌ನ ಮುಖದಲ್ಲಿ ನೋವು ಕಾಣಿಸಿಕೊಂಡು ಹಿಂದೆ ಮೂಡಿದ್ದ ಸಂತಸ ಮಂದಹಾಸ ಈಗ ಸಂಪೂರ್ಣವಾಗಿ ಮಾಯವಾಗಿದೆ.

ಹೀಗೆ ನಾವು ನಮ್ಮ ಮನೆಯ ನಿರ್ಜನ ಅಂಗಳಕ್ಕೆ ಕಾಲಿಡುತ್ತಿದ್ದೇವೆ.

ಮೂರನೆಯ ರೀಲು

(ಈ ರೀಲಿನ ಬಹುಭಾಗ ಶಿಥಿಲಗೊಂಡಿದೆ; ಆದರೆ ಚಿತ್ರ ಹಾಳಾಗಿಲ್ಲ)

ನಾವು ಅಚ್ಚುಕಟ್ಟಾಗಿ ಹೀರುತ್ತಿರುವ ಗುಲಾಬಿ ಬಣ್ಣದ ದ್ರವಕ್ಕೂ, ಟೊಮ್ಯಾಟೋ ಸಾರಿಗೂ ದೂರದ ಸಂಬಂಧ. ನಮ್ಮ ತಾಯಿ ಅದನ್ನು ಎರಡನೆಯ ಸಲ ನಮ್ಮ ತಟ್ಟೆಗಳಿಗೆ ಹಾಕುತ್ತಿದ್ದಾಳೆ. ಹೊರಗಡೆ ಮಳೆ ಸುರಿಯುತ್ತಿದೆ. ಯಥಾಪ್ರಕಾರ ಅಂಗಳದಲ್ಲಿರುವ ಸೆಗಣಿಯ ರಾಶಿಯೇ ರಂಗದ ಮೇಲಿನ ಪ್ರಮುಖ ವಸ್ತು. ತೆರದ ಕಿಟಿಕಿಯ ಮೂಲಕ ಕೋಣೆಯೊಳಗೆ ನುಗ್ಗುತ್ತಿರುವ ಅದರ ವಾಸನೆಯನ್ನು ಗಮನಿಸಿದರಂತೂ ಅದಕ್ಕಿಂತ ಪ್ರಮುಖವಾದದ್ದು ಬೇರೇನೂ ಇಲ್ಲವೇನೋ ಎನಿಸುತ್ತಿದೆ.

ಇಂದು ಮೂರನೆಯ ಭಾನುವಾರ. ಮೂರನೆಯ ರೀಲು.

ನಾನು ಮತ್ತು ಜಾರ್ಜ್ ಅರ್ಥಪೂರ್ಣವಾದ ನೋಟಗಳನ್ನು ವಿನಿಮಯ ಮಾಡಿಕೊಳ್ಳುತ್ತಿದ್ದೇವೆ. ತಾಯಿ ಉಪಾಯವಾಗಿ ನಮ್ಮ ಕಣ್ಣುಗಳಿಂದ ತಪ್ಪಿಸಿಕೊಳ್ಳುತ್ತಿದ್ದಾಳೆ.

ಶ್ರೀಮಂತ ನಾಯಿಕೆಯ ಕೊಠಡಿಯಿಂದ 'ಪ್ರೇತಾಕೃತಿ' ಮಾಯವಾಗುವಂತೆ ನಾವು ಮೂರೂವರೆಗೆ ಮನೆಯಿಂದ ಮಾಯವಾಗುತ್ತೇವೆ.

ಜೋಕ್ಸಿಮೋವಿಚ್ಸ್ ಬಂಗಲೆಯ ಕಡೆಗೆ, ಆ ನಿರ್ಜನ ರಸ್ತೆಗಳಲ್ಲಿ, ಸುರಿಯುತ್ತಿರುವ ಮಳೆಯಲ್ಲಿ, ನೀರಿನ ಗುಂಡಿಗಳನ್ನು ಹಾರುತ್ತಾ ನಡೆಯುತ್ತಿದ್ದೇವೆ.

...ನಾವು ಬಂಗಲೆಯ ಬಾಗಿಲಿನ ಮುಂದೆ ನಿಂತಿದ್ದೇವೆ. ಮಳೆ ಸತತವಾಗಿ ರಸ್ತೆಗಳ ಮೇಲೆ, ಮನೆಗಳ ಮಾಡುಗಳ ಮೇಲೆ ಮತ್ತು ನಮ್ಮ ಮೇಲೆ ಸುರಿಯುತ್ತಿದೆ. ಹತಾಶರಾಗಿ ಆ ಮಳೆಯಲ್ಲಿ ದೊಡ್ಡ ಕಬ್ಬಿಣದ ಬಾಗಿಲಿನ ಮುಂದೆ ನಿಂತಿದ್ದೇವೆ.

"ಇದೊಂದು ಚಿಲ್ಲರೆ ವಿಷಯ" – ಜಾರ್ಜ್ ಉಸುರುತ್ತಿದ್ದಾನೆ.

ಆದರೆ ಆ ಸುರಿಯುತ್ತಿರುವ ಮಳೆಯಲ್ಲಿ ಅವನು ಏನೂ ಮಾತನಾಡಿರಲೇ ಇಲ್ಲವೇನೋ ಎಂಬಂತೆ ಅವನ "ಚಿಲ್ಲರೆ ವಿಷಯ" ಕರಗಿ ನಾಶವಾಯಿತು.

ನಾನು, ಬಂಗಲೆ ಬಾಗಿಲಿನ ಬೀಗವನ್ನು ನನ್ನ ಒದ್ದೆ ಕೈಗಳಿಂದ ಮುಟ್ಟುತ್ತಿದ್ದೇನೆ. ಬಹಳ ಹೊತ್ತಿನವರೆಗೂ ಹಾಗೆ ಅದುಮಿ ಹಿಡಿದುಕೊಂಡಿದ್ದೇನೆ.

"ಚಿಲ್ಲರೆ ವಿಷಯ!" ಎಂದು ಜಾರ್ಜ್ ಪುನಃ ಹೇಳುತ್ತಿದ್ದಾನೆ. ಆದರೆ ಈ "ಚಿಲ್ಲರೆ ವಿಷಯ" ನನ್ನ ಪ್ರಜ್ಞೆಯನ್ನು ವ್ಯಂಗ್ಯವಾಗಿ ಸೀಳಿಕೊಂಡು ವಿಷವಾಗುತ್ತಿದೆ.

ನಾವು ಹೆಚ್ಚು ಆಸೆಯಿಂದ ಬೀಗದ ಕೈ ತೂತಿನಿಂದ ಇಣುಕಿ ನೋಡುತ್ತಿದ್ದೇವೆ. ಬಾಗಿದ ಬೋಳು ಮೇಜಿನ ಮೇಲೆ ಮಳೆ ಬೀಳುತ್ತಿದೆ.

ಕಪ್ಪು ಹಲಗೆಗಳು ಎಲ್ಲಾ ಕಿಟಿಕಿಗಳನ್ನೂ ಮುಚ್ಚಿವೆ.

ಮೌನ.

ಮಳೆ ಒಂದೇ ಸಮನೆ ಸುರಿಯುತ್ತಿದೆ.

ನನ್ನ ತಿರುಚಿದ ಮುಖದಲ್ಲಿ ತೀವ್ರ ಭಯ ಕಾಣಿಸುತ್ತಿದೆ. ಜಗತ್ತಿನ ಎಲ್ಲ ತಲೆಬುರುಡೆಗಳು ಏಕಕಾಲದಲ್ಲಿ ಬಿಳಿ ಮಿಂಚಿನ ಹಾಗೆ ನನ್ನ ಮುಂದೆ ಹಾದು ಹೋದಂತಾಯಿತು. ನನಗೆ ಉಸಿರಾಟ ಕಷ್ಟವಾಗುತ್ತಿದೆ.

ನಿರ್ಜನವಾದ ಸ್ಮಶಾನದಂತಿರುವ ಅಂಗಳದಲ್ಲಿ ತೊಯ್ದು ಚೆರ್ರಿ ಹಣ್ಣಿನ ಮರದ ಕೆಳಗೆ ಉಯ್ಯಾಲೆ ತೂಗುತ್ತಿದೆ.

ನನಗೆ ಸಮಾಧಾನ.

"ಕೊಕ್... ಕೊ... ಕೋ..." ಬೂದುಬಣ್ಣದ ಮುದಿ ಕೋಳಿ ತೃಪ್ತಿಯಿಂದ ಕೇಕೆ ಹಾಕುತ್ತಾ ತಾನು ಕುಳಿತ ಉಯ್ಯಾಲೆಯ ಆಸನದಿಂದ ನೆಲದತ್ತ ಹಾರುತ್ತಿದೆ. ಅದರ ರೆಕ್ಕೆಗಳು ನೀರಿನಿಂದ, ವಯಸ್ಸಿನಿಂದ, ಆಯಾಸದಿಂದ ಭಾರವಾಗಿವೆ.

ನಾವು ದುಃಖಿತರಾಗಿ ತಾಯಿಯ ಮುಂದೆ ನಿಂತಿದ್ದೇವೆ.

"ಅವರು ಎಲ್ಲಿಗೋ ಹೋಗಿರಬೇಕು... ಬನ್ನಿ. ಬಟ್ಟೆ ಬಿಚ್ಚಿ. ಅವು ಚೆನ್ನಾಗಿ ತೊಯ್ದಿವೆ," ಎಂದು ಹೇಳುತ್ತಾ ಒದ್ದೆಯಾದ ನಮ್ಮ ಕೂದಲನ್ನು ಆಕೆ ಟವಲಿನಿಂದ ಒರೆಸುತ್ತಿದ್ದಾಳೆ.

ಆಮೇಲೆ ಬರುತ್ತದೆ ಕೊನೆಯ ದೃಶ್ಯ.

ನಮ್ಮ ತಾಯಿ ಕಿಟಿಕಿಯ ಹತ್ತಿರ ಕುಳಿತು ಹೊಲಿಯುತ್ತಿದ್ದಾಳೆ. ನಾನು ಮತ್ತು ಜಾರ್ಜ್ ಕೈಗಳನ್ನು ಹಿಡಿದುಕೊಂಡು ಕಿಟಿಕಿಯ ಮೂಲಕ ದೂರದಲ್ಲಿ ಏನನ್ನೋ ನೋಡುತ್ತಿದ್ದೇವೆ. ಮಳೆಯ ಪರದೆಯ ಮೇಲೆ ಮುಸ್ಸಂಜೆಯ ಬೆಳಕಿನಲ್ಲಿ ಚರ್ಮ ಸುತ್ತಿಕೊಂಡ ಕೂದಲು ಮೈಯವನು ಮೂಡಿದ್ದಾನೆ. ಸೂರ್ಯನ ಕಿರಣಗಳಿಗೆ ತನ್ನ ಕೈಯನ್ನು ಅಡ್ಡಮಾಡಿಕೊಂಡು ತನ್ನನ್ನು ಪಾರು ಮಾಡುವ ಹಡಗಿಗಾಗಿ ಕಾಯುತ್ತಾ ದಿಗಂತದತ್ತ ನೋಡುತ್ತಿದ್ದಾನೆ. ನಾವು ಅವನನ್ನು ಬೀಳ್ಕೊಡುತ್ತಿದ್ದೇವೆ.

ಕಲ್ಪನೆಯ ಪಿಯಾನೋ ಒಂದರ ಸದ್ದು ಆ ಮುಸ್ಸಂಜೆಯ ಬೆಳಕಿನಲ್ಲಿ ಕರಗುತ್ತಿದೆ.

ನಮ್ಮ ಕಣ್ಣುಗಳಲ್ಲಿ ಹೊಳಪು. ಮೈಯೆಲ್ಲ ರೋಮಾಂಚನ.

ಉಬ್ಬಿ ಪಟಪಟನೆ ಬಡಿಯುತ್ತಿರುವ ಹಡಗಿನ ಹಾಯಿಗಳನ್ನು ನಾವು ಬಿಗಿಗೊಳಿಸುತ್ತಿದ್ದೇವೆ – ಪ್ರಕಾಶಮಾನವಾದ ಬೆಚ್ಚನೆಯ ಕನಸಿನ ಗಾಳಿಯಲ್ಲಿ.

ಉಪಸಂಹಾರ

ಆ ದಿನಗಳಲ್ಲಿ ನನ್ನ ಹೃದಯದಿಂದ ಏನೋ ಕತ್ತರಿಸಲ್ಪಟ್ಟು ಮತ್ತೆ ಮೇಲೆತ್ತಲಾರದಂಥ ಯಾವುದೋ ಕರಾಳ ಆಳದಲ್ಲಿ ಅದು ಮುಳುಗಿಹೋಯಿತು. ಯಾರೋ ಒಬ್ಬರು ನನಗೆ ನಿಜವಾದ ಒಂದು 'ಫ್ಲಾಬರ್' ಪಿಸ್ತೂಲನ್ನು ಕೊಟ್ಟಿದ್ದರು. ನನ್ನ ಹತ್ತಿರವಿದ್ದ ಮರದ ಪಿಸ್ತೂಲಿನಂಥದ್ದಲ್ಲ. ಆ ಹಳೆಯದನ್ನು ಸರಿಯಾಗಿ ವಿವರಿಸಲು ನನಗೆ ಸಾಧ್ಯವಾಗುತ್ತಿಲ್ಲ. (ಅದು ಕೊಳೆತ, ಒಡೆದ ಪೇರು ಹಣ್ಣನ್ನು ಹೋಲುತ್ತಿತ್ತು) ನನಗೆ ಯಾರೋ ನಿಜವಾದ,

ಹೊಳೆ ಹೊಳೆಯುವ ಚಿಕ್ಕ, 'ಫ್ಲಾಬರ್' ಪಿಸ್ತೂಲೊಂದನ್ನು "ಇದು ನಿನ್ನದೇ!" ಎಂದು ಕೊಟ್ಟಿದ್ದರು. ಆದರೆ ನಾನು ಕೈಚಾಚಿ, ಅದನ್ನು ಮುಟ್ಟಿದ ಕೂಡಲೇ ಆ ಅಪರಿಚಿತ ವ್ಯಕ್ತಿ ಅದೇ ಚಿಕ್ಕದಾದ, ಹೊಳೆಯುವ 'ಫ್ಲಾಬರ್' ಪಿಸ್ತೂಲಿನಿಂದ ನನ್ನ ಬೆರಳಿಗೆ ಹೊಡೆದು ಮಾಯವಾದ. 'ಫ್ಲಾಬರ್' ಪಿಸ್ತೂಲಿನ ಸಮೇತ ಅಲ್ಲಾವುದ್ದೀನನ ಬೇತಾಳನಂತೆ ಅನಿರೀಕ್ಷಿತವಾಗಿ ಅದೃಶ್ಯನಾದ.

ಚಿಕ್ಕಂದಿನಲ್ಲಿ ಮಕ್ಕಳಿಗೆ ಉಂಟಾದ ಆಘಾತ ಬೇಗ ಗುಣವಾಗುತ್ತದೆಂದು ಹೇಳುತ್ತಾರೆ. ಆದರೆ ಚಲನಚಿತ್ರದ ಮೊದಲ ಹುತಾತ್ಮರಾದ ಮಾನ್ಯ ಲುಮಿಯರ್ ಸಹೋದರರ ಆಣೆಯಾಗಿಯೂ ಈ ಮಾತು ಶುದ್ಧಾಂಗ ಸುಳ್ಳು. ನನಗೆ ಈಗಲೂ ಕೂಡ ಚೆನ್ನಾಗಿ ನೆನಪಿದೆ: ಮೊದಲನೆಯ ರೀಲಿನಲ್ಲಿ ನನ್ನ ಮುಂದೆ ಕಪ್ಪು ಹಿಮಾಲಯದಂತೆ ನಿಂತಿದ್ದ ಆ ವಿಶಾಲವಾದ ಬೆನ್ನು! 'ರಾಬಿನ್‌ಸನ್ ಕ್ರೂಸೊ'ದಲ್ಲಿ ಬರುವ ನೀಗ್ರೋ ಫ್ರೈಡೇನ ಉಳಿದರ್ಧ ಮುಖವನ್ನು ನೋಡಬೇಕೆಂದು, ಶಾಪಗ್ರಸ್ತನಾಗಿ ಹಾರುವ ಡಚ್ ಮನುಷ್ಯನಂತೆ ಇಂದಿಗೂ ಪ್ರಪಂಚವನ್ನೆಲ್ಲ ನಾನು ಸುತ್ತುತ್ತಿದ್ದೇನೆ.

ಬಹುಶಃ ಇದೆಲ್ಲ ನಿಮಗೆ ವಿಚಿತ್ರವಾಗಿ ಕಾಣಬಹುದು. ಬಹುಶಃ ನನ್ನ ಕನಸು ನಿಮಗೆ ಕಟ್ಟು ಕಥೆಯಾಗಿ ಕಾಣಬಹುದು. ಇವೆಲ್ಲ ಕಲ್ಪನಾ ವಿಲಾಸವೆಂದು ತಿರಸ್ಕಾರ ಪೂರಿತವಾಗಿ ನೀವು ತಳ್ಳಿಹಾಕಿಬಿಡಬಹುದು. ಆದರೆ ದೊಡ್ಡ ನಗರಗಳ ಹೊರವಲಯಗಳಲ್ಲಿ ಕಿರಿದಾದ ಕೊಳಕು ಗಲ್ಲಿಗಳ ಮಂಕು ಮನೆಗಳಲ್ಲಿ ವಾಸಿಸುವ ಲಕ್ಷಾಂತರ ಮಂದಿ ಚಿಕ್ಕ ಮಕ್ಕಳಿಗೆ ಈ ಕಲ್ಪನಾವಿಲಾಸ, ಈ ಕಟ್ಟು ಕಥೆ ಇಂದಿಗೂ ಜೀವಂತ – ಆಕಾಶದಲ್ಲಿ ಹೊಳೆಹೊಳೆಯುವ ತಾರೆಯಂತೆ; ಎಲ್ಲ ನೋವುಗಳಿಗೂ ಮಂಗಳ ಹಾಡುವ ಸುಖಮಯ ಮುಕ್ತಾಯದಂತೆ.

ನಮ್ಮನ್ನು ನೀವು ಕನಿಕರದಿಂದ, ಕೊಂಚ ವ್ಯಂಗ್ಯದಿಂದ ನೋಡುತ್ತೀರಿ.

ನಿಮಗೆ ಇಷ್ಟವಾದರೆ ಹಾಗೇ ಮಾಡಿ.

ಆದರೆ ನಾವು ಏನೇ ಆದರೂ ಚಲನಚಿತ್ರಮಂದಿರದಿಂದ ಹೊರಗೆ ಬರುವುದಿಲ್ಲ – ನಾವು ಅತ್ಯಂತ ಕುತೂಹಲದಿಂದ ಕಾಯುತ್ತಿರುವ, ತೀವ್ರ ಕಾತರದಿಂದ ಆಶಿಸುತ್ತಿರುವ, ನಮ್ಮನ್ನು ಮೈಮರೆಸಿ, ಆನಂದಮಗ್ನರನ್ನಾಗಿ ಮಾಡುವ –

ಸುಖಾಂತ್ಯದವರೆಗೆ. ❍

○ ಮಿಲೊವನ್ ಜಿಲಾಸ್

ಯುದ್ಧ

ಪಶ್ಚಿಮದಿಂದ ಪೂರ್ವಕ್ಕೆ ದೊಡ್ಡ ನದಿಯೊಂದು ಬರಬರುತ್ತ ಮತ್ತಷ್ಟು ದೊಡ್ಡ ನದಿಯಾಗಿ ಹರಿಯುತ್ತಿತ್ತು... ಇದು ಯಾವಾಗಲೂ ಹೀಗೆಯೇ. ಚಿಕ್ಕ ನದಿಗಳು ದೊಡ್ಡ ನದಿಗಳನ್ನು ಸೇರುತ್ತವೆ. ಈ ನದಿಗಳ ಸುತ್ತಮುತ್ತ ಹಾಗೂ ಅವುಗಳಿಗೆ ಸಂಬಂಧಿಸಿದಂತೆ ಯುದ್ಧಗಳು, ಹೋರಾಟಗಳು ಮತ್ತು ಗಡಿ ಪ್ರಶ್ನೆಗಳು ಸದಾ ಇದ್ದೇ ಇರುತ್ತವೆ. ಯಾಕೆಂದರೆ ಈ ನದಿಗಳಲ್ಲಿ ಜೀವನ ಪ್ರವಾಹ ಹರಿಯುತ್ತದೆ. ಬೇರೆ ಬೇರೆ ಕಾಲಗಳಲ್ಲಿ ಅವು ಬೇರೆ ಬೇರೆ ದೇಶಗಳನ್ನು ಒಂದಾಗಿಸುತ್ತವೆ ಅಥವಾ ಪ್ರತ್ಯೇಕಿಸುತ್ತವೆ.

ಈ ಮಹಾನದಿಗಳ ಪಕ್ಕದಲ್ಲಿ ಕಳೆದ ಮೂರು ತಿಂಗಳು ಗಳಿಂದ ಒಂದು ಯುದ್ಧ ನಡೆಯುತ್ತಿತ್ತು. ಎರಡು ಪಕ್ಷಗಳಲ್ಲೂ ಸಮಾನ ಸಂಖ್ಯೆಯ ಜನರಿದ್ದುದರಿಂದ ಒಬ್ಬರು ಇನ್ನೊಬ್ಬರಿಗೆ ಅಪಾಯವನ್ನೂ ಉಂಟುಮಾಡುವ ಸ್ಥಿತಿಯಲ್ಲಿರಲಿಲ್ಲ. ಚಳಿಗಾಲ ಪ್ರಾರಂಭವಾದ ಮೇಲಂತೂ ಈ ಕದನವಿರಾಮ ಸಂಪೂರ್ಣ ವಾಗಿತ್ತು. (ಚಳಿಗಾಲದಲ್ಲಿ ಯುದ್ಧ ನಡೆಸಬೇಕಾದರೆ ಹೆಚ್ಚು ಜನ ಸೈನಿಕರು ಮತ್ತು ಯುದ್ಧ ಸಾಮಗ್ರಿಗಳು ಬೇಕು.) ಸೈನ್ಯಗಳು ನದೀ ದಂಡೆಯ ಮೇಲೆ ಬೀಡು ಬಿಟ್ಟು ಕಾಲ ಕಳೆಯುತ್ತಿದ್ದುವು. ಹಸುರಿನ ಆಗಮನವನ್ನೂ ವಸಂತಕಾಲದ ಬೆಚ್ಚನೆಯ ಹವಾಮಾನವನ್ನೂ ಎದುರು ನೋಡುತ್ತಾ, ಪ್ರತಿಪಕ್ಷವನ್ನು ನಿರ್ನಾಮ ಮಾಡುವ ಉದ್ದೇಶದಿಂದ ಶಕ್ತಿ ಸಂಗ್ರಹ ಮಾಡುತ್ತಿದ್ದವು. ಆ ಮಹಾನದಿಯ ಪಾತ್ರದ ಇಕ್ಕೆಲಗಳಲ್ಲೂ ಯುದ್ಧರಂಗ ಹರಡಿಕೊಂಡಿತ್ತು. ಆದರೆ ನದಿಗೆ ತನ್ನ ದಡಗಳಲ್ಲಿ ಯುದ್ಧ ನಡೆದರೂ ಒಂದೇ, ನಡೆಯದಿದ್ದರೂ ಒಂದೇ. ಅದು ತನ್ನ ಪಾಡಿಗೆ ತಾನು ಹರಿಯುತ್ತಲೇ ಇರುತ್ತದೆ. ತನ್ನ ದಕ್ಷಿಣಕ್ಕೆ ಅಥವಾ ತನಗಿಂತಲೂ ಹೆಚ್ಚು ದೊಡ್ಡ ಇನ್ನೊಂದು ನದಿಯನ್ನು ತಾನು ಸಂಧಿಸುವ ಈಶಾನ್ಯ ದಿಕ್ಕಿನಲ್ಲಿ ಯುದ್ಧ ಭೂಮಿ ಎಷ್ಟು ದೂರ ಹರಡಿದೆ? ತನ್ನ ದಂಡೆಗಳಲ್ಲಿಯೇ ಭೀಕರ ಯುದ್ಧ ನಡೆಯುತ್ತಿದೆಯೇ ಇಲ್ಲವೆ?... ಇತ್ಯಾದಿ ಸಂಗತಿಗಳನ್ನು ನದಿಯು ಲೆಕ್ಕಕ್ಕೆ ತೆಗೆದುಕೊಂಡಂತೆಯೇ ಕಾಣುತ್ತಿರಲಿಲ್ಲ. ಎರಡು ನದಿಗಳ

ಮಧ್ಯೆ ಇರುವ ಕೇವಲ ಮೂವತ್ತು ಮೈಲಿ ಅಗಲದ ಭೂಮಿ ರಣರಂಗವಾಗಿತ್ತು. ಎಲ್ಲಿ ನೋಡಿದರೂ ಕಂದಕಗಳನ್ನು, ನರಿಗುಂಡಿಗಳನ್ನು, ಹಾಗೂ ಅಡಗಿ ಕುಳಿತುಕೊಳ್ಳುವ ಬೇರೆ ಬೇರೆ ರೀತಿಯ ಸುರಂಗಗಳನ್ನು ಕಾಣಬಹುದಿತ್ತು. ಆ ನೆಲವು ತನ್ನ ಮೇಲೆ ನಡೆಯುತ್ತಿದ್ದ ಈ ರೀತಿಯ ಅತ್ಯಾಚಾರದ ಬಗ್ಗೆ ನಿಸ್ಸೀಮ ನಿರ್ಲಕ್ಷ್ಯವನ್ನು ತೋರಿಸಿತ್ತು. ಅದೇ ರೀತಿ ಹೊಲಗಳು, ದ್ರಾಕ್ಷಿ ತೋಟಗಳು, ಹಳ್ಳಿಗಳು ಮತ್ತು ಊರುಗಳು, ಎಲ್ಲವೂ ಮೌನವಾಗಿ ಈ ಚಿತ್ರಹಿಂಸೆಯನ್ನು ಸಹಿಸಿಕೊಂಡಿದ್ದವು.

ಈ ನದೀತಟಗಳಲ್ಲಿ ವಾಸಿಸುತ್ತಿದ್ದ ಜನರಿಗೆ ಯುದ್ಧದ ಆಸ್ಫೋಟನೆಯಲ್ಲಿ ಯಾವ ಪಾಲೂ ಇರಲಿಲ್ಲ. ಆದರೆ ಅವರು ಮಾತ್ರ ಅದರ ಬಗ್ಗೆ ಭೂಮಿ ಮತ್ತು ನದಿಗಳಂತೆ ನಿರ್ಲಿಪ್ತರಾಗಿರಲು ಸಾಧ್ಯವಿರಲಿಲ್ಲ. ಸೂರ್ಯನ ಬೆಳಕು ಮತ್ತು ಭೂಮಿಗಳೆರಡೂ ಅಲ್ಲಿ ಜೀವಿಸುತ್ತಿದ್ದ ಜನರ ಮೇಲೆ ಕರುಣೆಯ ಹೊಳೆ ಹರಿಸಿದ್ದವು. ಮನುಷ್ಯರ ಮೇಲೆ ಮತ್ತು ಅವರ ಆಸ್ತಿಪಾಸ್ತಿಗಳ ಮೇಲೆ ಒಡೆತನ ಸ್ಥಾಪಿಸಲೆಂದೇ ಯುದ್ಧ ನಡೆಯುತ್ತದೆ. ಆದ್ದರಿಂದ ಅಂತಹ ಯುದ್ಧ ನಡೆಯುವ ಕಡೆಗಳಲ್ಲೆಲ್ಲ ಮನುಷ್ಯ ಜೀವನ ಏರುಪೇರಾಗುವುದು ಅನಿವಾರ್ಯ. ಈ ಜನ ಬೇರೆಲ್ಲೋ ವಾಸಿಸುತ್ತಿದ್ದರೂ ಅಷ್ಟೆ. ಯುದ್ಧದ ಕರಾಳಹಸ್ತ ಅಷ್ಟು ದೂರವೂ ಚಾಚಿ ಅವರನ್ನು ಹಿಡಿಯುತ್ತಿತ್ತು.

ಯುದ್ಧ ಎಂದರೆ ಕನಿಷ್ಠ ಎರಡು ಪಕ್ಷಗಳಾದರೂ ಇರಬೇಕು, (ಇಲ್ಲದಿದ್ದರೆ ಯುದ್ಧ ನಡೆಯುವುದಿಲ್ಲ.) ಎರಡೂ ಕಡೆಯವರು ಶತ್ರು ಪಕ್ಷಕ್ಕೆ ಉಪಯುಕ್ತವಾಗಬಹುದಾದ ಎಲ್ಲ ವಸ್ತುಗಳನ್ನೂ ನಾಶಮಾಡಲು ಪ್ರಯತ್ನಿಸುತ್ತಾರೆ. ಮನುಷ್ಯನ ಬುದ್ಧಿ ಅಥವಾ ಕರಕುಶಲತೆಯು ಸೃಷ್ಟಿಸಿದ ಎಲ್ಲ ವಸ್ತುಗಳಿಗೂ ಒಂದಲ್ಲ ಒಂದು ಪ್ರಯೋಜನ ಇದ್ದೇ ಇರುತ್ತದೆ. ಆದ್ದರಿಂದ ಅದೆಲ್ಲವನ್ನೂ ನಾಶ ಮಾಡುವುದೇ ಶತ್ರು ಸೈನ್ಯದ ಉದ್ದೇಶವಾಗುತ್ತದೆ. ಸರಿ, ಕಣ್ಣಿಗೆ ಕಂಡದ್ದನ್ನು, ಕೈಗೆ ಸಿಕ್ಕಿದ್ದನ್ನು ಪುಡಿಪುಡಿ ಮಾಡುತ್ತಾ ಹೋದರಾಯಿತು. ಯುದ್ಧಕ್ಕೆ ಬುದ್ಧಿ ಇಲ್ಲ. ಶತ್ರು ಪಕ್ಷಕ್ಕೆ ಯಾವ ಕ್ಷಣಕ್ಕೆ ಯಾವುದು ಒಳ್ಳೆಯದು ಯಾವುದು ಕೆಟ್ಟದ್ದು ಎಂದು ಹೇಳಲು ಅದಕ್ಕೆ ಸಾಧ್ಯವಿಲ್ಲ. ಆದ್ದರಿಂದ ಯಾವುದನ್ನೂ ಬಿಡದೆ ಎಲ್ಲವನ್ನೂ ನಾಶ ಮಾಡುವುದೇ ಯುದ್ಧದಲ್ಲಿ ಅತ್ಯಂತ ಜಾಣತನದ ಕಾರ್ಯತಂತ್ರವಾಗಿ ಪರಿಣಮಿಸುತ್ತದೆ. ಪರಿಣಾಮವಾಗಿ ಮನೆಗಳು, ಬೆಳೆದು ನಿಂತ ಹೊಲಗಳು, ಸೇತುವೆಗಳು, ವಸ್ತು ಸಂಗ್ರಹಾಲಯಗಳು ಮತ್ತು ಎಲ್ಲಕ್ಕಿಂತ ಮುಖ್ಯವಾಗಿ ಹಾಗೂ ಎಲ್ಲಕ್ಕಿಂತ ಮೊದಲಾಗಿ ಮನುಷ್ಯರು ಮತ್ತು ಅವರ ಜೀವನಾಧಾರಗಳು ಅದಕ್ಕೆ ಬಲಿಯಾಗುತ್ತವೆ.

ಪ್ರಸ್ತುತ ಯುದ್ಧದಲ್ಲಿ ಒಂದು ಸೈನ್ಯ ನಿಧಾನವಾಗಿ ಪಶ್ಚಿಮದ ಕಡೆ ಹಿಂದೆ ಸರಿಯಿತು. ಹೋಗುತ್ತ ಹೋಗುತ್ತ ಅವರು ಮನೆಗಳನ್ನು ನೆಲಸಮ ಮಾಡಿದರು. ನದಿಗಳ ಮೇಲಿನ ಸೇತುವೆಗಳು ನದಿಗಳಲ್ಲಿಯೇ ಮುಳುಗಿದುವು. ದೋಣಿಗಳೆಲ್ಲ ಪುಡಿಪುಡಿಯಾದುವು. ಪರಸ್ಪರ ಅಪ್ಪಿಕೊಂಡು ಒಬ್ಬರನ್ನೊಬ್ಬರು ರಕ್ಷಿಸ ಬಯಸುವ ಪ್ರೇಮಿಗಳಿಬ್ಬರು ಕಷ್ಟದಲ್ಲಿ ಕುಳಿತುಕೊಳ್ಳ ಬಹುದಾದಂಥ ಪುಟ್ಟ ಹರಿಗೋಲುಗಳು ಕೂಡ ನಾಶವಾದವು. ಯುದ್ಧಭೂಮಿಯ ಹತ್ತಿರ (ಹತ್ತಿರವೆಂದರೆ, ಸ್ವಲ್ಪ ದೂರದಲ್ಲಿ ಕೂಡ. ಯಾಕೆಂದರೆ, ಇಂದು ಯಾವುದು ಹತ್ತಿರವೋ ನಾಳೆ ಅದು ದೂರ, ಇಂದು ದೂರವಿರುವುದು ನಾಳೆ ಹತ್ತಿರ) ಒಂದೇ ಒಂದು ಸೇತುವೆಯಾಗಲಿ, ಒಂದು ಹಾಯ್ಗಡುವಾಗಲಿ, ಒಂದು ತೆಪ್ಪವಾಗಲಿ ಉಳಿಯಲಿಲ್ಲ. ಹಿಂಜರಿಯುತ್ತಿದ್ದ ಸೈನ್ಯದಿಂದ ಮೀನುಗಾರರು ಬಚ್ಚಿಟ್ಟಿದ್ದ ದೋಣಿಗಳನ್ನು ಮತ್ತು

ಹರಿಗೋಲುಗಳನ್ನು ಅನಂತರ ಬಂದ ಸೈನ್ಯದವರು ವಶಪಡಿಸಿಕೊಂಡರು. ಇದು ಅವರ ಉಪಯೋಗಕ್ಕೆ ಬೇಕೆಂದೇನೂ ಆಗಿರಲಿಲ್ಲ. ಶತ್ರುಗಳು ಅವುಗಳ ಉಪಯೋಗವನ್ನು ಪಡೆಯಬಹುದೆಂದು, ಗೂಢಚಾರರನ್ನು ಕಳಿಸಬಹುದೆಂದು ಅಥವಾ ದ್ರೋಹಿಗಳು ಬರಲು ಸಹಾಯವಾಗಬಹುದೆಂದು ಈ ಮುನ್ನೆಚ್ಚರಿಕೆ.

ಯುದ್ಧದ ಮಧ್ಯದಲ್ಲೂ ಜನ ಬದುಕಬೇಕು, ಯುದ್ಧವಿದ್ದರೂ ಬದುಕಬೇಕು. ಯುದ್ಧ ಭೂಮಿಯ ಹಿಂದೆ ಇದ್ದ ಜನ ನದೀ ಸಂಚಾರವನ್ನು ಮತ್ತೆ ಪ್ರಾರಂಭಿಸಲು ಬಯಸಿದರು. ಆದರೆ ಅವರಿಗೆ ಅದಕ್ಕೆ ಬೇಕಾದ ಸಾಧನ ಸಂಪತ್ತು ಇರಲಿಲ್ಲ. ಬುದ್ಧಿವಂತರಾದ ಅವರಿಗೆ, ಹೊಸ ದೋಣಿಗಳನ್ನು ತಂದರೂ ಅವುಗಳನ್ನು ಮುಟ್ಟುಗೋಲು ಹಾಕಿಕೊಳ್ಳುವರೆಂದು ಗೊತ್ತಿತ್ತು. ಅವರ ಪಾಲಿಗೆ ಈಗ ಇದ್ದ ಏಕೈಕ ಸಂಚಾರ ಸಾಧನವೆಂದರೆ ಮಿಲಿಟರಿಯವರು ನಡೆಸುತ್ತಿದ್ದ ಮೋಟರ್ ಬೋಟು. ಸೈನ್ಯಕ್ಕೆ ನದಿಯ ಎದುರು ದಂಡೆಯೊಡನೆ ಸಂಪರ್ಕಕ್ಕೆ ಇದು ಬೇಕಿತ್ತು. ಎಷ್ಟೇ ಆದರೂ ಸೈನ್ಯಕ್ಕೆ ಇರುವ ಮುಖ್ಯೋದ್ದೇಶವೇ ಶತ್ರುಪಕ್ಷದಲ್ಲಿ ಇರುವುದನ್ನೆಲ್ಲಾ ಹೊಂದುವುದು; ಅವರ ಹತ್ತಿರ ಇಲ್ಲದಿರುವುದನ್ನು ಪಡೆಯುವುದು ಮತ್ತು ಅವರು ವಶಪಡಿಸಬಹುದಾದ್ದನ್ನೆಲ್ಲ ತಾವೇ ಶೇಖರಿಸುವುದು.

ಮೋಟರ್ ಬೋಟಿನಲ್ಲಿದ್ದ ಸೈನಿಕರು ಒಳ್ಳೆಯ ಜನ. ಸೈನಿಕರಲ್ಲದಿದ್ದಾಗ ಎಲ್ಲಾ ಸೈನಿಕರೂ ಒಳ್ಳೆಯವರೆ. (ಅವರು ಸೈನಿಕರಾಗಿದ್ದರೂ ಹೋರಾಟ ಮಾಡದಿರುವಾಗ ಒಳ್ಳೆಯವರು) ಅವರು ಸ್ಥಳೀಯ ನಿವಾಸಿಗಳನ್ನು ಉಚಿತವಾಗಿ ಮೋಟರ್ ಬೋಟಿನಲ್ಲಿ ಸಾಗಿಸುತ್ತಿದ್ದರು. ಅದು ಆ ದೇಶದ ಸೈನ್ಯ. ಆದ್ದರಿಂದಲೇ ಅವರಲ್ಲಿ ಅಷ್ಟೊಂದು ಸೌಜನ್ಯ. ಈ ಉಪಕಾರವನ್ನು ಅವರು ಮಾಡುತ್ತಿದ್ದುದು ಯುದ್ಧವಿಲ್ಲದಿದ್ದಾಗ ಮಾತ್ರ. ಇದು ಕೇವಲ ಸಹಜ. ಯಾಕೆಂದರೆ ಯುದ್ಧ ಎಲ್ಲಕ್ಕಿಂತ ಮುಖ್ಯ. ಅವರು ಇಲ್ಲಿದ್ದುದು, ಈ ಕೆಲಸ ಮಾಡುತ್ತಿದ್ದುದು, ಸೈನಿಕರಾಗಿದ್ದುದು ಎಲ್ಲವೂ ಯುದ್ಧಕ್ಕಾಗಿಯೆ.

ಶತ್ರುಗಳ ವಿಮಾನ ಹಾರಾಡಬಯಸುತ್ತಿದ್ದುದು ಹಗಲಿನಲ್ಲಿ. ಆದ್ದರಿಂದ ಮೋಟರ್ ಬೋಟು ಸೈನ್ಯಕ್ಕಾಗಿ ರಾತ್ರಿಯ ಹೊತ್ತು ಓಡಾಡುತ್ತಿತ್ತು. ಸಾಮಾನ್ಯವಾಗಿ ಹಗಲಿನಲ್ಲಿ ಸ್ಥಳೀಯ ಜನರ ಸಂಚಾರಕ್ಕಾಗಿ ಓಡಾಡುತ್ತಿತ್ತು. ಈ ರೀತಿಯ ಸನ್ನಿವೇಶಕ್ಕೆ ಜನ ಹೊಂದಿಕೊಂಡಿದ್ದರು. ಜನರು ನಡುಹಗಲಿನಲ್ಲಿ ನದೀದಂಡೆಗೆ ಬಾರದೆ ಮುಸ್ಸಂಜೆಯ ಸಮಯದಲ್ಲೋ (ಶತ್ರುವಿಮಾನಗಳು ಆಕಾಶದಲ್ಲಿ ಹಾರಾಡದೆ ಇದ್ದಾಗ ಅಥವಾ ತಮ್ಮ ಸೈನ್ಯ ಇನ್ನೂ ಕಾರ್ಯಾಚರಣೆ ಪ್ರಾರಂಭಿಸದಿದ್ದಾಗ) ಅಥವಾ ಮುಂಜಾನೆಯ ಸಮಯದಲ್ಲೋ (ಶತ್ರುವಿಮಾನ ಇನ್ನೂ ಆಕಾಶದಲ್ಲಿ ಕಾಣಿಸಿಕೊಳ್ಳದೆ ಇದ್ದಾಗ ಅಥವಾ ತಮ್ಮ ಸೈನ್ಯ ಮೋಟರ್ ಬೋಟನ್ನು ಉಪಯೋಗಿಸದೇ ಇದ್ದಾಗ) ಬರುತ್ತಿದ್ದರು.

ಅಂದಿನ ಮಧ್ಯಾಹ್ನ ಮೋಡ ಮುಚ್ಚಿಕೊಂಡು, ಚಳಿ ಮತ್ತು ತೇವಗಳಿಂದ ಮಂಕಾಗಿತ್ತು. ಚಳಿಗಾಲದ ಮಧ್ಯಾಹ್ನ ಇರುವುದೇ ಹಾಗೆ. ಯುದ್ಧ ಕಾಲದಲ್ಲಂತೂ ಅದು ಸ್ವಲ್ಪ ಹೆಚ್ಚೇ. ಈ ಮಧ್ಯಾಹ್ನವಿಡೀ ಸೈನಿಕರಿದ್ದ ಎಡದಂಡೆಯಿಂದ ಒಂದೇ ಸಮನೆ ಜೋರಾಗಿ ಅಳುವ ಸದ್ದು ಕೇಳಿಬರುತ್ತಿತ್ತು, ನದೀತಟದ ಮೇಲೆ ಕೆಲವು ಜನ ಸೈನಿಕರು ಮತ್ತು ಮೂರು ಜನ ಆಫೀಸರುಗಳಿದ್ದರು. ಅದರಲ್ಲಿ ಒಬ್ಬ ಪ್ರತಿ – ಬೇಹುಗಾರಿಕೆಯ ಮೇಜರ್, ಎರಡನೆಯವ ಅವನ ಸಹಾಯಕನಾಗಿದ್ದ ಒಬ್ಬ ಕ್ಯಾಪ್ಟನ್ ಮತ್ತು ಮೂರನೆಯವ ನದೀ ಸಂಚಾರದ ಜವಾಬ್ದಾರಿಯನ್ನು ಹೊತ್ತಿದ್ದ ಮೋಟರ್ ಬೋಟು ನಡೆಸುವ ಲೆಫ್ಟಿನೆಂಟ್. ರೈತರಲ್ಲೊಬ್ಬ

(ರೈತರನ್ನು ಬಿಟ್ಟರೆ ಬೇರೆ ಯಾರು ತಾನೇ ಹಟಮಾರಿತನದಿಂದ, ಹುಚ್ಚು ಕೋಪದಿಂದ ಜೋರಾಗಿ ಕಿರಿಚುತ್ತಾರೆ?) ಯುದ್ಧರಂಗದಲ್ಲಿ ಸತ್ತ ತನ್ನ ಸೋದರನನ್ನು ಮನೆಗೆ ಸಾಗಿಸುತ್ತಿರಬಹುದು ಅಥವಾ ರೈತ ಹೆಣ್ಣೊಬ್ಬಳು ತನ್ನ ಗಂಡನಿಗಾಗಿ ಅಥವಾ ಮಗನಿಗಾಗಿ ಅಳುತ್ತಿರಬಹುದು ಎಂದು ಅವರು ಊಹಿಸಿದರು. ಮುಸ್ಸಂಜೆಯ ಮೊದಲೇ ಈ ಬಡಪಾಯಿಗಳ ಜೊತೆಯಲ್ಲಿ ತಾವೂ ನದಿ ದಾಟಬೇಕೆಂಬ ಉದ್ದೇಶ ಆಫೀಸರುಗಳಿಗಿತ್ತು. ಆದರೆ ಅವರು ಪಕ್ಕದ ಜೌಗು ಪ್ರದೇಶದಲ್ಲಿದ್ದ ವಿಲ್ಲೋ* ಗಿಡಗಳ ಗುಂಪಿನ ಮಧ್ಯೆ ಮೋಟರ್ ಬೋಟನ್ನು ಬಚ್ಚಿಡಬೇಕಾಗಿ ಬಂದಿತ್ತು. ಶತ್ರುಗಳ ಪರಿಶೋಧಕ ವಿಮಾನಗಳು ನಿಮಿಷಕ್ಕೊಂದರಂತೆ ಆಕಾಶವನ್ನು ಸೀಳಿ ಬರುತ್ತಿದ್ದವು. ಆ ನದಿಯನ್ನು ನೋಡುವುದೆಂದರೆ ಅವುಗಳಿಗೆ ಏನೋ ಖುಷಿ ಎನ್ನುವಂತೆ (ಹಾ! ಆ ನದಿ ನೀಲಿಯಾಗೂ ಇರಲಿಲ್ಲ, ಬೆಳ್ಳಿಯಂತೆ ಹೊಳೆಯುತ್ತಲೂ ಇರಲಿಲ್ಲ; ಬದಲು ಕೆಸರಿನ ಬಣ್ಣದ ಕೊಳಕು ನೀರು) ಜೊತೆಗೆ ಮಲಿನವಾಗಿದ್ದ ಆಕಾಶದತ್ತ ಹರಡಿಕೊಂಡಿದ್ದ ಆ ಮಲಿನ ಜೌಗಿನಲ್ಲಿ ಕಪ್ಪಾಗಿ ಬೆಳೆದು ನಿಂತಿದ್ದ ವಿಲ್ಲೋ ಗಿಡಗಳ ಸಮೂಹವನ್ನೂ ಆ ವಿಮಾನಗಳು ವೀಕ್ಷಿಸುತ್ತಿದ್ದವು.

ದಟ್ಟವಾದ ಬಿಳಿ ಮೋಡಗಳು ನದಿಯ ಪಾತ್ರದವರೆಗೂ ಇಳಿದಾಗ ಮತ್ತು ಮಾಮೂಲಿಗಿಂತ ಮೊದಲೇ ಸಂಜೆ ಪ್ರಾರಂಭವಾದಾಗ, ಆಫೀಸರುಗಳು ಶತ್ರುಗಳ ವಿಮಾನ ದಾಳಿಯ ಅಪಾಯವಿಲ್ಲವೆಂದು ನಿರ್ಧರಿಸಿ ಆ ಮೋಟರ್ ಬೋಟನ್ನು ಕಿರುಗುಟ್ಟಿಸುತ್ತಾ ಜೌಗು ನೀರಿನಿಂದ ಹೊರತಂದರು.

ತರುತ್ತಿದ್ದ ಮೋಟರ್ ಬೋಟನ್ನು ಸೈನಿಕರು ನಿಲ್ಲಿಸಬಹುದೇನೋ ಇಲ್ಲವೆ ಅದನ್ನು ಹಿಂತೆಗೆದುಕೊಂಡು ಹೋಗಬಹುದೇನೋ ಎಂದು ಹೆದರಿದಂತೆ ಸ್ವಲ್ಪಕಾಲ ತಗ್ಗಿದ್ದ ರೋದನದ ಸದ್ದು ಮತ್ತೆ ಜೋರಾಯಿತು. ತಮ್ಮ ಜಾನುವಾರುಗಳ ಜೊತೆಗೆ ಒಂದು ದೊಡ್ಡ ರೈತರ ಗುಂಪು ಬೋಟ್‌ನ ಮೇಲೇರಿತು. ಬಹುದಿನಗಳಿಂದ ಗಡ್ಡ ಬಿಟ್ಟಿದ್ದ ಮುದುಕನೊಬ್ಬ, ಮುಂದೆ ಹೋಗದೆ ಮೊಂಡು ಹೂಡಿದ್ದ ಕುದುರೆಗಳನ್ನು ಪುಸಲಾಯಿಸುತ್ತಿದ್ದ. ಅವನು ತನ್ನ ಮನೆಯಲ್ಲಿ ಮಾಡುವಂತೆಯೇ ರೇಗುತ್ತಿದ್ದ, ಕೂಗುತ್ತಿದ್ದ. ಆದರೆ ಅಷ್ಟು ತೀವ್ರವಾಗಿ ಅಲ್ಲ, ಹೆಚ್ಚು ನಯವಾಗಿ, ಹೆಚ್ಚು ದುಃಖಪೂರ್ಣವಾಗಿ. ಏಕೆಂದರೆ ಅವನ ಗಾಡಿಯ ಮೇಲೆ ಒಂದು ಶವಪೆಟ್ಟಿಗೆ ಇತ್ತು. ವಯಸ್ಸಾದ ಒಬ್ಬ ಹಳ್ಳಿ ಹೆಂಗಸು ತನ್ನ ಕರವಸ್ತ್ರದಿಂದ ತಲೆ, ಕಣ್ಣು ಬಾಯಿಗಳನ್ನು ಮುಚ್ಚಿಕೊಂಡು ಆ ಶವಪೆಟ್ಟಿಗೆಯ ಮೇಲೆ ಮಲಗಿದ್ದಳು. ಅವಳು ತನ್ನ ಮೂಳೆ ಕೈಗಳಿಂದ ಆ ಶವಪೆಟ್ಟಿಗೆಯನ್ನು ಬಿಡಲಾರದಂತೆ ತಬ್ಬಿ ಹಿಡಿದಿದ್ದಳು.

"ಬನ್ರೋ, ಬನ್ರೋ, ಖಾಲಿಯಾಗಿರೋ ನನ್ಮನೆಗೆ ದುಃಖದ ಹೊರೇನ ನೀವು ಸಾಗಿಸ್ತಾ ಇದ್ದೀರಿ," ಎಂದು ಕುದುರೆಗಳ ಲಗಾಮನ್ನು ಜಗ್ಗುತ್ತ ಹತಾಶ ಧ್ವನಿಯಲ್ಲಿ ರೈತ ಅವುಗಳನ್ನು ಪ್ರೋತ್ಸಾಹಿಸಿದ. ಆ ಮುದುಕಿ ಇನ್ನೂ ಜೋರಾಗಿ ಅಳುತ್ತಾ ತೊದಲುತ್ತಾ ಆ ಶವಪೆಟ್ಟಿಗೆಯನ್ನು ಬಿಗಿಯಾಗಿ ತಬ್ಬಿಕೊಂಡಳು.

ಕ್ಯಾಪ್ಟನ್ ಬಂಗಾರದ ಬಣ್ಣದ ಕೂದಲಿನ, ತೆಳ್ಳನೆಯ ವ್ಯಕ್ತಿ. ಆದರೆ, ಗಟ್ಟಿಮನುಷ್ಯ. ಅವನಲ್ಲಿ ಮುಖ್ಯವಾಗಿ ಕಂಡುಬರುತ್ತಿದ್ದ ವಿಶೇಷವೆಂದರೆ ಅವನು ಕ್ಯಾಪ್ಟನ್ ಆಗಿದ್ದುದು.

---

* ಬೇನೀರಿನ ಬಳಿ ಬೆಳೆಯುವ ಮೆದುರೆಂಬೆಯ ಗಿಡ.

ಆದ್ದರಿಂದ ಅವನು ಬೇರೆ ರೀತಿಯಲ್ಲಿ ಕಾಣಲು ಸಾಧ್ಯವಿರಲಿಲ್ಲ. ಈಗಾಗಲೇ ಮೋಟರ್ ಬೋಟನ್ನು ಹತ್ತಿದವರ ಮೇಲೆ ಕೋಪದಿಂದ ರೇಗಾಡುತ್ತಾ ಗಾಡಿಗೆ ಜಾಗ ಮಾಡಿ ಕೊಡುವಂತೆ ಅವರೊಡನೆ ಆತ ಹೇಳಿದ. ಅನಂತರ ಅವನೇ ನದೀ ದಂಡೆಗೆ ನೆಗೆದ. ಲಗಾಮನ್ನು ಹಿಡಿದುಕೊಂಡು ಬೋಟಿನ ಕಡೆ ಕುದುರೆಗಳನ್ನು ಜಗ್ಗುತ್ತಾ, "ನೀನೇನು ಭಯ ಬೀಳಬೇಡ ತಾತ. ನಾನು ಕುದುರೆಗಳ ಜೊತೆಯಲ್ಲೇ ಬೆಳೆದವನು – ಏಯ್ ಯಾರಲ್ಲಿ, ದಾರಿ ಬಿಡ್ರೋ" ಎಂದು ಕೂಗಿದ.

ಕ್ಯಾಪ್ಟನ್ನನ ಕೈಯ ಹಿಡಿತ ಬಲವಾಗಿದೆಯೆಂಬುದನ್ನು ಗುರುತಿಸಿದ ಕುದುರೆಗಳು ಏನೂ ತರಲೆ ಮಾಡದೆ ಅವನನ್ನು ಹಿಂಬಾಲಿಸಿದುವು. ಆದರೂ ತಮ್ಮ ಕಿವಿಗಳನ್ನು ನಿಮಿರಿಸಿಕೊಂಡು ದೋಣಿಗೆ ಏರಿಹೋಗಲು ಹಾಕಿದ್ದ ಹಲಗೆಯ ಶಕ್ತಿಯನ್ನೂ ಅದು ನೆಲದಿಂದ ಎಷ್ಟು ಮೇಲಿದೆ ಎಂಬುದನ್ನೂ ತಮ್ಮ ಗೊರಸುಗಳಿಂದ ಅವು ಮೊದಲು ಪರೀಕ್ಷಿಸಿ ನೋಡಿದವು. ರೈತನು ಕ್ಯಾಪ್ಟನನ ಉಪಕಾರ ಸ್ಮರಿಸಿದ. ಅವನನ್ನು ಮತ್ತು ಇಡೀ ಸೈನ್ಯವನ್ನು ಕೊಂಡಾಡಿದ. ದುಃಖದಿಂದಾಗಿ ಅದಕ್ಕಿಂತ ಸ್ವಲ್ಪ ತಗ್ಗಿದ ಧ್ವನಿಯಲ್ಲಿ ಆ ಹೆಂಗಸು ಕೂಡ ಅದೇ ರೀತಿ ಹೊಗಳಿದಳು. ಈ ರೀತಿಯ ಉಪಕಾರ ಸ್ಮರಣೆಯಿಂದ ಕ್ಯಾಪ್ಟನ್‌ಗೆ ಮುಜುಗರವಾಯಿತು. ತನ್ನ ಕೈಗೆ ಅಂಟಿಕೊಂಡಿದ್ದ ಕೊಳೆಯನ್ನು ಕೊಡವಿಕೊಳ್ಳುತ್ತಾ (ಕುದುರೆಗಳ ಲಗಾಮು ಮಣ್ಣು ಮತ್ತು ಜಿಡ್ಡಿನಿಂದ ಕೂಡಿತ್ತು) ಸಂಕೋಚದಿಂದ, ವಿನಯ ಪೂರ್ವಕವಾಗಿ ಆತ ಉತ್ತರಿಸಿದ :

"ಹೋಗಲಿ ಬಿಡಿ ತಾತ. ಜನರಿಗೆ ಸಹಾಯಮಾಡೋದು ನಮ್ಮ ಕರ್ತವ್ಯ. ಅದಕ್ಕೇ ನಾವಿಲ್ಲಿದ್ದೇವೆ. ಅಂದಹಾಗೆ ಶವಪೆಟ್ಟಿಗೆಯಲ್ಲಿರೋದು ಯಾರು ?"

ಈ ಪ್ರಶ್ನೆಯಿಂದ ವಿಸ್ಮಿತನಾದ ರೈತ ನೋವಿನಿಂದ ಉತ್ತರಿಸಿದ :

"ಯಾರು ? ನನ್ನ ದುಃಖದಲ್ಲಿ ದೇವರೇ ನನ್ನನ್ನು ಕಾಪಾಡಬೇಕು – ಇವನು ನನ್ನ ಮಗ. ನನ್ನ ಒಬ್ಬನೇ ಮಗ. ಇಬ್ಬರು – ಈಗಾಗಲೇ ಇಬ್ಬರನ್ನು ಯುದ್ಧದಲ್ಲಿ ನಾನು ಕಳೆದು ಕೊಂಡಿದ್ದೇನೆ. ಈಗ ಉಳಿದೊಬ್ಬನನ್ನೂ ಕಳೆದುಕೊಂಡೆ."

ಕ್ಯಾಪ್ಟನ್‌ಗೆ ಏನಾದರೂ ಉತ್ತರ ಕೊಡಬೇಕು ಎಂದು ಅನ್ನಿಸಿತು. ಆದರೆ ಹಾಗೆ ಮಾಡಿದ್ದರೆ, "ಹೌದು, ಸ್ವಾತಂತ್ರ್ಯದ ಬೆಲೆ ಬಹಳ ದುಬಾರಿ" ಎಂದು ಅವನು ಒಪ್ಪಿಕೊಂಡಂತಾಗುತ್ತಿತ್ತು. ಅದು ಅವನಿಗೆ ಇಷ್ಟ ಇರಲಿಲ್ಲ. ಅವನು ಪದಗಳಿಗೆ ಹುಡುಕಾಡಿದ. ಅಥವಾ ಆ ಅಗಲಿಕೆಯ ನೋವಿನಲ್ಲಿ ತನ್ನ ಮಾತುಗಳಿಂದ ಪ್ರಯೋಜನವಾಗಲಾರದೆಂದು ಸುಮ್ಮನಾದ. ಹಳ್ಳಿ ಹೆಂಗಸು ಆ ಸತ್ತವನ ತಾಯಿ ಎಂಬುದು ನೋಡಿದರೆ ಗೊತ್ತಾಗುತ್ತಿತ್ತು. ಅವಳು ಏನನ್ನೂ ಮಾತನಾಡದೆ ನಿಟ್ಟುಸಿರು ಬಿಟ್ಟಳು. ಈಗ ಕ್ಯಾಪ್ಟನ್‌ಗೆ ಬದಲಾಗಿ ಲೆಫ್ಟಿನೆಂಟ್ ಮಾತನಾಡಿದ. ಅವನು ಮೋಟರು ಬೋಟಿನ ಚುಕ್ಕಾಣಿಯಿಂದ ಮುಂದೆ ಬಂದ. ಅವನೂ ಬಂಗಾರದ ಕೂದಲಿನವನು. ಆದರೆ ಎತ್ತರದ ಮನುಷ್ಯ. ವಿರಳವಾಗಿದ್ದ ಅವನ ಕಂದು ಬಣ್ಣದ ಮೀಸೆ ಅವನ ಹುಡುಗತನವನ್ನು ಒತ್ತಿ ಹೇಳುತ್ತಿತ್ತು. ಲೆಫ್ಟಿನೆಂಟ್ ಆಗಿದ್ದುದೇ ಅವನ ಮುಖ್ಯತ್ವವಾಗಿದ್ದ ಕಾರಣ ಅವನು ಕೂಡ ಬೇರೆ ರೀತಿಯಲ್ಲಿ ಕಾಣಲು ಸಾಧ್ಯವಿರಲಿಲ್ಲ. ಅವನು ಹೇಳಿದ :

"ಏನು ತಾನೆ ಮಾಡೋಕಾಗ್ತದೆ ? ಯುದ್ಧ ಅಂದ ಮೇಲೆ ಯುದ್ಧ. ಪ್ರತಿದಿನ ಜನ ಸಾಯ್ತಾರೆ. ನಮ್ಮಲ್ಲಿ ಕೆಲವು ಸಲ ಬದುಕಿರೋರಿಗಿಂತ ಸತ್ತ ಪ್ರಯಾಣಿಕರೇ ಹೆಚ್ಚು."

ವಯಸ್ಸಾದ, ಎತ್ತರದ ನಿಲುವಿನ ರೈತನೊಬ್ಬನು ನೋವು ತುಂಬಿದ ಮುಖದಿಂದ ಮಗನನ್ನು ಕಳಕೊಂಡಿದ್ದ ಆ ತಂದೆಯ ಕಡೆ ತಿರುಗಿ ಕೇಳಿದ :

"ಹಾಗಾದರೆ ಇವನು ನಿನ್ನ ಮಗ. ಯುದ್ಧರಂಗದಿಂದ ಅವನನ್ನು ಹಿಂದಕ್ಕೆ ತೆಗೆದು ಕೊಂಡು ಹೋಗ್ತಿದ್ದೀರಾ ?"

ತನ್ನ ಮಗನಿಗೆ ಬಟ್ಟೆಗಳನ್ನೂ ಆಹಾರವನ್ನೂ ಕೊಡಲು ಆ ರೈತ ಮತ್ತು ಅವನ ಹೆಂಡತಿ ಯುದ್ಧರಂಗಕ್ಕೆ ಹೋಗಿದ್ದರು. ಅವನಿಗೆ ಸೈನಿಕನ ಅಗತ್ಯಗಳು ಗೊತ್ತಿದ್ದುವು. ಅವನೂ ಹಿಂದೆ ಯುದ್ಧ ಮಾಡಿದ್ದ. ನಿನ್ನೆ ನಡೆದ ಶತ್ರು ಸೈನ್ಯದ ದಾಳಿಯಲ್ಲಿ ಎಳೆಯನೂ ಅನನುಭವಿಯೂ ಆಗಿದ್ದ ಈ ಕಿರಿ ಮಗ (ಅವನಿಗೆ ಇನ್ನೂ ಇಪ್ಪತ್ತು ತುಂಬಿರಲಿಲ್ಲ) ಶೆಲ್ಲಿನ ಹೊಡೆತಕ್ಕೆ ಸಿಕ್ಕಿದ್ದ. ಅವನ ದೇಹ ಛಿದ್ರವಾಗಿತ್ತು. ಆದರೆ ತಂದೆ – ತಾಯಿ ಅವನ ಕೊನೆಯಾಸೆಯನ್ನು ಕೇಳಲು ಸಕಾಲಕ್ಕೆ ಅಲ್ಲಿಗೆ ತಲಪಿರಲಿಲ್ಲ. ಹೀಗೆ ವಿವರಿಸಿದ ಆ ಮುದುಕ ತನ್ನ ಬಗ್ಗೆಯಾಗಲಿ, ತನ್ನ ಹೆಂಡತಿಯ ಬಗ್ಗೆಯಾಗಲಿ ಏನನ್ನೂ ಹೇಳಿಕೊಳ್ಳದೆ ಅತಿಯಾದ ದುಗುಡದಿಂದ ಕೂಡಿದ್ದ. "ಅದರ ಬಗ್ಗೆ ಮಾತಾಡಿ ಪ್ರಯೋಜನವಿಲ್ಲ. ಆಗಬಾರದ್ದು ಆಗಿಹೋಯಿತು. ನಾವು ಇನ್ನು ಸದಾ ಭಣಗುಟ್ಟುವ ಖಾಲಿ ಮನೆಗೆ ಹೋಗಬೇಕಾಗಿದೆ," ಎಂದು ದುಃಖದಿಂದ ನುಡಿಯುತ್ತಾ ಆ ಮುದುಕಿ ತನ್ನ ಗಂಡನ ಮಾತುಗಳನ್ನು ಪೂರ್ತಿ ಗೊಳಿಸಿದಳು.

ಆ ಎತ್ತರದ ರೈತ ಉದ್ರಿಕ್ತನಾಗಿದ್ದ. ಅದರಿಂದಾಗಿ ಇವರ ಮಾತಿಗೆ ಆತ ಸಾಕಷ್ಟು ಗಮನ ಕೊಟ್ಟಿರಲಿಲ್ಲ. ಅವನೀಗ ಹೇಳಿದ :

"ಒಂದು ತಿಂಗಳ ಹಿಂದೆ ನನ್ನ ಮಗನೂ ಸತ್ತ. ಅವನನ್ನು ನಾನು ಹಿಂದಕ್ಕೆ ತರಲಿಲ್ಲ – ಅವನ ಸಂಗಾತಿಗಳ ಜೊತೆಯಲ್ಲೇ ನೆಲದ ಮೇಲೆ ಬಿಟ್ಟು ಬಂದೆ. ಆದರೆ ನೀವು – ಅದು ಹೇಗೆ ಯುದ್ಧರಂಗದಲ್ಲಿ ಅಷ್ಟು ಬೇಗ ಒಂದು ಶವಪೆಟ್ಟಿಗೆಯನ್ನು ಸಂಪಾದಿಸಿಕೊಂಡಿರಿ ! ಅಲ್ಲಂತೂ ಮರವಿಲ್ಲ, ಮರಗೆಲಸದವರಿಲ್ಲ, ಏನೂ ಇಲ್ಲ."

ಆ ತಂದೆ ದುಃಖದಿಂದ ಇದಾವ ಪ್ರಶ್ನೆಯನ್ನೂ ಕೇಳದವನಂತೆ ಹೇಳಿದ :

"ನಾವು ಅವನನ್ನು ಎಲ್ಲಿಗೆ ಎತ್ತಿಕೊಂಡು ಹೋಗ್ತಾ ಇದ್ದೇವೊ ನಮಗೇ ಗೊತ್ತಿಲ್ಲ. ಇದೊಬ್ಬ ರೈತನ ಹುಚ್ಚು – ಅವನನ್ನೊಂದು ಗೋರಿಯೊಳಗೆ ಮಲಗಿಸಿದರೆ, ಅದೇ ನಮಗೆ ಸಮಾಧಾನ."

ಶವಪೆಟ್ಟಿಗೆ ಇಲ್ಲದಿದ್ದರು ಸಹ, ಸತ್ತುಹೋದ ತಮ್ಮವರನ್ನು ಯುದ್ಧ ರಂಗದಿಂದ ಇತರರೂ ತೆಗೆದುಕೊಂಡು ಹೋಗುತ್ತಿದ್ದಾರೆ ಎಂದು ಕ್ಯಾಪ್ಟನ್ ದೃಢೀಕರಿಸಿದ. ಇದರ ಬಗ್ಗೆ ಅವನು ಹೇಳಿದ :

"ಸೈನ್ಯದ ನಾಯಕತ್ವವು ನಾಡಿನ ಸಂಪ್ರದಾಯಗಳನ್ನೇನೋ ಗೌರವಿಸ್ತದೆ. ಆದರೆ ಸೈನಿಕನಿಗೆ ಸರಿಯಾದ ರೀತಿಯ ಸಂಸ್ಕಾರ ಎಂದರೆ ಸೈನಿಕರ ಜೊತೆಯಲ್ಲೇ ಮಲಗಿಸೋದು."

ಆ ಸಮಯಕ್ಕೆ ಮೋಟರ್ ಬೋಟು ದಡವನ್ನು ಮುಟ್ಟಿತು. ಕ್ಯಾಪ್ಟನ್ ಮತ್ತೆ ಲಗಾಮನ್ನು ಹಿಡಿದುಕೊಂಡು ಕುದುರೆಗಳನ್ನು ಮುನ್ನಡೆಸಿದ. ಕುದುರೆಗಳು ಈ ಬಾರಿ ಸ್ವೇಚ್ಛೆಯಿಂದಲೇ ನಡೆದುವು. ಗೊರಸುಗಳನ್ನು ಗಟ್ಟಿನೆಲದ ಮೇಲೆ ಊರಲು ತವಕಿಸಿದವು.

ನದಿಗೆ ಸಮಾನಾಂತರವಾಗಿ ದಂಡೆಯ ಮೇಲೇ ರಸ್ತೆ ಸಾಗುತ್ತಿತ್ತು. ಬೋಟಿನಿಂದ ಇಳಿಯುವ ಸ್ಥಳದಿಂದ ಆ ರಸ್ತೆಯ ತನಕ ಒಂದು ಕಾಲುದಾರಿಯಿತ್ತು. ಸೈನಿಕರು ನೀರಿನ ಗುಂಡಿಗಳನ್ನು ಮುಚ್ಚಿ, ಜಲ್ಲಿ – ಕಲ್ಲು ಮಣ್ಣನ್ನು ಹಾಕಿ ಅದನ್ನು ಮಾಡಿದ್ದರು. ಆ ಚಿಕ್ಕ ಕಾಲುದಾರಿಯ ಎರಡು ಬದಿಗಳೂ ಗಾಡಿಚಕ್ರಗಳಿಂದಾದ ಕೊರಕಲಿನಿಂದ ಕೊಚ್ಚೆಯಾಗಿದ್ದವು. ಪ್ರಯಾಣಿಕರೆಲ್ಲ ತಾವಾಗಿಯೇ ತಮ್ಮ ಪಾಸುಗಳನ್ನು ಮೇಜರ್‌ಗೆ ತೋರಿಸಲು ಒಂದೇ ಸಾಲಿನಲ್ಲಿ ನಿಲ್ಲಲಾರಂಭಿಸಿದರು. ಮೇಜರ್ ಇನ್ನೂ ರಸ್ತೆಯ ಪಕ್ಕದಲ್ಲಿದ್ದ ಚಿಕ್ಕ ಗುಡಿಸಲಿನಿಂದ

ಹೊರ ಬಂದಿರಲಿಲ್ಲ. ಕ್ಯಾಪ್ಟನ್ ಕುದುರೆಗಳನ್ನು ಹಿಡಿದುಕೊಂಡು ಕ್ಯೂಅನ್ನೂ ಲೆಕ್ಕಿಸದೆ ಮುಂದೆ ಸಾಗಿದ. ತಮಗೆ ಇಷ್ಟವಿಲ್ಲದಿದ್ದರೂ ಜನ ಯಾವ ಪ್ರತಿಭಟನೆಯನ್ನೂ ತೋರದೆ ಪಕ್ಕಕ್ಕೆ ಸರಿದು ಅವನಿಗೂ ಕುದುರೆಗಾಡಿಗೂ ದಾರಿ ಮಾಡಿಕೊಟ್ಟರು. ಗಾಡಿಯಲ್ಲಿ ಒಂದು ಶವ ಇದ್ದ ಕಾರಣ ಮತ್ತು ಒಬ್ಬ ಮಿಲಿಟರಿ ಮನುಷ್ಯನೇ ಶವಪೆಟ್ಟಿಗೆಯ ಮುಂದೆ ಇದ್ದದ್ದರಿಂದ ಅವರು ಸುಮ್ಮನಿದ್ದರು. ಒಂದು ತಿಂಗಳ ಹಿಂದೆ ತನ್ನ ಮಗನನ್ನೂ ಯುದ್ಧರಂಗದಲ್ಲಿ ಕಳೆದುಕೊಂಡಿದ್ದ ಎತ್ತರದ ನಿಲುವಿನ ತೆಳ್ಳನೆಯ ರೈತ ಅವಸರದಿಂದ ಮುಂದೆ ನುಗ್ಗಿದ. ಈ ಅವಸರದ ನಡಿಗೆಗೆ ಅನುಕೂಲವಾಗುವುದೋ ಎಂಬಂತೆ ತನ್ನ ಬಲಗೈಯಲ್ಲಿದ್ದ ಕೋಲನ್ನು ಅಲುಗಾಡಿಸುತ್ತಾ, ಆತ ಯಾರನ್ನೂ ಗಮನಿಸದೆ ಮೇಜರ್ ಇದ್ದ ಚಿಕ್ಕ ಗುಡಿಸಿಲಿನ ಕಡೆಗೆ ಮುನ್ನಡೆದ. ಮುದುಕನಿಗೆ ಕ್ಯೂನಲ್ಲೇ ಹೋಗುವಂತೆ ಲೆಫ್ಟಿನೆಂಟ್ ಎಚ್ಚರಿಕೆಯನ್ನು ಕೊಟ್ಟರೂ ಅವನು ಒಮ್ಮೆ ಸುತ್ತಲೂ ನೋಡಿ ಓಡುತ್ತಾ ತಾಳ್ಮೆಗೆಟ್ಟು, "ನನಗಲ್ಲಿ ಬಹಳ ಮುಖ್ಯವಾದ ಕೆಲಸವಿದೆ" ಎಂದು ಕೋಲಿನಿಂದ ಗುಡಿಸಿಲಿನ ಕಡೆ ತೋರಿಸಿದ.

ಮೌನ ಆವರಿಸಿತು. ಮರಳಿನ ಮೇಲೆ ಕಿರುಗುಟ್ಟುತ್ತಾ ಗಾಡಿ ಉರುಳುವ ಮತ್ತು ಕೆಸರನ್ನು ತುಳಿಯುತ್ತ ರೈತರು ನಡೆಯುವ ಸದ್ದು ಮಾತ್ರ ಕೇಳಿಬರುತ್ತಿತ್ತು. ತೆಳ್ಳನೆಯ ರೈತ ಏನೋ ಮುಖ್ಯವಾದ ವಿಚಾರವನ್ನು ಗುಡಿಸಲಿನಲ್ಲಿರುವ ಮೇಜರ್‌ಗೆ ತಿಳಿಸಬೇಕಿತ್ತು.

ಆದರೆ ಅವನೇನೂ ಅದನ್ನು ಗುಟ್ಟಾಗಿ ಇಡಲಿಲ್ಲ. ಗಾಡಿಯನ್ನು ಏರಿರಸ್ತೆಗೆ ಎಳೆಯುವ ಹೊತ್ತಿಗೆ ಮೇಜರ್ ಅದಕ್ಕಾಗಿ ಕಾದು ನಿಂತಿದ್ದ. ಅವನು ಅದನ್ನು ಪಕ್ಕದಲ್ಲಿ ನಿಲ್ಲುವಂತೆ ಸೂಚಿಸಿದ. ಎತ್ತರದ ರೈತ ಕುಚೋದ್ಯದಿಂದ ಕುಟಿಲವಾಗಿ ನಗುತ್ತಾ ಮೇಜರ್‌ನ ಹಿಂದೆ ನಿಂತು, ಒಂದು ಕಾಲಿನ ಮೇಲೆ ಬಿಟ್ಟಿದ್ದ ತನ್ನ ಭಾರವನ್ನು ಇನ್ನೊಂದು ಕಾಲಿಗೆ ಆಗಾಗ ಬದಲಾಯಿಸುತ್ತಿದ್ದ. ಗಾಡಿ ನಿಂತೊಡನೆಯೇ ಆತ ಗೆಲುವಿನಿಂದ ನುಡಿದ :

"ಹೌದು, ನಾನೇ ಕೇಳಿದೆ. ಶವಪೆಟ್ಟಿಗೆಯಲ್ಲಿ ಏನೋ ಜೀವಂತವಾಗಿದೆ. ಕ್ಯಾಪ್ಟನ್, ನಾನು ನಿಮಗೆ ಈ ವಿಷಯವನ್ನು ಮೊದಲೇ ತಿಳಿಸಲಿಲ್ಲ ಅಂತ ಖಂಡಿತವಾಗಿ ಬೇಸರಪಡಬಾರದು. – ಶವಪೆಟ್ಟಿಗೆಯನ್ನು ನೀವು ನೀರಿಗೆ ತಳ್ಳಿಬಿಡಬಹುದು ಅಂತ ಭಯವಾಗಿತ್ತು. ಅದು ಸುಖವಾಗಿ ನದಿ ದಾಟುವವರೆಗೂ ಕಾದಿದ್ದೆ... ಇಲ್ಲಿ ಮೇಲಿನ ಅಧಿಕಾರಿಗಳಿದ್ದಾರೆ."

ಅನಂತರ ವಯಸ್ಸಾದ ತಂದೆ – ತಾಯಿಯರ ಕಡೆ ತಿರುಗಿ ಆತ ಹೇಳಿದ :

"ನೀವಿಬ್ರೂ ನನ್ನ ಮೇಲೆ ಕೋಪ ಮಾಡ್ಬೇಡಿ. ಅನುಮಾನ ಬಂದಿದ್ದನ್ನು ತಿಳಿಸೋದು ಪ್ರತಿಯೊಬ್ಬರ ಕರ್ತವ್ಯ. ಯುದ್ಧ ಅಂದ ಮೇಲೆ ಯುದ್ಧ."

ಆ ತಂದೆ – ತಾಯಿ ಮೌನವಾದರು. ತಾಯಿ ಮೊದಲು ಚೇತರಿಸಿಕೊಂಡು ತಮ್ಮ ಮೇಲಣ ದ್ವೇಷದಿಂದ ರೈತ ಸುಳ್ಳು ಹೇಳುತ್ತಿದ್ದಾನೆ ಎಂದು ಆಪಾದಿಸಿದಳು. ಮೇಜರ್‌ನನ್ನು ಪ್ರಾರ್ಥಿಸುತ್ತಾ ಅವಳೆಂದಳು :

"ಸ್ವಲ್ಪ ದಯ ತೋರ್ಸಿ . ನಮ್ಮ ದುಃಖವನ್ನು ನಾವು ಸಾಗಿಸೋದಕ್ಕೆ ಸಹಾಯಮಾಡಿ."

ಆ ಮುದುಕಿಯ ಮೊರೆಯಿಂದ ಧೈರ್ಯ ತಂದುಕೊಂಡು ತಂದೆ ಕೂಡ ಮೇಜರ್‌ನನ್ನು ಪ್ರಾರ್ಥಿಸಲಾರಂಭಿಸಿದ. ಆದರೆ ಅವನ ಮಾತು ಕರುಣಾಜನಕವಾಗಿದ್ದರೂ, ಅವನ ರೀತಿ ಸೈನಿಕ – ಸದೃಶವಾಗಿದ್ದು ಗಡುಸಾಗಿತ್ತು. ಅವನು ಹೇಳಿದ :

"ಮೇಜರ್ ಸಾಹೇಬರೇ, ದೊಡ್ಡ ಮನಸ್ಸು ಮಾಡಿ ಸ್ವಾಮಿ ! ನಾವು ತಂದೆ – ತಾಯಿ. ಅವನು ನಮ್ಮ ಮಗ. ನಮ್ಮ ಹಳ್ಳಿ ಇನ್ನೂ ಬಹಳ ದೂರ ಇದೆ."

ಮೇಜರ್ ತುಸು ಕಪ್ಪಗಿದ್ದು ಯುವಕನಂತೆ ಕಾಣುತ್ತಿದ್ದ. ಅವನ ಮುಖದಲ್ಲಿ ಕಾಠಿಣ್ಯಕ್ಕೆ ಬದಲಾಗಿ ಸ್ವಲ್ಪ ಪರಿಹಾಸ್ಯದ ಭಾವವಿತ್ತು. ಅವನು ಮೇಜರ್ ಆದ್ದರಿಂದ ಬೇರೆ ರೀತಿಯ ಮುಖಭಾವ ಧರಿಸುವುದು ಅವನಿಗೆ ಸಾಧ್ಯವಿರಲಿಲ್ಲ. ರೈತನಿಗೆ ಉತ್ತರಿಸುವಾಗ ಆತ ತನ್ನ ಎದುರಿಗಿದ್ದವನೊಂದಿಗೆ ಮಾತನಾಡದೆ ಅಲ್ಲಿರದೆ ಯಾರಿಗೋ ಹೇಳುತ್ತಿದ್ದಂತಿತ್ತು:

"ನಾವು ಈ ಎಲ್ಲ ವ್ಯವಹಾರವನ್ನೂ ವಿಚಾರಣೆ ಮಾಡ್ತೇವೆ. ಪ್ರತಿಯೊಂದಕ್ಕೂ ಒಂದು ನಿಯಮವಿದೆ. ನೀನು ಗಾಬರಿ ಬೀಳಬೇಕಿಲ್ಲ."

ಆಮೇಲೆ ಮೇಜರ್ ಗಾಡಿಯ ಬಳಿಗೆ ಹೋಗಿ, ಶವಪೆಟ್ಟಿಗೆ ಮೇಲೆ ತನ್ನ ತೋರುಬೆರಳಿನ ಗೆಣ್ಣಿನಿಂದ ಬಡಿದು, ಅದರ ಮುಚ್ಚಳವನ್ನು ತೆರೆಯುವಂತೆ ಹೇಳಿದ.

ಸೈನಿಕರು ಶವಪೆಟ್ಟಿಗೆಯನ್ನು ಗಾಡಿಯಿಂದ ಬೇಗನೆ ಬಿಚ್ಚಿ, ಯಾವ ತೊಂದರೆಯೂ ಇಲ್ಲದೆ ಕೆಳಗಿಳಿಸಿದರು. ಮುದುಕಿ ಅದರ ಮೇಲೇ ಮಲಗಿ ರೋದಿಸುತ್ತಾ "ಇವತ್ತು ಕೆಟ್ಟ ದಿನ. ನನ್ನ ಮನೆ ಖಾಲಿಯಾಗಿದೆ," ಎಂದಳು.

ಆದರೆ ಶವಪೆಟ್ಟಿಗೆಯನ್ನು ತೆರೆಯಲು ಸೈನಿಕರೊಂದಿಗೆ ಯಾವ ಸಲಕರಣೆಯೂ ಇರಲಿಲ್ಲ. ಇದರಿಂದ ಮುದುಕನಿಗೆ ಮತ್ತೊಮ್ಮೆ ಮೇಜರ್ ಹತ್ತಿರ ಮನವಿ ಮಾಡಿಕೊಳ್ಳಲು ಅವಕಾಶ ದೊರೆಯಿತು. ಆತ ಹೇಳಿದ :

"ಕ್ರೂರರಾಗಬೇಡಿ. ನಿಮ್ಮ ಹೃದಯದಲ್ಲೂ ಕೊಂಚ ಕರುಣೆ ಇರಲಿ."

ಮೇಜರ್ ಯಾವುದನ್ನೂ ಕೇಳಿಸಿಕೊಳ್ಳದಂತಿದ್ದ. ಅದೂ ನಿಜವೇ. ಯಾಕೆಂದರೆ, ಅವನು ಪ್ರಯಾಣಿಕರ 'ಪಾಸು'ಗಳನ್ನು ಪರೀಕ್ಷಿಸುತ್ತಿದ್ದ. ಹಾಗಿದ್ದರೂ ಅವನು ಆ ಮುದುಕ ರೈತನಿಗೆ ಹೇಳಿದಂತೆಯೋ ಅಥವಾ ಒಬ್ಬ ಪ್ರಯಾಣಿಕನಿಗೆ ಹೇಳಿದಂತೆಯೋ, "ಸರಿ. ಸರಿ. ಎಲ್ಲ ಸರಿಹೋಗ್ತದೆ," ಎಂದ.

ಒಂದು ಲಾರಿ ಬಂತು. ಮೇಜರ್ ತನ್ನ ಕೈಯಲ್ಲಿದ್ದ ಬೇರೆಯವರ ಪಾಸನ್ನು ಹಿಡಿದುಕೊಂಡೇ ಅದು ನಿಲ್ಲುವಂತೆ ಸೂಚಿಸಿದ.

ಅವನು ಹೇಳದಿದ್ದರೂ ಏನು ಮಾಡಬೇಕೆಂದು ಕ್ಯಾಪ್ಟನ್‌ಗೆ ಗೊತ್ತಿತ್ತು. ಅವನು ಲಾರಿ ಚಾಲಕನಿಂದ ಒಂದು ಸುತ್ತಿಗೆ ಮತ್ತು ಇಕ್ಕಳವನ್ನು ಕೇಳಿ ಪಡೆದ. ಅನಂತರ ಮುದುಕಿಯನ್ನು ಶವಪೆಟ್ಟಿಗೆಯಿಂದ ನಯವಾಗಿ ಪಕ್ಕಕ್ಕೆ ಸರಿಸಲು ಪ್ರಯತ್ನಿಸಿದ. ಅವಳು ಹಾಗೇ ನೆಲದ ಮೇಲೆಯೇ ಕುಕ್ಕರಿಸಿ, ತುಸು ಸಮಯ ದುರ್ಭರ ಮೌನದಲ್ಲಿ ಮುಳುಗಿದಳು. ಅನಂತರ ಕೆನ್ನೆಗಳ ಮೇಲೆ ಕೈ ಇಟ್ಟುಕೊಂಡು ತನ್ನ ಖಾಲೀ ಮನೆ ಮತ್ತು ಕತ್ತಲು ತುಂಬಿದ ಭವಿಷ್ಯದ ಬಗ್ಗೆ ಮತ್ತಷ್ಟು ಹತಾಶಳಾಗಿ ಗೋಳಿಟ್ಟಳು.

ಸೈನಿಕರು ಶವಪೆಟ್ಟಿಗೆಯ ಮುಚ್ಚಳವನ್ನು ಬೇಗಬೇಗನೇ ಸಡಿಲಿಸಿದರು. 'ಪಾಸು'ಗಳ ತಪಾಸಣೆಯನ್ನು ಮುಗಿಸಿದ್ದ ಮೇಜರ್ ಮುಚ್ಚಳವನ್ನು ಮೇಲೆತ್ತುವಂತೆ ಸೂಚಿಸಿದ. ಒಳಗೆ ಕಪ್ಪು ಕೂದಲಿನ, ನುಣುಪಾಗಿ ಮುಖ ಕ್ಷೌರ ಮಾಡಿದ ಒಬ್ಬ ಯುವಕ ಮಲಗಿದ್ದ. ಅವನು ಆಕಡೆ ಈಕಡೆ ನೋಡತೊಡಗಿದ. ಎದ್ದು ಕೂರಲು ಪ್ರಯತ್ನಿಸಿದ. ಬಳಿಕ ಮುಜುಗರದ ನಗೆಯನ್ನು ನಕ್ಕು ಹಾಗೇ ಮಲಗಿಕೊಂಡ.

"ಇವನು ನಿನ್ನ ಮಗನಾ ?" ಎಂದು ಕೇಳಿದ ಮೇಜರ್.

"ಹೌದು. ನನ್ನ ಒಬ್ಬನೇ ಮಗ. ಉಳಿದವರಿಬ್ಬರು ಸತ್ತರು," ಎಂದು ಮುದುಕ ರೈತ ಹೇಳಿದ.

"ಸೈನ್ಯದಿಂದ ತಪ್ಪಿಸಿಕೊಂಡು ಬರ್ತಾ ಇದಾನೆ?"

ರೈತ ಶಾಂತವಾಗಿ ಎಂದ :

"ಅಲ್ಲ. ನಾನು ಅವನನ್ನು ಉಳಿಸಿಕೋಬೇಕಿತ್ತು. ನಾನು ನನ್ನ ಸಂಸಾರವನ್ನು ಮುಂದುವರಿಸ್ಬೇಕು. ನನ್ನ ಸಂಸಾರವೇ ನಾಶವಾದ ಮೇಲೆ ನನ್ನ ಭೂಮಿ ಇದ್ದು, ನನ್ನ ಮನೆಯಿದ್ದು ಅಥವಾ ಈ ದೇಶ ಇದ್ದು ಏನು ಪ್ರಯೋಜನ ?"

ಪ್ರಯಾಣಿಕರು ಕುತೂಹಲದಿಂದ ಕದಲದೆ ನಿಂತರು. ಮೇಜರ್ ಅವರನ್ನು ಕಳಿಸುವಂತೆ ಸೈನಿಕರಿಗೆ ಅಪ್ಪಣೆ ಮಾಡಿದ. ಅವರು ಬಂದೂಕಿನ ಮೊನೆಯನ್ನು ಕಂಡಕೂಡಲೇ ದಿಕ್ಕಾಪಾಲಾಗಿ ಚೆದರಿ ಮರೆಯಾದರು. ತನ್ನ ಸುತ್ತಿಗೆ ಮತ್ತು ಇಕ್ಕಳ ಹಿಂತಿರುಗಿಸಿದ ಕೂಡಲೇ ಲಾರಿ ಹೊರಟಿತು. ಆ ಲಾರಿ ಚಾಲಕನಿಗೆ ಇಲ್ಲಿ ನಡೆಯುತ್ತಿದ್ದ ನಾಟಕದ ಬಗ್ಗೆ ಏನೂ ಕಾಳಜಿ ಇರಲಿಲ್ಲ. ಅಥವಾ ಅವನ ತಲೆ ತುಂಬಾ ಬೇರೇನೋ ಆಲೋಚನೆ ಇತ್ತು, ಎತ್ತರದ ರೈತ ಮಾತ್ರ ಅಲ್ಲಿ ನಿಂತಿರುವುದು ತನ್ನ ಹಕ್ಕು ಎನ್ನುವ ರೀತಿಯಲ್ಲಿ ಉಳಿದುಕೊಂಡ. ಅವನನ್ನು ಯಾರೂ ನೂಕಲಿಲ್ಲ. ತನಗೆ ತಾನೇ ಹೇಳಿಕೊಳ್ಳುವವನಂತೆ ಅವನು ಹೀಗೆಂದ : "ನಾನು ಗೂಢಚರ್ಯೆಯೋ ಅಂಥದ್ದೇ ಏನೋ ಇರಬೇಕು ಅಂತ ಯೋಚಿಸಿದ್ದೆ. ದೇವರ ಸಾಕ್ಷಿಯಾಗಿ ಹೇಳ್ತೇನೆ, ನಿಮಗೆ ತೊಂದರೆ ಕೊಡೋ ಉದ್ದೇಶ ನನಗಂತೂ ಇರ್ಲಿಲ್ಲ."

ಆ ರೈತ ಮುದುಕಿ ಶವಪೆಟ್ಟಿಗೆ ಬಳಿ ಬಗ್ಗಿ ಮಗನ ಹಣೆಯ ಮೇಲೆ ಮೂಡಿದ್ದ ಬೆವರು ಹನಿಗಳನ್ನು ಒರೆಸಿ, ಕೂದಲನ್ನು ಪಕ್ಕಕ್ಕೆ ಸರಿಸಿದಳು. ಅವನನ್ನು ಸಮಾಧಾನಪಡಿಸುವ ದನಿಯಲ್ಲಿ, "ಪರವಾಯಿಲ್ಲ ಮಗಾ. ಈ ಮನುಷ್ಯ ಒಳ್ಳೆಯವನು – ನಮ್ಮ ಜನರೇ ಇಲ್ಲಿ ಉಸ್ತುವಾರಿಯಲ್ಲಿದ್ದಾರೆ," ಎಂದಳು.

ಯುವಕ ಧೈರ್ಯ ತಂದುಕೊಂಡು ಶವಪೆಟ್ಟಿಗೆಯಲ್ಲೇ ಎದ್ದುಕೂತ. ಆದರೆ ಮೇಜರ್ ಅವನಿಗೆ ಮಲಗಿಕೊಳ್ಳುವಂತೆ ಸೂಚಿಸಿದ. ಅವನ ಅಪ್ಪಣೆಯನ್ನು ಪಾಲಿಸುವವನಂತೆ ಯುವಕ ಮತ್ತೆ ಹಿಂದಕ್ಕೆ ಮಲಗಿ ಅಲುಗಾಡದೆ ಇದ್ದ.

"ಕ್ಯಾಪ್ಟನ್ ನಿನ್ನ ಕರ್ತವ್ಯವನ್ನು ಮಾಡು," ಎಂದ ಮೇಜರ್.

ಕ್ಯಾಪ್ಟನ್ ಆ ಆಜ್ಞೆಗೆ ಕಾಯುತ್ತಿದ್ದವನಂತೆ ಥಟ್ಟನೆ ಒಂದು ಪಿಸ್ತೂಲನ್ನು ಹೊರತೆಗೆದು ಅದಕ್ಕೆ ಗುಂಡುಗಳನ್ನು ತುಂಬಿದ. ಲೆಫ್ಟಿನೆಂಟ್ ಯಾರ ಆಜ್ಞೆಗೂ ಕಾಯದೆ ಆ ಮುದುಕಿಯ ಭುಜಗಳನ್ನು ನಯವಾಗಿ ಹಿಡಿದು ಮಗನ ಪಕ್ಕದಿಂದ ಹಿಂದಕ್ಕೆ ಸರಿಸಿದ. ಅನಂತರ ಅವನು ಮೇಲೆದ್ದು ಕೆಲವು ಹೆಜ್ಜೆಗಳನ್ನು ಹಿಂದಕ್ಕಿಟ್ಟ. ಒಬ್ಬ ಸೈನಿಕ ತನ್ನ ಬಂದೂಕಿನಿಂದ ಮುದುಕನನ್ನು ಮುದುಕಿಯ ಪಕ್ಕಕ್ಕೆ ಒತ್ತರಿಸಿದ.

ಕ್ಯಾಪ್ಟನ್ ಶವಪೆಟ್ಟಿಗೆಯ ಮುಂದೆ ತನ್ನ ಕಾಲುಗಳನ್ನು ಹಿಗ್ಗಲಿಸಿಕೊಂಡು ನಿಂತು ಚಾಲೂಕಿನಿಂದ ಕ್ಷಣಾರ್ಧದಲ್ಲಿ ಯುವಕನ ಹೃದಯಕ್ಕೆ ಗುಂಡಿಕ್ಕಿದ. ಅವನ ವೇಗ ಮತ್ತು ನೈಪುಣ್ಯ ಎಷ್ಟಿತ್ತೆಂದರೆ, ಪಿಸ್ತೂಲಿನ ತುದಿ ಯುವಕನ ಹೃದಯವನ್ನು ಮುಟ್ಟುವ ಮೊದಲೇ ಅಥವಾ ಈ ಬೆಳವಣಿಗೆಯಿಂದ ಮೂಕವಿಸ್ಮಿತರಾಗಿ ನಿಂತಿದ್ದ ಅವನ ತಂದೆ ತಾಯಿಯರಿಗೆ ಅಲ್ಲಿ ಏನಾಗುತ್ತಿತ್ತು ಎಂದು ತಿಳಿಯುವ ಮೊದಲೇ ಗುಂಡಿನ ಶಬ್ದ ಆಸ್ಫೋಟಿಸಿತು.

ಆ ಗುಂಡು ತನ್ನ ಹೃದಯವನ್ನು ಛಿದ್ರ ಛಿದ್ರ ಮಾಡುವವರೆಗೂ ನಡೆಯುತ್ತಿರುವುದೇನು ಎಂಬುದನ್ನು ಆ ಯುವಕ ತಿಳಿಯಲಿಲ್ಲ ಎಂದು ಕಾಣುತ್ತದೆ. ಅವನು ಚೀರಿದ. ಅವನ ದೇಹ ಬಾಗಿತು. ಅವನ ತಲೆ ಅರಿವಿಲ್ಲದೆಯೇ ಮರದ ಹಲಗೆಗೆ ಬಡಿಯಿತು. ಕೂಡಲೇ ಅವನಿಂದ

ಎಲ್ಲವೂ ಬಸಿದುಹೋಗಿ ಖಾಲಿಯಾದಂತೆ ಆತ ಕುಸಿದ.

ಮೇಜರ್ ಕೋಪದಿಂದ ಹೇಳಿದ: "ಅವನನ್ನು ತೆಗೆದುಕೊಂಡು ಹೋಗಿ!" ಅನಂತರ ನಿಧಾನವಾಗಿ ಮುಂದುವರಿಸಿದ : "ನಾವು ನಮ್ಮ ಕರ್ತವ್ಯವನ್ನು ಮಾತ್ರ ಮಾಡ್ತಿದ್ದೇವೆ ಮತ್ತು ಇನ್ನು ಮುಂದೆಯೂ ಅದನ್ನು ಮಾಡಿಯೇ ಮಾಡ್ತೇವೆ."

ತಂದೆ – ತಾಯಿಗೆ ಅವನ ಮಾತು ಕೇಳಿಸಲಿಲ್ಲ. ಅವರು ದುಃಖಾತಿರೇಕದಿಂದ ಗೋಳಿಡುತ್ತಾ ಮಗನ ಮೇಲೆ ಬಿದ್ದರು.

ಸೈನಿಕರು ಅವರನ್ನು ಬಲಾತ್ಕಾರದಿಂದ, ಆದಾಗ್ಯೂ ನಯವಾದ ರೀತಿಯಲ್ಲಿ ಶವಪೆಟ್ಟಿಗೆಯಿಂದ ದೂರಸರಿಸಿದರು. ಅವರು ಶವಪೆಟ್ಟಿಗೆಯನ್ನು ಜೋಪಾನವಾಗಿ ಮತ್ತೆ ಗಾಡಿಯ ಮೇಲಿಟ್ಟು ಅದನ್ನು ಬಿಗಿಯಾಗಿ ಕಟ್ಟಿದರು. ಅವರ ಹತ್ತಿರ ಸುತ್ತಿಗೆ ಮತ್ತು ಇಕ್ಕಳಗಳು ಇಲ್ಲದ್ದರಿಂದ ಮುಚ್ಚಳವನ್ನು ಶವಪೆಟ್ಟಿಗೆಯ ಪಕ್ಕದಲ್ಲಿರಿಸಿದರು. ಈಗಾಗಲೇ ಮಿಲಿಟರಿ ಲಾರಿಗಳು ಸಾಲುಗಟ್ಟಿ ನಿಂತಿದ್ದುದರಿಂದ ಮೋಟರ್ ಬೋಟು ಬೇಗ ಹೊರಡಬೇಕಿತ್ತು.

ಸೈನಿಕರು ತಮಗೆ ವಹಿಸಿದ್ದ ಕೆಲವನ್ನು ಮುಗಿಸಿದ ಕೂಡಲೇ ಕುದುರೆಗಳು ತಾವಾಗಿಯೇ ಮುನ್ನಡೆದವು. ತಂದೆ – ತಾಯಿ ಗಾಡಿಯ ಹಿಂದೆ ವೇಗವಾಗಿ ಭಾರವಾದ ಹೆಜ್ಜೆಗಳನ್ನು ಹಾಕಿದರು. ಆ ಎತ್ತರದ ರೈತ ವಿಸ್ಮಯಗೊಂಡು ತನಗೆ ತಾನೇ ಹೇಳಿಕೊಂಡ :

"ನನಗೆ ಇಂಥಾ ದುರ್ಬುದ್ಧಿ ಯಾಕಾದ್ರೂ ಬಂತಪ್ಪ!"

ಶವಪೆಟ್ಟಿಗೆಯ ತಳದಲ್ಲಿನ ಮರದ ಹಲಗೆ ಬಿರುಕುಬಿಟ್ಟಿದ್ದರಿಂದ ಅದರ ಮೂಲಕ ಕಪ್ಪು ರಕ್ತ ಸದ್ದಿಲ್ಲದೆ ಕೆಳಗೆ ಸುರಿಯುತ್ತಿತ್ತು. ತಾಯಿ ತನ್ನ ಕೈಗಳನ್ನು ಶವಪೆಟ್ಟಿಗೆಯ ಮೇಲಿರಿಸಿ ಅರ್ಥವಾಗದ ಮಾತುಗಳಿಂದ ರೋದಿಸುತ್ತಿದ್ದಳು. ತಂದೆ ದುಃಖದಿಂದ ಕುಗ್ಗಿ ಕುದುರೆಗಳ ಪಕ್ಕದಲ್ಲಿ ನಡೆಯುತ್ತಿದ್ದರೂ ಅವುಗಳನ್ನು ಪುಸಲಾಯಿಸುವುದನ್ನು ಮರೆತಿದ್ದ.

ಲೆಫ್ಟಿನೆಂಟ್ ಹೇಳಿದ : "ಈ ರೈತರು ಒಂದು ರೀತಿಯ ವಿಚಿತ್ರ ಜನ. ತಮ್ಮ ವಿಷಯಗಳ ಬಗ್ಗೆ ಅವರು ಈಗಲೂ ಮೊದಲಿನಷ್ಟೇ ಜೋರಾಗಿ ಗೋಳಿಡ್ತಾರೆ."

ಅವರಲ್ಲಿ ಯಾರಿಗೂ ಅವನ ಮಾತು ಕೇಳಿಸಿದಂತಿರಲಿಲ್ಲ – ಅವರೆಲ್ಲ ತಮ್ಮ ಕರ್ತವ್ಯದಲ್ಲಿ ಮುಳುಗಿದ್ದರು. ❍

ಆಲ್ಬೇನಿಯ

○ ಅಲೆಕ್ಸ್ ಚಾತ್ರಿ

ಭಾವಣಿ ಕಿತ್ತರು*

ಮಣ್ಣಿನ ನೆಲದ ಒಂದು ಕೋಣೆ. ಆ ಕೋಣೆಗೆ ಇದ್ದ ಒಂದೇ ಒಂದು ಚಿಕ್ಕ ಕಿಟಕಿಯಿಂದ ಅಂಗಳದಾಚೆ ನೋಡಿದರೆ ನಮ್ಮ ಆಗಾನ** ಭವ್ಯವಾದ ಬಂಗಲೆ ಕಾಣುತ್ತಿತ್ತು. ನಾವು ಕೋಣೆಯ ಮಧ್ಯದಲ್ಲಿ ಬೆಂಕಿ ಉರಿಸುತ್ತಿದ್ದೆವು. ಕೋಣೆ ತುಂಬಾ ಕತ್ತಲು ಕವಿದಿರುತ್ತಿತ್ತು. ಅದಕ್ಕೆ ಸ್ವಲ್ಪ ಬೆಳಕು ಬರಲಿ ಎಂದು ಆಗಾಗ ನಾವು ಹಗಲು ಹೊತ್ತಿನಲ್ಲೇ ಬೆಂಕಿ ಉರಿಸುತ್ತಾ ಇದ್ದೆವು. ಆದರೆ ಕೋಣೆಯೊಳಗಿಂದ ಹೊಗೆ ಹೋಗಲು ಮಾತ್ರ ಜಾಗವೇ ಇರಲಿಲ್ಲ.

"ನಮ್ಮ ಬೆವರಿಂದ ಈ ಆಗಾಗಳು ಬದುಕಿದ್ದಾರೆ. ಇವರಿಗೆ ಏನು ಮಾಡಿದ್ರೆ ತೃಪ್ತಿ ಆಗ್ತದೆ?" ಎಂದು ಬಹಳ ಪ್ರಯಾಸದಿಂದ ಉಸಿರೆಳೆಯುತ್ತಾ ನನ್ನ ತಂದೆ ಕೇಳಿದರು. ಸೊರಗಿಹೋಗಿದ್ದ ಅವನ ಎದೆಗೂಡಿನ ಕತ್ತಲಾಳದಿಂದ ದೀರ್ಘವಾದ ಒಂದು ನಿಟ್ಟುಸಿರು ಹೊರಬಿತ್ತು. ಅನಂತರ ನನ್ನ ಕೈ ಹಿಡಿದು ಹತ್ತಿರ ಕರೆದುಕೊಂಡು ತಬ್ಬಿ ತಂದೆ ಪುನಃ ಹೇಳಿದರು :

"ನಾವು ಹೇಗೆ ಕಷ್ಟ ಪಡ್ತಿದ್ದೇವೆ ಅನ್ನೋದನ್ನ ಮರೀಬೇಡ ಮಗು. ನಮಗೆ ವಯಸ್ಸಾದ ಮೇಲೆ ನೀನೇ ನಮ್ಮನ್ನು ನೋಡಿ ಕೊಳ್ಬೇಕು. ನಮ್ಮ ಕೈ ಬಿಡ್ಬೇಡ, ನಿನ್ನಿಂದ ನಾವು ಹೆಚ್ಚಿಗೇನೂ ಕೇಳೋದಿಲ್ಲ – ಮುಪ್ಪಿನಲ್ಲಿ ಒಂದು ತುತ್ತು ಕೂಳು, ಅಷ್ಟೆ."

ನನಗೆ ಅಳು ಬಂತು. ತಾಯಿ ನನ್ನನ್ನು ಎದೆಗಪ್ಪಿಗೊಂಡು ನನ್ನ ಮೇಲೆ ಮುತ್ತಿನ ಮಳೆಗರೆದಳು. ಆದರೆ ಭಯಂಕರ ಕೆಮ್ಮು ಅವಳನ್ನು ಅಲುಗಾಡಿಸಿತು. ನನ್ನನ್ನು ತಬ್ಬಿಕೊಂಡಿರಲು ಅವಳಿಗೆ ಆಗಲಿಲ್ಲ.

"ಹೋಗಲಿ ಬಿಡು ಅವನನ್ನು. ಎಳೆ ಮನಸ್ಸನ್ನು ನೋಯಿಸೋದು ಬೇಡ," ಎಂದರು ತಂದೆ.

ಅಷ್ಟು ಹೇಳಿ ನನ್ನ ತಂದೆ ಒಂದು ಚಾಪೆಯ ಮೇಲೆ ಬಿದ್ದುಕೊಂಡರು. ಅಮ್ಮ ಹಸಿರು ಆಲೀವ್ ಕಡ್ಡಿಗಳಿಂದ ಬೆಂಕಿ ಹತ್ತಿಸಲು ಒಂದು ಗಂಟೆಯಿಂದ ಹೆಣಗಾಡುತ್ತಿದ್ದಳು. ಸಾಯುವ

---

* ಅಲೆಕ್ಸ್ ಚಾತ್ರಿಯ ಆತ್ಮವೃತ್ತ ರೂಪದ ಕಥಾಮಾಲಿಕೆಯಿಂದ ಆಯ್ಕೆ

** ತುರ್ಕಿ ಆಡಳಿತ ವ್ಯವಸ್ಥೆಯಲ್ಲಿ ಉನ್ನತ ಅಧಿಕಾರಿ; ಆಢ್ಯ; ಭೂಮಾಲಿಕ

ಮನಷ್ಯನ ನೆಟ್ಟನೋಟದಂತೆ ಆ ಚಿಕ್ಕ ಕಿಟಕಿ ನನಗೆ ಕಾಣಿಸಿತು.

ಕತ್ತಲಾಗುವ ಸಮಯಕ್ಕೆ ನಾವು ಕೆಲಸದಿಂದ ಹಿಂದಿರುಗುತ್ತಿದ್ದೆವು. ಮಳೆ ಬಂದಾಗ ಕೋಣೆಯ ಮಧ್ಯೆ ದೊಡ್ಡದಾಗಿ ಬೆಂಕಿ ಉರಿಸುತ್ತಿದ್ದೆವು. ಆಮೇಲೆ ಒದ್ದೆಯಾಗಿದ್ದ ನಮ್ಮ ಬಟ್ಟೆಗಳನ್ನು ತೆಗೆದು ಬೆಂಕಿಯ ಮೇಲೆ ಹಿಡಿದು ಒಣಗಿಸುತ್ತಿದ್ದೆವು. ಹೊಗೆ ಮುಸುಕಿ ನಮ್ಮ ಕಣ್ಣು ಕುರುಡಾಗುತ್ತಿತ್ತು. ಜೊತೆಗೆ, ಆಗಾನ ಮೇಲಿನ ಹತಾಶ ದ್ವೇಷವೂ ಸೇರಿ ನಮ್ಮ ಕೆನ್ನೆಗಳ ಮೇಲೆ ಕಣ್ಣೀರಿನ ಕೋಡಿ ಹರಿಯುತ್ತಿತ್ತು.

ಅನಂತರ, ಅನೇಕ ದಿನಗಳಿಂದ ಆಹಾರವನ್ನು ಕಾಣದಿದ್ದವರಂತೆ ನಾವು ಗಬಗಬನೆ ತಿನ್ನುತ್ತಾ ಊಟದ ಶಾಸ್ತ್ರವನ್ನು ಮಾಡಿ ಮುಗಿಸುತ್ತಿದ್ದೆವು. ರಾತ್ರಿ ಸ್ವಲ್ಪ ಹೊತ್ತಾದ ಮೇಲೆ ಆಗಾ ಕಂಠಪೂರ್ತಿಯಾಗಿ ಬ್ರಾಂದಿ ಕುಡಿದು ನಮ್ಮ ಮನೆ ಬಾಗಿಲಿಗೆ ಬಂದು ಕೋಪದಿಂದ ಕೂಗುತ್ತಿದ್ದ :

"ಕೇಳ್ರೋ, ಒಳಗಡೆ ಇರೋ ಸೂಳೇ ಮಕ್ಕಳಾ. ನಾಳೆ ಬೆಳಿಗ್ಗೆ ಬೇಗ ಎದ್ದು, ಹೊತ್ತು ಹುಟ್ಟೋದಕ್ಕೆ ಮುಂಚೆ ನೀವು ಲಿಯಂಬಿತೋವ್ ಸೇರಬೇಕು. ಒಂದು ಆಲೀವ್ ಕಾಯಿ ಕೂಡ ಹೋಗದಂತೆ ನೋಡ್ಬೇಕು."

ಅವನ ಕುಡಿತದ ನಗೆ ಚಾಕುವಿನಂತೆ ನನ್ನ ಎದೆಯನ್ನು ಇರಿಯುತ್ತಿತ್ತು.

"ಹಂಗೇ ಆಗ್ಲಿ" ಎಂದು ನಾವು ಒರಲುತ್ತಿದ್ದೆವು. ಇನ್ನು ಹೆಚ್ಚಿನ ಮಾತು ನಮ್ಮ ಹಲ್ಲುಗಳ ಕಟಕಟ ಸದ್ದಿನಲ್ಲಿ ಮುಚ್ಚಿಹೋಗುತ್ತಿತ್ತು. ನಾವು ಕೊರೆಯುವ ಚಳಿಯಿಂದ ನಡುಗುತ್ತಿದ್ದೆವು.

ಅನಂತರ ಮಣ್ಣಿನ ನೆಲದ ಮೇಲೆ ನಾವು ಬಿದ್ದುಕೊಳ್ಳುತ್ತಿದ್ದೆವು. ಆದರೆ ಎಲ್ಲೋ ಕನಸಿನಲ್ಲಿ ಕೇಳಿದಂತೆ ಆಗಾನ ಮನೆಯಿಂದ ರಾತ್ರೆಯೆಲ್ಲಾ ಹಾಡುವ, ಕುಣಿಯುವ ಮತ್ತು ಇತರ ಸದ್ದುಗಳು ನಮಗೆ ಕೇಳಿಸುತ್ತಿದ್ದವು. ಬೆಳಕು ಹರಿಯುವ ಮುನ್ನ ಅವನು ಪುನಃ ಬಂದು ನಮ್ಮನ್ನು ಎಬ್ಬಿಸುವವರೆಗೂ ಆ ಕತ್ತಲಿನಲ್ಲಿ ನಾವು ಕೆಲಸಕ್ಕೆ ಹೋಗುವವರೆಗೂ ಈ ಸದ್ದು ಮುಂದುವರಿಯುತ್ತಿತ್ತು.

ಹೀಗೆ ಹಸಿವಿನ ಯಾತನೆಯನ್ನು ಅನುಭವಿಸುತ್ತ, ಕೆಲವೊಮ್ಮೆ ಕೋಪದಿಂದ ಅಳುತ್ತ, ಆ ಚಳಿಗಾಲವಿಡೀ ಅವನಿಗಾಗಿ ನಾವು ಕೆಲಸ ಮಾಡಿದೆವು. ನಮ್ಮ ಹೃದಯಗಳಲ್ಲಿ ದಿನದಿಂದ ದಿನಕ್ಕೆ ದ್ವೇಷ ಹೆಚ್ಚುತ್ತಾ ಇತ್ತು. ನಮ್ಮ ತಂದೆ ಆಗಾಗ ಹೇಳುತ್ತಿದ್ದರು :

"ನಾವು ಸಂತೋಷವಾಗಿರೋ ಸರದಿ ಒಂದು ದಿನ ಬಂದೇ ಬರ್ತದೆ."

ಆದರೆ ನಾನು ಮತ್ತು ನನ್ನ ತಾಯಿ ಏನನ್ನೂ ಹೇಳುತ್ತಿರಲಿಲ್ಲ. ಆಗಾನಿಗೆ ನಮ್ಮ ಮಾತು ಕೇಳಿದರೆ ? ಅವನು ನಮ್ಮನ್ನು ಶಿಕ್ಷಿಸದೆ ಬಿಡುತ್ತಿದ್ದನೆ ? ಇಲ್ಲ! ತನ್ನ ಕೋಲನ್ನು ತೆಗೆದುಕೊಂಡು ನಮ್ಮ ಕೋಣೆ ಬಾಗಿಲಿಗೆ ಬಂದು ಅವನು ಖಂಡಿತವಾಗಿಯೂ ಅರಚುತ್ತಿದ್ದ :

"ಹೊರಕ್ಕೆ ಬನ್ರೋ. ಇಲ್ಲಿಂದ ಹೊರಟ್ಹೋಗಿ! ಇನ್ಮೇಲೆ ನೀವು ನನ್ನ ಕಣ್ಣಿಗೆ ಬೀಳಬಾರದು."

ಆಗ ನಾವು ಎಲ್ಲಿಗೆ ತಾನೆ ಹೋಗೋಣ ? ಬಾಣಲೆಯಿಂದ ಬೆಂಕಿಗೆ. ಈ ಜನರೆಲ್ಲ ಕೆಟ್ಟವರು. ಇಡೀ ಪ್ರಪಂಚವನ್ನೇ ಸುತ್ತಿದರೂ ಒಬ್ಬನೇ ಒಬ್ಬ ಒಳ್ಳೆಯ ವ್ಯಕ್ತಿಯೂ ಸಿಗಲಾರ. ಒಂದು ಸಲ ರಾತ್ರಿ ಹೊರಗೆ ಹೋಗಿದ್ದಾಗ ಅದನ್ನು ನಾವು ಕಂಡುಕೊಂಡಿದ್ದೆವು. ನಮ್ಮನ್ನು ದಸ್ತಗಿರಿಮಾಡಲು ನಮ್ಮ ಹಿಂದೆ ಪೊಲೀಸರನ್ನು ಲೂತು ಕಳುಹಿಸಿದ್ದ. ಅಂತಹ ವಿಷಯವನ್ನು ಯಾರೂ ಮರೆಯಲು ಸಾಧ್ಯವೇ ಇಲ್ಲ. ನಮ್ಮ ಮೈಮೇಲಿರುವ ಕಲೆಗಳೇ ಅದಕ್ಕೆ ಸಾಕ್ಷಿ.

ಮಂಜು ಬೀಳುತ್ತಿತ್ತು. ಸಮುದ್ರ ಭೋರ್ಗರೆಯುತ್ತಿತ್ತು. ಒಂದು ಭಯಂಕರ ಬಿರುಗಾಳಿ ವಲೋನಾದ ಮೇಲೆ ಹಾದುಹೋಯಿತು. ಆಗಾನ ಮನೆಯ ಮೇಲಿನ ಹೊಗೆಕೊಳವೆಯಿಂದ

ತೆಳುವಾದ ಹೊಗೆ ಮೇಲೇಳುತ್ತಿತ್ತು. ಆ ಕುರೂಪಿ ಹೆಂಗಸು ಮೇಡಂ ಮಾರ್ಜೆಮಾ ಗಾಳಿ ಸೇವನೆಗಾಗಿ ಆಗಾಗ ಕಿಟಿಕಿಯ ಹತ್ತಿರ ಬಂದು ಹೋಗುತ್ತಿದ್ದಳು. ಮನೆಯವರು ನಗುವ ಶಬ್ದ ಕೇಳುತ್ತಿತ್ತು.

ರಕ್ತ ಹೀರುವ ಜಿಗಣೆಗಳಂತೆ, ಊದಿಕೊಳ್ಳುವವರೆಗೆ ಅವರು ಕುಡಿದು ತಿನ್ನುತ್ತಿದ್ದರು. ಅನಂತರ ಸುಂದರವಾಗಿ ಕಸೂತಿ ಹಾಕಿದ ರಗ್ಗುಗಳ ಮೇಲೆ ನಿದ್ದೆ ಮಾಡುತ್ತಿದ್ದರು.

ಮಧ್ಯರಾತ್ರಿ ಹೊತ್ತಿಗೆ ಆಗಾ ಹೊರಗಡೆ ಬಂದ. ಕೆಂಪು ಮುಖ. ಇನ್ನೇನು ಕೆಳಗಡೆ ಬೀಳುತ್ತದೆ ಎನ್ನುವ ಹಾಗೆ ಊದಿಕೊಂಡ ಕಣ್ಣುಗುಡ್ಡೆ. ರೇಗುತ್ತಾ ಚೀರುತ್ತಾ ಅವನು ನನ್ನ ತಂದೆಯನ್ನು ಕರೆದ :

"ಏಯ್, ಅಂಗಳಕ್ಕೆ ಬಾರೋ; ನಾನು ನಿನ್ನ ಮುಖ ನೋಡ್ಬೇಕು! ಬಾ ಹೊರಗಡೆ, ನೀವು ಇಲ್ಲಿಂದ ಹೊರಟ್ಹೋಗಿ ಅಂತ ನಿನಗೆಷ್ಟು ಹೇಳ್ಬೇಕು !"

ಚಳಿಯಿಂದ ಕೈಗಳು ಮುರುಟಿಹೋಗಿದ್ದ ನನ್ನ ತಂದೆ, ಹೆಗಲ ಮೇಲೆ ಹಳೆ ತುಂಡು ಬಟ್ಟೆಯೊಂದನ್ನು ಹಾಕಿಕೊಂಡು ಅಂಗಳಕ್ಕೆ ಹೋದ. ಸರಿಯಾಗಿ ಮಾತನಾಡುವಷ್ಟು ಚೈತನ್ಯ ಕೂಡ ಅವನಲ್ಲಿರಲಿಲ್ಲ. ಅವನ ದವಡೆಗಳು ಕಟಗುಟ್ಟುತ್ತಿದ್ದವು. ಅವನಿಗೆ ಎದ್ದು ನಿಲ್ಲಲೂ ಶಕ್ತಿ ಇರಲಿಲ್ಲ.

"ನೀವು ಇನ್ಮೇಲೆ ಹೆಚ್ಚು ಕಷ್ಟಪಟ್ಟು ಕೆಲಸ ಮಾಡ್ಬೇಕು. ನೀನು ನನ್ನ ಸೇವಕ, ಗೊತ್ತಾಯ್ತ?" ಎಂದು ಆಗಾ ಜೋರಾಗಿ ಅರಚಿ, ಹುಚ್ಚನಂತೆ ನಕ್ಕ.

"ಸರಿ ಆಗಬೋದು" ಎಂದು ತಂದೆ ಮೃದುವಾಗಿ ಹೇಳಿದರು.

ಗೋಡೆಯಲ್ಲಾಗಿದ್ದ ಒಂದು ದೊಡ್ಡ ತೂತಿನಿಂದ ಮತ್ತು ಛಾವಣಿಯ ಸಂದುಗಳಿಂದ ಶೀತದ ಗಾಳಿ ನಮ್ಮ ಕೋಣೆಗೆ ನುಗ್ಗುತ್ತಿತ್ತು.

"ಪರಿಸ್ಥಿತಿ ಬಹಳ ಹದಗೆಟ್ಟಿದೆ," ಅಂದರು ತಂದೆ.

ನನ್ನ ತಾಯಿ ಕೆಮ್ಮುತ್ತಲೇ ಇದ್ದಳು. ಆ ಕೆಮ್ಮನ್ನು ನಾನು ಮರೆಯಲು ಸಾಧ್ಯವಿಲ್ಲ. ಅವಳ ಕಣ್ಣಲ್ಲಿ ನೀರಾಡಿತು. ಮುಂದಲೆ, ಕೆನ್ನೆಗಳು ಬೆವರಿನಿಂದ ಒದ್ದೆಯಾಗಿದ್ದವು. ಆಕೆ ಕಮ್ಮಾರನ ತಿದಿಯಂತೆ ಉಸಿರಾಡುತ್ತಿದ್ದಳು.

ನನಗೆ ನಿದ್ದೆ ಬರಲಿಲ್ಲ. ಹಾಗೇ ಬಿದ್ದುಕೊಂಡು ಕಳವಳದಿಂದ ಅವರನ್ನು ನೋಡುತ್ತಿದ್ದೆ. ಅಮ್ಮನ ಕೆಮ್ಮನ್ನು ಸಹಿಸಲಾರದೆ ತಂದೆ ಎಂದರು :

"ಕೆಮ್ಮೋದನ್ನ ನಿಲ್ಲಿಸು ! ನನ್ನ ಕೆಮ್ಮಿನಿಂದ ನಮ್ಮನ್ನ ಕೊಲ್ತಾ ಇದ್ದೀಯಾ. ಇಡೀ ದಿನ ಹಾಳು ಕೆಮ್ಮು... ನಂಗೆ ತಡೆಯೋಕೆ ಆಗೋದಿಲ್ಲ... ನೀನು ಕೆಮ್ಮೋದನ್ನೇ ಕೇಳಿಕೊಂಡು ಬಿದ್ದಿರೋದಕ್ಕೆ ನನ್ನಿಂದ ಸಾಧ್ಯವಿಲ್ಲ."

"ನಾನೇನು ಬೇಕೂ ಅಂತ ಹಾಗೆ ಮಾಡ್ತಿದ್ದೇನಾ ? ಈ ಕೆಮ್ಮು ನನ್ನನ್ನು ಹಿಂಡ್ತಾ ಇದೆ ಅಂತ ನಿಮಗೆ ಕಾಣಿಸೋದಿಲ್ವೆ ?" ಎಂದಳು ತಾಯಿ.

ಅನಂತರ ಆಕೆ ಮುಖದ ಮೇಲಿದ್ದ ಬೆವರನ್ನು, ಕಣ್ಣೀರನ್ನು ಒರೆಸಿಕೊಂಡಳು. ಬಳಿಕ ಇಬ್ಬರೂ ಮಲಗಿದರು. ಆದರೆ ಕೆಲವು ನಿಮಿಷಗಳಲ್ಲಿ ಅಮ್ಮ ಎದ್ದು ಕುಳಿತು ಪುನಃ ಕೆಮ್ಮಲು ಪ್ರಾರಂಭಿಸಿದಳು. ಕೆಮ್ಮಿ, ಕೆಮ್ಮಿ ಕೊನೆಗೆ ಅವಳಿಗೆ ಉಸಿರೇ ಕಟ್ಟಿಹೋಯಿತು.

ತಂದೆ ಬೇಸರದಿಂದ ಉದ್ಗರಿಸಿದರು :

"ನಮ್ಮ ಪಾಲಿಗೆ ಶಾಂತಿ ಅನ್ನೋದೇ ಇಲ್ಲವೇನೊ ? ನನಗೆ ಅರ್ಥವೇ ಆಗೋದಿಲ್ಲ.

ದೆವ್ವಗಳ ಹಾಗೆ ದುಡೀತೇವೆ. ಆದರೆ ಕೊನೆಯಲ್ಲಿ, ಕಣ್ಣು ತುಂಬಾ ನಿದ್ದೇನೂ ಇಲ್ಲ. ಹೊಟ್ಟೆ ತುಂಬಾ ಅನ್ನಾನೂ ಇಲ್ಲ."

ನಾನು ಕೇಳಿದೆ :

"ಅಪ್ಪಾ! ಆ ಆಲೀವ್ ಮರಗಳೆಲ್ಲಾ ಆಗಾಗೇ ಸೇರಿದ್ದಾ?"

"ಹಾಗಂತ ಹೇಳ್ತಾರೆ. ಅದೆಲ್ಲಾ ತನ್ನ ತಂದೆಯಿಂದ ಬಂದದ್ದು, ಅದಕ್ಕೆ ದಾಖಲೆ ಪತ್ರಗಳು ಇವೆ ಅಂತಾನೆ ಆತ. ಅದರ ಜೊತೆಗೆ ಇದನ್ನೆಲ್ಲಾ ತನ್ನ ಸ್ವಂತ ದುಡಿಮೆಯಿಂದ ಪಡಬಾರದ ಕಷ್ಟಪಟ್ಟು ತಾನೇ ಸಂಪಾದಿಸಿದ್ದು ಅಂತಲೂ ಅವನು ಹೇಳ್ತಾನೆ."

ನಮ್ಮ ತಂದೆ ಈ ಒಗಟು ಅರ್ಥವಾಗದವರಂತೆ, ತಲೆಕೊಡವಿ ನುಡಿದರು :

"ಅವನು ಎಷ್ಟರ ಮಟ್ಟಿಗೆ ನಿಜ ಹೇಳ್ತಾನೆ ಅಂತ ಗೊತ್ತಿಲ್ಲ; ನಂಗೆ ಗೊತ್ತಿಲ್ಲ!"

"ಆದರೆ ನಾವೂ ದುಡಿಯೋದಿಲ್ವೆ, ಕಷ್ಟಪಡೋದಿಲ್ವೆ!"

"ಹೌದಪ್ಪಾ ಮಗನೇ! ನಾವೂ ದುಡಿತೇವೆ ಆದರೆ ಬೇರೆಯೋರಿಗೆ."

ಹಳೇ ಪತ್ರಿಕೆಯ ಒಂದು ಚೂರಿನಲ್ಲಿ ನಮ್ಮಪ್ಪ ಒಂದು ಸಿಗರೇಟು ಸುತ್ತಿಕೊಂಡು ಮಾತು ಮುಂದುವರಿಸಿದರು :

"ಈಗ ನಾನು ಒಂದು ವಿಷಯ ಹೇಳ್ತೇನೆ. ಅದು ನಿನ್ನ ಕಣ್ಣು ತೆರೆಸಬಹುದು. ಸ್ವಲ್ಪ ತರಕಾರಿ ಬೆಳೆಯೋಣ ಅಂತ ಒಂದ್ಸಲ ನೆಲ ಅಗೆಯೋದಕ್ಕೆ ಪ್ರಾರಂಭಿಸಿದೆ. ಆದರೆ ಹಳ್ಳಿಯ ಆಢ್ಯರು ನನ್ನನ್ನು ಬಿಡ್ಲಿಲ್ಲ... ಎಲ್ಲಿ ಹೋದ್ರೂ ಇದೇ ಅವಸ್ಥೆ. ಶ್ರೀಮಂತರು ಎಲ್ಲಾ ಕಡೇನೂ ಒಂದೇನೆ..."

ನನಗೆ ತಂದೆಯ ಮುಖ ಸರಿಯಾಗಿ ಕಾಣಿಸುತ್ತಿರಲಿಲ್ಲ. ಆದರೆ ನಾನು ಹೇಳಬಲ್ಲೆ. ಅವನಿಗೆ ಅಳಬೇಕು ಅನ್ನಿಸುತ್ತಿತ್ತು. ಆದರೆ ಕಣ್ಣಲ್ಲಿ ನೀರೇ ಇರಲಿಲ್ಲ. ಮೂಳೆ ಮುರಿಯುವ ತನಕ ದುಡಿಯುವುದು ಮತ್ತು ಅಳುವುದು; ಕೆಲಸ ಮಾಡಿದರೂ ಕೂಡ ಹೊಟ್ಟೆಗಿಲ್ಲದೆ ಹಸಿವಿನಿಂದ ಬಳಲುತ್ತಿರುವುದು ಮತ್ತು ಆಗಾನ ಬೈಗಳು, ಬೆದರಿಕೆಗಳನ್ನು ಸಹಿಸಿ ಕೊಂಡಿರುವುದು – ಇದು ಒಬ್ಬ ಗಂಡಸಿಗೆ ಹೇಳಿದ ಬದುಕಲ್ಲ. ತಂದೆ ಇನ್ನೂ ಏನೋ ಹೆಚ್ಚಿಗೆ ಹೇಳಬೇಕು ಅಂತ ಇದ್ದರು. ಆದರೆ ತಾಯಿಯ ಕೆಮ್ಮು ಅದನ್ನು ತಡೆಯಿತು. ಅವಳನ್ನು ಉದ್ದೇಶಿಸಿ ತಂದೆ ಎಂದರು :

"ನೀನು ನಮಗೆ ಹುಚ್ಚು ಹಿಡಿಸ್ತೀಯಾ. ಹಗಲಲ್ಲಿ ಗುಲಾಮರ ಹಂಗೆ ದುಡಿದರೂ ರಾತ್ರಿ ಹೊತ್ತು ಒಂದು ಗಳಿಗೆ ಕಣ್ಣು ಮುಚ್ಚೋಕೆ ಸಾಧ್ಯವಿಲ್ಲ."

ಸಿಗರೇಟಿನ ಹೊಗೆಯನ್ನು ತಂದೆ ನಿಧಾನವಾಗಿ ಒಳಗೆ ಎಳೆದುಕೊಂಡರು. ಅವನ ಕಣ್ಣುಗಳು ಮೃದುವಾದವು. ಬಳಿಕ ನನ್ನ ಮುಂದಲೆಯನ್ನು ಚುಂಬಿಸಿ ಭಾರವಾದ ತನ್ನ ಒರಟು ಕೈಗಳಿಂದ ನನ್ನ ಕೂದಲನ್ನು ನೇವರಿಸುತ್ತಾ ತಂದೆ ಹೇಳಿದರು :

"ಮಗೂ, ಇಲ್ಲಿ ಕೇಳು, ನಾನು ಹೇಳಿದ್ದನ್ನು ನೆನಪಿನಲ್ಲಿಟ್ಟುಕೊಳ್ಳೋದಕ್ಕೆ ಪ್ರಯತ್ನಿಸು. ಒಂದು ದಿನ ಅದು ನಿನಗೆ ಉಪಯೋಗಕ್ಕೆ ಬರ್ಬಹುದು – ಯಾರಿಗೆ ಗೊತ್ತು? ಒಂದು ಸಲ ನಾನು ಆಲೀವ್ ಎಣ್ಣೆ ಗಿರಣಿಯಲ್ಲಿ ಕೆಲಸ ಮಾಡ್ತಾ ಇದ್ದೆ. ದಿನವೆಲ್ಲಾ ಕೆಲಸ ಮಾಡ್ತಾ ಇದ್ದೆ. ನಾನು ಒಣಗಿಸಿ ಪುಡಿಮಾಡಿದ ಆಲೀವ್ ಬೀಜಗಳ ಮಧ್ಯೆ ಜಾಗಮಾಡಿಕೊಂಡು ಬೆಚ್ಚಗೆ ಮಲಗ್ತಾ ಇದ್ದೆ. ನನ್ನ ಬೆನ್ನು ನೋಡು."

ಹೀಗೆಂದು ಅವರ ಭುಜಗಳ ಮೇಲಿನ ದೊಡ್ಡ ಕಲೆಗಳ ಮೇಲೆ ನನ್ನ ಕೈಯನ್ನು ತಂದೆ ಆಡಿಸಿದರು.

"ನಿನಗೆ ಸುಸ್ತಾಗಿದೆ. ನನ್ನನ್ನು ಸ್ವಲ್ಪ ಹೊತ್ತು ನಿದ್ದೆ ಮಾಡಲು ಬಿಡಿ," ಎಂದಳು ತಾಯಿ.

"ಆಗಲಿ, ನಿದ್ದೆಮಾಡು" ಎಂದು ತಂದೆ ಇನ್ನೊಂದು ಸಿಗರೇಟನ್ನು ಹಚ್ಚಿದರು. ಆ ಚಿಕ್ಕ ಕಿಟಿಕಿಯ ಮೂಲಕ ಮುಂಜಾನೆಯ ಮಂದ ಬೆಳಕು ಕಾಣಿಸಿಕೊಂಡಿತು. ಆದರೆ ತಂದೆ ತಗ್ಗಿದ ದನಿಯಲ್ಲಿ ಮಾತನಾಡುತ್ತಲೇ ಇದ್ದರು.

"ಎಣ್ಣೆ ಗಿರಣಿಯ ಹತ್ತಿರ ಒಂದು ನದಿ ಇತ್ತು. ಅಲ್ಲಿಗೆ ಕಾಡುಕೋಳಿ ಬೇಟೆಯಾಡೋಕೆ ಆಗಾ ಸದಾ ಬರ್ತಿದ್ದ. ಸತ್ತ ಕೋಳಿಗಳನ್ನು ಹುಡುಕಲು ನನ್ನನ್ನು ತನ್ನ ಜೊತೆಯಲ್ಲಿ ಕರೆದುಕೊಂಡು ಹೋಗ್ತಿದ್ದ. ಅವನು ಹೊಡೆದ ಹಕ್ಕಿಗಳನ್ನು ಎತ್ತಿಹಾಕಲು ಕುತ್ತಿಗೆವರೆಗಿನ ನೀರಿಗೂ ಇಳೀತಿದ್ದೆ. ಎಷ್ಟೋ ಸಲ ಪ್ರವಾಹದಲ್ಲಿ ಕೊಚ್ಚಿಕೊಂಡು ಹೋಗೋದರಲ್ಲಿದ್ದೆ."

ತಂದೆಯ ಮಾತುಗಳನ್ನು ನಾನು ಗಮನವಿಟ್ಟು ಕೇಳಿದೆ. ಅವನ ಮಾತುಗಳಿಂದ ನನ್ನ ಹೃದಯ ಹಿಂಡಿದಂತಾಗಿ ಮೈಯೆಲ್ಲಾ ನೋವಾಯಿತು. ಇದೆಲ್ಲ ಈಗಲೂ ಕೂಡ ನನ್ನ ನೆನಪಿನಲ್ಲಿ ಜೀವಂತವಾಗಿ ಉಳಿದಿದೆ. ತಂದೆ ಮತ್ತೂ ಹೇಳಿದರು:

"ಸರಿಯಾದ ಕಾಲ ಬಂದಾಗ ಇನ್ನೂ ಉಳಿದ ವಿಷಯಗಳನ್ನು ಹೇಳ್ತೇನೆ. ನಾವೊಬ್ಬರೇ ಅಲ್ಲ ಕಷ್ಟಪಡ್ತಾ ಇರೋದು. ಯಾರಿಗೆ ಗೊತ್ತು, ನಮ್ಮ ಸ್ಥಿತಿಯಲ್ಲೇ ಎಷ್ಟೊಂದು ಜನ ದುರದೃಷ್ಟವಂತರು ಇದಾರೆ ಅಂತ ?"

ನಮ್ಮ ಚಿಕ್ಕ ಕೋಣೆಯಲ್ಲಿ ವಸಂತ ಕಾಲದಲ್ಲೂ ಸರಿಯಾಗಿ ನೋಡಲು ಕಣ್ಣುಗಳಿಗೆ ಆಯಾಸವಾಗುತ್ತಿತ್ತು. ಅದೊಂದು ಕೋಳಿಗೂಡಿನಂತಿತ್ತು. ಸದಾ ಜಿನುಗುವ ಸಂಕಟ. ಆಗಾನ ಮನೆಯೊಂದಿಗೆ ಹೋಲಿಸಿದರೆ, ಶ್ರೀಮಂತ ವ್ಯಕ್ತಿಯೊಬ್ಬನ ಬಡ ಸಂಬಂಧಿಕನಂತಿತ್ತು ನಮ್ಮ ಕೋಣೆ. ಅವರದು ದೊಡ್ಡ ಕಿಟಿಕಿಗಳು, ವಿಶಾಲವಾದ ಕೈಸಾಲೆಗಳು, ಅಂದವಾದ ಬಿಸಿಲು ಮಹಡಿಗಳು, ಹೆಂಚಿನ ಚಾವಣಿಯ ಮೇಲೆ ಕಾಣುವ ಎತ್ತರದ ಹೊಗೆ ಕೊಳವೆ ಇದ್ದ ಮನೆ.

ಸುತ್ತಮುತ್ತಲಿರುವುದೆಲ್ಲಾ ನಮ್ಮನ್ನು ಹೆದರಿಸುವಂತಿತ್ತು. ಆಗಾನ ಅಂಗಳ ಮತ್ತು ಹೊಲಗಳಲ್ಲಿರುವವರೆಲ್ಲ ಕರಿ ನೆರಳುಗಳಂತೆ ಕಂಡು ಹೊರಗೆ ನೋಡಲು ನಮಗೆ ಹೆದರಿಕೆಯಾಗುತ್ತಿತ್ತು.

"ಹಾಗೆಲ್ಲಾ ಹೆದರಿಕೊಳ್ಬೇಡಿ. ಒಂದು ಕಾಲಕ್ಕೆ ಇದೆಲ್ಲ ಬದಲಾಗ್ತದೆ" ಎಂದು ಒಂದು ದಿನ ಕ್ರಿಸ್ಟೊ ಮೆಲ್ಲಗೆ ಹೇಳಿದ. ಉದ್ದನೆಯ ಮೀಸೆ ಬಿಟ್ಟಿದ್ದ ಅವನ ಕಣ್ಣುಗಳು ಮಕ್ಕಳ ಕಣ್ಣುಗಳಂತೆ ಕೋಮಲವಾಗಿದ್ದವು.

ನಮ್ಮ. ಹತ್ತಿರದಲ್ಲಿದ್ದ ಇನ್ನೊಬ್ಬ ಆಗಾನ ಬಳಿ ಕ್ರಿಸ್ಟೊ ಕೆಲಸ ಮಾಡುತ್ತಿದ್ದ. ಆದರೆ ಅವನೂ ನಾವು ಪರಸ್ಪರ ಸಂಧಿಸಿದಾಗ ನಮ್ಮೆಲ್ಲರ ಯೋಚನೆಗಳಲ್ಲಿ ಮತ್ತು ಮಾತುಗಳಲ್ಲಿ ಏನೂ ವ್ಯತ್ಯಾಸವಿದ್ದಂತೆ ಕಾಣುತ್ತಿರಲಿಲ್ಲ. ಯಾಕೆಂದರೆ ಕೆಟ್ಟ ಜನ, ಎಲ್ಲಿ ನೋಡಿದರೂ ಒಂದೇ ರೀತಿ ಇರುತ್ತಾರೆ. ಎಲ್ಲ ಹಂದಿಗಳ ಮುಸುಡುಗಳೂ ಒಂದೇ ತರಹೆ.

ಕ್ರಿಸ್ಟೊ ಮಾತು ಮುಂದುವರಿಸಿದ :

"ಪ್ರಪಂಚ ಬದಲಾಗ್ತದೆ. ನನಗೆ ಗೊತ್ತು. ದೂರದ ರಷ್ಯಾದಲ್ಲಿ ಆಗಾಗಳನ್ನೆಲ್ಲ ಅಟ್ಟಿದ್ದಾರೆ, ಜನಗಳು ತಮಗೋಸ್ಕರವಾಗಿಯೇ ಕೆಲಸ ಮಾಡ್ತಾರೆ ಅಂತ ನಾನು ಕೇಳಿದ್ದೀನಿ. ಅದೇ ರೀತಿ ಇಲ್ಲೂ ಬರ್ತದೆ."

ಅದಕ್ಕೆ ತಂದೆ ಉತ್ತರಿಸಿದರು :

"ನೀನು ಹೇಳಿದ್ದು ನಿಜ. ಅದೇ ರೀತಿ ಇಲ್ಲೂ ಬರ್ತದೆ. ಇದನ್ನೆಲ್ಲಾ ನಾನು ಕೇಳಿದ್ದೀನಿ.

ಆದರೆ ಈ ಹಂದಿಗಳು ಉರುಳಬೇಕು ಅಂತಾದ್ರೆ ಅವುಗಳಿಗೆ ಗುಂಡು ತಗಲ್ಬೇಕು."

"ಹೌದು, ಗುಂಡು. ಅದು ಸರಿಯಾಗಿ ಅವನ ತಲೆಗೆ ಹೊಕ್ಕರೆ ಮತ್ತೆ ಅವನು ಮೇಲೇಳೋದಿಲ್ಲ."

ಅಷ್ಟರಲ್ಲಿ ತಾಯಿ ನುಡಿದಳು :

"ಈ ಮಾತು ನಿಲ್ಲಿಸಿ, ಸಾಕು. ಇದನ್ನ ಯಾರಾದರೂ ಕದ್ದು ಕೇಳಿದರೆ ನಮ್ಮನ್ನು ಇಲ್ಲಿಂದ ಓಡಿಸ್ತಾರೆ. ಆಮೇಲೆ ನಾವಿರೋದಕ್ಕೆ ಒಂದು ನೆಲೆ ಕೂಡ ಇರೋದಿಲ್ಲ."

ಕೆಮ್ಮಿನಿಂದ ಅವಳಿಗೆ ಮಾತು ಮುಂದುವರಿಸಲು ಸಾಧ್ಯವಾಗಲಿಲ್ಲ. ಕರವಸ್ತ್ರಕ್ಕಾಗಿ ಅವಳು ಉಪಯೋಗಿಸುತ್ತಿದ್ದ ಚಿಂದಿ ಬಟ್ಟೆ ರಕ್ತ ಮತ್ತು ಕಫದಿಂದ ತೊಯ್ದುಹೋಗಿತ್ತು.

ಆದರೆ ನನ್ನ ತಂದೆ ಕ್ರಿಸ್ಟೋಗೆ ಹೇಳಿದರು.

"ನಮ್ಮ ಸಂಕಟ ನಮಗೆ ಗೊತ್ತೇ ವಿನಾ ಬೇರೆಯವರಿಗೆ ಗೊತ್ತಿಲ್ಲ. ಹೊಸಬರಿಗೆ ಇದು ಅರ್ಥವೂ ಆಗೋದಿಲ್ಲ. ನಾವು ಆಗಾನಿಗೆ 'ಸರಿ. ನಿನಗೆ ಇಷ್ಟ ಬಂದಂತೆ ಆಗಲಿ. ನೀನು ಕೇವಲ ಆಜ್ಞೆ ಮಾಡೋಕೆ ಇರೋದು' ಅಂತ ಹೇಳ್ತಾ ಹೋದ್ರೆ ಅವನು ಇನ್ನಷ್ಟು ಹೆಚ್ಚಿಕೊಳ್ತಾನೆ – ನಾವು ಇನ್ನಷ್ಟು ಕಷ್ಟಪಡೋಕೆ ದಾರಿ ಆಗ್ತದೆ. ನೀನೇ ಹೇಳು, ಈ ಚಳಿಗಾಲದಲ್ಲಿ ನೀನು ಏನು ಸಂಪಾದಿಸಿದೆ ?"

"ಏನೂ ಇಲ್ಲ. ನಾನು ತಿನ್ನೋ ಒಂದು ಚೂರು ಬ್ರೆಡ್ಡಿಗೂ ಆಗಾ ಲೆಕ್ಕ ಹಾಕ್ತಾನೆ! ಸಂಬಳದಲ್ಲಿ ಮುರಿದುಕೊಳ್ತಾನೆ. ಆಗಾನ ನಾನು ಒಂದು ಸೇರು ಜೋಳ ಕೇಳಿದರೆ ಅವನ ತಲೆ ಬಿಸಿಯಾಗಿ 'ಏನು ಮತ್ತೊಮ್ಮೆ ?... ಆಗಲೇ ಕಳೆದ ಸಲ ಕೊಟ್ಟದ್ದನ್ನು ಮುಗಿಸಿ ಬಿಟ್ರ್ಯಾ ? ನೀವು ಸಿಕ್ಕಾಪಟ್ಟೆ ತಿಂತೀರಾ ?' ಅಂತಾನೆ."

ಸ್ವಲ್ಪ ಹೊತ್ತು ಸುಮ್ಮನಿದ್ದು ಕ್ರಿಸ್ಟೋ ಪುನಃ ನುಡಿದ :

"ಮೊನ್ನೆ ಮೊನ್ನೆ ಏನಾಯ್ತು ಗೊತ್ತಾ ? ತಲೆ ಹೋಗೋ ವಿಷಯ. ನನಗೆ ಅವನ ಹೆಸರು ನೆನಪಿಲ್ಲ. ಆದರೆ ಅವನು ನಮ್ಮ ಕಡೆಯವನು ಅಂತ ಕೇಳಿದ್ದೀನಿ. ನಮ್ಮ ಹಾಗೆ ಅವನೂ ಹಸನ್ ಆಗಾನ ಹತ್ತಿರ ಕೆಲಸ ಮಾಡ್ತಿದ್ದ. ಆದರೆ ಒಂದು ದಿನ ಜಗಳವಾಡಿದ. ಅವನು ಆಗಾನ ತಲೆಗೆ ಕೋಲಿನಿಂದ ಹೊಡೆದ ಅಂತ ಜನ ಹೇಳ್ತಾರೆ. ಆದ್ದರಿಂದ ಪೊಲೀಸಿನೋರು ಬಂದು ಅವನ್ನ ಹಿಡಿದು ಜೈಲಿಗೆ ಹಾಕಿದರಂತೆ. ಅವನ ಹೆಂಡತಿ ಬೇರೆ ಬಸುರಿ. ಮಕ್ಕಳು ಹೆಂಡ್ತಿ ಎಲ್ರನ್ನೂ ಬೀದಿಪಾಲು ಮಾಡಿದ್ರಂತೆ. ಈ ವಿಷಯ ನನಗೆ ಗೊತ್ತಿರೋದು ಇಷ್ಟೆ."

"ಆದರೆ ಅವನಿಗೆ ಬೇಕಾಗಿದ್ದದ್ದು ಏನು ? ಅವನು ಯಾಕೆ ಸುಮ್ಮನೆ ಇರಬಾರದಾಗಿತ್ತು ?" ಎಂದು ತಾಯಿ ಕೇಳಿದಳು.

"ಪ್ರತಿಯೊಬ್ಬರ ತಾಳ್ಮೆಗೂ ಒಂದು ಮಿತಿ ಇದೆ. ಆ ಕಾಲ ಬಂತು, ಅವನಿಂದ ಅದನ್ನು ತಡೆಯೋದಕ್ಕಾಗಲಿಲ್ಲ."

"ಅವನ ಮಕ್ಕಳ ಗತಿ ಏನಾಗ್ತದೆ ? ಅವರಿಗೆ ಯಾರು ಹೊಟ್ಟೆಗೆ ಹಾಕ್ತಾರೆ ?"

"ನಮ್ಮಲ್ಲಿ ಏನಿದೆಯೋ ಅದರಲ್ಲಿ ನಾವು ಸಹಾಯ ಮಾಡ್ತೇವೆ. ಅಣ್ಣ ತಮ್ಮಂದಿರಂತೆ ಹಂಚಿಕೊಂಡು ತಿನ್ತೇವೆ," ಎಂದ ಕ್ರಿಸ್ಟೋ.

"ಹಾಗೆ ನಡೆಕೊಳ್ಳೋದೆ ಸರಿ. ಒಬ್ಬರಿಗೊಬ್ಬರು ಸಹಾಯ ಮಾಡ್ಬೇಕು. ನನಗೆ ನೆನಪಿದೆ. ಒಂದು ದಿನ ಆಗಾನ ಮ್ಯಾನೇಜರ್ ನನ್ನ ಮುಖಕ್ಕೆ ಹೊಡೆದ. ಆಗ ಉಳಿದೋರು ಕೈಕಟ್ಟಿಕೊಂಡು ಕೂತುಕೊಳ್ಳಲಿಲ್ಲ. ಅವತ್ತು ನಾನೊಬ್ಬನೇ ಇದ್ದಿದ್ದರೆ ಅವನು ಇನ್ನೂ ಹೊಡೀತಿದ್ದ – ಆತ

ನನಗಿಂತ ಎಷ್ಟೋ ಹೆಚ್ಚು ಬಲಶಾಲಿಯಾಗಿದ್ದ. ಆದರೆ ಒಬ್ಬ ಕೆಲಸಗಾರ – ಅವನು ಫಿಯರ್ ಕಡೆಯಿಂದ ಬಂದಾತ ಅಂತ ನನ್ನ ನೆನಪು–ತಕ್ಷಣ ನನ್ನ ಪಕ್ಷ ವಹಿಸಿದ. ನಾವೆಲ್ಲ ಆ 'ಏಜಂಟ್' ನನ್ನು ಹಳ್ಳಕ್ಕೆ ತಳ್ಳಿ ಕೈಕೈ ಹಿಡಿದುಕೊಂಡು ಮನೆಗೆ ಹೋದೆವು." ಈ ಕಥೆಯನ್ನು ನನ್ನ ತಂದೆಯ ಹತ್ತಿರ ಅನೇಕ ಸಲ ಕೇಳಿದ್ದು ನನಗೆ ನೆನಪಿದೆ. ಅವರ ಮನಸ್ಸಿನಲ್ಲಿ ಅದು ಅಚ್ಚೊತ್ತಿದಂತಿತ್ತು.

"ಸರಿ, ಅದು ಹಾಗೆ ನಡೆಯಿತು. ಆದರೆ ಆಮೇಲೆ ಏನಾಯ್ತು ಅಂತ ನಿಮಗೆ ನೆನಪಿದೆಯಾ ?" ಎಂದಳು ತಾಯಿ.

"ಏನಾಯ್ತು ?" ಎಂದು ಕೇಳಿದ ಕ್ರಿಸ್ಟೊ.

"ಎಸ್ಟೇಟ್‌ನಿಂದ ನಮ್ಮನ್ನ ಹೊರಗೆ ಹಾಕಿದರು. ಒಂದು ತಿಂಗಳು ಕೆಲಸವಿಲ್ಲದೆ ಇದ್ದೆವು."

"ಅದ್ಸರಿ. ಆದರೆ ಒಂದ್ಸಲಾನಾದರೂ ಸರಿಯಾದ್ದನ್ನು ನಾನು ಮಾಡಿದೆ," ಎಂದರು ತಂದೆ.

ನಾವು ನಾಲ್ಕು ಜನ ಜೋರಾಗಿ ನಕ್ಕೆವು. ತಾಯಿ ಕೂಡ ಅದರಲ್ಲಿ ಸೇರಿದಳು.

ನಾನು ಮಾರನೆಯ ದಿನ ನಮ್ಮ ಕೋಣೆಗೆ ಅಳುತ್ತಾ ಓಡಿ ಬಂದೆ. ನಾನು ಅಂಗಳದಲ್ಲಿ ಆಡುತ್ತಿದ್ದಾಗ ಆಗಾನ ಮಗ ಜೆನಾಲ್ ಒಂದು ಕಬ್ಬಿಣದ ಚೂರಿನಿಂದ ನನ್ನ ಹಣೆಗೆ ಹೊಡೆದಿದ್ದ. ಆಮೇಲೆ ಅವನು ಮನೆ ಒಳಕ್ಕೆ ಓಡಿ ಹೋಗಿ ಬಾಲ್ಕನಿ ಮೇಲೆ ಬಂದು ನನ್ನನ್ನು ನೋಡಿ ನಾಲಿಗೆ ಮುಂದೆ ಚಾಚಿ ಗೇಲಿಮಾಡಿದ್ದ.

"ಹಂಗೆ ಆಗಬೇಕು. ಒಂದು ಜೊತೆ ಚಪ್ಪಲಿ ಇಲ್ಲದ ಗಬ್ಬು ಪ್ರಾಣಿ."

"ಕೆಳಗೆ ಇಳಿದು ಬಾ, ಮಾಡ್ತೀನಿ," ಎಂದು ಮುಷ್ಟಿ ಬಿಗಿ ಹಿಡಿದು ನಾನು ಕೂಗಿದ್ದೆ.

"ನಾನು ಬರೊಲ್ಲ" ಎಂದು ಮತ್ತೆ ನಾಲಿಗೆ ಈಚೆ ಹಾಕಿ ಆತ ಅಣಕಿಸಿದ್ದ.

ಅನಂತರ ನಾನು ಕೋಣೆಗೆ ಓಡಿಬಂದು, ಅರ್ಧಂಬರ್ಧ ಗಾಬರಿಯಿಂದ ನಮ್ಮ ಕರೀಕಲ್ಲು ಹೊಸ್ತಿಲಿನ ಮೇಲೆ ಸ್ವಲ್ಪ ಹೊತ್ತು ಕೂತುಕೊಂಡೆ. ಅಪ್ಪ, ಅಮ್ಮ ಬರುವುದನ್ನು ಎದುರು ನೋಡುತ್ತಾ ಇದ್ದೆ.

ಆದರೆ ಯಾರೂ ಕಾಣಲಿಲ್ಲ. ಕೋಣೆಯ ಹೊರಗಡೆಯೂ ಕತ್ತಲಾವರಿಸಿತು. ಬೆಕ್ಕುಗಳು ಇಲಿಗಳನ್ನು ಬೆನ್ನಟ್ಟುವ ಸದ್ದು ಕೇಳುತ್ತಿತ್ತು. ಬೀದಿಯ ಕಂಬದಲ್ಲಿ ತೂಗು ಹಾಕಿದ್ದ ದೀಪದ ಹಳದಿ ಬೆಳಕು ಬಿರುಕು ಗೋಡೆಯಿಂದ ನುಸುಳಿಕೊಂಡು ಬರುತ್ತಿತ್ತು.

ನಾನು ಏನು ತಾನೆ ಮಾಡಬಹುದಿತ್ತು ? ಒಂದು ಕಡೆ ನದಿ, ಇನ್ನೊಂದು ಕಡೆ ಬೆಟ್ಟ. ಬೆಕ್ಕು ಇಲಿಯನ್ನು ಹೊಂಚುಹಾಕುವ ಹಾಗೆ ಅವರು ನಮ್ಮ ಮೇಲೆ ಕಣ್ಣಿಡುತ್ತಿದ್ದರು. ಆ ಅಂಗಳದಲ್ಲಿ ನಮ್ಮ ಖಾಲಿ ಕೋಣೆ ಗೋರಿಯಂತೆ ಕಂಡಿತು. ಗೊತ್ತಿಲ್ಲದ ದೇಶದಲ್ಲಿ, ಹೃದಯವಿಲ್ಲದ ಸಾವಿರಾರು ಜನಗಳ ಮಧ್ಯೆ ಅಪರಿಚಿತನಂತೆ ನಾನು ನರಳಿದೆ.

"ನೀನು ಯಾಕೆ ಅಳ್ತಾ ಇದ್ದೀಯಾ ?" ಕೈತುಂಬಾ ದ್ರಾಕ್ಷಿಬಳ್ಳಿಗಳನ್ನು ಹಿಡಿದುಕೊಂಡು, ಕೆಲಸದಿಂದ ಬಂದ ನನ್ನ ತಾಯಿ ಕೇಳಿದಳು.

"ಕಬ್ಬಿಣದ ಚೂರಿನಿಂದ ಜೆನಾಲ್ ನನ್ನ ತಲೆಗೆ ಹೊಡೆದ" ಎಂದೆ.

"ಅಪ್ಪನಂತೆ ಮಗ" ಎಂದು ತಂದೆ ನಿಧಾನವಾಗಿ ತಲೆಯಾಡಿಸಿದರು.

ನನ್ನ ತಂದೆ – ತಾಯಿ ಕೈ ಹಿಡಿದುಕೊಂಡು ನನ್ನನ್ನು ಕೋಣೆಗೆ ಕರೆದುಕೊಂಡು ಹೋದರು. ಮೂವರೂ ಒಟ್ಟಿಗೆ ಬೆಂಕಿಯ ಸುತ್ತ ಕುಳಿತೆವು. ನಮ್ಮ ಹೃದಯಗಳಲ್ಲಿ ದುಃಖ; ಜೊತೆಗೆ ಕೋಪ. ನಾವು ಸಣ್ಣಸಣ್ಣ ಕಡ್ಡಿಗಳನ್ನು ಬೆಂಕಿಗೆ ಹಾಕಿದೆವು. ಬಹಳ ಹೊತ್ತು ಹಾಗೆ ಸುಮ್ಮನೆ ಕುಳಿತೆವು.

ಆಗಾನ ಮನೆಯ ಹಿಂಭಾಗದ ಅಂಗಳದಲ್ಲಿದ್ದ ಆಡಂನ ಗುಡಿಸಿಲಿನಿಂದ ರೋದನ ಕೇಳಿಬರುತ್ತಿತ್ತು. ಆಡಂ ಮತ್ತು ಅವನ ಹೆಂಡತಿ ಪ್ರತಿದಿನ ಸಂಜೆ ಕೆಲಸದಿಂದ ಹಿಂತಿರುಗಿದಾಗ ಇದು ಮಾಮೂಲಿಯಾಗಿತ್ತು. ಬಂದ ಕೂಡಲೆ ಅವರು ಜಗಳ ಶುರು ಮಾಡುತ್ತಿದ್ದರು. ಆಗಾನ ಮನೆ ಹೆಂಗಸರು ಬಾಲ್ಕನಿಗೆ ಬಂದು ಈ ಅದ್ಭುತ ದೃಶ್ಯವನ್ನು ನೋಡಿ ಸಂತೋಷಪಡುತ್ತಿದ್ದರು. ಅವರು ಎಷ್ಟು ಜೋರಾಗಿ ನಗುತ್ತಿದ್ದರೆಂದರೆ ಅದರ ಶಬ್ದ ನಾವು ಕೂತಿದ್ದ ಜಾಗಕ್ಕೆ ಕೇಳಿಸುತ್ತಿತ್ತು.

"ಆಡಂ ನಿಜವಾಗ್ಲೂ ಒಳ್ಳೆ ಮನುಷ್ಯ. ಆದರೆ ಅವನ ದುಡಿತ ಅವನ ಆರೋಗ್ಯಾನ ಹಾಳು ಮಾಡ್ತಾ ಇದೆ. ಅವರ ಕೋಣೆ ನಮ್ಮದಕ್ಕಿಂತ ಹೊಲಸಾಗಿದೆ," ಎಂದು ನನ್ನ ತಂದೆ ಹೇಳಿದರು.

"ಅದಕ್ಕೆ ಯಾರೂ ಕೂಡ ಏನೂ ಮಾಡೋದಕ್ಕೆ ಆಗೋದಿಲ್ಲ. ದುಡ್ಡಿರೋರು ತಮಗೆ ಹೇಗೆ ಬೇಕೊ ಹಾಗೆ ಮಾಡ್ತಾರೆ. ನಾವಿರೋದು ಅವರ ಕೃಪೆಯಲ್ಲಿ – ಅವರಿಗೆ ಇಷ್ಟ ಬಂದಷ್ಟು ಸಂಬಳ ಕೊಡ್ತಾರೆ," ಎಂದಳು ತಾಯಿ.

ಬೆಂಕಿ ಉರಿಸಲು ತಾಯಿ ಮುಂದೆ ಬಾಗಿದಳು. ಕೋಣೆ ತುಂಬಾ ಹೊಗೆ ಸುತ್ತಿಕೊಂಡು ಯಾವುದೂ ಸರಿಯಾಗಿ ಕಾಣುತ್ತಿರಲಿಲ್ಲ.

"ಯಾವಾಗ್ಲೂ ಇದೇ ಸ್ಥಿತಿ ಮುಂದುವರಿಯೋದಿಲ್ಲ. ನಾನೂ ನೀನೂ ಇದೇ ಸ್ಥಿತಿಯಲ್ಲಿ ಸಾಯಬಹುದು. ಆದರೆ ನಮ್ಮ ಮಗ ಹೀಗೆ ಇರೋದಿಲ್ಲ – ಅವನು ಒಳ್ಳೆಯ ದಿನಗಳನ್ನು ನೋಡ್ತಾನೆ," ಎಂದರು ತಂದೆ.

ನಾನು, ನನ್ನ ತಾಯಿ ಸುಮ್ಮನೆ ಕೂತಿದ್ದೆವು. ಪತ್ರಿಕೆಯ ಚೂರಿನಿಂದ ನಮ್ಮ ತಂದೆ ಒಂದು ಸಿಗರೇಟು ಸುತ್ತಿದರು. ದೀರ್ಘವಾಗಿ ಹೊಗೆ ಎಳೆದು ಮಾತು ಮುಂದುವರಿಸಿದರು :

"ಒಂದು ಕಾಲದಲ್ಲಿ ನಾನು ಕೊರ್ಘು ದ್ವೀಪದಲ್ಲಿ ಕೂಲಿ ಕೆಲಸ ಮಾಡ್ತಾ ಇದ್ದೆ. ಹೊಟ್ಟೆ ತುಂಬ ಯಾವತ್ತೂ ಊಟಕ್ಕೆ ಸಿಕ್ಕಿರ್ಲಿಲ್ಲ. ಆದ್ದರಿಂದ ಮನೆ ಮನೆಗೆ ಹೋಗಿ ಬೇಡೋದಕ್ಕೆ ಶುರು ಮಾಡಿದೆ. ನನಗೊಂದಿಷ್ಟು ಚೂರು ರೊಟ್ಟಿ ಹಾಕ್ತಾ ಇದ್ದೋರು ಬಡವರೆ. ಸಿರಿವಂತರ ಮನೆಗಳಿಗೆ ಹೋದರೆ ಅವರು ಬಾಗಿಲಿಗೆ ಬಂದು 'ನಮ್ಮತ್ರ ಏನೂ ಇಲ್ಲ! ಹೋಗಿ ದುಡಿ, ಸೋಮಾರಿ!' ಎಂದು ಅರಚ್ತಿದ್ರು. ಹಗಲೂ ರಾತ್ರಿ ಗುಲಾಮನಂತೆ ದುಡೀತಿದ್ದ ನನಗೆ ಈ ಮಾತು ಹೇಳ್ತಾ ಇದ್ರು ."

ನಮ್ಮ ಪ್ರತಿಕ್ರಿಯೆಗಾಗಿ ಕಾಯುತ್ತಿದ್ದವನಂತೆ ತಂದೆ ನಮ್ಮ ಕಡೆ ನೋಡಿದ.

"ಹೋಗಲಿ ಬಿಡಿ, ಹಳೆಯದನ್ನೆಲ್ಲಾ ಕೆದಕೋದರಿಂದ ಪ್ರಯೋಜನವೇನು ? ಇವತ್ತಿನ ಬಗ್ಗೆ ಯೋಚಿಸಿ. ಆಗಾನ ಹತ್ತಿರದ ಕೆಲಸ ಮುಗಿಯೋದಕ್ಕೆ ಬಹಳ ದಿನವಿಲ್ಲ. ಆಮೇಲೆ ನಾವು ಏನು ಮಾಡೋಣ ? ಎಲ್ಲಿಗೆ ಹೋಗೋಣ ?" ಎಂದಳು ತಾಯಿ.

"ಇನ್ನೆಲ್ಲಾದರೂ ಕೆಲಸ ಸಿಕ್ತದೆ. ಒಂದು ಚೂರು ಬ್ರೆಡ್ಡಿಗಾಗಿ ಇಡೀ ದಿನ ನಾವು ಕೆಲಸ ಮಾಡೋದ್ರಿಂದ ಬೇರೆ ಯಾರಾದ್ರೂ ನಮ್ಮನ್ನು ಕೆಲಸಕ್ಕೆ ತೆಗೆದುಕೊಳ್ತಾರೆ. ಒಣಗಿದ ಒಂದಿಷ್ಟು ಬ್ರೆಡ್ ಅಂದ್ರೆ ಆಗಾಗಳಿಗೆ ಕಸಕ್ಕಿಂತ ಕಡೆ, ಆದಕಾರಣ ನೀನೇನೂ ಚಿಂತಿಸ್ಬೇಡ – ನಾವು ಮಾಡೋ ತರದ ದುಡಿಮೆಗೆ ಯಾರಾದರೂ ನಮಗೆ ಕೆಲಸ ಕೊಡ್ತಾರೆ."

ತಂದೆ ನಕ್ಕರು. ಅದು ಬಲವಂತದಿಂದ ಮೂಡಿಸಿದ ನಗೆ. ಅವನು ಯಾರನ್ನೋ ರೋಷದಿಂದ, ದ್ವೇಷದಿಂದ ಕಚ್ಚಲು ಹಲ್ಲು ಕಿರಿದಂತೆ ತೋರುತ್ತಿತ್ತು ಆ ನಗೆ. ಬಳಿಕ ಆತ ಮುಂದುವರಿಸಿದರು :

"ಭತ್ತ ಕೊಯ್ಲಿಗೆ ಬರಬೇಕಾದರೆ ನೀರು ಬೇಕು, ಕಾಲಾನೂ ಬೇಕು. ನಾವು ಮಾತಾಡ್ತೇವೆ. ಯಾರು ಕೇಳ್ತಾರೆ? ನನಗೆ ನೆನಪಿದೆ. ಒಂದು ದಿನ ಉಳಿದವರಿಗೆ ಹೇಳಿದೆ 'ನಾವೆಲ್ಲ ಒಂದಾಗೋಣ. ಆಗಾಗಳು ನಮ್ಮನ್ನು ಇಷ್ಟ ಬಂದ ಹಾಗೆ ಗೋಳು ಹೊಯ್ಕೊಳ್ಳೋದನ್ನು ನಿಲ್ಲಿಸೋಣ... ದಿನವೆಲ್ಲಾ ನಾವು ದುಡೀಬೇಕು. ಹವಾಮಾನ ಚೆನ್ನಾಗಿಲ್ದೆ ಬೆಳೆ ಹಾಳಾದ್ರೆ, ಆ ನಷ್ಟಾನೂ ನಾವೇ ಹೊರ್ಬೇಕು. ಇಲ್ಲ, ಇದೆಲ್ಲ ಆಗೋದಿಲ್ಲ' ಅಂತ ನಾನು ಹೇಳಿದೆ. ಆದರೆ ಯಾರೂ ಅದರ ಕಡೆ ಗಮನ ಕೊಡಲಿಲ್ಲ. ಅವರಿಗೆ ನಾಚಿಕೆ ಅನಿಸ್ತು."

"ಅವರಿಗೆ ದಿಗಿಲು. ಆಗಾಗಳು ದಡ್ಡರಲ್ಲ, ನಿಮ್ಮನ್ನು ಆಚೆ ಕಳಿಸ್ತಾರೆ. ಕೋಣೆಯಿಂದ ಹೊರಗೆ ಹಾಕ್ತಾರೆ. ಹಸಿವಿನಿಂದ ಸಾಯೋವರೆಗೂ ಕೆಲಸ ಕೊಡೋದಿಲ್ಲ," ಎಂದಳು ಅಮ್ಮ.

"ಆದರೆ ಈ ರೀತಿ ಬದುಕೋದು ಸಾರ್ಥಕ ಅಂತ ನಿನಗನ್ನಿಸ್ತದಾ?" "ನಾವು ಬಾಯಿ ಮುಚ್ಚಿಕೊಂಡು ತೆಪ್ಪಗಿರ್ಬೇಕು, ಅಷ್ಟೆ. ಅದಕ್ಕೆ ಏನೂ ಮಾಡೋದಕ್ಕೆ ಆಗೋದಿಲ್ಲ."

"ನಾನೂ ನೀನೂ ಇನ್ನು ಎಷ್ಟು ವರ್ಷ ಕಾಲ ಬದುಕಿರ್ಬಹುದು? ಈ ಸಂಕಟದ ಬದುಕು ನೂರುಕಾಲ ಬದುಕೋದಕ್ಕಿಂತ, ಚೆನ್ನಾಗಿ ಸ್ವಲ್ಪದಿನ ಬದುಕೋದು ಒಳ್ಳೆಯದಲ್ವೇ? ಇನ್ನು ಏನೇನು ಕಷ್ಟ ಕಾದಿದೆಯೊ? ನಾವು ಹೀಗೇ ತಿಳಿಗೇಡಿಗಳಂತೆ ಕೂತರೆ ಮುಂದೆ ನಮ್ಮ ಮಕ್ಕಳೂ ನಮ್ಮಂತೆ ಪಾಡು ಬೀಳ್ಬೇಕು. ಓಕ್‌ಮರದ ಹಳೇ ಕಥೆ ನೆನಪಿದೆಯಾ? ಓಕ್ ಹೇಳಿತಂತೆ: 'ನಾನು ಆಕಾಶದೆತ್ತರಕ್ಕೆ ಬೆಳೀತಾ ಬೆಳೀತಾ ಹೋಗ್ತೇನೆ. ನನ್ನ ತಡೆಯೋ ಶಕ್ತಿ ಯಾರಿಗೂ ಇಲ್ಲ.' ಆದರೆ ಹತ್ತಿರವೇ ಇದ್ದ ಕೊಡಲಿ ಇದನ್ನ ಕೇಳಿ ಓಕ್ ಮರವನ್ನು ಕಡಿದು ಉರುಳಿಸಿತಂತೆ."

"ಮಾತಿನಲ್ಲಿ ನಿಮ್ಮಂಥ ಧೀರರು ಯಾರೂ ಇಲ್ಲ. ಆದರೆ ಕೆಲಸ ಮಾತ್ರ ಸೊನ್ನೆ"– ತಾಯಿ ಹೇಳಿದಳು.

"ನಾನೊಬ್ಬನೇ ಏನು ಮಾಡಲಿ?"

"ಸರಿ, ಹಾಗಾದ್ರೆ ಮಾತಾಡೋದನ್ನ ಬಿಡಿ. ಹೀಗೇ ಹಿಂದೇನೂ ಈ ಪುರಾಣಾನ ಸಾವಿರ ಸಲ ಮಾತಾಡಿದ್ದೀವಿ. ಮೂರುಕಾಸಿನ ಪ್ರಯೋಜನ ಇಲ್ಲ."

ಆ ಸಂಜೆ ನನ್ನ ತಾಯಿ ಇನ್ನೇನೂ ಮಾತನಾಡಲಿಲ್ಲ. ಸ್ವಲ್ಪ ಹೊತ್ತು ಜೋರಾಗಿ ಕೆಮ್ಮಿ ಅನಂತರ ಹಾಗೇ ಮಲಗಿಕೊಂಡಳು,

"ಸರಿ ಸರಿ. ಇದೆಲ್ಲಾ ಇನ್ನೆಷ್ಟು ದಿನ ಇರುತ್ತೆ? ನಮಗೆ ಗೊತ್ತು, ಪ್ರತಿಯೊಬ್ಬರ ಜೀವನದಲ್ಲೂ ಒಂದಲ್ಲ ಒಂದು ದಿನ ಇದು ಅರ್ಥವಾಗಲೇಬೇಕು... ಆದರೆ ನಾವು ಈಗಲೇ ಅರ್ಥ ಮಾಡಿಕೊಳ್ಬೇಕು. ಕುಸಿಯೋ ಮರಳಿನಿಂದ ತನ್ನ ಕುದುರೇನ ಮೇಲೆತ್ತೋದು ಹೇಗೆ ಅಂತ ಗೊತ್ತಿರೋನೇ ಬುದ್ಧಿವಂತ ಮನುಷ್ಯ."

ಬಳಿಕ ಒಣಹುಲ್ಲಿನ ತನ್ನ ಮೆತ್ತೆಯ ಮೇಲೆ ಹಾಗೇ ಒರಗಿಕೊಂಡು ತಂದೆ ನಿದ್ದೆ ಹೋದರು. ಅವರನ್ನು ನಾನು ಒಂದು ನಿಮಿಷ ದಿಟ್ಟಿಸಿ ನೋಡಿದೆ. ನಿದ್ದೆಯಲ್ಲೂ ಅವರ ಹುಬ್ಬುಗಳು ತುಸು ಗಂಟಿಕ್ಕಿಕೊಂಡಿದ್ದವು. ದೂರದ ಏನನ್ನೋ ನೋಡುವಂತೆ ಕಣ್ಣುಗಳು ಅರ್ಧ ತೆರೆದಿದ್ದವು.

ಅನಂತರ ನಾನೂ ನಿದ್ದೆ ಮಾಡಿದೆ. ಆದರೆ ಬಹಳ ಹೊತ್ತಲ್ಲ. ಆಗಾನ ಏಜೆಂಟ್ ಬಂದು ಬಾಗಿಲು ಬಡಿದ. "ಏಳಿ! ಏಳಿ! ಹೊತ್ತಾಯಿತು!"

ಕೋಳಿ ಇನ್ನೂ ಕೂಗಿರಲಿಲ್ಲ.

ಆಗಾನಿಗೆ ಇನ್ನೂ ಹೆಚ್ಚು ಕೆಲಸಗಾರರು ಬೇಕಿತ್ತು. ಒಂದು ದಿನ ಅವನು ನಮ್ಮ ತಂದೆ ಹತ್ತಿರ ಹೇಳಿದ :

"ನಿನ್ನ ಜೊತೆಗೆ ನಿನ್ನ ಮಗನ್ನ ಕರೆದುಕೊಂಡು ಬಾ. ಕರೆದುಕೊಂಡು ಬರ್ತೀಯಾ ? ಒಳ್ಳೆಯ ಸಂಬಳ ಕೊಡೋಣ."

"ಹೌದು. ನಂಗೊತ್ತು," ಎಂದು ತಂದೆ ತಲೆಯಾಡಿಸಿದರು.

ಹೀಗೆ ಆಗಾನ ಚಾವಟಿ ನನ್ನನ್ನೂ ಬಳಸಿತು. ಹರಿದ ಷರಟು ಹಾಕಿಕೊಂಡು ಬರಿಗಾಲಲ್ಲಿ, ಹೇಗಿದ್ದೆನೋ ಹಾಗೆ ನಾನು ಕೆಲಸಕ್ಕೆ ಹೋದೆ.

ಆಗಾನ ಮ್ಯಾನೇಜರ್ ಸೆರೆಮನೆಯ ಕಾವಲುಗಾರನಂತೆ ಮುಂಜಾನೆಯಿಂದ ಮುಸ್ಸಂಜೆಯ ವರೆಗೂ ನಮ್ಮ ಮೇಲೆ ನಿಗಾ ಇಡುತ್ತಿದ್ದ. ನಾನು ಚಿಕ್ಕವನಾದ್ದರಿಂದ ನನ್ನ ಮೇಲೇ ಅವನ ಕಣ್ಣು. ಹೆಚ್ಚು ಕೆಲಸ ಮಾಡುವಂತೆ ನನ್ನನ್ನು ಒತ್ತಾಯಿಸುತ್ತಾ, ಅವನು ಆಗಾಗ ಹೇಳುತ್ತಿದ್ದ :

"ಬಾ, ಕೆಲಸ ಶುರುಮಾಡು – ಅದಕ್ಕಾಗೇ ನಿನಗೆ ದುಡ್ಡು ಕೊಡೋದು."

ನಾವು ಕೆಲಸ ಮಾಡುತ್ತಿದ್ದ ಹೊಲಗಳಿಗೆ ಆಗಾ ಕೆಲವು ಸಾರಿ ಕುದುರೆ ಮೇಲೆ ಬರುತ್ತಿದ್ದ. ಅವನು ಒಂದಲ್ಲ ಒಂದು ನೆಪ ತೆಗೆದು ನಮ್ಮನ್ನು ಬಯ್ದು ಭಂಗಿಸುತ್ತಿದ್ದ. ಯಾವಾಗಲೂ ಸಿಟ್ಟಿನಿಂದ ಕುದಿಯುತ್ತಿದ್ದ. ನಾವು ಸೋಮಾರಿಗಳೆಂದು ಆಪಾದಿಸುತ್ತಿದ್ದ. ಆಮೇಲೆ ತನ್ನ ಮ್ಯಾನೇಜರ್ ಆಗಿದ್ದ ಕೆಂಗಣ್ಣಿನ, ಪೊದೆ ಮೀಸೆಯ ಮುದುಕ ಜಮೀಲ್‌ನ ಕಡೆ ತಿರುಗಿ ಹೇಳುತ್ತಿದ್ದ :

"ಚೆನ್ನಾಗಿ ಕತ್ತಲಾಗೋವರೆಗೂ ಅವರನ್ನು ಬಿಡಬೇಡ."

ಪ್ರತಿನಿತ್ಯ ಇದೇ ಕಥೆ. ಕತ್ತಲು ಇನ್ನೂ ಇದ್ದಾಗಲೇ ಕೆಲಸಕ್ಕೆ ಹೋಗುವುದು. ಬಳಿಕ ಕೆಲಸ ಮಾಡಲು ಸಾಧ್ಯವಿಲ್ಲದಷ್ಟು ಕತ್ತಲಾದ ಮೇಲೆ ಹಿಂತಿರುಗುವುದು. ಅಲ್ಲಿಂದ ನಡೆಯುವುದು... ನಡೆಯುವುದು... ಲಿಯಂಬಿತೋವ್‌ನಿಂದ ವಲೋನಾಗೆ ಸಾಕಷ್ಟು ದೂರದ ಹಾದಿ. ನಾವು ಮುಂದೆ ಮುಂದೆ ನಡೆಯುತ್ತಿದ್ದೆವು. ನಮ್ಮ ಜೊತೆಗಾರರೆಂದರೆ ದಾರಿಯುದ್ದಕ್ಕೂ ವಟಗುಟ್ಟುವ ಕಪ್ಪೆಗಳು ಮತ್ತು ತಡೆಯಲಾಗದ ಹಸಿವು. ನಾವು ಊರಿಗೆ ಬಂದು ಸೇರುವ ಹೊತ್ತಿಗೆ ಸತ್ತು ಸುಣ್ಣ ಆಗಿರುತ್ತಿದ್ದೆವು. ಕೊನೆಯಿಲ್ಲದ ದುಡಿತ, ಕೊನೆಯಿಲ್ಲದ ನಡಿಗೆ ಮತ್ತು ಒಂದು ತುಂಡು ಜೋಳದ ರೊಟ್ಟಿ – ಇದೇ ನಮ್ಮ ಬದುಕಾಗಿತ್ತು.

"ಈ ವರ್ಷ ಪ್ರತಿಯೊಬ್ಬರೂ ಒಂದು ಹಂಡ್ರೆಡ್‌ವೇಟ್ * ಆಲೀವ್ ಕಾಯಿಗಳನ್ನು ಆರಿಸ ಬೇಕು. ಈ ವರ್ಷ ಒಳ್ಳೆಯ ಸುಗ್ಗಿ ಬರಲಿದೆ. ನಾವು ಒಂದು ಬೀಜಾನೂ ಕಳಕೋಬಾರದು," ಎಂದು ಆಗಾ ಜಮೀಲ್‌ಗೆ ಹೇಳಿದ.

ಆಗಾನ ವಿಧೇಯ ಸೇವಕನಾದ ಜಮೀಲ್ ನಮಗೆ ಒಂದು ಕ್ಷಣ ಕೂಡ ವಿಶ್ರಾಂತಿ ಕೊಡುತ್ತಿರಲಿಲ್ಲ. ನಾವು ಕಾಯಿಗಳನ್ನೆಲ್ಲ ಗೋಣಿಚೀಲಗಳಿಗೆ ತುಂಬಿ ವ್ಯಾಗನ್‌ಗಳಿಗೆ ಹಾಕಿದೆವು. ಆಗಾನ ಮನೆಯ ಉಗ್ರಾಣದಲ್ಲಿನ ದೊಡ್ಡ ಜಾಡಿಗಳಲ್ಲಿ ಈ ಆಲೀವ್ ಕಾಯಿಗಳಿಂದ ಹಿಂಡಿದ ಎಣ್ಣೆಯನ್ನು ತುಂಬಿಟ್ಟರು. ಆ ಎಣ್ಣೆಯನ್ನು ಮೂಸಿ ನೋಡುವ ಸೌಭಾಗ್ಯ ಕೂಡ ನಮಗೆ ದೊರೆಯಲಿಲ್ಲ.

ನನಗೆ ಚೆನ್ನಾಗಿ ನೆನಪಿದೆ. ಒಂದು ದಿನ ವಿಪರೀತ ಚಳಿಯಿಂದ ನನ್ನ ಕಾಲುಗಳು

---

* ಸುಮಾರು ಐವತ್ತು ಕೆ.ಜಿ.

ಊದಿಕೊಂಡು ಬಹಳವಾಗಿ ನೋಯತೊಡಗಿದುವು. ತಾಯಿ ನನ್ನನ್ನು ಎತ್ತಿಕೊಂಡು ಅಪ್ಪಿದಳು. ಅವಳು ಅಳುತ್ತಿದ್ದಳು. ಮ್ಯಾನೇಜರ್‌ಗೆ ಕೇಳಿಸದಂತೆ ಅವಳು ನನ್ನನ್ನು ಮೆಲುದನಿಯಲ್ಲಿ ಸಂತೈಸಿದಳು. ಅವಳ ಕಣ್ಣೀರನ್ನು ಕಂಡು ನನಗೆ ದ್ವೇಷ ಉಕ್ಕೇರಿತು. ಆದರೆ ದ್ವೇಷ ಯಾರ ಮೇಲೆ ಎಂದು ನನಗೇ ಗೊತ್ತಿರಲಿಲ್ಲ. ತಾಯಿ ಹೇಳಿದಳು :

"ನಿನ್ನ ಕಾಲಿಗೊಂದು ಮುಳ್ಳು ಹೊಕ್ಕಿರಬೇಕು. ಮನೆಗೆ ಹೋದ ಮೇಲೆ ನಾನು ತೆಗೀತೀನೆ. ಧಣಿ ನೋಡ್ತಾ ಇರೋದ್ರಿಂದ ಈಗ ತೆಗೆಯೋದಕ್ಕೆ ಸಾಧ್ಯವಿಲ್ಲ."

ತಾಯಿ ಜಮೀಲ್ ಕಡೆ ಓರೆ ನೋಟ ಬೀರಿದಳು. ಅವನು ಎಲ್ಲರನ್ನೂ ನೋಡುತ್ತಾ ಒಂದಾದ ಮೇಲೊಂದು ಸಿಗರೇಟು ಸೇದುತ್ತಿದ್ದ. ಸೊಟ್ಟ ಕಟ್ಟಿಗೆಯ ಹಾಗೆ ನಿಂತಿರುತ್ತಿದ್ದ. ಇನ್ನಷ್ಟು ಹೆಚ್ಚು ಕೆಲಸ ಮಾಡುವಂತೆ ಆಗಲೋ ಈಗಲೋ ನಮಗೆ ಕೂಗಿ ಹೇಳುತ್ತಿದ್ದ.

ಹೊಲಗಳಲ್ಲಿ ನಾನು ಯಾವಾಗಲೂ ತಂದೆಯ ಮತ್ತು ತಾಯಿಯ ಮಧ್ಯದಲ್ಲೇ ಕೆಲಸ ಮಾಡುತ್ತಿದ್ದೆ. ನಾವು ಮಾತನಾಡುತ್ತಿರಲಿಲ್ಲ. ಅದಕ್ಕೆ ಒಂದು ಕಾರಣ : ಮ್ಯಾನೇಜರ್ ನಮ್ಮ ಮಾತು ಕೇಳಬಹುದು ಎನ್ನುವುದು. ಇನ್ನೊಂದು, ನಮಗೆ ಮಾತನಾಡಲು ಬಿಡುವೂ ಇರಲಿಲ್ಲ. ಅದೂ ಅಲ್ಲದೆ ನಮಗೆ ಹೇಳಲು ಏನಿತ್ತು? ನಾವು ಸಾಮಾನ್ಯವಾಗಿ ಆಡುತ್ತಿದ್ದ ಒಂದೆರಡು ಶಬ್ದಗಳು ಕೂಡ ಕಹಿಯಾಗಿರುತ್ತಿದ್ದವು.

ನನ್ನ ತಂದೆ ಒಮ್ಮೊಮ್ಮೆ ಹೇಳುತ್ತಿದ್ದರು :

"ಇವತ್ತು ರಾತ್ರಿ ಬಹಳ ಹೊತ್ತಿನವರೆಗೂ ಕೆಲಸ ಮಾಡ್ಬೇಕು; ರಾತ್ರಿ ಊಟಕ್ಕೆ ಏನೂ ಇಲ್ಲ."

ಅಥವಾ ತಾಯಿ ಹೇಳಬಹುದಿತ್ತು : "ನೀನು ಸ್ವಲ್ಪ ಎಣ್ಣೆ ಕೊಂಡು ಕೊಂಡು ಬರಬಹುದಾಗಿತ್ತು. ಆ ಹಸಿರು ಕೊಂಬೆಗಳ ಹೊಗೆ ನಮ್ಮನ್ನು ಕುರುಡು ಮಾಡ್ತದೆ. ಉರಿಸೋದಕ್ಕೆ ಆಗೋದಿಲ್ಲ."

ಕೆಲವು ಸಲ ಗಾಳಿಯ ಹೊಡೆತಕ್ಕೆ ಆಲೀವ್ ಮರದ ಕೊಂಬೆಗಳು ಕೆಳಕ್ಕೆ ಬೀಳುತ್ತಿದ್ದುವು. ಆಗ ಮ್ಯಾನೇಜರ್ ತನ್ನ ಸ್ವಂತಕ್ಕೆ ಒಳ್ಳೆ ಸೌದೆಯನ್ನು ಆರಿಸಿ, ಊರಿಗೆ ತೆಗೆದುಕೊಂಡು ಹೋಗಲು ಪಕ್ಕದಲ್ಲಿ ತೆಗೆದಿರಿಸುತ್ತಿದ್ದ. ಆಮೇಲೆ ನಮ್ಮ ಹತ್ತಿರ ಬಂದು ಹೇಳುತ್ತಿದ್ದ :

"ಅಲ್ಲಿ ಬಿದ್ದಿರೋ ಸೌದೇನ ತೆಗೆದುಕೊಂಡು ಹೋಗಿ. ಇವತ್ತು ತುಂಬಾ ಚಳಿ, ಆದ್ದರಿಂದ ಉಪಯೋಗಿಸ್ಬಹುದು. ನೋಡಿ ! ದುಡಿಯೋರನ್ನು ಕಂಡರೆ ಆಗಾರಿಗೆ ಎಷ್ಟು ಪ್ರೀತಿ, ಎಷ್ಟು ಎಚ್ಚರಿಕೆ ! ಈ ಸೌದೆಗೆ ನೀವೇನೂ ಕೊಡ್ಬೇಕಾಗಿಲ್ಲ. ಆದ್ರಿಂದ ನೋಡಿ ನಮ್ಮ ಒಳ್ಳೆ ಧಣಿಗಾಗಿ ನೀವು ಕಷ್ಟಪಟ್ಟು ಕೆಲಸ ಮಾಡ್ಬೇಕು."

ನಮಗೆ ಅವನ ಕುಚೋದ್ಯದ ನಗೆ ಕೇಳಿಬರುತ್ತಿತ್ತು. ನಾವು ಅವನ ಮಾತು ಕೇಳಿಕೊಂಡು ಕಂಬದ ಹಾಗೆ ನಿಂತಿರುತ್ತಿದ್ದೆವು. ಇತ್ತೀಚೆಗೆ ಶ್ವಾಸಕೋಶಗಳ ಪೊರೆಯ ಊತದಿಂದ ಹಾಸಿಗೆ ಹಿಡಿದಿದ್ದ ತಾಯಿ ನೋವಿನಿಂದ ಉಸಿರಾಡುತ್ತಾ ಚಳಿಯಿಂದ ನಡುಗುತ್ತಿದ್ದಳು. ತಂದೆ ಜಮೀಲ್ ಎದುರಿಗೆ ನೆಟ್ಟಗೆ ಕೈಮುಗಿದು ನಿಂತಿದ್ದರು. ಆಗ ನನಗೆ ನಾನೇ ಹೇಳಿಕೊಂಡೆ: "ನಿನ್ನ ಮೇಲೆ ಕೈ ಮಾಡೋದಕ್ಕೆ ನನಗೆ ಒಂದು ದಿನವಾದ್ರೂ ಅವಕಾಶ ಸಿಕ್ಕಿದರೆ !"

ಒಂದು ಸಾಯಂಕಾಲ ನಮ್ಮ ಕೋಣೆ ಹತ್ತಿರಕ್ಕೆ ಆಗಾ ಬಂದು, ನನ್ನ ತಂದೆಯನ್ನು ಬಾಯಿಗೆ ಬಂದಂತೆ ಬೈದು ಕೊನೆಗೆ ಎಂದ :

"ಮಾತಾಡಿ ಪ್ರಯೋಜನವಿಲ್ಲ. ಆಲೀವ್ ಕಾಯಿಗಳನ್ನು ಕೀಳುವ ಕೆಲಸ ಮಾಡ್ತಾ ಹೋಗಿ. ಇಲ್ಲದೇ ಇದ್ದರೆ ಒಂದು ಬಿಡಿಗಾಸು ಕೂಡ ನಿಮಗೆ ಸಿಕ್ಕೋದಿಲ್ಲ."

ಅದಕ್ಕೆ ನಮ್ಮ ತಂದೆ ಹೇಳಿದರು :

"ನಾವು ಹೊಟ್ಟೆಗೆ ಏನು ತಿನ್ನೋಣ ? ಜೋಳದ ಹಿಟ್ಟು ಕೊಂಡುಕೊಳ್ಳೋಕೆ ನಮಗೆ ಸ್ವಲ್ಪ ಹಣ ಬೇಕಾಗ್ತದೆ."

"ಅಡವಿಡೋಕೆ ನಿಮ್ಮ ಹತ್ತಿರ ಏನಾದರೂ ಇದೆಯಾ ?"

"ಇಲ್ಲ. ಏನೂ ಇಲ್ಲ," ಎಂದರು ತಂದೆ.

ಕೈಯಲ್ಲಿ ಸವಾರಿ ಬೆತ್ತ ಹಿಡಿದು, ಹೊಸ ಮೇಲಂಗಿ ತೊಟ್ಟಿದ್ದ ಆಗಾ ನಮ್ಮ ಬಾಗಿಲ ಮುಂದೆ ನಿಂತು ನುಡಿದ :

"ಅಡವಿಡೋದಕ್ಕೆ ಏನೂ ಇಲ್ದೆ ಇದ್ರೆ, ನಿಮಗೆ ಏನೂ ಸಿಕ್ಕೋದಿಲ್ಲ."

"ಆದರೆ ನನ್ನಲ್ಲಿ ಏನೂ ಇಲ್ಲ" ಎಂದು ಮತ್ತೆ ಹೇಳಿದರು ತಂದೆ.

"ನಿನ್ನಲ್ಲಿ ಇದೆಯೋ ಇಲ್ಲವೋ ನನಗೆ ಗೊತ್ತಿಲ್ಲ. ನನಗೆ ಬೇಕಾಗಿರೋದು ನಿಮ್ಮ ಕೆಲಸ. ನನ್ನ ಹತ್ತಿರ ಒಂದು ಸಾವಿರ ಆಲೀವ್ ಮರಗಳಿವೆ. ನನಗೆ ಎಷ್ಟು ಜನ ಕೆಲಸಗಾರರು ಬೇಕು ಅಂತ ನನಗೇ ಗೊತ್ತಿಲ್ಲ !"

ಸಮುದ್ರದ ಆಚೆ ಸಸನಿ ದ್ವೀಪ ಕಾಣುತ್ತಿದೆ. ಸೂರ್ಯನ ಪ್ರಭೆ ಅದ್ಭುತವಾಗಿದೆ. ಮಿಂಚುವ ಅಲೆಗಳು ದಿಗಂತದಲ್ಲಿ ಕರಗುತ್ತಿವೆ.

ಆದರೆ ಆ ದೃಶ್ಯವನ್ನು ನೋಡಿ ಆನಂದಿಸಲು ನನಗೆ ಸಾಧ್ಯವಾಗಲಿಲ್ಲ. ನನ್ನ ಬಾಲ ಹೃದಯದಲ್ಲಿ ಘರ್ಷಣೆ. ಅದರಲ್ಲಿ ಹೂಗಳ ಪರಿಮಳಕ್ಕೆ, ದಡವನ್ನು ಅಪ್ಪಳಿಸುವ ಸಮುದ್ರದ ಅಲೆಗಳಿಗೆ ಅಥವಾ ಮುಳುಗುವ ಸೂರ್ಯನ ಕಾಂತಿಗೆ ಅವಕಾಶವಿರಲಿಲ್ಲ. ನನ್ನ ಹೃದಯದಲ್ಲಿ ಕೋಪ, ಹಸಿವು ಮತ್ತು ವಿಷ ಮಾತ್ರ ತುಂಬಿತ್ತು.

"ಭದ್ರತೆಯಿಲ್ಲದೆ ಏನೂ ಸಿಕ್ಕೋದಿಲ್ಲ. ನಿಮ್ಮ ಹತ್ತಿರ ಏನೂ ಇಲ್ಲವಾ ?" ಎಂದು ಆಗಾ ಅರಚಿದ.

"ಯಾವ ತರಹದ್ದು ?" ಎಂದರು ತಂದೆ.

"ಒಂದು ಜಮಖಾನೆ ಅಥವಾ ಒಂದು ರಗ್ಗು ?"

"ಇಲ್ಲ. ನಮ್ಮ ಹತ್ತಿರ ಅದೊಂದೂ ಇಲ್ಲ."

"ಯಾವುದಾದ್ರೂ ಅಡಿಗೆ ಪಾತ್ರೆ ?"

"ಕೆಲಸಕ್ಕೆ ಬಾರದ ಒಂದು ಚಿಕ್ಕ ಬಕೆಟ್ ಇದೆ."

"ಒಂದು ಜೊತೆ ಬಂಗಾರದ ಓಲೆ ಅಥವಾ ಉಂಗುರ – ಗಿಂಗರ ಇಲ್ಲವಾ ?"

"ಇಲ್ಲ."

ಆಗಾ ಪ್ರಶ್ನೆಗಳನ್ನು ಹಾಕುತ್ತಿದ್ದಾಗ ನನ್ನ ತಂದೆ – ತಾಯಿ ಮತ್ತು ನಾನು ಅವನ ಮುಂದೆ ನಿಂತಿದ್ದೆವು. ನಮ್ಮ ಎದೆಯೊಳಗೆ ಹೃದಯ ಸುತ್ತಿಗೆಯ ಹಾಗೆ ಬಡಿದುಕೊಳ್ಳುತ್ತಿತ್ತು. ನಾವು ಒಬ್ಬರನ್ನೊಬ್ಬರು ಮಾತಿಲ್ಲದೆ ನೋಡಿದೆವು. ಆಗಾ ಹೊರಟ ಕೂಡಲೇ ತಾಯಿ ಅಳುವುದಕ್ಕೆ ಪ್ರಾರಂಭಿಸಿದಳು. ನಾನು ಒಂದು ಮಾತನ್ನೂ ಆಡದೆ ಅಮ್ಮನ ಹಣೆಗೆ ಮುತ್ತುಕೊಟ್ಟು ಮಲಗಿಕೊಂಡೆ.

ಅಂದು ನಮ್ಮ ಕೊನೆಯ ದಿನ.

"ನಿಮ್ಮ ಕೆಲಸ ಮುಗಿದ ಕೂಡಲೇ ಕೋಣೆ ಖಾಲಿ ಮಾಡಿ ಕೊಡ್ಬೇಕು. ನನ್ನ ದನಕರುಗಳನ್ನು ಕಟ್ಟಲು ನನಗೆ ಜಾಗಬೇಕು," ಎಂದ ಆಗಾ.

ನಾವು ನಮ್ಮ ಲೆಕ್ಕಾಚಾರ ನೋಡಲು ಅವನೊಂದಿಗೆ ಹೇಳಿದ್ದೆವು. ಆಗಾ ಒಂದು ಪೆನ್ಸಿಲ್ ಹಿಡಿದುಕೊಂಡು ನಮ್ಮ ಬಾಗಿಲಿಗೆ ಬಂದಿದ್ದ.

"ನಿಮ್ಮ ಲೆಕ್ಕಾನ್ನೆಲ್ಲಾ ಸಿದ್ಧ ಮಾಡಿದ್ದೇನೆ. ನೀವು ನನಗೆ ಕೊಡಬೇಕಾದ್ದೆಲ್ಲ ಅಂದ್ರೆ ಒಂದು ಬುಷೆಲ್* ಜೋಳ, ಅಷ್ಟೆ. ಅದನ್ನು ನೀವು ಮುಂದಿನ ವರ್ಷ ಬಂದಾಗ ಕೊಡ್ಬಹುದು"

"ಏನು ?" ನನ್ನ ತಂದೆ ಕೂಗಿದರು.

"ಏನು ?" ಎಂದು ತನ್ನ ಕೆನ್ನೆ ಮೇಲೆ ಕೈಯಿಟ್ಟುಕೊಂಡು ಅಮ್ಮ ಅದನ್ನು ಪ್ರತಿಧ್ವನಿಸಿದಳು.

"ಏನು ?" ಎಂದು ಕಣ್ಣಲ್ಲಿ ನೀರು ತುಂಬಿಕೊಂಡು ನಾನೂ ನುಡಿದೆ.

ನಮ್ಮ ಹೃದಯ ಮಸಣದಂತಾಗಿತ್ತು. ನಾವು ನಾಲ್ಕು ತಿಂಗಳು ಒಣ ರೊಟ್ಟಿ ತುಂಡುಗಳಿಗಾಗಿ ದುಡಿದಿದ್ದೆವು. ಆದರೂ ಕೊನೆಯಲ್ಲಿ ನಾವೇ ಇನ್ನೂ ಸಾಲಗಾರರು. ನಾವು ಕೋಣೆ ಒಳಕ್ಕೆ ಹೋಗಿ ಕೂತೆವು. ಸ್ವಲ್ಪ ಹೊತ್ತು ಯಾರೂ ಮಾತಾಡಲಿಲ್ಲ. ಕೊನೆಗೆ ಮೌನವನ್ನು ಮುರಿದು ತಂದೆ ಹೇಳಿದರು :

"ಹೀಗಾಗೋದು ಇದೇನೂ ಮೊದಲ ಬಾರಿಯಲ್ಲ. ನಾವು ಸುಮ್ಮಗೆ ದುಡಿದೆವು. ತೆಗೆದುಕೊಂಡು ಹೋಗೋದಕ್ಕೆ ಒಂದು ಬೊಗಸೆ ಕೂಡ ಹಿಟ್ಟಿಲ್ಲ."

ಈ ವಿಚಾರವನ್ನು ತಂದೆ ಒಂದು ಕ್ಷಣ ಮೆಲುಕು ಹಾಕಿದರು. ಬಳಿಕ ಸಿಟ್ಟಿನಿಂದ ನುಡಿದರು :

"ಪ್ರತಿಯೊಂದು ಹಗಲಿಗೂ ಕೊನೆ ಅನ್ನೋದು ಒಂದು ಇದೆ. ಹಾಗೆಯೇ ಅಂತ್ಯವಿಲ್ಲದ ರಾತ್ರಿ ಅನ್ನೋದೂ ಇಲ್ಲ."

"ನಾವು ಇಲ್ಲಿಂದ ಎಲ್ಲಿಗೆ ಹೋಗೋಣ ? ನಾವು ಈ ಜಾಗ ಬಿಡೋದಕ್ಕೆ ಸಾಧ್ಯವಿಲ್ಲ," ಎಂದಳು ತಾಯಿ.

"ನಾನೂ ಅದನ್ನೇ ಅಂದುಕೊಂಡೆ. ನಾವು ಇಲ್ಲಿಂದ ಕದಲೋದು ಬೇಡ. ಅವರು ನಮಗೇನು ಮಾಡ್ತಾರೆ ?"

ಮ್ಯಾನೇಜರ್ ಹತ್ತು ಸಲ ಬಂದು ಹೇಳಿದ :

"ನೀವು ಇಲ್ಲಿಂದ ಹೊರಡಲೇಬೇಕು. ದನಕರುಗಳು ಬರ್ತವೆ."

"ನಾವು ಬಿಡೋದಿಲ್ಲ. ನಮಗೆ ಎಲ್ಲಿಗೆ ಹೋಗ್ಬೇಕು ಅಂತ ಗೊತ್ತಿಲ್ಲ."

"ನೀವು ಎಲ್ಲಿ ಬೇಕಾದ್ರೂ ಹೋಗಿ, ಈ ಜಾಗ ಮಾತ್ರ ನಮಗೆ ಬೇಕು."

ಅನಂತರ ನಮ್ಮನ್ನು ಹೊರಗೆ ಹಾಕಲು ಸ್ವತಃ ಆಗಾನೇ ಬಂದ. ನಮ್ಮ ತಾಳ್ಮೆಯ ಮಿತಿಯೂ ಮೀರಿತ್ತು. ನಮ್ಮ ನಾಲಿಗೆಗಳನ್ನು ಬಿಗಿ ಹಿಡಿಯಲು ನಮಗೆ ಸಾಧ್ಯವಾಗಲಿಲ್ಲ.

"ನಿನ್ನ ಕೆಲಸ ಇದ್ದಾಗ ನಮಗೆ ಇರೋದಕ್ಕೆ ಜಾಗ ಕೊಟ್ಟೆ. ಈಗ ನಾಚಿಕೆಯಿಲ್ಲದೆ ಹೊರಗೆ ಹಾಕೋದಕ್ಕೆ ನೋಡ್ತೀಯಾ ? ನಾವು ಎಲ್ಲಿಗೆ ಹೋಗ್ಬೇಕು ?"

"ನೀವು ಒಳ್ಳೇ ಮಾತಿನಲ್ಲಿ ಜಾಗ ಖಾಲಿ ಮಾಡಿದರೆ ಸರಿ. ಇಲ್ಲದೆ ಇದ್ದರೆ ನಾನು ಬೇರೆ ಮಾರ್ಗ ಹಿಡೀಬೇಕಾಗ್ತದೆ."

"ನೀನು ಏನು ಬೇಕಾದ್ರೂ ಮಾಡ್ಕೊ."

ನನ್ನ ತಾಯಿ ಕೋಣೆಯಿಂದ ಹೊರಬಂದು ಅಂಗಳದಲ್ಲಿ ನಿಂತುಕೊಂಡಳು.

"ದುಡಿಮೆಯಿಂದ ಸಾಯಿಸಿದ್ದು ಸಾಲದು ಅಂತ, ಈಗ ನಾಚಿಕೆಯಿಲ್ಲದೆ ಬೀದಿಪಾಲು

---

* ಸುಮಾರು 36 ಲೀಟರ್

ಮಾಡ್ತೀಯಾ ? ನಾವು ಹೋಗೋದಿಲ್ಲ !"

ಅಷ್ಟರಲ್ಲಿ ಆಗಾನ ಹೆಂಡತಿ ಅವರ ಮನೆಯ ಬಾಲ್ಕನಿಯಲ್ಲಿ ಕಾಣಿಸಿಕೊಂಡು, ಅತ್ತ ನೋಡುತ್ತಿದ್ದ ನನ್ನ ತಾಯಿಯನ್ನು ಬೈದಳು :

"ಏ... ಮುದಿಗೂಬೆ ತೊಲಗು ಇಲ್ಲಿಂದ."

"ನಾವು ಹೋಗೋದಿಲ್ಲ ನೀನು ಏನಾದ್ರು ಮಾಡಿಕೊ."

ಜಗಳ, ಗಲಾಟೆ ಶುರುವಾಯಿತು. ದಾರಿಯಲ್ಲಿ ಹೋಗುತ್ತಿದ್ದ ಇತರ ದುಡಿಯುವ ಹೆಂಗಸರೂ ಬಂದು ಅದರಲ್ಲಿ ಸೇರಿಕೊಂಡರು. ಕೂದಲನ್ನು ಕೆದರಿಕೊಂಡಿದ್ದ ಕ್ರಿಸ್ಟೋನ ಹೆಂಡತಿ ಗುಂಪಿನ ಮಧ್ಯೆ ನುಗ್ಗಿಕೊಂಡು ಬಂದು ಗಂಡಸಿನ ಧ್ವನಿಯಂತಿದ್ದ ತನ್ನ ಒರಟು ಧ್ವನಿಯಲ್ಲಿ ಕೂಗಾಡಿದಳು.

"ಹೊಟ್ಟೆ ಹಸಿವು ಹೇಗಾದ್ರೂ ತಡೀಬಹುದು. ಆದರೆ ನಿಮ್ಮ ಅನ್ಯಾಯಕ್ಕೆ ಕೊನೆ ಮೊದಲು ಇಲ್ವೇ ಇಲ್ವಾ? ನೀವೆಲ್ಲ ಮಣ್ಣು ತಿನ್ನಬೇಕಾಗ್ತದೆ. ಹುಷಾರ್ !"

ಆಗಾ ಮತ್ತು ಅವನ ಪರಿವಾರ ಬಾಲ್ಕನಿಗಳಲ್ಲಿ, ಕಿಟಿಕಿಗಳಲ್ಲಿ ನಿಂತುಕೊಂಡಿದ್ದರು. ಹೊರಗೆ ಬರುವ ಧೈರ್ಯ ಮಾಡಲಿಲ್ಲ.

"ಹೊರಗ್ಬನ್ನಿ ನಿಮ್ಮ ಮುಖ ನೋಡೋಣ !" ಗುಂಪು ಕೂಗಿತು.

"ನಾವು ಯಾಕೆ ಹೊರಗೆ ಬರೋಣ ? ಇಲ್ಲಿ ತಿನ್ನೋದಕ್ಕೆ ಬೇಕಾದಷ್ಟಿದೆ. ಆರಾಮವಾಗಿ ಬೆಚ್ಚಗಿದೆ," ಎಂದು ಆಗಾನ ಹೆಂಡತಿ ಚೀರಿದಳು.

ಆ ಕ್ಷಣದಲ್ಲಿ ಇದ್ದಕ್ಕಿದ್ದಂತೆ ಭಾರಿ ಮಳೆ ಬಂತು. ಜನ ಚದರಿದರು.

ನಾವು ನಮ್ಮ ಕೋಣೆಗೆ ಬಂದೆವು. ಮಳೆ ನೀರು ಸೋರಿ ಬಾರದ ಒಂದು ಮೂಲೆಯಲ್ಲಿ ಸೇರಿದೆವು.

ಜಮೀಲ್ ನಮ್ಮ ಕೋಣೆ ಛಾವಣಿ ಮೇಲೆ ಹತ್ತಿ ಹೆಂಚು ಇಳಿಸುತ್ತಿದ್ದುದನ್ನು ಆಗ ನಾವು ಗಮನಿಸಿದೆವು. ಅವನು ಒಂದು ಹೆಂಚನ್ನು ತೆಗೆದ, ಬಳಿಕ ಮತ್ತೊಂದು, ಆಮೇಲೆ ಇನ್ನೂ ಹಲವು... ಅವನು ಇಡೀ ಛಾವಣಿಯನ್ನೇ ಕೆಳಗೆ ಇಳಿಸುತ್ತಿದ್ದ !

"ಅವರು ನಮ್ಮ ಛಾವಣಿ ಕೀಳ್ತಾ ಇದ್ದಾರೆ" ಎಂದು ಅಪ್ಪ ಕೂಗಿದರು.

ನಮ್ಮ ದರಿದ್ರ ಕೋಣೆಯೊಳಗೆ ಧಾರಾಕಾರವಾಗಿ ಮಳೆ ಸುರಿಯುತ್ತಿತ್ತು. ನಾವು ಕೂಡಲೇ ಇದ್ದಬದ್ದ ಕೆಲವು ಬಟ್ಟೆಗಳನ್ನು ಬಾಚಿಕೊಂಡು ಹೊರಗೆ ಬಂದೆವು. ಆದರೆ ಹೊರಗಡೆಯೂ ಮಳೆ ಸುರಿಯುತ್ತಿತ್ತು.

"ಇದು ಆಗಾನ ಹುಕುಂ !" ಎಂದು ಛಾವಣಿ ಮೇಲಿಂದ ಜಮೀಲ್ ಕಿರಿಚಿದ.

ಕತ್ತಲಾಗಿತ್ತು. ಸುತ್ತಮುತ್ತ ಯಾರೂ ಇರಲಿಲ್ಲ.

ದ್ವೇಷ ತುಂಬಿದ ಹೃದಯಗಳನ್ನು ಹೊತ್ತುಕೊಂಡು ನಾವು ಅಲ್ಲಿಂದ ಹೊರಟೆವು. ಅಂದು ರಾತ್ರಿ ಎಲ್ಲಿಗೆ ಹೋದೆವೋ ನನಗೆ ನೆನಪಿಲ್ಲ.

ಆದರೆ ಅನಂತರ ನಮ್ಮಪ್ಪ ಹೇಳಿದ್ದು ಮಾತ್ರ ನೆನಪಿದೆ :

"ನಾವು ಬಿಟ್ಟಕೂಡಲೇ ಆಗಾ ಮತ್ತೆ ಛಾವಣಿ ಹಾಕಿಸಿದ. ನಾವು ವಾಸಿಸುತ್ತಿದ್ದ ಜಾಗದಲ್ಲಿ ದನಕರುಗಳನ್ನು ಕಟ್ಟಿದ." ○

○ ಫತ್‌ಮೀರ್ ಗಜಾತ

ಅಜ್ಞಾತ ಯೋಧ

ನನಗೆ ಇದ್ದಕ್ಕಿದ್ದಂತೆ ಎಚ್ಚರವಾಯಿತು. ಕಿವಿ ಗಡಚಿಕ್ಕುವ ಆಸ್ಫೋಟನದಿಂದ ಮನೆ ಚೂರುಚೂರಾಗುತ್ತಿದೆ ಎನ್ನಿಸಿತು. ಸೂರ್ಯೋದಯ ಕಾಲದ ಚುಚ್ಚುವ ಬೆಳಕಿಗೆ ನನ್ನ ಕಣ್ಣುಗಳು ಸಂಕುಚಿತವಾದವು. ಜನಗಳ ಕೂಗು ಹಾಗೂ ಗುಂಡು ಹಾರುವ ಶಬ್ದ ನನ್ನ ಕಿವಿಗಳನ್ನು ತುಂಬಿತು. ನಾನು ಬಹಳ ತಡವಾಗಿ, ಮುಂಜಾನೆಗೆ ಮೊದಲು ಮಲಗಿದ್ದೆ. ತುಂಬಾ ಆಯಾಸ ಗೊಂಡಿದ್ದೆ. ಆ ಕಾರಣ ನಿದ್ದೆಯಿಂದ ಚೇತರಿಸಿಕೊಳ್ಳಲು ನನಗೆ ಬಹಳ ಕಷ್ಟವಾಯಿತು. ಆಸ್ಟ್ರೋವಿಕಾ ಬೆಟ್ಟದಿಂದ ದೂರದ ಪ್ರಯಾಣ ಮುಗಿಸಿ ನಾನು ಆಗತಾನೆ ಬಂದಿದ್ದೆ. ಅಲ್ಲಿ ರಕ್ತವೈರಕ್ಕೆ ಸಂಬಂಧಿಸಿದ ಒಂದು ಹೊಡೆದಾಟವೋ, ಅಪರಾಧವೋ ನಡೆಯಲಿತ್ತು. ಎರಡೂ ಕಡೆಯವರಿಗೆ ರಾಜಿ ಮಾಡಿಸಲು ನಮ್ಮ ಪಕ್ಷ ಮತ್ತು ಸಮಿತಿ ನಮ್ಮನ್ನು ಕಳಿಸಿದ್ದರು. ಸಾವಿರಾರು ಅಡ್ಡಿ ಆತಂಕಗಳು ಎದುರಾದರೂ ಕೊನೆಗೆ ಈ ಕೆಲಸವನ್ನು ಸಾಧಿಸಿ ನಾವು ಮನೆಗೆ ಹಿಂದಿರುಗಿದ್ದೆವು. ಆಸ್ಟ್ರೋವಿಕಾ ದಾರಿ ಸಾಮಾನ್ಯದ್ದಲ್ಲ. ಅದು ಕ್ಷಿಪ್ರವಾಗಿ ಹರಿಯುವ ಅಪಾಯಕಾರಿ ತೊರೆಗಳಿಂದ ಮತ್ತು ಆಳವಾದ ಹಳ್ಳಕೊಳ್ಳಗಳಿಂದ ಕೂಡಿದ ದುರ್ಗಮ ದಾರಿ. ಇಂತಹ ರಸ್ತೆಯೊಂದಿಗೆ ಇಡೀ ರಾತ್ರಿ ಎಂಟು ಘಂಟೆ ಕಾಲ ನಾನು ಸೆಣಸಾಡಿದ್ದೆ. ಮೊದಲ ಮಂಜಿನೊಂದಿಗೆ ಬೆರೆತಿದ್ದ ಮಳೆಯಲ್ಲಿ ನಾನು ಮನೆ ಸೇರುವ ಹೊತ್ತಿಗೆ ನಮ್ಮ ಹುಂಜ ಮುಂಜಾನೆಯ ಮೊದಲ ಕೂಗನ್ನು ಕೂಗಿತ್ತು. ಅನಂತರ ಮೈಬೆಚ್ಚಗಾಗಲು ಒಂದು ಲೋಟ 'ರಾಕಿ'ಯನ್ನು ಕುಡಿದು, ನಮ್ಮ ಗ್ರಾಮ ಘಟಕದ ಕಾವಲುಗಾರರು ಅವರವರ ಸ್ಥಳದಲ್ಲಿರುವರೆಂಬುದನ್ನು ಖಾತ್ರಿ ಪಡಿಸಿಕೊಂಡು ಬಂದು ಹಾಸಿಗೆಯ ಮೇಲೆ ಬಿದ್ದುಕೊಳ್ಳುವ ಹೊತ್ತಿಗೆ ನನ್ನ ಮೈಯೆಲ್ಲಾ ಹಣ್ಣಾಗಿತ್ತು. 'ರಾಕಿ' ಕುಡಿದಿದ್ದರಿಂದ ನಿದ್ದೆ ಬೇಗ ಬಂದರೂ ಆಗಾಗ ಎಚ್ಚರವಾಗುತ್ತಿತ್ತು. ಬೆಂಕಿಗೂಡಿನ ಮೇಲೆ ಮಿಣಗುಟ್ಟುತ್ತಿದ್ದ ಮೇಣದ ಬತ್ತಿಯ ಬೆಳಕು ಕ್ರಮೇಣ ಮಂದವಾಗುತ್ತಿದ್ದ ಸಂಗತಿ ನನಗೆ ಗೊತ್ತಾಗುತ್ತಿತ್ತು. ನಿದ್ದೆಯಿಂದ ಭಾರವಾದ ಕಣ್ಣರೆಪ್ಪೆಗಳ ಸಂದಿನಿಂದ ಗೋಡೆಯ ಮೇಲಿನ ನೆರಳುಗಳ ಚಲನೆಯನ್ನು

ನಾನು ಗ್ರಹಿಸಬಲ್ಲವನಾಗಿದ್ದೆ. ಮೇಣದ ಬತ್ತಿಯ ಗುರಿ ಗೋಡೆಯನ್ನು ತನ್ನ ಮಸಿ ನಾಲಗೆಗಳಿಂದ ನೆಕ್ಕುತ್ತಿತ್ತು. ಗೋಡೆ ಕಪ್ಪಗಾಗುತ್ತಿತ್ತು. ಯಾರೋ ನನ್ನ ಕೋಣೆಗೆ ಬಂದು ಹೋದಂತಾಯಿತು. ಆತ ನನ್ನ ಭುಜದ ಮೇಲೆ ಕುರಿ ಚರ್ಮದ ದಪ್ಪ ಕಂಬಳಿ ಹೊದಿಸಿ ಹೋದಂತಿತ್ತು. ಈ ಆಲಸ್ಯದ ಪರದೆಯನ್ನು ಸೀಳಿ ಯಾವುದೋ ಒಂದು ಮಗುವಿನ ನಿಟ್ಟುಸಿರು, ಕುದುರೆಯೊಂದು ಕೆನೆಯುವ ಶಬ್ದ ಮತ್ತು ದೂರದಿಂದ ತೇಲಿ ಬರುತ್ತಿದ್ದ ಒಂದು ಹಾಡಿನ ತುಣುಕುಗಳು ಕೇಳಿಸಿದವು.

ಮತ್ತೆ ಆ ಮಂಪರಿನಲ್ಲಿ ಒಂದು ಕನಸು : ಕುದುರೆಗಳು ಬರುವ ಅಸ್ಪಷ್ಟ ಧ್ವನಿ, ಗೊರಸುಗಳ ಶಬ್ದ, 'ಬಂದಿರಾ' ಎನ್ನುವ ಮಾತು, ಪಕ್ಷದ ಮತ್ತು ಸಮಿತಿಯ ಬಗ್ಗೆ ಒಂದೆರಡು ಒಳ್ಳೆಯ ನುಡಿಗಳು ಕೇಳಿ ಬಂದವು. ಎಲ್ಲರೂ ಒಟ್ಟಿಗೆ ಮಾತನಾಡುತ್ತಿದ್ದರು. ನಮ್ಮವರು, ಜಗಳವಾಡಿದವರು, ರಾಜಿ ಮಾಡಿದವರು – ಎಲ್ಲರೂ. ಕ್ರಮೇಣ ಮಾತು ಸ್ಪಷ್ಟವಾಯಿತು.

"ಆಸ್ಟ್ರೊವಿಕಾದ ಸಂಗಾತಿಗಳೇ, ಈ ಹೋರಾಟಕ್ಕೆ ನಿಮ್ಮ ಬೆಂಬಲವಿದೆಯೇ ?"

"ಓಹೋ ಇದೆ."

"ಇಲ್ಲ, ನಿಮ್ಮ ಬೆಂಬಲ ಇಲ್ಲ. ಸೋದರ ಸೋದರನನ್ನು ಕೊಲ್ಲುವ ನಿಮ್ಮ ವರ್ತನೆಯನ್ನು ನೋಡಿದ್ರೆ, ಈ ಯುದ್ಧದಲ್ಲಿ ನೀವು ಸೋಲೋದು ಖಂಡಿತ."

"ಇಲ್ಲ, ನಾವು ಸೋಲೋದಿಲ್ಲ."

"ಈ ರಕ್ತವೈರ ಮತ್ತು ಭ್ರಾತೃ ಹತ್ಯೆಗಳನ್ನು ನಿಲ್ಲಿಸ್ದೇ ಇದ್ರೆ ನೀವು ನಿಜವಾಗ್ಲೂ ಸೋಲ್ತೀರಿ."

"ಆಗಲಿ, ಪಕ್ಷವು ಹೇಳಿದಂತೆ ನಾವು ರಾಜಿಯಾಗ್ತೇವೆ. ಸರಿದಾರಿಗೆ ಬರ್ತೇವೆ. ನಮ್ಮ ಬೆರಳುಗಳನ್ನು ಗೀರಿ ಪರಸ್ಪರರ ರಕ್ತವನ್ನು ಒಂದು ತೊಟ್ಟು ಕುಡಿದು ರಕ್ತಸಾಕ್ಷಿಯಾಗಿ ರಾಜಿಮಾಡಿಕೊಳ್ತೇವೆ."

"ಪಕ್ಷವು ಚಿರಾಯುವಾಗಲಿ !"

ನಾನು ನನ್ನ ಪಿಸ್ತೂಲನ್ನು ಹೊರಗೆಳೆದು ಗಾಳಿಯಲ್ಲಿ ಗುಂಡು ಹಾರಿಸಿ ಕೂಗಿದೆ :

"ನಮಗೆಲ್ಲ ಒಂದೇ ಜೀವ, ಒಂದೇ ಆತ್ಮ, ಒಂದೇ ತಾಯಿನಾಡು !"

"ನಾವೆಲ್ಲ ಅಣ್ಣ ತಮ್ಮಂದಿರು, ನಾವೆಲ್ಲ ಪಕ್ಷಕ್ಕೆ ಸೇರಿದೋರು !"

ಅನಂತರ ನಾವೆಲ್ಲರೂ ಸಂತೋಷದಿಂದ ಪರಸ್ಪರ ಅಪ್ಪಿಕೊಂಡು ನಮ್ಮ ನಮ್ಮ ಪಿಸ್ತೂಲುಗಳಿಗೆ ತಟ್ಟನೆ ಕೈ ಹಾಕಿ ಕಿಟಕಿಯಿಂದಾಚೆಗೆ, ಬೆಂಕಿಗೂಡಿಗೆ, ಆಕಾಶಕ್ಕೆ ಗುಂಡು ಹಾರಿಸಿದೆವು. ಇಡೀ ಕುಟುಂಬಗಳನ್ನೂ ಲೆಕ್ಕವಿಲ್ಲದಷ್ಟು ಜನರನ್ನೂ ಬಲಿ ತೆಗೆದುಕೊಂಡಿದ್ದ ರಕ್ತ ವೈರದ ಹಳೆ, ಅನಾಗರಿಕ ಸಂಪ್ರದಾಯದ ಭೀತಿಯಿಂದ ಈಗ ವಿಮುಕ್ತರಾಗಿದ್ದ ನಮಗೆ ಅಷ್ಟೊಂದು ಆನಂದವಾಗಿತ್ತು.

ಆದಕಾರಣ ದೇಶದ ತುಂಬ ಗಂಭೀರ ದುಃಖವಿದ್ದರೂ, ಈ ರಾಜಿಯ ಸಂತೋಷಕ್ಕಾಗಿ ನಾವು ಕಂಠಪೂರ್ತಿ 'ರಾಕಿ' ಹೀರಿದೆವು. ಹೆಂಗಸರು ತಂದಿದ್ದ ಸುಡು ಮಾಂಸವನ್ನು ತಿಂದೆವು. ಆ ಹೆಂಗಸರಿಗಂತೂ ತಮ್ಮ ಸಂತೋಷವನ್ನು ತಡೆಹಿಡಿಯುವುದೇ ಕಷ್ಟವಾಗಿತ್ತು. ಬಳಿಕ ನಾವು ಕೈಕೈ ಹಿಡಿದು ಕುಣಿದೆವು. ಪರಸ್ಪರರ ಹೆಗಲ ಮೇಲೆ ತೋಳುಗಳನ್ನು ಹಾಕಿ ಹಾಡಿದೆವು. ನಮ್ಮ ನಮ್ಮಲ್ಲಿ ಒಗ್ಗಟ್ಟು, ಸೋದರ ಭಾವ ಇರುವವರೆಗೆ ನಮಗೆ ಯಾರ ಭಯ ? ಯುದ್ಧ ಪ್ರಜ್ವಲಿಸಲಿ, ಬೆಟ್ಟದ ಮೇಲಿನ ಗಾಳಿ ಅಬ್ಬರಿಸಲಿ, ಅದರ ಅಬ್ಬರ ಕಾಡುಗಳಲ್ಲಿ

ಪ್ರತಿಧ್ವನಿಸಲಿ ! ಕಷ್ಟ ತುಂಬಿದ ದಾರಿ ಎಷ್ಟಾದರೂ ದೀರ್ಘವಾಗಲಿ, ಸ್ವಾತಂತ್ರ್ಯದ ಬೆಲೆಯಾದ ಗುಂಡುಗಳು ನಮ್ಮ ಮೇಲೆ ಮಳೆಗರೆಯಲಿ ! ಗೆಳೆತನದ ಗಟ್ಟಿದಾರಿ ನಮ್ಮದು. ಇದು ಆಲ್ಬೇನಿಯದ ವೀರರ ಶಪಥ...!

ನಿದ್ದೆಯ ಮಂಪರಿನಲ್ಲಿ ಈ ಎಲ್ಲ ಘಟನೆಗಳು ನನ್ನ ಸ್ಮೃತಿಪಟಲದ ಮೇಲೆ ಹಾದು ಹೋದವು – ತುಣುಕು ತುಣುಕಾಗಿ ಆದರೂ ಜೀವಂತವಾಗಿ, ಕೊಂಚ ಬದಲಾಗಿ ಆದರೂ ಸತ್ಯಕ್ಕೆ ಸತ್ಯವಾಗಿ. ಅಷ್ಟರಲ್ಲಿ ಜನರ ಕೂಗು ಮತ್ತು ಸಿಡಿಗುಂಡುಗಳ ಸ್ಫೋಟದ ಶಬ್ದಗಳು ನ್ನನ್ನನ್ನು ಬಡಿದೆಬ್ಬಿಸಿದುವು.

ನಾನು ತಕ್ಷಣ ಎದ್ದು ಕುಳಿತೆ. ಬಟ್ಟೆ ಧರಿಸುವ ಅವಶ್ಯಕತೆ ಇರಲಿಲ್ಲ. ಯಾಕೆಂದರೆ ನಾಜಿಗಳು ಆಕ್ರಮಣ ಮಾಡಿದ ದಿನದಿಂದ ಪ್ರತಿರಾತ್ರಿಯೂ ತೊಟ್ಟಿದ್ದ ಅಂಗಿ ಮತ್ತು ಮೆಟ್ಟಿದ್ದ ಪಾದರಕ್ಷೆಗಳಲ್ಲೇ ನಾನು ಮಲಗುತ್ತಿದ್ದೆ. ಆದುದರಿಂದ ಎದ್ದೊಡನೆಯೇ ಉದ್ದನೆಯ ನನ್ನ ಬಂದೂಕಿಗೆ ಕೈ ಹಾಕಿದೆ. ಬಳಿಕ ತೋಟಾಗಳ ಪಟ್ಟಿಯನ್ನು ಸೊಂಟಕ್ಕೆ ಸಿಕ್ಕಿಸಿಕೊಳ್ಳುತ್ತಾ, ತನ್ನ ಶಾಂತಿಗೆ ಭಂಗವಾಗಿ ಗೂಡಿನಿಂದ ಹೊರಬಿದ್ದ ಯಾವುದೋ ರಾತ್ರಿಯ ಹಕ್ಕಿಯಂತೆ ಅಂಗಳಕ್ಕೆ ಹಾರಿದೆ.

ಹೊರಗಡೆ ಗಾಳಿ ಘೀಳಿಡುತ್ತಿತ್ತು. ಹಿಟ್ಟಿನ ಕಣಗಳಷ್ಟು ನಯವಾದ ಹನಿಮಳೆ ಜಿನುಗುತ್ತಿತ್ತು. ಮನೆಯ ಸೂರಿನಿಂದ ನೀರು ಸುರಿದು ಹಳ್ಳವಾಗುತ್ತಿತ್ತು. ಹೆಂಗಸರು ತುಕ್ಕು ಹಿಡಿದ ಇಟಾಲಿಯನ್ ಹೆಲ್ಮೆಟ್‌ಗಳಲ್ಲಿ ಮಳೆ ನೀರನ್ನು ಸಂಗ್ರಹಿಸುತ್ತಿದ್ದರು. ಈ ನೀರಿನಿಂದ ಉಣ್ಣೆಯ ಬಟ್ಟೆಗಳನ್ನು ಷರಟುಗಳನ್ನು ಚೆನ್ನಾಗಿ ಒಗೆಯಬಹುದು ಎನ್ನುತ್ತಿದ್ದರು ಅವರು.

ಡಿಸೆಂಬರಿನ ಮೊದಲ ದಿನಗಳು. ಬೆಟ್ಟಗಳೆಲ್ಲ ಮಂಜಿನ ದಟ್ಟ ಕಂಬಳಿಗಳನ್ನು ಹೊದ್ದಿದ್ದುವು. ಅವನ್ನು ಸ್ಪಷ್ಟವಾಗಿ ಗುರುತು ಹಿಡಿಯಲಾಗುತ್ತಿರಲಿಲ್ಲ. ತಣ್ಣನೆಯ ಗಾಳಿ, ಬೆಂಕಿಯ ಪಕ್ಕದಲ್ಲಿ ಮೈನೆಕ್ಕುವ ಬೆಕ್ಕು, ಎಲೆಯುದುರಿದ ಮರದ ಕಾಂಡಗಳು ಹಾಗೂ ನಡುಗುತ್ತಿದ್ದ ನನ್ನ ಮೈ– ಇವೆಲ್ಲವೂ ಚಳಿಗಾಲ ಬಹಳ ಹತ್ತಿರವಾಗಿದೆ ಎಂಬುದನ್ನು ಸ್ಪಷ್ಟವಾಗಿ ಸೂಚಿಸುತ್ತಿದ್ದುವು.

ಅಂಗಳಕ್ಕೆ ಓಡಿಬಂದು ನಾನು ಗಟ್ಟಿಯಾಗಿ ಅರಚಿದೆ :

"ಏನಾಗಿದೆ ? ಏನಾಗುತ್ತಿದೆ ? ಯಾರು ಹೊಡೆದಾಡುತ್ತಿರೋದು ?"

ಅಲ್ಲಿ ಮನುಷ್ಯರಾಗಲಿ, ಪ್ರಾಣಿಗಳಾಗಲಿ ಇರಲಿಲ್ಲ. ಎಲ್ಲವೂ ಮೌನ. ಕೋಳಿಗಳ ಕೇಕೆಯೂ ಆ ಮೌನವನ್ನು ಮುರಿಯಲಿಲ್ಲ. ಇಡೀ ಹಳ್ಳಿ ನೀರವವಾಗಿ ಮೂಕವಾಗಿತ್ತು. ಮೇಲೆ ನಿಶ್ಚಿಂತೆಯಿಂದ ಮಳೆ ಸುರಿಸುವ ಕಪ್ಪು ಮೋಡದ ತುಣುಕು ಹರಡಿಕೊಂಡಿತ್ತು, ಕೆಳಗೆ ಒದ್ದೆಯಾಗಿದ್ದ ನೆಲ. ಇಬ್ಬರು ಹುಡುಗರು ಮನೆಯ ಮುಂದೆ ಹಾದುಹೋದರು. ಒಬ್ಬನ ಕೈಯಲ್ಲಿ ನಳಿಗೆಯಿಲ್ಲದ ಚಿಕ್ಕ ಬಂದೂಕು, ಇನ್ನೊಬ್ಬನ ಕೈಯಲ್ಲಿ ಕೊಡಲಿ. ಅವರು ಜಿಂಕೆ ಮರಿಗಳಂತೆ ಓಡುತ್ತಿದ್ದರು.

ಅವರ ಮುಖಗಳನ್ನು ನೋಡದೆ ನಾನು ಕೂಗಿದೆ :

"ಏ ! ಹುಡುಗರೇ ಏನಾಗ್ತಾ ಇದೆ ?"

ಅವರು ನನ್ನ ಮಾತನ್ನು ಕೇಳಲೂ ಇಲ್ಲ. ಉತ್ತರಿಸಲೂ ಇಲ್ಲ. ನಾನು ಮನೆ ಮುಂದಿನ ಹೊಸ್ತಿಲಿಗೆ ಬರುವ ವೇಳೆಗೆ ಅವರು ಮರೆಯಾಗಿದ್ದರು. ನನಗೆ ಇನ್ನು ಕೇಳಲು, ಯೋಚಿಸಲು ಸಮಯವಿರಲಿಲ್ಲ. ಹಳ್ಳಿಯ ಹತ್ತಿರದ ಕಾಡಿನಲ್ಲಿ ಗುಂಡಿನ ಶಬ್ದ ಕೇಳುತ್ತಿತ್ತು.

“ಜರ್ಮನರು” ಎಂದು ನಾನು ನನ್ನಷ್ಟಕ್ಕೆ ಹೇಳಿಕೊಂಡೆ. ಧ್ವನಿ ಅಸ್ಥಿರವಾಗಿತ್ತು. ಇಲ್ಲಿಯವರೆಗೆ ಅವರು ಹೇಗೆ ಬಂದರು ? ನಮ್ಮ ಕಾವಲುಗಾರರು ಏನು ಮಾಡುತ್ತಿದ್ದರು ? ನಮ್ಮ ತುಕಡಿಯ ಸಂಗಾತಿಗಳು ಏನು ಮಾಡುತ್ತಿದ್ದರು ? ನನ್ನ ಹಾಗೆ ಅವರೂ ನಿದ್ದೆಗೆ ಸೋತಿದ್ದರೊ ?

“ಬಾರಯ್ಯ, ಹೋದೋ, ಮುಂದೆ ನಡೆ” ಎಂದು ನನಗೆ ನಾನೇ ಹೇಳಿಕೊಳ್ಳುತ್ತಾ ಗುಡ್ಡ ಏರಿ ಇತರ ಸಂಗಾತಿಗಳಿದ್ದ ಕಾಡಿನತ್ತ ಓಡಿದೆ.

ಕಾಡು ನಮ್ಮ ಮನೆಯ ಹಿಂದಿನಿಂದಲೇ ಶುರುವಾಗುತ್ತದೆ. ನನಗಂತೂ ಆ ಕಾಡೆಂದರೆ ಮನೆಯ ಹಾಗೆಯೇ. ಚಿಕ್ಕಂದಿನಲ್ಲಿ ನಾನು ಮೇಕೆ ಮೇಯಿಸಲು ಹೋಗುತ್ತಿದ್ದಾಗ ಅದರ ಮೂಲೆ ಮೂಲೆಗಳಲ್ಲೂ ಹೊಕ್ಕು ಹೊರಬಂದಿದ್ದೆ. ಆದುದರಿಂದ ಅಲ್ಲಿ ಸುಲಭವಾಗಿ ಸಂಚರಿಸಬಹುದಾದ ಒಳದಾರಿಗಳು ನನಗೆ ಗೊತ್ತು. ಅಂಗಿ ಹರಿಯುವ, ರಕ್ತ ಸುರಿಸುವ ಮುಳ್ಳು ಪೊದೆಗಳಿರುವ ಜಾಗಗಳೂ ಗೊತ್ತು. ಹಾಗೆಯೇ ತಣ್ಣನೆಯ ತಿಳಿನೀರಿನ ಚಿಲುಮೆಗಳೆಲ್ಲಿವೆ ಎನ್ನುವುದು ಕೂಡ ಗೊತ್ತು.

ಆಗತಾನೆ ಬೆಳಕು ಹರಿದಿತ್ತು. ಕಾಡಿನ ಮರಗಳ ನೆರಳುಗಳು ಇನ್ನೂ ಉದ್ದವಾಗಿ ದಟ್ಟವಾಗಿ ಹರಡಿಕೊಂಡಿದ್ದವು. ಗುಂಡಿನ ಶಬ್ದ ನಿಂತಿತ್ತು. ಆ ದಟ್ಟವಾದ ಕಾಡುಮರಗಳ, ಪೊದೆಗಳ ಇರುಕಿನಲ್ಲಿ ನಾನು ಓಡಿದೆ. ಒಂದು ಮಣ್ಣಿನ ದಿಬ್ಬದ ಎದುರು ನಿಂತೆ. ಅದರಡಿಯಲ್ಲಿ ತಿಳಿನೀರಿನ ಚಿಲುಮೆಯೊಂದು ಓಕ್ ಮರವೊಂದರ ಹಣ್ಣೆಲೆಗಳ ಮಧ್ಯೆ ಉಕ್ಕುತ್ತಿತ್ತು. ಅಲ್ಲಿಂದ ಸ್ವಲ್ಪ ಕೆಳಗಡೆ ನಾನು ಹೋಗುತ್ತಿದ್ದ ಚಿಕ್ಕ ಕೊರಕಲು ದಾರಿಯ ಕೊನೆಯಲ್ಲಿ ಆಳವಾದ ಒಂದು ಕಮರಿಯಿತ್ತು. ಹಳೆ ಓಕ್ ಮರಗಳಿಂದ ಆವರಿಸಲ್ಪಟ್ಟಿದ್ದ ಈ ಕಮರಿ ರಹಸ್ಯಮಯವಾಗಿದ್ದು ಭಯ ಹುಟ್ಟಿಸುವಂತಿತ್ತು. ಯಾವ ಕುರಿಗಾಹಿಯ ಹೆಜ್ಜೆಯೂ ಆ ನಿಗೂಢ ಜಾಗವನ್ನು ತುಳಿದಿರಲಿಲ್ಲ. ಅಂದ ಬಳಿಕ ನಾನೂ ಅಲ್ಲಿ ಹೆಜ್ಜೆ ಹಾಕಿರಲಿಲ್ಲವೆಂದು ಬೇರೆ ಹೇಳಬೇಕಾಗಿಲ್ಲ ಈ ಕಮರಿಯ ಅಂಚಿನಲ್ಲಿ ಇಬ್ಬರು ನಾಜಿಗಳನ್ನು ನಾನು ಕಂಡೆ. ಅವರು ಸತ್ತು ಬಿದ್ದಿದ್ದರು.

ಬೆಳಗಿನ ಹೊಗೆಮಂಜು ಕರಗುತ್ತಿತ್ತು. ಆಳದ ಪ್ರದೇಶಗಳಲ್ಲಿ, ತಣ್ಣನೆಯ ನೀರಿನ ತೊರೆಗಳ ಮೂಲೆಗಳಲ್ಲಿ, ಕಮರಿಯ ಗುಹೆಗಳಲ್ಲಿ ಗೋಡೆಗಳಂತೆ ಹಬ್ಬಿದ್ದ ಪೊದೆಗಳ ಸಂದುಗೊಂದುಗಳಲ್ಲಿ ಮಾತ್ರ ಕತ್ತಲಿನ ಆಳ್ವಿಕೆ ಇನ್ನೂ ಇತ್ತು. ಪ್ರಕೃತಿದತ್ತವಾದ ವಿಷಣ್ಣತೆ ಮತ್ತು ಕಾವಳಗಳಿಂದ ಕೂಡಿದ ಮಳೆಯೂ ನಿಂತಿತ್ತು. ರೈತರ ಗುಂಪೊಂದು ಕಾಡಿನಿಂದ ಮೂಡಿಬಂದು ಮರಗಳಿಂದ ಸುತ್ತುವರಿದ ಹಸಿರು ಬಯಲಲ್ಲಿ ಕಾಣಿಸಿಕೊಂಡಿತು. ಅಲ್ಲಿದ್ದ ಗಂಡು – ಹೆಣ್ಣು, ಹುಡುಗ – ಹುಡುಗಿ ಎಲ್ಲರೂ ನನಗೆ ಗೊತ್ತಿತ್ತು. ಆದರೆ ಅವರು ದಣಿದ ಮುಖಗಳೊಂದಿಗೆ ಬಂದು, ನನ್ನನ್ನು ನೋಡಿ ಮಾತು ನಿಲ್ಲಿಸಿದರು. ಒಂದು ಸ್ಟ್ರೆಚರನ್ನು ಹೆಗಲಿನ ಮೇಲೆ ಹೊತ್ತುಕೊಂಡು ನೇರವಾಗಿ ನನ್ನ ಬಳಿಗೆ ಬಂದರು. ಅದೊಂದು ಅವರೇ ಮಾಡಿದ್ದ ಸ್ಟ್ರೆಚರ್. ಗಟ್ಟಿಮರದ ಕೊಂಬೆಗಳನ್ನು ಒಟ್ಟಿಗೆ ಕಟ್ಟಿ, ಅದರ ಮೇಲೆ ಮೇಲಂಗಿಗಳನ್ನು ಹಾಸಿದ್ದರು. ಅದರ ಮುಂದೆ ಹಳ್ಳಿಯ ತುಕಡಿಯ ಮುಖ್ಯಸ್ಥ ಹಜ್‌ದರ್ ನಿಂತಿದ್ದ. ಅವನ ಮುಖ ಸಿಡಿಮದ್ದನ್ನು ಸವರಿಕೊಂಡಂತೆ ನೇರಳೆ ಬಣ್ಣದಿಂದ ಕೂಡಿತ್ತು. “ಸತ್ತಿದ್ದು ಯಾರು ?” ಎಂದು ನಡುಗುವ ಧ್ವನಿಯಲ್ಲಿ, ಆದರೂ ನನ್ನ ಭಾವನೆಗಳನ್ನು ಹಿಡಿತದಲ್ಲಿಟ್ಟುಕೊಂಡು ನಾನು ಕೇಳಿದೆ. ಅವರ್‍ಯಾರೂ ಉತ್ತರಿಸಲಿಲ್ಲ. ಅವರು ಸ್ಟ್ರೆಚರನ್ನು ಮಣ್ಣು ದಿಬ್ಬದ ಹತ್ತಿರ ಉಕ್ಕುತ್ತಿದ್ದ ತಿಳಿನೀರಿನ ಚಿಲುಮೆಯ ಬಳಿ ಇಳಿಸಿದರು. ಹಜ್‌ದರ್‌ನ ಮುಖ

ಕೋಪದಿಂದ ಉರಿಯುತ್ತಿತ್ತು. ಸತ್ತು ಬಿದ್ದಿದ್ದ ಜರ್ಮನರನ್ನು ಆತ ಒಮ್ಮೆ ನೋಡಿದ. ನೀರಿಗಿಳಿದ, ತಲೆಬಾಗಿಸಿ ನೀರು ಕುಡಿದ. ಬಾಗಿದ್ದ ಹಾಗೆಯೇ, ನೀರಿನ ಹನಿಗಳು ಬಾಯಿಯ ಕೊನೆಗಳಲ್ಲಿ ಜಿನುಗುತ್ತಿದ್ದಂತೆಯೇ, ಹೇಳಿದ :

"ಇನ್ನೂ ಮೇಲೆ, ನಾವು ಏಳು ನಾಜಿ ಹೆಣಗಳನ್ನು ನೋಡಿದೆವು. ಇಲ್ಲಿರುವುವೂ ಸೇರಿದರೆ ಒಂಭತ್ತು. ಇದು ನಾಜಿಗಳ ಬೇಹುಗಾರಿಕೆ ಪಡೆ ಇದ್ದಿರಬಹುದು. ಆದರೆ ಅದು ಸಾವನ್ನಪ್ಪಿತು. ನಮ್ಮ ತುಕಡಿ ನಾಲ್ವರನ್ನು ನಾಶಮಾಡಿತು..."

ನನ್ನ ದುಗುಡವನ್ನು ಮರೆಸಿಕೊಂಡು ನಾನು ಕೇಳಿದ :

"ಸ್ಟ್ರೆಚರ್ ಮೇಲೆ ಯಾರು ?"

ಸ್ಟ್ರೆಚರ್ ಮೇಲೆ ಎತ್ತರದ ಯುವಕನೊಬ್ಬ ಮಲಗಿದ್ದ. ಅವನ ಕೂದಲು, ಹುಬ್ಬು, ಒಣಹುಲ್ಲಿನಂತೆ ಮಾಸಲು ಹಳದಿ ಬಣ್ಣ. ಅವನ ಕಣ್ಣು ಮುಚ್ಚಿತ್ತು. ಸಿಡಿಮದ್ದಿನಿಂದ ಮುಖವೆಲ್ಲಾ ಗಾಯ, ಕೆನ್ನೆಗಳ ಮೇಲೆ ಕಪ್ಪು ಛಾಯೆ. ಈಚೆಗೆ ತಾನೇ ಮುಖಕ್ಷೌರ ಮಾಡಿಕೊಳ್ಳತೊಡಗಿದ ಎಳೆಯ ಮುಖ. ಗಲ್ಲದ ಕೆಳಗೆ ಗಂಟು ಹಾಕಿದ ಕೆಂಪು ಕರವಸ್ತ್ರ ಕುತ್ತಿಗೆಯನ್ನು ಸುತ್ತಿತ್ತು. ಅವರು ಅವನ ಎದೆಯ ಮೇಲಿಟ್ಟಿದ್ದ ಟೋಪಿಯ ಮೇಲೆ ಕೆಂಪು ನಕ್ಷತ್ರ ಮಿನುಗುತ್ತಿತ್ತು. ದೀರ್ಘ ಪ್ರಯಾಣದ ಬಳಿಕ ನಿದ್ದೆಯಲ್ಲಿ ಮೈಮರೆತವನಂತೆ ಆತ ಕಾಣುತ್ತಿದ್ದ. ನೀವು ಅವನೊಂದಿಗೆ ಮಾತನಾಡಿದರೆ ಸಾಕು, ತಟ್ಟನೆ ಮೇಲಂಗಿಯನ್ನು ಬಿಸುಟು, ನೆಟ್ಟಗೆ ನಿಂತು, ಬಂದೂಕನ್ನು ಸರಿಪಡಿಸಿಕೊಂಡು "ನಾನು ಸಿದ್ಧ ಕಾಮ್ರೇಡ್. ಸ್ವಲ್ಪ ಹಾಗೇ ಕಣ್ಣು ತೂಗಿದ್ದೆ," ಎಂದು ಹೇಳುವನೇನೋ ಎಂಬಂತೆ ತೋರುತ್ತಿದ್ದ.

ಮಳೆಯಿಂದ ಭಾರವಾಗಿದ್ದ ಅವನ ಕೂದಲನ್ನು ಸವರುತ್ತಾ ನಾನು ಕೇಳಿದ :

"ಇವನು ನಿಮಗೆಲ್ಲಿ ಸಿಕ್ಕಿದ ?"

"ಕಾಡಿನೊಳಗೆ ಒಬ್ಬ ಸತ್ತ ನಾಜಿಯ ಮೇಲೆ ಬಿದ್ದಿದ್ದ. ಕೈಯಲ್ಲಿ ಪಿಸ್ತೂಲಿತ್ತು. ಕೊನೆಯುಸಿರು ಎಳೀತಿದ್ದ. ಸಾಯೋ ಮೊದಲು ಏನೋ ಹೇಳಿದ. ಆದರೆ ಅದು ನಮಗೆ ಅರ್ಥವಾಗಲಿಲ್ಲ. ಅವನ ಗಾಯಗಳನ್ನು ಹುಡುಕುತ್ತಿದ್ದಂತೆಯೆ ನಮ್ಮ ಕೈಯಲ್ಲೇ ಪ್ರಾಣಬಿಟ್ಟ," ಎಂದು ಮೇಕೆ ಚರ್ಮದ ಮೇಲಂಗಿಯ ಕೈತೋಳಿನಿಂದ ತನ್ನ ತುಟಿಗಳನ್ನು ಒರೆಸಿಕೊಳ್ಳುತ್ತಾ ಹಜ್‌ದರ್ ಹೇಳಿದ.

ತುರುಚಿ ಗಿಡದಿಂದ ಸವರಿಕೊಂಡಂತೆ ನನ್ನ ಮುಖ ಕೆಂಪಾಯಿತು. ನಾನು ಒಂದೆರಡು ಹೆಜ್ಜೆ ಹಿಂದೆ ಬಂದು ಆ ಸ್ಟ್ರೆಚರನ್ನು ಮತ್ತೊಮ್ಮೆ ನೋಡಿದೆ. ಅವಸರದಲ್ಲಿ ನನ್ನ ಬಂದೂಕನ್ನೇ ಎಡವಿ ನಾನು ಬೀಳುವುದರಲ್ಲಿದ್ದೆ. ಅನಂತರ ಅಲ್ಲಿದ್ದ ರೈತರೆಲ್ಲ – ಗಂಡಸರು ಮತ್ತು ಹುಡುಗರು–ಸ್ಟ್ರೆಚರ್ ಬಳಿಗೆ ಬಂದರು. ಅವರಲ್ಲಿ ಹೆಚ್ಚಿನವರು ಆಯುಧಧಾರಿಗಳಾಗಿದ್ದರು. ಆಗ ಇದ್ದಕ್ಕಿದ್ದಂತೆ ನಮ್ಮನ್ನು ಆವರಿಸಿದ ಮೌನವನ್ನು ಹೆಂಗಸೊಬ್ಬಳ ರೋದನ ಧ್ವನಿ ಮುರಿಯಿತು.

ಹೆಂಗಸರೆಲ್ಲ ಸ್ಟ್ರೆಚರ್‌ನಿಂದ ಸ್ವಲ್ಪ ದೂರದಲ್ಲಿ ಗುಂಪಾಗಿ ನಿಂತಿದ್ದರು. ದಿಬ್ಬದ ಮೇಲೆ ನಿಂತುಕೊಂಡು ಅವರನ್ನು ನಾನು ಕೇಳಿದೆ :

"ಅಲ್ಲಿ ಅಳ್ತಾ ಇರೋದು ಯಾರು ?"

ಆ ಅಳು ಸ್ವಲ್ಪ ಹೊತ್ತು ಮುಂದುವರಿಯಿತು. ಆದರೆ ನಮ್ಮ ಸುತ್ತ ಆವರಿಸಿಕೊಂಡಿದ್ದ ದಟ್ಟವಾದ ಕಾಡು ಅದನ್ನು ನುಂಗಿತೇನೋ ಎನ್ನುವಂತೆ ಒಮ್ಮೆಲೆ ನಿಂತುಹೋಯಿತು.

"ಯಾರು ಅಳ್ತಿರೋದು ?" ಎರಡನೆಯ ಸಲ ನಾನು ಕೇಳಿದೆ. ಆದರೆ ಬಹಳ

ದಿನಗಳಿಂದ ಕತ್ತರಿಸದೇ ಇದ್ದ ನನ್ನ ಕೂದಲನ್ನು ಕೆದರುತ್ತಿದ್ದ ಗಾಳಿಯ ಪಿಸುದನಿ ಮಾತ್ರ ಆ ಮೌನದಲ್ಲಿ ನನಗೆ ಕೇಳಿಸಿತು. ಗಾಳಿ ಕಡಿಮೆಯಾಯಿತು. ಎಲ್ಲವೂ ಮೂಕವಾದಂತೆ ಕಾಡಿನಲ್ಲಿ ನಿಗೂಢ ಮೌನ ಆವರಿಸಿತು. ಸ್ಟ್ರೆಚರ್ ಮೇಲಿದ್ದ ಹುಡುಗನನ್ನು ನೋಡಿ ನಾನು ಹಜ್‌ದರ್‌ನನ್ನು ಕೇಳಿದೆ.

"ನಾವೆಷ್ಟು ಜನ ನಾಜಿಗಳನ್ನು ಕೊಂದಿದ್ದೇವೆ ?"

"ನಾಲ್ಕು ಜನರನ್ನು... ಹೋದ್ರೋ"

"ಉಳಿದೋರ್ನ ಕೊಂದೋರು ಯಾರು ?"

ಚಕಮಕಿ ಕಲ್ಲಿನಿಂದ ಕಿಡಿ ಹೊತ್ತಿಸಲು ಪ್ರಯತ್ನಿಸುತ್ತಾ ಹಜ್‌ದರ್ ಉತ್ತರಿಸಿದ :

"ಅವರನ್ನೆಲ್ಲ ಇವನು ಕೊಂದ..."

"ನಿನಗೆ ಹೇಗೆ ಗೊತ್ತು ?"

"ನನಗೆ ಗೊತ್ತಾಗೋದು ಬೇಡ. ನೋಡಿದ್ರೆ ನಿನಗೇ ಗೊತ್ತಾಗ್ತದೆ."

ನಾನು ಹುಡುಗನ ಬಂದೂಕನ್ನು ಎತ್ತಿಕೊಂಡು ನಳಿಗೆಯನ್ನು ಪರೀಕ್ಷಿಸಿದೆ. ಅದರ ತುದಿಯಲ್ಲಿ ಅಂಟಿಕೊಂಡಿದ್ದ ಸುಟ್ಟ ಸಿಡಿಮದ್ದಿನ ಕಲೆಗಳಿಂದ, ಅದನ್ನು ಆಗತಾನೆ ಉಪಯೋಗಿಸಿದ್ದಂತೆ ಕಂಡಿತು. ಬಂದೂಕಿನಿಂದ ಸಿಡಿಮದ್ದಿನ ವಾಸನೆಯೂ ಬರುತ್ತಿತ್ತು.

ನಾನು ಆ ಯುವಕನನ್ನು ಹಿಂದೆ ಎಲ್ಲೂ ನೋಡಿರಲಿಲ್ಲ. ನನಗೆ ಕಮಿಸಾರುಗಳು, ಕಮಾಂಡರುಗಳು, ಸಮಿತಿಯ ಮುಖ್ಯಸ್ಥರು, ಸದಸ್ಯರು ಎಲ್ಲಾ ಗೊತ್ತು; ಯುದ್ಧರಂಗದ ಹಿಂಚೂಣಿ ಪ್ರದೇಶದಲ್ಲಿ ಕೆಲಸ ಮಾಡುತ್ತಿದ್ದ ಪ್ರಮುಖ ಯುವ ಕಮ್ಯೂನಿಸ್ಟ್ ಕಾರ್ಯಕರ್ತರೆಲ್ಲ ಗೊತ್ತು; ಉತ್ತರ – ದಕ್ಷಿಣಗಳ ಪ್ರತಿನಿಧಿಗಳು ಗೊತ್ತು; ನಮ್ಮ ಪ್ರದೇಶದ ಹಾಗೂ ಕೇಂದ್ರದ ಸಂಗಾತಿಗಳಲ್ಲದೆ, ಮುಖ್ಯ ಸೇನಾನಾಯಕರ ಸಹಾಯಕ ಮಂಡಳಿಯಲ್ಲಿದ್ದ ಸಂಗಾತಿಗಳು ಕೂಡ ಗೊತ್ತು. ಆದರೆ ಆ ಯುವಕನನ್ನು ನಾನು ಎಲ್ಲೂ ನೋಡಿರಲಿಲ್ಲ. ಫಾಸಿಸ್ಟರು ಇಟಲಿಗೆ ಎಳೆದುಕೊಂಡು ಹೋಗಿ ಅಲ್ಲಿ ಜೈಲಿಗೆ ಹಾಕಿದ್ದ ದುಲ್ಕನನ್ನು ಇವನು ಸ್ವಲ್ಪಮಟ್ಟಿಗೆ ಹೋಲುತ್ತಿದ್ದ. ದುಲ್ಕ ತೆಳು ಶರೀರದ ಕುಳ್ಳ ವ್ಯಕ್ತಿಯಾಗಿದ್ದ. ಆದರೆ ಇವನ ಕಾಲುಗಳು ಉದ್ದದ ಸ್ಟ್ರೆಚರನ್ನೂ ದಾಟಿಕೊಂಡು ಹೊರಬಂದಿದ್ದವು... ಈ ಯುವಕ ಯಾರಾಗಿರಬಹುದು, ಐದು ಮಂದಿ, ನಾಜಿಗಳನ್ನು ಕೊಂದ ಈತ ಎಲ್ಲಿಂದ ಬಂದಿರಬಹುದು, ಯಾವ ಕಾರ್ಯ ನಿಮಿತ್ತವಾಗಿ ಬಂದಿರಬಹುದು ಎಂದು ಆಶ್ಚರ್ಯದಿಂದ ನಾನು ಯೋಚಿಸಿದೆ.

"ಇವನ ಪೋಷಾಕು ಶೋಧಿಸಿದಿರಾ ಹಜ್‌ದರ್ ?"

"ಹೂಂ" ಹಜ್‌ದರ್ ಉತ್ತರಿಸಿದ.

"ಏನಾದರೂ ಸಿಕ್ಕಿತಾ ?"

"ಅವನ ಬಂದೂಕು, ಪಿಸ್ತೂಲು, ತೋಟಾಗಳು ಮತ್ತು ಸ್ವಲ್ಪ ಜೋಳದ ರೊಟ್ಟಿ."

ನಾನು ಮಣ್ಣಿನ ದಿಬ್ಬಕ್ಕೆ ಒರಗಿ ಎಲ್ಲರನ್ನೂ ಕೇಳಿದೆ.

"ಈ ಹುಡುಗ ಯಾರಿಗಾದರೂ ಗೊತ್ತಾ ? ಹಿಂದೆ ಎಲ್ಲಾದರೂ ಇವನನ್ನು ಕಂಡಿದ್ದೀರಾ ?"

ನನ್ನ ಸ್ವರ ಗಟ್ಟಿಯಾಗಿ ಮೊಳಗಿತು. ಅದರ ಪ್ರತಿಧ್ವನಿ ಕಣಿವೆಯಿಂದ ಕಣಿವೆಗೆ, ಬೆಟ್ಟದಿಂದ ಬೆಟ್ಟಕ್ಕೆ ಹರಡಿತೇ ಹೊರತು ಯಾರೂ ಉತ್ತರ ಕೊಡಲಿಲ್ಲ.

"ಇವನು ಯಾರಿಗಾದರೂ ಗೊತ್ತೆ ?" ನಾನು ಮತ್ತೆ ಕೂಗಿದೆ. ಅದರ ಪ್ರತಿಧ್ವನಿ ಪುನಃ ಬೆಟ್ಟಗಳಲ್ಲಿ ಅಡಗುವ ಮೊದಲು ಮತ್ತೊಮ್ಮೆ ನನಗೆ ನಮ್ಮ ಆಲ್ಬೇನಿಯಾ ಹೆಂಗಸರ

ಮನೋವೇದಕವಾದ ವೀರೋಚಿತ ರೋದನ ಕೇಳಿಸಿತು.

"ಹತ್ತಿರ ಬಂದು ಚೆನ್ನಾಗಿ ನೋಡಿ. ಬಹುಶಃ ನಿಮಗೆ ಗೊತ್ತಿರ್ಬಹುದು. ಗಂಡಸರು ಒಬ್ಬರಾದ ಮೇಲೆ ಒಬ್ಬರು ನೋಡಿ... ಆಮೇಲೆ ಹೆಂಗಸರೂ ನೋಡಲಿ... ಹತ್ತಿರ... ಇನ್ನೂ ಹತ್ತಿರ ಬಂದು ಈ ಹುಡುಗನನ್ನು ನೋಡಿ, ಈ ವೀರಯೋಧನನ್ನು ಚೆನ್ನಾಗಿ ನೋಡಿ."

ಪರ್ವತ ಪ್ರಾಂತಗಳ ಜನರಿಗೆ ವಿಶಿಷ್ಟವಾದ ಭಾರದ ಹೆಜ್ಜೆಗಳನ್ನು ಹಾಕುತ್ತಾ ಮೊದಲು ಗಂಡಸರು ಗುಂಪು ಗುಂಪಾಗಿ ಬಂದರು. ತಮ್ಮ ತಲೆಯ ಮೇಲಿದ್ದ ಬಿಳಿ ಟೋಪಿಗಳನ್ನು ತೆಗೆದು, ತಲೆತಗ್ಗಿಸಿ ಬಹಳ ಹೊತ್ತು ಸ್ಟ್ರೆಚರ್ ಹತ್ತಿರ ಅವರು ನಿಂತರು. ಹಜ್‌ದರ್ ಆ ಹುಡುಗನ ಷರಟಿನ ಗುಂಡಿಗಳನ್ನು ಬಿಚ್ಚಿ ಸೂರ್ಯ ಕಾಣದ ಅವನ ಬಿಳಿ ಎದೆಯ ಮೇಲೆ ಗಾಯದ ಕಲೆಗಳಿಗಾಗಿ ಅಥವಾ ಇತರ ಚಿಹ್ನೆಗಳಿಗಾಗಿ ಹುಡುಕಾಡಿದ. ಆದರೆ ಅವನ ಎಡ ಎದೆಯ ಮೇಲೆ ಮಾತ್ರ ಗುಂಡಿನ ಗುರುತಿತ್ತು. ಅದರ ಕೆಳಗೆ ಅವನ ಪಕ್ಕೆಲುಬುಗಳನ್ನು ಹಾದು ಮೈಮೇಲೆಲ್ಲ ಉದ್ದಕ್ಕೆ ತೆಳುವಾಗಿ ಹರಿದಿದ್ದ ರಕ್ತಧಾರೆಯ ಗುರುತು.

ಜನ ಅವನ ಮುಂದೆ ನಿಂತು ಗಾಢಾಲೋಚನೆಯಿಂದ ತಲೆಯಾಡಿಸಿದರು. ಬಳಿಕ ದುಃಖ, ಪ್ರೀತಿ ಮತ್ತು ದ್ವೇಷಗಳಿಂದ ತಮ್ಮಲ್ಲೇ ಗೊಣಗುತ್ತಾ ಉಳಿದವರಿಗೆ ಜಾಗ ಮಾಡಿಕೊಡಲು ಮೌನವಾಗಿ ಹಿಂದೆ ಸರಿದರು.

ಅವರಿಗೆ ಅವನ ಪರಿಚಯವಿರಲಿಲ್ಲ. ಅವರು ಹಿಂದೆಂದೂ ಅವನನ್ನು ನೋಡಿರಲಿಲ್ಲ.

ಇನ್ನೊಂದು ಗುಂಪು ಬಂತು. ಸುಕ್ಕುಗಟ್ಟಿದ ಮುಖಗಳ ಅವರು ಕೂಡ ಗಡುಸು ಜನ. ಚೆಲುವಾದ ಚೈತನ್ಯಪೂರ್ಣ ಕಣ್ಣಿನ ಯುವಕರೂ ಮುಂದೆ ಬಂದರು. ಭದ್ರ ಮುಷ್ಟಿಯಿಂದ ಅವನಿಗೆ ವಂದಿಸಿ, ಹಿಂದೆ ಸರಿದು ಬೇರೆಯವರಿಗೆ ಅವಕಾಶ ಮಾಡಿಕೊಟ್ಟರು.

ಅವರಿಗೆ ಅವನ ಪರಿಚಯವಿರಲಿಲ್ಲ. ಅವರು ಹಿಂದೆಂದೂ ಅವನನ್ನು ನೋಡಿರಲಿಲ್ಲ.

ಹಳ್ಳಿಗೆ ಹಳಬ, ಎಲ್ಲರಿಗಿಂತ ಹೆಚ್ಚು ವಯಸ್ಸಾಗಿದ್ದ, ಮುದುಕ ಮೆತ್ಸೆ ಸ್ಟ್ರೆಚರ್ ಮುಂದೆ ಬಹಳ ಹೊತ್ತು ನಿಂತುಕೊಂಡ. ಆತ ತುಸು ಬಾಗಿದ ಕುಳ್ಳವ್ಯಕ್ತಿ. ವಯಸ್ಸಾಗಿದ್ದರೂ, ಅವನ ನಡಿಗೆ ಮಾತ್ರ ಬಹಳ ದೃಢವಾಗಿತ್ತು. ಅತ ಕಾಗದದ ಚೂರೊಂದರಲ್ಲಿ ತಂಬಾಕು ತುಂಬಿಸಿ ಅದನ್ನು ಸುರುಳಿ ಮಾಡಿ ದಪ್ಪನೆಯ ಒಂದು ಸಿಗರೇಟನ್ನು ತಯಾರಿಸಿದ. ಬಳಿಕ ಅದನ್ನು ಹೊತ್ತಿಸಿದ. ಅದು ಸರಿಯಾಗಿ ಹೊಗೆಯಾಡುವವರೆಗೂ ಒಂದೆರಡು ಬಾರಿ ಸೇದಿದ. ಅನಂತರ ಅದನ್ನು ಸ್ಟ್ರೆಚರ್ ಮೇಲಿದ್ದ ಯುವಕನ ಗಾಯಗೊಳ್ಳದ ಬಲಗೈ ಬೆರಳುಗಳ ಮಧ್ಯೆ ಇರಿಸಿದ.

ಆಮೇಲೆ ಒಂದು ಶಬ್ದವನ್ನೂ ಮಾತನಾಡದೆ, ಗಾಢವಾದ ಆಲೋಚನೆಯಿಂದ ಬಾಗಿ, ಹೇಗೆ ಬಂದಿದ್ದನೊ ಹಾಗೇ ಆತ ಹಿಂದಕ್ಕೆ ಸರಿದ. ಆ ಮುದುಕ ಮೆತ್ಸೆಗೂ ಅವನು ಯಾರೆಂದು ಗೊತ್ತಿರಲಿಲ್ಲ. ಅವನು ಹಿಂದೆಂದೂ ಅವನನ್ನು ನೋಡಿರಲಿಲ್ಲ.

ಅನಂತರ ಹೆಂಗಸರ ಸರದಿ. ಮೊದಲು ಅವರು ಅನುಮಾನಿಸಿದರು. ಆಮೇಲೆ ಹುಡುಗಿಯೊಬ್ಬಳು ದಾಪುಗಾಲು ಹಾಕುತ್ತಾ ಗುಂಪನ್ನು ಸೀಳಿಕೊಂಡು ಮುಂದೆ ಬಂದಳು. ಗುಂಪಿನಲ್ಲಿ ಗುಜುಗುಜು ಶುರುವಾಯಿತು. ಅವಳು ಹೆಜ್ಜೆಹಾಕಿದ ರೀತಿಯಿಂದಲೇ ಆಕೆ ನನ್ನ ಮಗಳು ಹಾಜಿರೀ ಎಂದು ಗೊತ್ತಾಯಿತು. ಅವಳು ನನ್ನ ಕೊನೆಯ ಮಗಳು. ಇನ್ನೂ ಮದುವೆಯಾಗಿರಲಿಲ್ಲ. ಅವಳು ಆ ಯುವಕನ ತುಟಿಗಳ ಮಧ್ಯೆ ಸುವಾಸನೆ ಬೀರುವ ಹೊಸ ಹೂವನ್ನಿಟ್ಟಳು. ದುಃಖಿತನಾಗಿ ಮಣ್ಣು ದಿಬ್ಬದ ಮೇಲೆ ನಿಂತಿದ್ದ ನನ್ನ ಹೃದಯವನ್ನು,

ಅಪಾರ ನೋವಿನ ಸಂವೇದನೆಯೊಂದು ಚುಚ್ಚಿದಂತಾಯಿತು.

ಹೆಂಗಸರ ಗುಂಪಿನಿಂದ ಶೋಕ ವಿಲಾಪ ಮತ್ತೆ ಪ್ರಾರಂಭವಾಯಿತು. ಅದು ಶಬ್ದ ರಹಿತವಾಗಿದ್ದ ಮೌನ ಮುದ್ರಿತ ವಿಲಾಪ. ಆದರೆ ಕಹಿ, ಬಹು ಕಹಿ. ಅದು ನನ್ನ ಎದೆಯನ್ನು ಕಲಕಿ, ನನ್ನನ್ನು ಮತ್ತಷ್ಟು ದುಃಖತಪ್ತನನ್ನಾಗಿ ಮಾಡಿತು.

ನನ್ನ ಹಾಜಿರೀ ಆ ಯುವಕನ ಮುಂದೆ ನಿಂತಳು. ಬಿಗಿ ಮುಷ್ಟಿಯಿಂದ ಅವನನ್ನು ವಂದಿಸಿ ರೋದನ ನಿಲ್ಲುವವರೆಗೂ ಅವಳು ಅಲ್ಲೇ ನಿಂತಿದ್ದಳು. ಅನಂತರ ಕಣ್ಣೀರು ತುಂಬಿದ ದೊಡ್ಡ ಕಣ್ಣುಗಳನ್ನು ನನ್ನ ಕಡೆ ಹರಿಸಿ ಹೇಳಿದಳು :

"ನನಗೆ ಅವನ ಪರಿಚಯ ಇಲ್ಲ ಅಪ್ಪಾ, ನಾನು ಹಿಂದೆಂದೂ ಅವನನ್ನು ನೋಡಿಲ್ಲ."

ಒಂದು ಕ್ಷಣ ನನಗೆ ದಿಕ್ಕು ತೋಚದಂತಾಗಿ ಏನು ಮಾಡಬೇಕೆಂದು ತಿಳಿಯಲಿಲ್ಲ. ನಮ್ಮ ಮುಂದೆ ಸ್ಟ್ರೆಚರ್ ಮೇಲೆ ಮಲಗಿದ್ದ ಈ ಅಜ್ಞಾತ ಯುವಕ ಯೋಧ ಯಾರು ? ಐದು ಜನ ವೈರಿಗಳನ್ನು ನಾಶ ಮಾಡಿದ್ದ ಆತ ನಮ್ಮ ಪ್ರದೇಶದಲ್ಲಿ, ನಮ್ಮ ಕಾಡಿನಲ್ಲಿ, ನಮ್ಮ ಹಳ್ಳಿಯಿಂದಲೇ ತುಸು ಮೇಲ್ಗಡೆ ಹತನಾಗಿದ್ದ. ಅವನ ಬೆರಳುಗಳ ಮಧ್ಯೆ ಸಿಗರೇಟು ಇಟ್ಟ, ನಮಗೆಲ್ಲರಿಗಿಂತ ಹಿರಿಯನಾಗಿದ್ದ, ನೂರು ವರ್ಷದ ಮೆತ್ಸೆಗಾಗಲೀ, ನನ್ನ ಮಗಳಿಗಾಗಲಿ, ಹಜ್‌ದರ್‌ಗಾಗಲಿ, ನನಗಾಗಲಿ, ಅವನು ಯಾರೆಂದು ಗೊತ್ತಿರಲಿಲ್ಲ. ನನಗೆ ಏನು ಮಾಡಬೇಕೆಂದು ತೋಚಲಿಲ್ಲ. ನಾನೊಮ್ಮೆ ಆ ಯುವಕನ ಮುಖ ನೋಡಿದೆ. ನಸು ಹೊಂಬಣ್ಣದ ಕೂದಲು, ಅಗಲವಾದ ಬಿಳಿ ಎದೆ, ಆಯುಧಗಳು. ಮತ್ತೆ ಕೇಳಿದೆ :

"ನಮ್ಮ ಹಳ್ಳಿಯನ್ನು ಕಾಪಾಡುತ್ತಾ ಸತ್ತ ಈ ಯುವಕ ಯಾರಿಗೂ ಗೊತ್ತಿಲ್ಲ ಅಂದ್ರೆ ಏನರ್ಥ ?"

ಮತ್ತೊಮ್ಮೆ ಹೆಂಗಸರ ಗುಂಪಿನಲ್ಲಿ ಕಟು ರೋದನ ಪ್ರಾರಂಭವಾಯಿತು.

"ಯಾರು ಅಳುತ್ತಿರೋದು ?" ನಾನು ಕೂಡಲೇ ಕೇಳಿದೆ.

ಹಜ್‌ದರ್ ನನ್ನ ಮನಸ್ಸು ಸ್ತಿಮಿತದಲ್ಲಿಲ್ಲವೆಂದು ಅರ್ಥಮಾಡಿಕೊಂಡು ನನ್ನ ಷರಟನ್ನು ಜಗ್ಗಿ, ಭಾರವಾದ ಧ್ವನಿಯಲ್ಲಿ ಹೇಳಿದ :

"ಹೋದ್ರೋ, ಇವನು ವೀರಯೋಧ. ನೀನು ಯಾಕೆ ಇಷ್ಟೊಂದು ಪ್ರಶ್ನೆಗಳನ್ನು ಕೇಳ್ತಿದ್ದೀಯ ? ಅವನು ನಮ್ಮ ಸಂಗಾತಿ. ನಮ್ಮ ಹುಡುಗ. ಅವನಿಗೆ ಗೌರವಪೂರ್ವಕವಾಗಿ ಅಂತ್ಯಸಂಸ್ಕಾರ ಮಾಡೋಣ."

ನಾನು ಉದ್ವೇಗದಿಂದ ಕೂಗಿದೆ :

"ಸಾಧ್ಯವಿಲ್ಲ; ಸ್ವಲ್ಪ ತಡೆಯೋಣ. ಅವನನ್ನು ಗೌರವಪೂರ್ವಕವಾಗಿ ಮಣ್ಣು ಮಾಡೋದಕ್ಕೆ ಇನ್ನೂ ಬೇಕಾದಷ್ಟು ಹೊತ್ತಿದೆ. ಯಾರಲ್ಲಿ ? ಹುಡುಗರೇ, ನೀವು ನಮ್ಮ ವಲಯದ ಸೇನಾ ಕಛೇರಿಗೆ ಹೋಗಿ ಸಿಬ್ಬಂದೀನ ಕರಕೊಂಡು ಬನ್ನಿ. ಅವರೂ ಈ ವೀರ ಯೋಧನನ್ನು ಒಮ್ಮೆ ನೋಡಲಿ."

ನನ್ನ ನೆಚ್ಚಿನ ಸಂಗಾತಿಗಳಲ್ಲಿ ಅನೇಕರು ಹತರಾಗಿದ್ದರು – ಗೆಳೆಯರು, ಬಂಧುಗಳು ಮತ್ತು ನನ್ನ ತಮ್ಮ ಸಾಲಿ ಕೂಡ. ಸಾವು ಎಷ್ಟೋ ಬಾರಿ ನನ್ನ ಹತ್ತಿರವೇ ಸುಳಿದಾಡಿತ್ತು. ಆದರೆ ಸ್ಟ್ರೆಚರ್‌ನ ಮೇಲಿದ್ದ ಈ ಯುವಕನನ್ನು ನೋಡಿದಾಗ ನನ್ನ ಎದೆ ಬಿರಿಯುತ್ತಿತ್ತು.

ನಮ್ಮ ಪ್ರದೇಶದಲ್ಲಿ ಬಹುಕಾಲದಿಂದ ದುಡಿಯುತ್ತಿದ್ದ ಹಾಗೂ ಯುದ್ಧ ಮಾಡುತ್ತಿದ್ದ ನಮ್ಮ ವಲಯ ಕಛೇರಿಯ ಸಿಬ್ಬಂದಿಯ ಜನ ಮಧ್ಯಾಹ್ನದ ಹೊತ್ತಿಗೆ ಬಂದರು. ಅವರಲ್ಲಿ

ಯಾರೊಬ್ಬರಿಗೆ ಕೂಡ ಇವನ ಪರಿಚಯವಿರಲಿಲ್ಲ. ಅವರು ಇವನನ್ನು ಎಂದೂ ನೋಡಿರಲಿಲ್ಲ.

ದಕ್ಷಿಣದ ಬ್ರಿಗೇಡ್‌ಗೆ ಸೇರಿದ ಒಂದು ಸೇನಾ ತುಕಡಿ ಕೂಡ ಹಾದು ಹೋಯಿತು. ಸತ್ತ ಯುವಕನ ಗೌರವಾರ್ಥವಾಗಿ ಗುಂಡು ಹಾರಿಸಿ, 'ಪ್ರತೀಕಾರ'ದ ಹಾಡನ್ನು ನುಡಿಸಿ ಅವರು ಮುನ್ನಡೆದರು.

ಅವರಿಗೂ ಗೊತ್ತಿರಲಿಲ್ಲ. ಅವರು ಕೂಡ ಎಂದೂ ಅವನನ್ನು ನೋಡಿರಲಿಲ್ಲ.

ಕೊನೆಗೆ ನಾವು ಒಂದು ತೀರ್ಮಾನಕ್ಕೆ ಬಂದೆವು.

ನನ್ನ ಮುಖ ಮಂಕಾಗಿತ್ತು. ಬಹಳ ದುಗುಡದಿಂದ ನಾನು ಹೇಳಿದ :

"ಸರಿ, ಇವನು ನಮ್ಮ ಹುಡುಗ. ನಮ್ಮ ಹಳ್ಳಿಗಾಗಿ ಪ್ರಾಣಾರ್ಪಣೆ ಮಾಡಿದ. ನಾವು ಇವನನ್ನು ಈ ದಿಬ್ಬದ ಮೇಲೆ ಮಣ್ಣು ಮಾಡೋಣ. ಈ ನೆಲ ಅವನ ದೇಹವನ್ನು ಬೇಗ ಕೆಟ್ಟು ಹೋಗದಂತೆ ಕಾಪಾಡ್ತದೆ."

ನಾನು ಮಣ್ಣು ದಿಬ್ಬದ ಮೇಲೆ ಕುಳಿತೆ. ಹಜ್‌ದರ್ ಒಂದು ಸಿಗರೇಟು ಕೊಟ್ಟ. ಜೋರಾಗಿ ಸೇದಿದೆ. ಹೊಗೆ ಎದೆಗೂಡಿಗೆ ಹೋದಂತಾಯಿತು. ಯುವಕರು ಗುಂಡಿ ತೋಡುತ್ತಿದ್ದಂತೆ ಹೆಂಗಸರು ಭಾವೋದ್ರೇಕದಿಂದ ಮುಂದೆ ನುಗ್ಗಿದರು. ಮೊದಲು ಬಂದವಳು ದೆವೋಲ್ ಊರಿನ ಪ್ರೋಗರ್. ಆಕೆ ಹಜ್‌ದರ್‌ನ ಹೆಂಡತಿ. ಪ್ರೋಗರ್ ಉದ್ದನೆಯ ಕಪ್ಪು ಅಂಗಿ ಧರಿಸಿ, ಒಂದು ಬಿಳಿಯ ಶಾಲನ್ನು ತಲೆಗೆ ಕಟ್ಟಿದ್ದಳು.

ಅವಳು ಆ ಅಜ್ಞಾತ ಯೋಧನ ಮೇಲೆ ಬಿದ್ದು ರೋದಿಸಲಾರಂಭಿಸಿದಳು.

"ನನ್ನ ಮಗನೆ! ಓ... ನನ್ನ ಮಗ ದುಲ್ಕ, ನನ್ನ ಮಗ... ದುಲ್ಕ... ನನ್ನ ವೀರ ಯೋಧ..."

ಆಗಾಗ ರೋದಿಸುತ್ತಿದ್ದ ಹೆಂಗಸು ಈಕೆಯೇ ಎಂದು ನನಗೆ ಆಗ ಅರ್ಥವಾಯಿತು. ಆದರೆ ಆಕೆಯ ಧ್ವನಿಯನ್ನು ಆ ಮೊದಲೇ ಗುರುತು ಹಿಡಿಯಲಾಗಿರಲಿಲ್ಲ.

ದೆವೋಲ್‌ನ ಈ ಹೆಂಗಸು ಎಲ್ಲರಿಗಿಂತ ಮುಂದೆ ಬಂದು, ಆ ಹೊಂಬಣ್ಣದ ಯುವಕನಿಗಾಗಿ, ಪ್ರಪಂಚದಷ್ಟೇ ಹಳೆಯದಾದ, ಪುತ್ರ ವಿಯೋಗದ ದಾರುಣತೆಯನ್ನು ಪ್ರಕಟಿಸಿದಳು. ಬೇರೆಯವರು ಗೊಂದಲ ಮಾಡಲು ಅವಳು ಬಿಡಲಿಲ್ಲ. ಅವನ ಬಗ್ಗೆ ರೋದಿಸುತ್ತಾ ಅವನ ಕೈಗಳಿಗೆ, ಮುಂದಲೆಗೆ, ಕಣ್ಣಿಗೆ, ಎದೆಯ ಮೇಲಿನ ಗಾಯಕ್ಕೆ ಆಕೆ ಮುತ್ತಿಟ್ಟಳು. ಮಳೆಯಿಂದ ಒದ್ದೆಯಾಗಿದ್ದ ನಕ್ಷತ್ರಖಚಿತ ಟೋಪಿಯನ್ನು ಅವನ ಮುಂದಲೆಯ ಮೇಲಿಟ್ಟಳು. ಅವನ ತೋಟಾಗಳ ನಡುಪಟ್ಟಿಯನ್ನು ಸರಿಮಾಡಿದಳು. ಷರಟಿಗೆ ಗುಂಡಿ ಹಾಕಿ ಅವನ ಮೈಮೇಲೆಲ್ಲಾ ಹೂ ಚೆಲ್ಲಿದಳು.

"ದುಲ್ಕ... ಓ... ನನ್ನ ದುಲ್ಕ... ವೀರ ಯೋಧ ದುಲ್ಕ" ಇಡೀ ಕಾಡು ಪ್ರತಿಧ್ವನಿಸಿತು. ಆಕಾಶದ ತುಂಬಾ ಕಪ್ಪು ಮೋಡಗಳು ತುಂಬಿಕೊಂಡವು. ಕಾಡಿನ ಬಣ್ಣ ಕಪ್ಪಾಗುತ್ತಾ ನಿಗೂಢತೆ ಆವರಿಸಿತು. ಬೆಟ್ಟಗಳು ಮೋಡಗಳ ತಮ್ಮ ಮುಸುಕನ್ನು ಕೆಳಗೆಳೆದುಕೊಂಡವು. ಸಣ್ಣಗೆ ಮಳೆ ಹನಿಯಲು ಪ್ರಾರಂಭವಾಯಿತು. ಮೌನವಾಗಿ ಕಮರಿಯನ್ನು ಆವರಿಸುತ್ತಾ, ತೊರೆಯ ಮೇಲೆ ಹರಡಿಕೊಂಡು, ಇರುಳು ಸಮೀಪಿಸಿತು. ಪ್ರಕೃತಿ ತನ್ನ ಕೆಲಸವನ್ನು ಮಾಡಿತು. ಮಳೆ ಬಿತ್ತು. ಎಲೆಗಳನ್ನು ಉದುರಿಸಿತು. ಮಣ್ಣಿನ ಮೇಲೆ ಬಿದ್ದು ಕಲ್ಲುಗಳನ್ನು ಕರಗಿಸಿತು...

ಹಜ್‌ದರ್ ಮಣ್ಣು ದಿಬ್ಬದ ಮೇಲೆ ನನ್ನ ಹತ್ತಿರ ಕುಳಿತು ಗಂಭೀರವಾಗಿ ಸಿಗರೇಟು ಹಚ್ಚಿದ. ಮುದುಕ ಮೆತ್ಸೆ ಕೂಡ ಸದ್ದಿಲ್ಲದೆ ಹೊಗೆ ಸೇದುತ್ತಾ ಆಲೀವ್ ಬೀಜಗಳಿಂದ ಮಾಡಿದ ಜಪಮಾಲೆಯನ್ನು ಎಣಿಸುತ್ತಿದ್ದ. ನಾನಾಗ ದುಲ್ಕನನ್ನು ಜ್ಞಾಪಿಸಿಕೊಂಡೆ. ಅವನು

ಹಜ್‌ದರ್ ಮತ್ತು ದೆವ್ಹೋಲ್‌ನ ಈ ಧೀರೆಯ ಮಗ. ರಾಷ್ಟ್ರ ವಿಮೋಚನಾ ಸಮಿತಿಯನ್ನು ಸ್ಥಾಪಿಸಿದಾಗ ಅವನು ನನ್ನ ವಾರ್ತಾವಾಹಕನಾಗಿದ್ದ. ಆದರೆ ಫಾಸಿಸ್ಟರು ಅವನನ್ನು ಒಬ್ಬ ದೇಶ ದ್ರೋಹಿಯ ಸಹಾಯದಿಂದ ಹಿಡಿದು ಗಾಯಗೊಳಿಸಿದರು. ಮೊದಲು ಕೋರ್ಚಾ ಅನಂತರ ತಿರಾನಾಗೆ ಒಯ್ದರು. ಕೊನೆಗೆ ಇಟಲಿಯಲ್ಲಿನ ಕಾರಾಗೃಹಗಳಿಗೆ ಕಳುಹಿಸಿದರು. 1943ರ ಸೆಪ್ಟೆಂಬರ್‌ನಲ್ಲಿ ಇಟಲಿ ಶರಣಾಗತವಾಯಿತು. ಆದರೆ ದುಲ್ಕ ಹಿಂದಿರುಗಲಿಲ್ಲ. ಇತರ ಅನೇಕ ದೇಶಪ್ರೇಮಿಗಳೊಂದಿಗೆ ಒಂದು ಸಾಮಾನ್ಯ ಗೋರಿಯೊಳಗೆ ಅವನನ್ನೂ ಎಸೆಯಲಾಗಿತ್ತೆಂದು ಅಲ್ಲಿಂದ ಹಿಂದಿರುಗಿ ಬಂದವರು ಹೇಳಿದರು. ಆ ಗೋರಿ ಸಮುದ್ರದ ಪಕ್ಕದಲ್ಲಿ ಪಾಳುಬಿದ್ದ ಒಂದು ದ್ವೀಪದಲ್ಲಿ, ಅಲೆಗಳ ಮತ್ತು ಬಿರುಗಾಳಿಗಳ ಅಂಚಿನಲ್ಲಿ ಇದೆ ಎಂದಿದ್ದರು.

ನಮ್ಮ ತುಕಡಿಯವರು ಮೃತನ ಗೌರವಾರ್ಥವಾಗಿ ಗುಂಡು ಹಾರಿಸಿದಾಗ ನಾನು ಕೂಡಲೇ ಈ ಪ್ರಪಂಚಕ್ಕೆ ಬಂದೆ. ಒಬ್ಬ ವೀರ ಯೋಧನ ಘನತೆ, ಗೌರವಗಳಿಗೆ ತಕ್ಕಂತೆ ಆ ಯುವಕನಿಗೆ ಅವರು ಸಂಸ್ಕಾರ ನೀಡಿದ್ದರು. ಸಮಾಧಿಯ ಹತ್ತಿರ ನಮ್ಮ ಯುವಕರು ನೆಟ್ಟಿದ್ದ ಕಲ್ಲನ್ನು ತಬ್ಬಿಕೊಂಡು ಹಜ್‌ದರ್‌ನ ಹೆಂಡತಿ ತಗ್ಗಿದ ದನಿಯಲ್ಲಿ ರೋದಿಸುತ್ತಿದ್ದಳು.

"ನನ್ನ ಮಗನೆ... ಓ... ನನ್ನ ಮಗನೆ, ಇನ್ನು ನಿನ್ನ ಜೀವಮಾನವಿಡೀ ನೀನಿಲ್ಲಿ ಮಲಗಿರ್ತಿ... ಈ ಚಿಲುಮೆಯ ಹತ್ತಿರ... ನಿನ್ನ ತಾಯಿಯ ಹತ್ತಿರ!"

ಹಜ್‌ದರ್ ಎದ್ದುನಿಂತ. ಮುಗಿದ ಸಿಗರೇಟನ್ನು ಕೆಳಕ್ಕೆಸೆದು, ಹೆಂಡತಿಯನ್ನು ಮೆಲ್ಲಗೆ ಕರೆದ. ಅವಳು ನನ್ನ ಕಡೆ ತಿರುಗಿದಳು. ಕಂಬನಿಯಿಂದ ತುಂಬಿದ್ದ ಅವಳ ಕಣ್ಣುಗಳಲ್ಲಿ ಮಂದವಾದ ಕಾಂತಿಯೊಂದು ಮಿನುಗುತ್ತಿತ್ತು. ಉಕ್ಕಿ ಬರುತ್ತಿದ್ದ ತನ್ನ ಬಿಕ್ಕಳಿಕೆಯನ್ನು ತಡೆದುಕೊಳ್ಳುತ್ತಾ ಆಕೆ ತುಂಬು ಹೆಮ್ಮೆಯಿಂದ ಹೇಳಿದಳು:

"ಈ ಹುಡುಗ ದುಲ್ಕನ ಹಾಗೇ ಕಾಣ್ತಾನೆ ಹೋದೋ... ಒಂದು ವೇಳೆ ಹಾಗೆ ಕಾಣದೆ ಇರುತ್ತಿದ್ದರೂ ಇವನು ನನ್ನ ಮಗ... ಅವನ ತಾಯಿಯ ಮಗ.... ನನ್ನ ಬಾಳಿನುದ್ದಕ್ಕೂ ಇವನಿಗಾಗಿ ನಾನು ಕಣ್ಣೀರಿಡ್ತೇನೆ..."

○ ನಾಸಿ ಲೆರಾ

ಸಂಗಾತಿಗಳು

ಅಪಘಾತ ಸಂಭವಿಸಿದ್ದು ಆಲ್ಪ್ಸ್ ಪರ್ವತ ಶ್ರೇಣಿಯ ಶಿಖರಗಳೊಂದರಲ್ಲಿ, 2500 ಮೀಟರ್ ಎತ್ತರದಲ್ಲಿ. ಅವರದು ಒಂದು ಪರ್ವತಾರೋಹಿಗಳ ತಂಡ. ಬಾಲ್ಯದ ತಮ್ಮ ನೆನಪುಗಳಂತೆ, ತಮ್ಮ ಸಂಗಾತಿಗಳ ಮೇಲಣ ಪ್ರೇಮದಂತೆ, ಪರ್ವತಾರೋಹಣವೂ ಅವರಿಗೆ ತಮ್ಮ ಜೀವನದ ಒಂದು ಭಾಗವಾಗಿ ಪರಿಣಮಿಸಿತ್ತು. ಪರ್ವತಗಳ ಒರಟುತನ, ಗಟ್ಟಿತನ ಅವರ ಮುಖಗಳಲ್ಲಿಯೂ ಮನೆ ಮಾಡಿತ್ತು. ಅವರು ವಿಶಾಲ ದಿಗಂತದಾಚೆಗಿನ ಅನಂತದ ಕಡೆಗೆ ದೃಷ್ಟಿ ಹರಿಸುತ್ತಿದ್ದಂತೆ ತೋರುತ್ತಿತ್ತು. ಅವರ ಉತ್ಸಾಹಕ್ಕೆ ಕಾರಣವಿತ್ತು. ಅವರು ಹಿಮಾಚ್ಛಾದಿತ ಶಿಖರಗಳಿಗೆ ಲಗ್ಗೆ ಹಾಕಿದ್ದರು. ಆಳವಾದ ಕಂದರಗಳನ್ನು ದಾಟಿದ್ದರು. ಕಡಿದಾದ ಬಂಡೆಕಲ್ಲುಗಳನ್ನು ಏರಿದ್ದರು. ಪರಿಣಾಮವಾಗಿ ಮನುಷ್ಯನಿಗೆ ಅಸಾಧ್ಯವಾದದ್ದು ಯಾವುದೂ ಇಲ್ಲವೆಂದು ಅವರು ತಿಳಿದಿದ್ದರು. ಆದ್ದರಿಂದ ಅವರ ಉತ್ಸಾಹಕ್ಕೆ ಎಂದೂ ಕೊನೆ ಇರಲಿಲ್ಲ. ಅದೇನು ಸಾಮಾನ್ಯವಾದ ಉತ್ಸಾಹವೇ ?

ಅವರು ಚಿಕ್ಕ ಕಣಿವೆಯ ಹತ್ತಿರಕ್ಕೆ ಬರುತ್ತಿದ್ದ ಹಾಗೆ ಮುಸ್ಸಂಜೆ ಕರಗಿ ಇರುಳು ಕವಿಯತೊಡಗಿತ್ತು. ಅವರು ಡೇರೆಗಳನ್ನು ಹಾಕಿ ರಾತ್ರಿ ನಿದ್ದೆ ಮಾಡಿದರು. ಮರುದಿನ ಬೆಳಿಗ್ಗೆ ಅವರು ಇನ್ನೇನು ಪರ್ವತ ಹತ್ತಲು ಹೊರಡಬೇಕು ಎನ್ನುವಷ್ಟರಲ್ಲಿ ವಯಸ್ಸಾದ ಒಬ್ಬ ಮಲೆನಾಡಿಗ ಇವರ ಬಳಿಗೆ ಬಂದ.

"ನಿಮ್ಮ ಪೈಕಿ ಯಾರು ನಾಯಕ?" ಎಂದ ಮಲೆನಾಡಿನವ.

"ನಾನು," ಎಂದ ಆ ಪರ್ವತಾರೋಹಿಗಳಲ್ಲಿ ಒಬ್ಬ.

ಆ ಮಲೆನಾಡಿನವ ಅವನನ್ನು ನಖಶಿಖಾಂತವಾಗಿ ನೋಡಿ ಹೇಳಿದ :

"ನಿನಗಿನ್ನೂ ಚಿಕ್ಕವಯಸ್ಸು."

ನಾಯಕನಿಗೆ ಏನು ಹೇಳಬೇಕೆಂದು ತೋಚಲಿಲ್ಲ.

"ನಿನಗಿನ್ನೂ ಚಿಕ್ಕ ವಯಸ್ಸು. ಆದರೂ ನೀನು ಗಂಡಸು," ಎಂದು ಆ ಮಲೆನಾಡಿನವ ಮಾತು ಮುಂದುವರಿಸಿದ. ಆದರೆ ಅವನು ಬಂದದ್ದು ಯಾಕೆ ? ಮಾತನಾಡುತ್ತಿರುವುದು ಏನು ?

ಎಂಬ ಒಗಟು ಇವರಿಗೆ ಬಗೆ ಹರಿಯಲಿಲ್ಲ.

ಒಬ್ಬ ಪರ್ವತಾರೋಹಿ ಅವನೊಂದಿಗೆ ಕೇಳಿದ :

"ಸ್ವಲ್ಪ ಕಾಫಿ ತಕ್ಕೊಳ್ತೀರಾ ಯಜಮಾನರೇ ?"

"ನಿಮ್ಮಂಥೋರ ಜೊತೇಲಿ ಕಾಫಿ ಕುಡಿಯೋದೂಂತಂದ್ರೆ, ನನಗೊಂದು ದೊಡ್ಡ ಗೌರವ."

ಅವರಿಗೆ ಇನ್ನೂ ಅವನು ಬಂದ ಉದ್ದೇಶ ಅರ್ಥವಾಗಿರಲಿಲ್ಲ. ಅವನು ಪಕ್ಕಾ ಮಲೆನಾಡಿನವನು. ಬಿಳಿ ತಲೆಯ, ಎತ್ತರದ ನಿಲುವಿನ, ಗಟ್ಟಿಮುಟ್ಟಾದ ಮನುಷ್ಯ. ಪರ್ವತಾರೋಹಿ ಅವನಿಗೆ ಕಾಫಿ ತಂದುಕೊಟ್ಟ. ಅದನ್ನು ಅವನು ಸಂತೃಪ್ತಿಯಿಂದ ಕುಡಿದ.

"ನಾನು ನಿಮ್ಮನ್ನು ನನ್ನ ಮನೆಗೆ ಕರೆಯಲು ಬಂದೆ" ಆ ಮಲೆನಾಡಿನವ ಇದ್ದಕ್ಕಿದ್ದಂತೆ ಹೇಳಿದ. ನಾಯಕ ತರುಣನಾಗಿದ್ದರೂ ಈ ಮಲೆನಾಡಿನವರ ಸ್ವಭಾವ ಅವನಿಗೆ ಚೆನ್ನಾಗಿ ಗೊತ್ತು. ಅವರ ಆಹ್ವಾನವನ್ನು ಅಷ್ಟು ಸುಲಭವಾಗಿ ತಿರಸ್ಕರಿಸಲು ಸಾಧ್ಯವಿರಲಿಲ್ಲ. ವಯಸ್ಸಾಗಿದ್ದರೂ ಮಂಕಾಗದ ಕಾಂತಿಯುಕ್ತ ಕಣ್ಣುಗಳಿಂದ ಮಲೆನಾಡಿಗ ನಾಯಕನನ್ನು ನೋಡಿದ. ನಾಯಕ ಉತ್ತರ ಕೊಡಲು ಬಾಯಿ ತೆರೆದ.

ಮಲೆನಾಡಿನವ ಹೇಳಿದ :

"ಆತುರದ ತೀರ್ಮಾನ ತೆಗೆದುಕೊಳ್ಳಬೇಡಿ."

"ಇವತ್ತು ನಾವು ಟ್ರೆಪೋಜಾಗೆ ಹೋಗ್ಬೇಕು ಯಜಮಾನರೇ."

"ನೀವು ನನಗೆ ನಿಜ ಹೇಳ್ತಾ ಇದೀರಾ ಅಂತ ಕಾಣ್ತದೆ... ಆದರೂ... ಇವತ್ತು ನೀವು ನನ್ನ ಮನೆಗೆ ಬಂದ್ರೆ , ನಾನು ಎಂದೆಂದಿಗೂ ನಿಮಗೆ ಋಣಿ."

ಅದಕ್ಕೆ ನಾಯಕ ಉತ್ತರಿಸಿದ :

"ನಾವು ವಸಂತಕಾಲದಲ್ಲಿ ಪುನಃ ಬಂದಾಗ ಬರ್ತೇವೆ."

ಮಲೆನಾಡಿವನ ನಕ್ಕು ನುಡಿದ :

"ಈ ಸಂತೋಷದ ಸುದ್ದಿಯಿಂದಾಗಿ ವಸಂತಕಾಲ ಯಾವಾಗ ಬರುತ್ತೊ ಅಂತ ನಾನು ಕಾಯ್ತಾ ಇರ್ತೀನಿ."

ಪರ್ವತಾರೋಹಿಗಳು ಹೊರಡಲು ಸಿದ್ಧರಾದರು. "ನನ್ನದು ಇನ್ನೂ ಒಂದು ಬೇಡಿಕೆ ಇದೆ," ಎಂದ ಮಲೆನಾಡಿನವ.

"ಹೇಳಿ ಯಜಮಾನರೆ."

"ನಾನು ನಿಮ್ಮೊಂದಿಗೆ ವೀರ ಬಜ್ರಾಮ್‌ನ * ಸಮಾಧಿಯವರೆಗೆ ಬರ್ತೇನೆ."

"ಓಹೊ... ಧಾರಾಳವಾಗಿ ಬರಬಹುದು."

ಅವರು ಹೊರಟರು. ಮಲೆನಾಡಿನವನು ಅವರೊಂದಿಗೆ ದಾಪುಗಾಲು ಹಾಕುತ್ತಾ ನಡೆದ. ಆ ಪರ್ವತಾರೋಹಿಗಳನ್ನು ತುಂಬಾ ಸಂತೋಷದಿಂದ ನೋಡಿ, ಆಯಾಸದ ಸೂಚನೆಯನ್ನೂ ಲೆಕ್ಕಿಸದೆ, ಆ ಪರ್ವತ ಪ್ರದೇಶದ ಪರಿಶುದ್ಧ ಗಾಳಿಯಲ್ಲಿ ದೀರ್ಘವಾಗಿ ಉಸಿರೆಳೆಯುತ್ತಾ ಆತ ಅವರೊಂದಿಗೆ ಮುಂದುವರಿದ. ಆದರೆ ತನ್ನ ಮನೆಯಿಂದ ಎರಡು ಗಂಟೆ ಕಾಲ ಒಂದೇ ಸಮನೆ ನಡೆದು ರಾತ್ರಿ ಹೊತ್ತಿನಲ್ಲಿ ತಾವು ತಂಗಿದ್ದ ಕಣಿವೆಯವರೆಗೆ ಈ ಮಲೆನಾಡಿಗ ಯಾಕೆ

---

* ಬಜ್ರಾಮ್ ತ್ಸರ್ರಿ – ಮಾರ್ಚ್ 1925ರಲ್ಲಿ ಆಗ್ನೇಯ ಆಲ್ಬೇನಿಯದಲ್ಲಿ ನಡೆದ ಉಗ್ರ ಕಾಳಗದಲ್ಲಿ ದೇಹವಿಟ್ಟ ಪ್ರಖ್ಯಾತ ದೇಶಪ್ರೇಮಿ.

ಬಂದಿದ್ದ ಮತ್ತು ಈಗ ಈ ದೀರ್ಘ ಪಯಣವನ್ನು ಯಾಕೆ ಕೈಗೊಂಡಿದ್ದ ಎಂದು ಅವನನ್ನು ಪ್ರಶ್ನಿಸುವ ಧೈರ್ಯ ಪರ್ವತಾರೋಹಿಗಳ ತಂಡದ ನಾಯಕನಿಗೆ ಬರಲಿಲ್ಲ.

ಅವರು ಮಧ್ಯಾಹ್ನದ ಊಟದ ಹೊತ್ತಿಗೆ ವೀರ ಬಜ್ರಾಮ್‌ನ ಸಮಾಧಿಯ ಬಳಿಗೆ ಬಂದರು. ಪರ್ವತಾರೋಹಿಗಳು ಅಲ್ಲಿ ತಂಗಿದರು. ತಾವು ತಂದಿದ್ದ ಆಹಾರವನ್ನು ಮಲೆನಾಡಿನವನಿಗೂ ಕೊಟ್ಟು ತಾವೂ ತೆಗೆದುಕೊಂಡರು. ತರುವಾಯ ಮಲೆನಾಡಿನ ಮುದುಕ ಹೇಳಿದ :

"ನಾನು ನಿಮ್ಮ ಜೊತೆಯಲ್ಲಿ ಯಾಕೆ ಬಂದೆ ಅಂತ ನೀವ್ಯಾರೂ ಕೇಳ್ಲಿಲ್ಲ. ಆದ್ರೂ ನಾನೇ ಹೇಳ್ತೇನೆ. ನೀವು ಶಿಖರದಿಂದ ಕೆಳಗೆ ಇಳಿತಾ ಇದ್ದೀರಿ ಅನ್ನೋ ಸುದ್ದಿಯನ್ನು ನಂಬೋದಕ್ಕೆ ನನಗೆ ಸಾಧ್ಯವಾಗ್ಲಿಲ್ಲ. ನನಗೀಗ 72 ವರ್ಷ. ಆದರೆ ನಾನು ಇಂಥ ಆಶ್ಚರ್ಯವನ್ನು ಕೇಳಿರ್ಲಿಲ್ಲ. ನಮ್ಮಪ್ಪನಿಗೆ ನನಗಿಂತ್ಲೂ ಹೆಚ್ಚು ಅವಿಶ್ವಾಸ. ಅಪ್ಪಿಗೆ ತನ್ನ ವಯಸ್ಸೆಷ್ಟು ಅನ್ನೋದೇ ಗೊತ್ತಿಲ್ಲ. ನಾವು ನಿಮ್ಮನ್ನು ಕಣ್ಣಿಂದ ನೋಡಿದ ಮೇಲೆ, ನೀವು ಮನುಷ್ಯರು ಅನ್ನೋದು ಖಂಡಿತವಾಯ್ತು. ನಮ್ಮಪ್ಪ ನಿಮ್ಮನ್ನು ಮನೆಗೆ ಕರೆದುಕೊಂಡು ಬರೋದಕ್ಕೆ ಹೇಳಿದ. ಆದರೆ ನಿಮಗೆ ಮುಂದೆ ಹೋಗಲೇಬೇಕಿತ್ತು. ನಿಮ್ಮೊಂದಿಗೆ ಬಂದಾಗ ನನಗೇನೂ ಆಯಾಸ ಆಗ್ಲಿಲ್ಲ; ಯಾಕೇಂದ್ರೆ ನಾನು ಇತರ ಮನುಷ್ಯರೊಂದಿಗೆ ನಡೀತಾ ಇದ್ದೆ. ಆದರೆ ಇನ್ನು ನಾನು ನಮ್ಮ ಮನೆಗೆ ಒಬ್ಬನೇ ಹಿಂತಿರುಗ್ಬೇಕು. ಆದ್ರಿಂದ ನನ್ನ ಕಾಲುಗಳು ನೋಯ್ತಾ ಇವೆ. ಇವತ್ತು ರಾತ್ರಿ ನಾನು ಇಲ್ಲೇ ಹತ್ತಿರದಲ್ಲಿರೋ ನನ್ನ ಸ್ನೇಹಿತನೊಬ್ಬನ ಮನೇಲಿರ್ತೇನೆ."

ಪರ್ವತಾರೋಹಿಗಳು ಮುಂದುವರಿದರು. ವೀರ ಬಜ್ರಾಮ್‌ನ ಸಮಾಧಿಯ ಬಳಿ ನಿಂತು, ಅವರು ಮರೆಯಾಗುವವರೆಗೂ ಮಲೆನಾಡಿನವನು ಅವರನ್ನು ನೋಡುತ್ತಿದ್ದ.

* * *

...ಆಲ್ಪ್ ಪರ್ವತ ಶ್ರೇಣಿಯ ಅತ್ಯುನ್ನತ ಶಿಖರವೊಂದರಲ್ಲಿ ತಮ್ಮ ಸಂಗಾತಿಯೊಬ್ಬನಿಗೆ ಅಪಘಾತ ಸಂಭವಿಸಿದಾಗ ಅವರನ್ನು ಅಪಾರ ದುಃಖ ಆವರಿಸಿತು. ಅವರು ಅವನಿಗೆ ಮೊದಲು ಪ್ರಥಮ ಚಿಕಿತ್ಸೆ ನೀಡಿದರು.

"ಸಹಾಯಕ್ಕೆ ಕರೆ," ಎಂದು ನಾಯಕ ರೇಡಿಯೋ ಆಪರೇಟರ್‌ಗೆ ಹೇಳಿದ.

"ಇದು ನಮಗೆ ಗೊತ್ತುಪಡಿಸಿದ ಕಾಲವಲ್ಲ," ಎಂದ ಆತ.

"ಬೇರೆ ತರಂಗಗಳಲ್ಲಿ ಪ್ರಯತ್ನಿಸು."

ರೇಡಿಯೋ ಆಪರೇಟರ್ ಕೂಡಲೇ ಸಹಾಯಕ್ಕೆ ಕರೆಯನ್ನು ಕಳುಹಿಸಲಾರಂಭಿಸಿದ :

"ನಮ್ಮದು ಪರ್ವತಾರೋಹಿಗಳ ತಂಡ, ನಮಗೆ ಸಹಾಯಬೇಕು... ನಮ್ಮದು ಪರ್ವತಾರೋಹಿಗಳ ತಂಡ, ನಮಗೆ ಸಹಾಯಬೇಕು."

ಗಾಯಗೊಂಡಿದ್ದ ಸಂಗಾತಿಯನ್ನು ಕೋತ್ಸೋ ತನ್ನ ಹೆಗಲಿನ ಮೇಲೆ ಹಾಕಿಕೊಂಡು ತಾನು ನಡೆಯಬೇಕಾಗಿದ್ದ ದಾರಿಯ ಬಗ್ಗೆ ಯೋಚಿಸಿದ. ಹೆಗಲ ಮೇಲೆ ಒಬ್ಬನನ್ನು ಹೊತ್ತುಕೊಂಡು ಮಂಜುಗಡ್ಡೆ ಮತ್ತು ಹಿಮರಾಶಿಯ ನಡುವೆ ಐದು ಘಂಟೆಯ ಪಯಣ. ಅವನು ಹೊರಟ. ರೇಡಿಯೋ ಆಪರೇಟರ್ ಸಹಾಯಕ್ಕೆ ಕರೆಗಳನ್ನು ಕಳಿಸುತ್ತಲೇ ಇದ್ದ. "ನಮ್ಮದು ಪರ್ವತಾರೋಹಿಗಳ ತಂಡ, ನಮಗೆ ಸಹಾಯಬೇಕು." ಆ ರೇಡಿಯೋ ತರಂಗಗಳು ಆಕಾಶದಲ್ಲಿ ಹರಡಿಕೊಂಡವು. ಹಿಮಾಚ್ಛಾದಿತ ಶಿಖರಗಳನ್ನು ದಾಟಿದವು. ಆಗತಾನೆ ಮೊಳಕೆ ಒಡೆದಿದ್ದ ಗೋಧಿಯ ಸಸಿಗಳಿಂದ ತುಂಬಿದ ಬಯಲುಗಳನ್ನು ದಾಟಿದವು. ಹೂವರಳಿದ್ದ ಗಿಡಬಳ್ಳಿಗಳ ಅಂಚುಗಳಿಂದ ಕಂಗೊಳಿಸುತ್ತಿದ್ದ ಜನನಿಬಿಡ

ರಸ್ತೆಗಳನ್ನೂ ಹಾದುಹೋದವು. ಈ ತ್ವರಿತ ಕರೆ ಹರಡಿಕೊಂಡಂತೆ ಕೋತ್ಲೋ ಗಾಯಗೊಂಡ ತನ್ನ ಸಂಗಾತಿಯನ್ನು ಹೊತ್ತುಕೊಂಡು ಕಣಿವೆ ಇಳಿಯುತ್ತಿದ್ದ.

2

ಪ್ರಶಾಂತ ಸಾಗರದಲ್ಲಿ ಯುದ್ಧನೌಕೆ 'ಎನ್' ತೇಲುತ್ತಿತ್ತು. ವಸಂತಕಾಲ ಆಗಮಿಸಿದಂತೆ ಕಂಡುಬರುತ್ತಿತ್ತು. ಆಗಿನ್ನೂ ಫೆಬ್ರವರಿಯ ಮೊದಲು. ಪುಟ್ಟಪುಟ್ಟ ಅಲೆಗಳು ಹಿತಕರವಾದ ಸದ್ದಿನೊಂದಿಗೆ ದಂಡೆಯನ್ನು ನೆಕ್ಕುತ್ತಿದ್ದವು. ನಾವಿಕ ರಕೀಪ್ ಒಳ್ಳೆಯ ನಡತೆಯ ಯುವಕ. ತೆರೆದ ಸಾಗರದ ಮೊದಲ ನೋಟ ಅವನಲ್ಲಿ ಅಚ್ಚರಿ ಮೂಡಿಸಿತ್ತು. ಸಾಗರದ ಗಂಭೀರತೆಗೆ ಅವನು ಮರುಳಾಗಿದ್ದ. ಆತ ತೊಮೋರ್‍ರಿ ಪರ್ವತದ ದುರ್ಗಮ ಪ್ರದೇಶದಲ್ಲಿದ್ದ ಒಂದು ಚಿಕ್ಕ ಹಳ್ಳಿಯಿಂದ ಬಂದಿದ್ದ. ಅದು. ಹೇಗೋ ಅವನಿಗೆ ಸಾಗರಕ್ಕೂ ಕಾಡಿಗೂ ಅಪಾರ ಸಾಮ್ಯವಿದೆ ಎಂದೆನಿಸಿತು – ಸಮುದ್ರದ ಕಲ್ಲೋಲತೆಯು ಮಳೆ ಬಂದಾಗ ಕಾಡಿನಲ್ಲಿ ಕಾಣಿಸಿಕೊಳ್ಳುವ ಪ್ರಕ್ಷುಬ್ಧತೆಯಂತೆಯೇ ಇರುತ್ತದೆ ಹಾಗೂ ಬೀಚ್ ಮೊಗ್ಗುಗಳು ಅರಳುವ ಸಮಯದಲ್ಲಿ ಕಾಡು ಹೇಗೆ ತೋರುತ್ತದೋ ಸಮುದ್ರವೂ ಹಾಗೆಯೇ ತೋರುತ್ತದೆ ಎಂದು ಅವನಿಗೆ ಕಂಡಿತು. ಇದು ಯಾಕೆ ಹೀಗೆ ಎಂದು ಅವನು ಹೇಳಲಾರ. ಈಗ ಸಾಗರದ ಸಂಗದಲ್ಲಿರುವ ಅವನು ಕಾಡನ್ನು ಪ್ರೀತಿಸುತ್ತಿದ್ದ. ಆ ಪ್ರೀತಿಯನ್ನು ಸಾಗರಕ್ಕೆ ವರ್ಗಾಯಿಸಲು ಇಷ್ಟವಿಲ್ಲದ ಕಾರಣ ಅವನಿಗೆ ಹೀಗೆ ತೋರುತ್ತಿದ್ದಿರಬಹುದು. ಆದರೆ ಅವನು ಸಾಗರವನ್ನು ಹೆಚ್ಚು ಹೆಚ್ಚು ಕಂಡಂತೆ, ಯಾವ ಬೀಚ್ ಕಾಡಿನ ಅಂಚಿನಲ್ಲಿ ಅವನ ಹಳ್ಳಿಯ ಮನೆಗಳು ನಿಂತಿದ್ದವೋ ಆ ಕಾಡಿನ ಮೇಲಣ ಅವನ ಪ್ರೇಮ ಮತ್ತಷ್ಟು ಗಾಢವಾಗುತ್ತ ಹೋಯಿತು.

ಯುದ್ಧನೌಕೆ 'ಎನ್' ತನ್ನ ದಿನನಿತ್ಯದ ಕವಾಯತುಗಳಿಂದ ಹಿಂತಿರುಗುತ್ತಿತ್ತು. ರಕೀಪ್ ಅದರಲ್ಲಿ ಒಬ್ಬ ರೇಡಿಯೋ ಆಪರೇಟರ್. ವ್ಯಾಕುಲ ಸ್ವರದಲ್ಲಿ ಮತ್ತೆ ಮತ್ತೆ ಪುನರುಚ್ಚರಿಸಲ್ಪಡುತ್ತಿದ್ದ ದುರ್ಬಲ ಕರೆಯೊಂದು ಅವನಿಗೆ ರೇಡಿಯೋದಿಂದ ಕೇಳಿಸಿತು. ಇದ್ದಕ್ಕಿದ್ದಂತೆ ಆ ದುರ್ಬಲ ಕರೆನಿಂತಿತು. ರಕೀಪ್ ಆತಂಕಗೊಂಡ. ಅವನಿಗೆ ಬೇರೆ ಕೆಲಸವಿದ್ದುದರಿಂದ ಅವನು ಆ ಕರೆಯನ್ನು ಬೆನ್ನುಹತ್ತಲು ಸಾಧ್ಯವಾಗಲಿಲ್ಲ. ಮತ್ತೆ ಆ ಸಂಕೇತಗಳ ತುಣುಕು ಕೇಳಿಸಿತು. ಆ ಸಮಯಕ್ಕೆ ನೌಕೆಯ ಕಮಾಂಡರ್ ಬಂದು ರೇಡಿಯೋ ಆಪರೇಟರ್‌ನ ಮುಖದಲ್ಲಿನ ಆತಂಕವನ್ನು ಗಮನಿಸಿ ಕೇಳಿದ :

"ನಿನ್ನ ಸಮಸ್ಯೆ ಏನು, ರಕೀಪ್ ?"

"ಸಹಾಯಕ್ಕಾಗಿ ಒಂದು ಕರೆ ಮೇಲಿಂದ ಮೇಲೆ ಕೇಳಿ ಬರ್‍ತಾ ಇದೆ."

"ಯಾರಿಂದ ?"

"ನಂಗೊತ್ತಿಲ್ಲ. ಅದರೆ ಅದು ನಮ್ಮ ಭಾಷೆಯಲ್ಲಿದೆ."

"ಆ ಸಂಕೇತಗಳನ್ನು ಮತ್ತೆ, ಪಡೆಯಲು ಪ್ರಯತ್ನಿಸು."

ರಕೀಪ್ ಆ ಸಂಕೇತಗಳನ್ನು ಪತ್ತೆಹಚ್ಚಲು ಕೈಮೀರಿ ಪ್ರಯತ್ನಿಸಿದ. ಸಹಾಯಕ್ಕಾಗಿ ಯಾಚಿಸುತ್ತಿದ್ದವರ ಬಗ್ಗೆ ಅವನಿಗಿದ್ದ ಆಸಕ್ತಿ ಅವನ ಹುಡುಕಾಟದಲ್ಲಿ ಎದ್ದು ಕಾಣುತ್ತಿತ್ತು.

"ನನಗೆ ನಿಮ್ಮ ಮಾತು ಸ್ಪಷ್ಟವಾಗಿ, ಗಟ್ಟಿಯಾಗಿ ಕೇಳಿಸ್ತಾ ಇದೆ. ಸ್ಪಷ್ಟವಾಗಿ, ಗಟ್ಟಿಯಾಗಿ. ಇದು ಯುದ್ಧ ನೌಕೆ 'ಎನ್'. ಈಗ ಮಾತು ಮುಂದುವರಿಸಿ."

"ನಮ್ಮದು ಪರ್ವತಾರೋಹಿಗಳ ಒಂದು ತಂಡ. ಆಲ್ಪ್ಸ್ ಪರ್ವತದ ಮೇಲೆ ಅಪಘಾತ..."

ಸಂದೇಶ ಮತ್ತೆ ಕಡಿದುಹೋಯಿತು. ಮಾತುಗಳು ಚೂರುಚೂರಾದವು. ಸ್ವಾಗತ ಬಯಸುವ ನೆಲವನ್ನು ಕಾಣುವುದೇ ತಡ, ನಿರ್ದಿಷ್ಟ ಆಕಾರದಲ್ಲಿ ಹಾರುತ್ತಿರುವ ಬಾತುಗಳ ತಂಡ ಬಿಡಿಬಿಡಿಯಾಗುವ ಹಾಗೆ.

"ಪರ್ವತಾರೋಹಿ ಸಂಗಾತಿಗಳೇ ನನ್ನ ಮಾತು ಕೇಳಿಸ್ತಾ ಇದೆಯೆ? ನನ್ನ ಮಾತು ನಿಮಗೆ ಕೇಳಿಸ್ತಿದೆಯೇ?" ಬದುಕಿನ ಮೇಲಣ ತುಂಬು ಪ್ರೇಮ ಆ ಚುಟುಕು ಮಾತುಗಳಲ್ಲಿ ಕಂಡುಬರುತ್ತಿತ್ತು. ಇವನು ಕಳುಹಿಸುತ್ತಿದ್ದ ನುಡಿ ಸಂಕೇತಗಳು ನಿಷ್ಪ್ರಯೋಜಕವಾಗುತ್ತಿದ್ದುವು. ರಕೀಪ್ ಮತ್ತಷ್ಟು ಆತಂಕಗೊಂಡು ಅವರಿಂದ ಉತ್ತರ ಎಂದಿಗೂ ಸಿಗಲಾರದೇನೋ ಎಂದು ಭಾವಿಸಿದ. ಗಾಢವಾದ ಮೌನ ಆವರಿಸಿತು. ಅನಂತ ಆಕಾಶದಲ್ಲಿ ಏನನ್ನೋ ಕಳೆದು ಕೊಂಡವನಂತೆ, ಆ ಸಂಗಾತಿಗಳ ಸಂಪರ್ಕ ಕಡಿದುಕೊಂಡ ರಕೀಪ್ ಚಡಪಡಿಸಿದ. ಆದರೆ ಅವನು ಪ್ರಯತ್ನ ಬಿಡಲಿಲ್ಲ. ನೌಕೆ ಗಂಭೀರವಾಗಿ ನಿಲ್ದಾಣದ ಕಡೆಗೆ ಸಾಗುತ್ತಿತ್ತು.

"ಕಾಮ್ರೇಡ್ ಕಮಾಂಡರ್, ಸಂಕೇತ ತಪ್ಪಿಸಿಕೊಂಡಿತು," ಎಂದ ರಕೀಪ್.

"ಯಾರವರು?"

"ಅವರದು ಒಂದು ಪರ್ವತಾರೋಹಿಗಳ ತಂಡ. ಆಲ್ಪ್ಸ್ ಪರ್ವತದಲ್ಲಿ ಅಪಘಾತ ಕ್ಕೀಡಾಗಿದ್ದಾರೆ ಅಂತ ಮಾತ್ರ ಗೊತ್ತಾಯ್ತು."

"ಅಯ್ಯೋ!"

"ಕಾಮ್ರೇಡ್ ಕಮಾಂಡರ್, ನಮ್ಮ ನೌಕೆ ಆ ಸಂಕೇತಗಳ ವಲಯದಿಂದ ಹೊರಬಂದಿದೆ."

"ಹಾಗಾದರೆ ಹಿಂದಕ್ಕೆ ಹೋಗೋಣ," ಕಮಾಂಡರ್ ನೌಕೆಯನ್ನು ಹಿನ್ನಡೆಸುವ ಆಜ್ಞೆ ಮಾಡಿದ. ರಕೀಪ್‌ಗೆ ಮತ್ತೆ ಸಂದೇಶದ ಮಾತುಗಳು ಕೇಳತೊಡಗಿದವು.

"ಪರ್ವತಾರೋಹಿ ಸಂಗಾತಿಗಳೇ... ನನ್ನ ಮಾತು ಕೇಳಿಸ್ತಿದೆಯೆ?"

ಉತ್ತರ ಬಂತು.

"ಕೇಳಿಸ್ತಿದೆ. ಗಟ್ಟಿಯಾಗಿ ಮತ್ತು ಸ್ಪಷ್ಟವಾಗಿ. ನಾವು ಪರ್ವತಾರೋಹಿಗಳು. ಆಲ್ಪ್ಸ್ ಶಿಖರದ ಮೇಲಿದ್ದೇವೆ. ನಮ್ಮಲ್ಲೊಬ್ಬರು ಗಾಯಗೊಂಡಿದ್ದಾರೆ. ದಯವಿಟ್ಟು ಸಹಾಯ ಮಾಡಿ. ನಾವು ನಮ್ಮ ಸಂಗಾತಿಯನ್ನ... ಕೆಳಗಣ ಕಣಿವೆಗೆ ತೆಗೆದುಕೊಂಡು ಹೋಗ್ತಿದ್ದೇವೆ... ಅದು ಇರೋದು ಇಂಥಾ ಕಡೆ."

3

ಕೋತ್ಸೋ ಎರಡು ಗಂಟೆಯಿಂದಲೂ ನಡೆಯುತ್ತಲೇ ಇದ್ದ. ಸಾಮಾನ್ಯವಾಗಿ ಅವನು ಅಷ್ಟು ಬೇಗ ನಡೆಯುತ್ತಿರಲಿಲ್ಲ. ಮಂಜು ಅವನನ್ನು ಆಯಾಸಗೊಳಿಸುತ್ತಿತ್ತು. ಉಳಿದವರು ಆ ಗಾಯಗೊಂಡ ಗೆಳೆಯನನ್ನು ಎತ್ತಿಕೊಳ್ಳಲು ಮುಂದಾದರು. ಆದರೆ ಅವನು ನಿರಾಕರಿಸಿದ. ಒಂದೇ ಸಮನೆ ಮಂಜಿನಲ್ಲಿ ನುಗ್ಗುತ್ತಾ ದೂರದ ಕೆಳಗಿನ ಕಣಿವೆಯ ಕಡೆಗೆ ಆತ ನಡೆಯುತ್ತಿದ್ದ. ಅವನು ತನ್ನ ಆಯಾಸವನ್ನು ಮರೆತು ಗೆಳೆಯನನ್ನು ಬಲವಾಗಿ ಹಿಡಿದುಕೊಂಡಿದ್ದ. ಅವರಿಬ್ಬರೂ ಒಟ್ಟಿಗೆ ಇದ್ದವರು, ಒಟ್ಟಿಗೆ ಬೆಳೆದವರು. ತಮ್ಮ ಸಮಾನ ಗುರಿ ಮತ್ತು ತಾವು ಒಟ್ಟಿಗೆ ಅನುಭವಿಸಿದ್ದ ಅನೇಕ ಕಷ್ಟ ನಷ್ಟಗಳು ಅವರನ್ನು ಇನ್ನೂ ಹತ್ತಿರಕ್ಕೆ ತಂದಿದ್ದವು. ಬದುಕಿನ ಕಷ್ಟಗಳೇ ಸ್ನೇಹವನ್ನು ಬಲಗೊಳಿಸಿ, ತನ್ನನ್ನು ಒಬ್ಬ ಮನುಷ್ಯನನ್ನಾಗಿ ಮಾಡಿದ್ದು ಎಂದು ಕೋತ್ಸೋನಿಗೆ ಗೊತ್ತು. ಅವನು ಅನೇಕ ವರ್ಷಗಳಿಂದ ಪರ್ವತಾರೋಹಿಯಾಗಿದ್ದ.

ಮುಂದೆಯೂ ಹಾಗೆಯೆ, ಅನುಮಾನವೇ ಇಲ್ಲ. ಗಾಯಗೊಂಡಿದ್ದ ಗೆಳೆಯನಿಗೆ ಪ್ರಜ್ಞೆ ಹೋಗಿತ್ತು. ತನ್ನ ಗೆಳೆಯ ತನ್ನ ಮಾತನ್ನು ಕೇಳಲು ಸಾಧ್ಯವಿಲ್ಲವೆಂದು ತಿಳಿದಿದ್ದರೂ ಆತ ನಿಧಾನವಾಗಿ ಮಾತನಾಡಿದ. ಅವರಿಬ್ಬರ ಭಾವನೆಗಳಿಗೆ ತನ್ನದೇ ಆದ ಭಾಷೆಯಿತ್ತು. ದೂರದಲ್ಲಿದ್ದ ಕೆಳಗಿನ ಕಣಿವೆ ಕಾಣಿಸುತ್ತಿರಲಿಲ್ಲ. ಅವನು ತನ್ನ ಹಣೆ ಒರಸಿಕೊಂಡ.

"ಸುಸ್ತಾಗಿದೆಯಾ ?"

"ಇಲ್ಲ."

"ಅವನನ್ನು ಸ್ವಲ್ಪ ದೂರ ನಾನು ಹೊರ್ತೇನೆ."

"ಬೇಡ."

ಮತ್ತೊಮ್ಮೆ ಕೋತ್ಸೋನ ಬೂಟಿನ ಕೆಳಗೆ ಮಂಜುಗಡ್ಡೆ ಪುಡಿಪುಡಿಯಾಗಲಾರಂಭಿಸಿತು. ಒಂದು ಸಲ ಅವನು ಮುಗ್ಗರಿಸಿದ. ಅವನು ತನ್ನ ಹೊದಿಕೆಯನ್ನು ತೆಗೆದು ಹಾಸಿದ. ಅದರ ಮೇಲೆ ಗೆಳೆಯನನ್ನು ಮಲಗಿಸಿ ಜಾರು ಬಂಡಿಯ ಹಾಗೆ ಎಳೆಯತೊಡಗಿದ. ಅವನು ಬೇಗ ಬೇಗನೆ ನಡೆಯುತ್ತಿದ್ದರೂ ಕಣಿವೆ ಇನ್ನೂ ದೂರದಲ್ಲಿಯೇ ಇತ್ತು. ಅವರು ಮಂಜುಗಡ್ಡೆಯನ್ನು ಬಿಟ್ಟರೆ ಬೇರೆ ಯಾವುದಕ್ಕೂ ಹೆಚ್ಚಿನ ಗಮನ ಕೊಡುತ್ತಿರಲಿಲ್ಲ. ಇದ್ದಕ್ಕಿದ್ದಂತೆ ಮಲೆನಾಡಿನವರ ಒಂದು ತಂಡವನ್ನು ಅವರು ಕಂಡರು. ಅವರೆಲ್ಲಾ ಒಟ್ಟಿಗೆ ಸೇರಿ ಪರ್ವತಾರೋಹಿಗಳನ್ನು ಕಾಣಲು ಹೊರಟಿದ್ದರು. ಅವರ ಪೈಕಿ ಗಡಿ ಠಾಣ್ಯದ ಕಮಾಂಡರ್ ಪೆಟ್ರಿಟ್‌ನನ್ನು ಮತ್ತು ಜೆಫ್ ಎಂಬ ಇನ್ನೊಬ್ಬನನ್ನೂ ಕೋತ್ಸೋ ಗುರುತಿಸಿದ. ಆತಂಕ ತುಂಬಿದ ಅವರ ಮುಖಗಳನ್ನು ನೋಡುತ್ತಿದ್ದ ಹಾಗೆಯೇ ತನ್ನ ಗೆಳೆಯ ಪಾರಾಗುವನೆಂದು ಕೋತ್ಸೋಗೆ ಸ್ಪಷ್ಟವಾಯಿತು. ಮಲೆನಾಡಿನವರು ಇವರಿಗಾಗಿ ಕಾಯುತ್ತಿದ್ದರು.

4

ಆಜ್ಞೆ ಕೊಟ್ಟಕೂಡಲೇ ಹೆಲಿಕಾಪ್ಟರ್ ಮೇಲಕ್ಕೆ ಏರಿತು. ಅದು ಉತ್ತರದ ಆಲ್ಪ್ಸ್ ಪರ್ವತ ಶ್ರೇಣಿಯ ಕಡೆಗೆ ಸಾಗಿತು. ಅದು ತುಂಬಾ ಅಪಾಯಕಾರೀ ಪ್ರಯಾಣ. ಚಳಿಗಾಲದ ಆಕಾಶವನ್ನು ಸೀಳಿಕೊಂಡು ಹೆಲಿಕಾಪ್ಟರ್ ಮುನ್ನಡೆಯಿತು. ಹಳ್ಳಿಗಳು, ಊರುಗಳು ಮತ್ತು ಕ್ರಮೇಣ ಹೆಚ್ಚು ಹೆಚ್ಚು ಎತ್ತರವಾಗುತ್ತಿದ್ದ ಪರ್ವತಗಳು ಹಿಂದುಳಿದವು. ಹೆಲಿಕಾಪ್ಟರ್ ಇನ್ನೂ ಉತ್ತರದ ಕಡೆಗೆ ಸಾಗಿತು. ಪರ್ವತ ಶಿಖರಗಳ ಎತ್ತರ ಹೆಚ್ಚಿತು. ಅವುಗಳ ಬಣ್ಣವೂ ಬದಲಾಗುತ್ತಿತ್ತು. ಯಥಾಪ್ರಕಾರ ಉತ್ತರದ ಪರ್ವತ ಶ್ರೇಣಿ ತನ್ನ ಮಂಜುಹೊಗೆಯಿಂದ, ಹಿಮಗಡ್ಡೆಗಳಿಂದ ಹೆಲಿಕಾಪ್ಟರನ್ನು ಸ್ವಾಗತಿಸಿತು. ಅದು ಉತ್ತರದ ಕೊನೆಯ ವಲಯವನ್ನು ಪ್ರವೇಶಿಸುತ್ತಿದ್ದಂತೆಯೇ ತೊಂದರೆಗಳು ಪ್ರಾರಂಭವಾದವು. ಪ್ರಕ್ಷುಬ್ಧ ಗಾಳಿ ಹೆಚ್ಚಾಗಿ, ನೆಲದ ತುಣುಕುಗಳು ಅಲ್ಲಲ್ಲಿ ಮಾತ್ರ ಕಾಣಿಸಿಕೊಂಡವು. ಆಲ್ಪ್ಸ್ ಪರ್ವತ ಶ್ರೇಣಿಗಳು ಅಭೇದ್ಯ ದುರ್ಗವೊಂದರ ಕೋಟೆಗೋಡೆಗಳಂತೆ ಕಾಣಿಸುತ್ತಿದ್ದುವು. 2500 ಮೀಟರ್ ಎತ್ತರದಿಂದ 400 ಮೀಟರ್ ಆಳದ ಕಣಿವೆಗೆ ನೇರವಾಗಿ ಇಳಿಯುವುದು ಹೆಲಿಕಾಪ್ಟರ್‌ಗೆ ತುಂಬಾ ಕಷ್ಟವಾದ ಕೆಲಸ. ಅಲ್ಲೆಲ್ಲ ಏರುಪೇರಿನಿಂದ ಕೂಡಿದ ಕಡಿದಾದ ಇಳಿಜಾರು; ಜೊತೆಗೆ ಪ್ರಕ್ಷುಬ್ಧ ಗಾಳಿಯ ಸೆಳೆತಗಳಿಂದ ಕೂಡಿದ ಭೂಪ್ರದೇಶ. ಪೈಲಟ್ ಹೆಲಿಕಾಪ್ಟರನ್ನು ಆ ಇರುಕಲಿನಲ್ಲೇ ತೆಗೆದುಕೊಂಡು ಹೋಗುತ್ತಿದ್ದ. ಅದು ಪ್ರಕೃತಿಗೆ ಇಷ್ಟ ಬಂದ ಹಾಗೆ ಏರಿಳಿಯುವ, ತಲೆತಿರುಗಿಸುವ, ಭಯ ಹುಟ್ಟಿಸುವ ಕಮರಿ. ಪೈನ್ ಮರಗಳ ಗೋಡೆಗಳ ನಡುವೆ,

ಕಮರಿಯ ತಳದಲ್ಲಿ ನದಿ ಹರಿಯುತ್ತಿತ್ತು. ಹೆಜ್ಜೆ ಹೆಜ್ಜೆಗೂ ಅಪಾಯವಿದ್ದರೂ ಪೈಲಟ್ ಹೆಲಿಕಾಪ್ಟರನ್ನು ಕೆಳಗಿಳಿಸತೊಡಗಿದ.

ರೇಡಿಯೋ ಅಪರೇಟರ್‌ಗಳು ಸದಾಕಾಲ ಆ ಪರ್ವತಾರೋಹಿಗಳ ಸಂಪರ್ಕದಲ್ಲೇ ಇದ್ದರು. ಆ ದಿನ ಅವರ ರೇಡಿಯೋ ಸಂಕೇತಗಳಿಗೆಲ್ಲಾ ಒಂದೇ ಕೆಲಸ. ಈ ಕಳಕಳಿ ಸಾಹಸ ಪೂರ್ಣ ಹಾಡಿನಂತೆ ಕೇಳಿಬರುತ್ತಿತ್ತು. ಆ ಹಾಡಿನಲ್ಲಿ ಈಗ ಕಾಡು ಹೆಬ್ಬಾತುಗಳ ಕೂಗಿನ ಮಾರ್ದವತೆ ಇರಲಿಲ್ಲ. ಬದಲಾಗಿ ಆಲ್ಪ್ಸ್ ಪರ್ವತದ ಬಿರುಗಾಳಿಯ ಒತ್ತಡ, ಸಾಗರದ ಅಲೆಗಳ ಶಕ್ತಿ, ಆಕಾಶದ ವಿಶಾಲತೆ ಇತ್ತು. ಹೆಲಿಕಾಪ್ಟರ್ ಆ ಇರುಕಲಿನಲ್ಲೇ ಇಳಿಯುತ್ತಿತ್ತು. ಕೋತ್ಸೋ ಮತ್ತು ಮಲೆನಾಡಿನವರು ಕಣಿವೆಯನ್ನು ಸಮೀಪಿಸುತ್ತಿದ್ದರು. ಯುದ್ಧನೌಕೆ 'ಎನ್' ಸಂಕೇತ ಸ್ವೀಕರಿಸುವ ವಲಯದಲ್ಲೇ ನಿಂತಿತ್ತು. ಹೆಲಿಕಾಪ್ಟರ್ ಪರ್ವತದ ಇರುಕಲಿನಿಂದ ಕಣಿವೆಯನ್ನು ಸಮೀಪಿಸಿ ಇಳಿಯತೊಡಗಿತು. ಪರ್ವತಾರೋಹಿಗಳೆಲ್ಲ ಅದನ್ನು ಸುತ್ತುವರಿದು ಸ್ವಾಗತಿಸಿದರು.

...ಹೆಲಿಕಾಪ್ಟರ್ ಕೂಡಲೇ ಗಾಯಾಳುವನ್ನು ಹೊತ್ತು ತಿರಾನಕ್ಕೆ ಹೊರಟಿತು. ಉಳಿದವರು ಅನೇಕ ಘಂಟೆಗಳ ಕಾಲ, ರೇಡಿಯೋ ಆಪರೇಟರ್ ಹೆಲಿಕಾಪ್ಟರಿನ ಸುಖಾಗಮನವನ್ನು ತಿಳಿಸುವವರೆಗೆ, ತುದಿಗಾಲಿನಲ್ಲಿ ನಿಂತಿದ್ದರು.

ಬಲ್ಗೇರಿಯ

○ ಇವಾಇಲೊ ಪೆತ್ರೋವ್

ತಾಯಿ

ಅದು ಕಡಿದಾದ ಬೆಟ್ಟದ ತಪ್ಪಲಿನ ಇಳಿಜಾರಿನಲ್ಲಿ ಮತ್ತೆ ಬರುತ್ತಿತ್ತು. ತನ್ನ ಮಕ್ಕಳಿಗೆ ಮೊಲೆಯೂಡಿಸುತ್ತಿದ್ದುದರಿಂದ ಸೊರಗಿತ್ತು. ಅದರ ಕಣ್ಣುಗಳು ಹಸಿವಿನಿಂದ ಉರಿಯುತ್ತಿದ್ದವು. ತನಗೆ ಸಿಕ್ಕಿದ ಆಹಾರವನ್ನೆಲ್ಲಾ ಅದು ಮರಿಗಳಿಗೇ ಕೊಡುತ್ತಿತ್ತು, ಆದ್ದರಿಂದ ಈ ಹಸಿವು. ಅದಕ್ಕೆ ಮರಿಗಳು ಆರು. ಅವುಗಳ ಬೆಳವಣಿಗೆ ಬಹಳ ಬೇಗ. ದಿನದಿನಕ್ಕೂ ಹಿಂಗದ ಹಸಿವು. ಅವು ತಾಳ್ಮೆಗೆಟ್ಟು ಕುಂಯ್‌ಗುಟ್ಟಿಕೊಂಡು ಪದೇ ಪದೇ ಹಕ್ಕೆಯಿಂದ ಹೊರಬರುತ್ತಿದ್ದುವು. ತಾಯಿ, ಕುದುರೆಯ ಮೂಳೆಯ ತುಂಡೊಂದನ್ನು ಕೊಟ್ಟು ಅವುಗಳ ಗಮನವನ್ನು ಬೇರೆಯ ಕಡೆ ತಿರುಗಿಸುತ್ತಿತ್ತು. ಅನಂತರ ಆಹಾರಕ್ಕಾಗಿ ಹುಡುಕಿಕೊಂಡು ಹೊರಡುತ್ತಿತ್ತು. ನೊರೆಗರೆಯುತ್ತಾ ಹರಿಯುವ ತೊರೆಗಳನ್ನು ದಾಟಿಕೊಂಡು ಬೀಚ್ ಮರಗಳ ಕಾಡಿನಲ್ಲಿ ಸದ್ದಿಲ್ಲದೆ, ಕದ್ದು ನಡೆಯುತ್ತಿತ್ತು. ಕೆಳಗಿನ ಬಯಲಲ್ಲಾಗುವ ಶಬ್ದಗಳನ್ನು ಕೇಳಲೆಂದು ಅದರ ಕಿವಿಗಳು ನಿಮಿರಿದ್ದುವು. ಅಲ್ಲೊಂದು ಹಳ್ಳಿಯಿತ್ತು. ಹಳ್ಳಿಯ ಪಕ್ಕದಲ್ಲಿ ಒಂದು ಕುರಿಹಟ್ಟಿ. ಬೆಟ್ಟದ ಇಳಿಜಾರಿನ ಕುರುಚಲು ಗಿಡಗಳ ಮಧ್ಯೆ ಕುರಿ ಮಂದೆಗಳು ಮೇಯುತ್ತಿದ್ದವು.

ಮೊದಲ ಬಾರಿ ಅದು ಆಕ್ರಮಣ ಮಾಡಿದ್ದು ಮಟ ಮಟ ಮಧ್ಯಾಹ್ನದಲ್ಲಿ. ರಭಸದಿಂದ ಒಂದು ಕುರಿಯ ಕುತ್ತಿಗೆಗೆ ಬಾಯಿ ಹಾಕಿ ಅದನ್ನು ತನ್ನ ಬೆನ್ನಿನ ಮೇಲೆ ಎಸೆಯಿತು. ಕುರಿಮಂದೆ ಭಯಗೊಂಡಿತು. ಪೊದೆಗಳಾಚೆ ನಾಯಿಗಳು ಬೊಗಳಿದುವು. ಥಟ್ಟನೆ ಅವು ಅದನ್ನು ಎಲ್ಲ ಕಡೆಯಿಂದ ಸುತ್ತುವರಿದುವು. ಸ್ವಲ್ಪ ಸಮಯದ ಬಳಿಕ ಕುರಿ ಕಾಯುವವರು ಓಡಿ ಬಂದರು.

"ತೋಳ ಬಂತು, ತೋಳ" ಎಂದು ನಾಯಿಗಳನ್ನು ಛೂ ಬಿಟ್ಟು ಅವರು ಕೂಗಿದರು.

ಆ ಹೆಣ್ಣು ತೋಳ ಕಷ್ಟಪಟ್ಟು ತಪ್ಪಿಸಿಕೊಂಡು ಬೆಟ್ಟ ಸೇರಿತು. ಒಂದು ಹುಲ್ಲುಗಾವಲಿನ ಬಳಿ ನಿಂತಿತು. ಕುರಿಯ ಬಿಸಿ ರಕ್ತ ಇನ್ನೂ ಅದರ ಬಾಯಲ್ಲಿತ್ತು. ಹಸಿವಿನಿಂದ ಉಳಿಡುತ್ತಾ, ಅದು ರಕ್ತವನ್ನು ನೆಕ್ಕಿತು. ಅನೇಕ ಬಾರಿ ಹೀಗಾಗುತ್ತಿತ್ತು. ಅದು ಹಲವಾರು ಗಂಟೆಗಳು ಹೊಂಚು ಹಾಕುತ್ತ ಕುರಿಮಂದೆಯ ಹತ್ತಿರ

ನುಸುಳುತ್ತಿತ್ತು. ಹಸಿವಿನಿಂದ, ಆಸೆಯಿಂದ ದುರ್ಬಲವಾಗಿರುತ್ತಿತ್ತು. ಅದು ದೂರದಲ್ಲಿ ಬರುತ್ತಿದ್ದಂತೆ ನಾಯಿಗಳು ಅದರ ವಾಸನೆ ಹಿಡಿಯುತ್ತಿದ್ದುವು. ಕುರಿ ಕಾಯುವವರು ಎಚ್ಚರದಿಂದಿರುತ್ತಿದ್ದರು.

ಅಂದು ಸಂಜೆ ಅದು ಮತ್ತೆ ಕಾಡಿನ ಅಂಚಿಗೆ ಬಂದು ಅಡಗಿ ಕುಳಿತಿತ್ತು. ಸೂರ್ಯ ಮುಳುಗಿ ಎಷ್ಟೋ ಹೊತ್ತಾಗಿತ್ತು. ಕುರಿಗಳ ಕೊರಳಿನ ಕಿರುಗೆಜ್ಜೆಗಳು ಆಗಾಗ ಗಲಗುಟ್ಟುತ್ತಿದ್ದುವು. ಕುರಿಮರಿಗಳು ಅರಚುತ್ತಿದ್ದುವು. ನಾಯಿಗಳು ಮಲಗಿದ್ದುವು. ಬಯಲ ಕಡೆಯಿಂದ ಕಾಡಿನ ಕಡೆಗೆ ಕಿಗ್ಗಾಳಿ ಬೀಸುತ್ತಿತ್ತು. ಆದುದರಿಂದ ನಾಯಿಗಳಿಗೆ ಅದರ ವಾಸನೆ ಗೊತ್ತಾಗಲಿಲ್ಲ. ಅದು ಕಾಡಿನಿಂದ ಮೆಲ್ಲನೆ ಹೊರಬಂದು ಕುರಿಮುಂದೆಯನ್ನು ಸಮೀಪಿಸಿತು. ಕುರಿಮಂದೆ ಎಚ್ಚರವಾಗುತ್ತಿದ್ದಂತೆ ಅದರ ಎಚ್ಚರಿಕೆ ಕಡಿಮೆ ಆಯಿತು. ಅದು ಬೇಲಿ ಹಾರಿತು. ಆದರೆ ಬೆನ್ನು ಕೆಳಗಾಗಿ ಧೂಪ್ಪನೆ ನೆಲದ ಮೇಲೆ ಬಿತ್ತು. ಸಿಡಿಲಿನಂತೆ ಏನೋ ಬಂದು ಅದರ ಎದೆಗೆ ಅಪ್ಪಳಿಸಿದಂತಾಯಿತು. ಆದರೂ ಅದು ಚೇತರಿಸಿಕೊಂಡು ಹಿಂದಕ್ಕೋಡಿತು. ಅದರ ಬಲಗಾಲು ಕಿತ್ತುಬಂದು ಜೋತಾಡಲಾರಂಭಿಸಿತು.

ಅದು ತನ್ನ ಹಕ್ಕೆಯನ್ನು ಸಮೀಪಿಸುವ ಹೊತ್ತಿಗೆ ಮಧ್ಯರಾತ್ರಿಯಾಗಿತ್ತು. ತನ್ನ ಮರಿಗಳನ್ನು ಜ್ಞಾಪಿಸಿಕೊಂಡು ಅದು ಸಾವಿಗೆ ಸುಲಭವಾಗಿ ಮಣಿದಿರಲಿಲ್ಲ. ಇಲ್ಲದಿದ್ದರೆ ದಾರಿಯ ಮಧ್ಯದಲ್ಲಿ ಎಲ್ಲಾದರೂ ನೆಲದ ಮೇಲೆ ಬೆನ್ನು ಚಾಚಬಹುದಿತ್ತು. ಅದಕ್ಕೆ ಮರಿಗಳನ್ನು ಕೊನೆಯ ಬಾರಿಗೊಮ್ಮೆ ನೋಡುವ ಬಯಕೆ. ಅವುಗಳ ಪುಟ್ಟ ಮೂತಿಗಳನ್ನು ಮುದ್ದಿಸುವ ಆಸೆ. ಅವು ದೂರದಿಂದಲೇ ಅದರ ವಾಸನೆ ಹಿಡಿದು ಒಂದಾದ ಮೇಲೊಂದು ಹೊರಬಂದುವು. ಅದು ತಮಗೆ ತಂದಿರಬಹುದಾಗಿದ್ದ ಆಹಾರಕ್ಕಾಗಿ ಹಂಬಲಿಸುತ್ತಾ ಅದರ ಮೇಲೆ ಬಿದ್ದು ಒದ್ದಾಡಿ ಕುಂಯ್‌ಗುಟ್ಟಿದವು. ಆದರೆ ನೆಲದ ಮೇಲೆ ಮಲಗಿದ್ದ ಹೆಣ್ಣು ತೋಳಕ್ಕೆ ಅವುಗಳನ್ನು ಕೊನೆಯ ಬಾರಿಗೆ ಮುದ್ದಾಡಲು ಸಹ ಶಕ್ತಿಯಿರಲಿಲ್ಲ. ಅವು ಉದ್ರೇಕಗೊಂಡು ಗುರುಗುಟ್ಟುತ್ತಾ ಅದರ ಮೈಮೇಲೆಲ್ಲ ಎಗರಾಡಿದುವು. ಅದು ತಲೆ ಎತ್ತಿ, ಕೇವಲ ಚರ್ಮದ ಒಂದು ಚೂರಿನಿಂದ ದೇಹಕ್ಕೆ ತಗಲಿಕೊಂಡು ಜೋತಾಡುತ್ತಿದ್ದ ತನ್ನ ಗಾಯಗೊಂಡ ಕಾಲನ್ನು ಹಲ್ಲುಗಳಿಂದ ಕಿತ್ತು ಒಂದು ಮರಿಯ ಬಾಯಿಗೆ ಹಿಡಿಯಿತು. ಆ ಮರಿ ರಕ್ತವನ್ನು ನೆಕ್ಕುತ್ತ ಕಾಲನ್ನು ಗಬಗಬನೆ ತಿನ್ನಲಾರಂಭಿಸಿತು. ಉಳಿದ ಮರಿಗಳು ಅಸಹನೆಯಿಂದ ಅದರ ಮೇಲೆ ಎಗರಿದುವು. ಅವು ಕೂಡಲೇ ಒಂದರ ಮೇಲೊಂದು ಬಿದ್ದು ಹೊರಳಾಡತೊಡಗಿದವು. ಚೀರಾಡುವ ಚೆಂಡಿನಂತೆ ಉರುಳಿದವು.

ಹೆಣ್ಣು ತೋಳದ ಜೀವ ಆರಿಹೋಗುತ್ತಿತ್ತು. ಆದರೆ ಕಾಡುತನದ ಸಹಜ ಪ್ರವೃತ್ತಿಯ ತುಡಿತದಿಂದ, ಮರಿಗಳ ಮೇಲಿನ ಪ್ರೇಮದಿಂದ, ಬದುಕಿನ ಈ ಕೊನೆಗಳಿಗೆಯಲ್ಲಿ ಅದು ತನ್ನ ಮೈಯನ್ನೇ ಮರಿಗಳಿಗೆ ಒಡ್ಡಿತು. ಕೊನೆಯುಸಿರು ಬಿಡುವವರೆಗೂ ಅದಕ್ಕೆ ತನ್ನ ಮರಿಗಳದೇ ಯೋಚನೆ: ಅವುಗಳಿಗೆ ಆಹಾರ ಕೊಟ್ಟು ಅವುಗಳನ್ನು ಸುಮ್ಮನಾಗಿಸಬೇಕು. ಇಲ್ಲದಿದ್ದರೆ ಯಾವುದಾದರೊಂದು ನರಿ ಅವುಗಳ ಮೇಲೆ ಏರಿಬರಬಹುದು. ಅವು ತಮ್ಮತಮ್ಮಲ್ಲೇ ಗುರುಗುಟ್ಟುತ್ತಾ ಜಗಳವನ್ನು ಮುಂದುವರಿಸುತ್ತಿದ್ದವು. ಆ ತಾಯಿ ತೋಳ ತನ್ನನ್ನು ತಾನೆ ಅವುಗಳ ಹತ್ತಿರಕ್ಕೆ ಎಳೆದುಕೊಂಡು ಬಂದು, ತನ್ನ ಕಾಲಿನ ಜೀವಂತ ಭಾಗವನ್ನು ಅವುಗಳ ಬಾಯಿಗೆ ತುರುಕಿತು. ಅನಂತರ ಅದರ ತಲೆ ಜೋತು ಬಿತ್ತು. ಕಣ್ಣುಗಳು ಮುಚ್ಚಿದವು.

ಅನೇಕ ರಾತ್ರಿಗಳಲ್ಲಿ ಅದಕ್ಕೆ ದಾರಿತೋರಿದ್ದ ನಕ್ಷತ್ರಗಳು ಮರೆಯಾದುವು. ಬೇಟೆಯಾಡಲು ಆಹಾರದ ಮಧುರ ವಾಸನೆಯನ್ನು ಹೊತ್ತು ತರುತ್ತಿದ್ದ ಗಾಳಿ ಕುಗ್ಗಿತು. ಗೋಡೆಗಳೇ ಇಲ್ಲದ ಅದರ ವಿಶಾಲ ಮನೆಯಾಗಿದ್ದ ನಿಸರ್ಗವೆಲ್ಲವೂ ದಟ್ಟವಾದ ಕತ್ತಲಿನಲ್ಲಿ ಮುಳುಗಿತು. ಆ ಕತ್ತಲಿನಲ್ಲೇ ಬಿದ್ದುಕೊಂಡು ತನ್ನ ದೇಹ ಚಿಂದಿಚಿಂದಿಯಾಗುತ್ತಿರುವುದನ್ನು ಅನುಭವಿಸುತ್ತಾ ಅದು ತನ್ನ ಮರಿಗಳ ದೇಹದೊಳಗೆ ಹರಿಯಿತು. ಅದರ ಜೀವ ಅವುಗಳ ಜೀವದಲ್ಲಿ ಲೀನವಾಗಿ ಹೋಯಿತು. ◐

ಯೋರ್ದಾನ್ ಯಾವ್‌ಕೊವ್

ಅಪರಿಚಿತ

ಪಡಖಾನೆ ನಿಧಾನವಾಗಿ ಜನರಿಂದ ತುಂಬುತ್ತಿತ್ತು. ರಜಾ ದಿನಗಳಲ್ಲಿ ಯಾವಾಗಲೂ ಹಾಗೆಯೇ. ಸ್ವಲ್ಪ ತಡವಾಗಿ ಬರುತ್ತಿರುವ ರೈತರನ್ನು ಅದರ ತೆರದ ಕಿಟಕಿಗಳಿಂದ ನೋಡ ಬಹುದಿತ್ತು. ಅವರು ಭಾರವಾದ ಹೆಜ್ಜೆಗಳನ್ನು ಹಾಕುತ್ತಾ ನಿಧಾನವಾಗಿ ನಡೆಯುತ್ತಿದ್ದರು. ಕೆಲಸ ಮಾಡುತ್ತಿದ್ದಾಗ ಅವರ ಹತ್ತಿರ ಸುಳಿಯದಿದ್ದ ಆಯಾಸ, ಈಗ ವಿರಾಮ ಸಿಕ್ಕಿದಾಗ ಅವರ ಮೇಲೆ ತನ್ನ ಅಧಿಕಾರವನ್ನು ಸ್ಥಾಪಿಸಿದಂತಿತ್ತು. ಅವರೆಲ್ಲ ಸಾಮಾನ್ಯವಾಗಿ ಅಗಲ ತೋಳುಗಳ ಒಗೆದ ಅಂಗಿಗಳನ್ನು ಧರಿಸಿದ್ದರು. ಆಗಾಗ ಅತ್ತ ಇತ್ತ ನೋಡುತ್ತಿದ್ದರು. ಸುತ್ತಮುತ್ತಲ ಕಲ್ಲ ಮೇಲೂ ಹುಲ್ಲು ಚಿಗುರು ನಳನಳಿಸುತ್ತಿರುವಾಗ ಅವರು ಆ ಚೆಲುವನ್ನು ನಿಂತು ನೋಡದಿರಲು ಹೇಗೆ ಸಾಧ್ಯ? ಪಡಖಾನೆಯಲ್ಲಿ ಕುಳಿತಿದ್ದ ವ್ಯಕ್ತಿಗಳ ಕಣ್ಣಮುಂದೆ ಕೂಡ ಹೊರಗಿನ ಹಸುರಿನ ವೈಭವ ಕುಣಿಯುತ್ತಿತ್ತು.

ಆ ರೈತರಲ್ಲಿ ಕೆಲವರು ಹೊಸ್ತಿಲಿಗೆ ಬರುತ್ತಿದ್ದಂತೆಯೇ ವಂದನೆ ಹೇಳಿದರು. ಆದರೆ ಕುಳಿತುಕೊಳ್ಳುವ ಆತುರವನ್ನು ಅವರು ತೋರಿಸಲಿಲ್ಲ. ಯಾಕೆಂದರೆ ಯೋವೀ ಪಡಖಾನೆಯ ಮಧ್ಯೆ ನಿಂತು ಏನೋ ಹೇಳುತ್ತಿದ್ದ.

"ನಾನು ಎಲ್ಲಾ ಕಡೆ ಸುತ್ತಾಡಿದ್ದೇನೆ. ನಾನು ನಿಮಗೆ ಹೇಳ್ತೀನಿ. ನಾನು ವಿಮೆರ್ಲೀಕ್ ಮತ್ತು ದುರಾಯ್ ರಸ್ತೆಗೆ ಹೋಗಿದ್ದೆ. ಅಲ್ಲಿನ ಜಮೀನುಗಳನ್ನು ನೋಡೋದೇ ಒಂದು ಆನಂದ ಕಣಪ್ಪಾ, ನಿಜವಾಗ್ಲೂ. ಅಲ್ಲಿನ ಕಿರುಗೋಧಿಯ ಸಸಿಗಳು ನನ್ನಷ್ಟೇ ಎತ್ತರವಾಗಿದ್ವು. ಹಿಂದಿನ ರಾತ್ರಿ ಮಳೆ ಹೊಡೆದಿದ್ದುದರಿಂದ ಅವು ಸ್ವಲ್ಪ ಬಾಗಿದ್ವು. ಒಂದೆರಡು ದಿನ ಚೆನ್ನಾಗಿ ಬಿಸಿಲು ಬಿದ್ದರೆ ಮತ್ತೆ ಸರಿಹೋಗ್ತವೆ." ಆಮೇಲೆ ಊರಿನ ಮೇಯರ್‌ನ ಕಡೆ ತಿರುಗಿ ಆತ ನುಡಿದ:

"ಅಲೆಕ್ಸಿಸ್ ಮಾವ, ಇನ್ನು ನಮ್ಮ ಚಳಿಗಾಲದ ಗೋಧಿಯ ಬಗ್ಗೆ ಹೇಳೋದಾದರೆ, ಚಾತುರ್‌ಲುಕ್‌ನಲ್ಲಿರೋ ಅಂಥ ಹೊಲವನ್ನು ನಾನು ನೋಡೇ ಇಲ್ಲ."

"ಅತ್ತಕಡೆ ನಿನ್ನದೂ ಸ್ವಲ್ಪ ಚಳಿಗಾಲದ ಗೋಧಿ ಬೆಳೆ ಇದೆ. ಅದು ಹೇಗಿದೆ ಯೋವೀ ?" ಎಂದು ಒಬ್ಬ ರೈತ ಕೇಳಿದ.

"ಮಿಹಾಲ್ ಮಾವ ಅದೂ ಕೂಡ ಅಷ್ಟೆ, ಕಣ್ಣಿಗೆ ಹಬ್ಬ. ಎಲ್ಲಾ ಹೊಲಗಳೂ ಚೆನ್ನಾಗಿವೆ."

"ಯೋವೀ ಹೇಳೋದು ನಿಜ," ಎಂದು ಮುದುಕ ಇವಾನ್ ಒಪ್ಪಿದ.

"ಈ ವರ್ಷ ನಮ್ಮ ಬೆಳೆ ಗಿಳೆ ಚೆನ್ನಾಗೇನೋ ಇದೆ. ಆದರೆ ಎಷ್ಟಾಗಿದೆ ಅಂತ ಕಣಜ ತುಂಬೋದಕ್ಕೆ ಮೊದಲೇ ಯಾರಿಗೂ ಹೇಳೋಕೆ ಆಗೋದಿಲ್ಲ. ದೇವರು ಕಣ್ಣೆತ್ತಿ ನೋಡಿದರೆ ಈ ಸಲದ್ದು ಒಳ್ಳೆ ಬೆಳೆ. ಹೇಗಾದರೂ ಆಗಲಿ ಕಾದು. ನೋಡಬೇಕು. ಆದ್ದರಿಂದ ನಾನು ಏನು ಹೇಳ್ತೀನಿ ಅಂದರೆ – ಅಲೆಕ್ಸಿಸ್ ಮಾವ, ನಾನು ಹೇಳೋದನ್ನ ಸ್ವಲ್ಪ ಕೇಳು."

ಆದರೆ ಮೇಯರ್‌ನ ಜೊತೆಯಲ್ಲಿ ಬೇರೆಯವರು ಮಾತಾಡುತ್ತಿದ್ದುದರಿಂದ ಮುದುಕ ಇವಾನ್ ಕಾಯಬೇಕಾಯಿತು.

"ಅಲೆಕ್ಸಿಸ್, ಸ್ವಲ್ಪ ನನ್ನ ಮಾತು ಕೇಳು," ಎಂದು ಆತ ಮತ್ತೆ ಮಾತು ಪ್ರಾರಂಭಿಸಿದ: "ನೀನು ಜಮೀನು ಕಾಯೋರಿಗೆ ಹುಷಾರಾಗಿ ನೋಡಿಕೊಳ್ಳೋ ಹಾಗೆ ಹೇಳು. ಅವರಿಗೆ ಹಳ್ಳಿ ಒಳಗೆ ಏನೂ ಕೆಲಸ ಇರೋದಿಲ್ಲ. ಅವರು ಮೊದಲು ಜಮೀನುಗಳ ಕಡೆಗೆ ಹೋಗ್ಬೇಕು."

"ನಂಗೊತ್ತು ಇವಾನ್ ಮಾವ. ನಂಗೊತ್ತು... ನಾನು ಅವರಿಗೆ ಹೇಳಿದ್ದೀನಿ : 'ಜನ ತಮ್ಮ ಹಕ್ಕುಗಳಿಗೆ ಅಂಟಿಕೊಂಡಿರ್ತಾರೆ. ಆದರೆ ನೀವು ನಿಮ್ಮ ಕೆಲಸಾನ ಹೇಗೆ ಮಾಡಬೇಕೋ ಹಾಗೆ ಮಾಡಿ, ಇಲ್ಲದೆ ಇದ್ದರೆ ನಾನು ಯಾವುದೋ ಕಾರಣ ಕೊಟ್ಟು ನಿಮ್ಮನ್ನು ಕೆಲಸ ಬಿಟ್ಟು ಓಡಿಸ್ತೀನಿ. ನಿಮಗೇನಾದರೂ ಜಮೀನಿನಲ್ಲಿ ದನಕರುಗಳು ಕಂಡುಬಂದರೆ, ಅವನ್ನ ಹಿಡಿದು ನೇರವಾಗಿ ಗನದ ದೊಡ್ಡಿಗೆ ಹೊಡಕೊಂಡು ಹೋಗಿ, ಅವುಗಳ ಒಡೆಯರಿಗೆ ಜುಲ್ಮಾನೆ ಹಾಕಿ,' ಅಂತ ನಾನು ಅವರಿಗೆ ಹೇಳಿಯೇ ಬಿಟ್ಟಿದ್ದೀನಿ."

"ಬರೀ ಜುಲ್ಮಾನೆ ಸಾಲದು ಅಲೆಕ್ಸಿಸ್, ಚೆನ್ನಾಗಿ ಬಿಗೀಬೇಕು," ಎಂದು ಮುದುಕ ಇವಾನ್ ಕೂಗಿದ.

"ನಮ್ಗೆಲ್ಲಾ ಗೊತ್ತು ಇವಾನ್ ಮಾವ. ನೀನು ಮಹಾ ಕಟುಕ. ಜಮೀನುಗಳಿಂದ ದೂರ ಇರೋದಕ್ಕೆ ನಿನ್ನ ಕುರಿ ಕಾಯೋರಿಗೆ ನೀನೇ ಯಾತಕ್ಕೆ ಹೇಳಬಾರದು ? ಅವರು ಯಾವಾಗ್ಲೂ ಬೇರೆಯವರ ಜಮೀನುಗಳಲ್ಲೇ ಇರ್ತಾರೆ," ಎಂದ ಇನ್ನೊಬ್ಬ ರೈತ.

ಅದನ್ನು ಕೇಳಿ ಮುದುಕ ರೇಗಾಡಿದ:

"ನನಗೆ ಹೇಳ್ತೀರಾ ? ನನ್ನ ಕುರಿ ಕಾಯೋರು ? ಏ... ನಿನ್ನ ಕೆಲಸ ನೀನು ನೋಡ್ಕೊ.... ನಾನು ಹೇಳಿದ್ದು ಕೇಳಿಸ್ತಾ ? ನನ್ನ ಕುರಿ ಕಾಯೋರಂತೆ ! ಮೊದಲು ನೀನು ಸರಿಹೋಗು ! ಆಮೇಲೆ ಬೇರೆಯೋರ ಸಮಾಚಾರಕ್ಕೆ ಬಾ !... ನೀನು ನನಗೆ ಎರಡು ಚಿನ್ನದ ನಾಣ್ಯ ಕೊಡ್ಬೇಕು. ತಗೊಂಡು ತಿಂಗಳುಗಳೇ ಆದವು. ಇನ್ನೂ ಹಿಂದಕ್ಕೆ ಕೊಟ್ಟಿಲ್ಲ, ಅಲ್ಲವೆ ?.... ಮೂರ್ಖ ! ನನ್ನ ಕುರಿ ಕಾಯೋರಂತೆ !..."

ಅಷ್ಟರಲ್ಲಿ ಮೇಯರ್ ಮಧ್ಯ ಪ್ರವೇಶಿಸಿ ಹೇಳಿದ :

"ಈಗ ಜಗಳ ಆಡೋದು ಬೇಡ. ಸ್ಟೊಯಾನ್, ನೀನು ಇನ್ನೂ ಹುಡುಗ. ನಾಲಿಗೆ ಬಿಗಿ ಹಿಡಿ. ಇವಾನ್ ಮಾವ ನೀನೂ ಮಾತಾಡಬೇಡ. ಇಬ್ಬರೂ ರೇಗಾಡದೆ ಬಾಯಿ ಮುಚ್ಚಿಕೊಳ್ಳಿ. ನಾನು ಮೇಯರ್. ನಾನು ಹೇಳೋದನ್ನ ಸ್ವಲ್ಪ ಕೇಳಿ. ಕಾನೂನಿನ ಪ್ರತಿನಿಧಿಯಾಗಿ ನಾನು ಮಾತಾಡ್ತಿದ್ದೇನೆ. ನಾನು ಏನು ಮಾಡ್ತಾ ಇದೀನಿ ಅಂತ ನನಗೆ ಚೆನ್ನಾಗಿ ಗೊತ್ತಿದೆ. ನನಗೆ

ಯಾರೂ ಪಾಠ ಹೇಳಬೇಕಿಲ್ಲ. ನಾನು ಹೇಳ್ತೀನಿ, ಇನ್ಮೇಲೆ ಯಾರ ಜಮೀನಿನಲ್ಲೇ ಆಗಲಿ, ಅದು ನಿಮ್ಮದಾಗಿರ್ಬಹುದು ಅಥವಾ ನಮ್ಮದಾಗಿರ್ಬಹುದು, ಜಾನುವಾರು ಸಿಕ್ಕಿದರೆ ನನಗೆ ಎಲ್ಲಾನೂ ಒಂದೇನೆ. ಅವರಿಗೆ ಕಾನೂನು ಪ್ರಕಾರ ಜುಲ್ಮಾನೆ ಹಾಕಲಾಗ್ತದೆ. ನಿಮಗೆಲ್ಲಾ ಗೊತ್ತಾಯ್ತ?"

ಅವರ್ಯಾರೂ ಇನ್ನೂ ಕುಡಿದಿರಲಿಲ್ಲ. ಆದ್ದರಿಂದ ಜಗಳ ಬೇಗ ತಣ್ಣಗಾಯಿತು. ಕಲ್ಲುಕೆಲಸದ ತೊರಾಶ್‌ಕೊ ಮಾತ್ರ ಕಂಠಪೂರ್ತಿ ಕುಡಿದಿದ್ದ. ಅವನು ಬೇಗನೇ ಬಂದಿದ್ದುದೇ ಅದಕ್ಕೆ ಕಾರಣ. ಅವನ ಮನೆ, ಹತ್ತಿರದಲ್ಲೇ ಕಲ್ಲುಗುಡ್ಡದ ಮೇಲಿತ್ತು. ತೊರಾಶ್‌ಕೊ ತನ್ನ ಮನೆ ಅಂಗಳವನ್ನು ದೊಡ್ಡದು ಮಾಡಿಕೊಳ್ಳಬೇಕೆಂದು ಗುಡ್ಡ ಅಗೆಯುತ್ತಿದ್ದ ಕಾಲ ಒಂದಿತ್ತು. ಆಗ ಅವನಿಗೆ ಅದನ್ನು ಬಿಟ್ಟರೆ ಬೇರೆ ಮಾರ್ಗವೇ ಇರಲಿಲ್ಲ. "ನಾನು ಬೆಟ್ಟದ ಜೊತೇಲಿ ಹೋರಾಡ್ತಾ ಇದ್ದೀನಿ," ಎಂದು ಅವನು ಹೇಳುತ್ತಿದ್ದ. ಹೀಗೇ ಅಗೆಯುತ್ತಾ ಅವನಿಗೆ ಚೆನ್ನಾಗಿದ್ದ ಬಂಡೆ ಸಿಕ್ಕಿ ಆತ ಕಲ್ಲು ಕೆಲಸಗಾರನಾದ. ಮಾರಾಟಕ್ಕೆ ಸಿದ್ಧವಾಗಿದ್ದ ರಾಶಿರಾಶಿ ಕಲ್ಲುಗಳು ಅವನ ಮನೆಯ ಸುತ್ತ ಬಿದ್ದಿದ್ದವು. ನೋಡಲು ಕೋಟೆ ಗೋಡೆಗಳ ಹಾಗೆ. ಆದ್ದರಿಂದ ತೊರಾಶ್‌ಕೊ ಸಾಮಾನ್ಯವಾಗಿ ಹೇಳುತ್ತಿದ್ದ. 'ನಾನು ಯಾರಿಗೂ ಬಗ್ಗೋದಿಲ್ಲ. ಯಾಕೆ ಗೊತ್ತಾ? ನಾನು ಪೋರ್ಟ್ ಆರ್ಥರ್ ಕೋಟೆ ಒಳಗೆ ಇದ್ದೇನೆ!' ಅವನು ಹಾಗೆ ಹೇಳುತ್ತಿದ್ದದ್ದು ಕುಡಿದಾಗ ಮಾತ್ರ. 'ಪೋರ್ಟರ್... ಟರ್ರ್' ಎಂದು ಉಚ್ಚರಿಸುತ್ತಿದ್ದ.

ಆದರೆ ಆಗ ತೊರಾಶ್‌ಕೊ ಸುಮ್ಮನೆ ಇದ್ದ. ಜಗಳ ಕೊನೆಗಾಣುವ ತನಕ ಎಲ್ಲರ ಮಾತುಗಳನ್ನೂ ಅವನು ಕೇಳಿಸಿಕೊಂಡಿದ್ದ. ಅವನು ಯಾರ ಜತೆಯೂ ಸಹಮತ ವ್ಯಕ್ತಪಡಿಸಲಿಲ್ಲ. ಯಾರೂ ಸರಿ ಎಂದು ಅವನಿಗೆ ಕಾಣಲಿಲ್ಲ. ಆದರೆ ಅವನು ಮಾತಾಡಲೂ ಇಲ್ಲ. ಯಾಕೆಂದರೆ, ಕುಡಿದಿದ್ದರೂ ಅವನ ಬುದ್ಧಿ ಕೆಟ್ಟಿರಲಿಲ್ಲ. ಅವನು ಮಾತಾಡುವ ಕಾಲ ಇನ್ನೂ ಬಂದಿರಲಿಲ್ಲ. ಈಗವನು ಸುಮ್ಮನೆ ಬೇರೆಯವರ ಮಾತನ್ನು ಕೇಳುತ್ತಾ ಇದ್ದ. ಹೆಚ್ಚೆಂದರೆ ಕೋಪದಿಂದ ಆಗ ಒಬ್ಬರ ಕಡೆ, ಈಗ ಒಬ್ಬರ ಕಡೆ ನೋಡುತ್ತಾ ಇದ್ದ. ಅವನನ್ನು ನೋಡಿದರೆ, "ಯಾವುದರ ಯೋಗ್ಯತೆ ಎಷ್ಟು ಅಂತ ನನಗೆ ಗೊತ್ತು. ಅದರೆ ಈ ಸಾರಿ ಹಾಳಾಗಿ ಹೋಗ್ಲಿ" ಎಂದು ಹೇಳುತ್ತಿರುವವನ ಹಾಗೆ ಆತ ಇದ್ದ. ಆಮೇಲೆ ಕೋಪದಿಂದ ಹೆಂಡದ ಬಟ್ಟಲನ್ನು ಮೇಜಿಗೆ ಬಡಿದು ಇನ್ನಷ್ಟು ಬ್ರಾಂದಿ ತರಲು ಹೇಳಿದ.

ಪಡಖಾನೆಯಲ್ಲಿ ಮಾತು ಕಡಿಮೆಯಾಯಿತು. ಜನರು ಬೇರೆ ಬೇರೆ ಗುಂಪುಗಳಾದರು. ಒಂದು ಕಡೆ ಮೇಯರ್ ಮತ್ತು ಅವನ ಹತ್ತಿರದ ಸ್ನೇಹಿತರು ರಾಜಕೀಯದ ಚರ್ಚೆಯಲ್ಲಿ ತಲ್ಲೀನರಾಗಿದ್ದರು.

"ದ್ರಾಗಾನ್ ಮತ್ತೆ ನಗರಕ್ಕೆ ಹೋಗಿದ್ದಾನೆ. ಮೇಲಿನೋರಿಗೆ ದೂರು ಹೇಳೋದಕ್ಕೆ, ಚುನಾವಣೇನ ರದ್ದು ಮಾಡಬೇಕೂಂತ ಅವನ ಇರಾದೆ," ಎಂದ ಒಬ್ಬ ಮುದುಕ.

"ಅದರಿಂದ ಅವನಿಗೇನು ಲಾಭ, ಮಣ್ಣಾಂಗಟ್ಟಿ," ಎಂದ ಇನ್ನೊಬ್ಬ. ಅದಕ್ಕೆ ಮೊದಲು ಮಾತಾಡಿದ ಮುದುಕ ಹೇಳಿದ :

"ಅವನ ಹೆಂಡತಿ ನಮ್ಮನ್ನು ನೋಡೋಕೆ ಬಂದಿದ್ಲು. 'ನಮ್ಮ ಈ ದ್ರಾಗಾನನನ್ನು ಏನು ಮಾಡಬೇಕು ಅಂತ ಗೊತ್ತಾಗ್ತಾ ಇಲ್ಲ. ಈ ಹಳ್ಳಿ ವ್ಯವಹಾರದಲ್ಲಿ ಅವನು ತಲೆ ಕೆಡಿಸಿ ಕೊಳ್ತಾ ಇದ್ದಾನೆ. ರಾತ್ರಿ ಹೊತ್ತು ಹಾಸಿಗೆಯಿಂದ ದಿಢೀರನೆ ಎದ್ದು ಕೂಡ್ತಾನೆ' ಅಂತ ಅವಳು ಹೇಳಿದಳು. ಹಾಗೆ ಅರ್ಧರಾತ್ರೀಲಿ ಎದ್ದು 'ಚುನಾವಣೆ ಅಸಿಂಧುವಾಗ್ತದೆ' ಅಂತ ಕೂಗ್ತಾನಂತೆ."

ಅವರೆಲ್ಲರೂ ಜೋರಾಗಿ ನಕ್ಕರು.

ಮುದುಕ ಮಾತು ಮುಂದುವರಿಸಿದ !

"ಅವನು 'ಚುನಾವಣೆ ಅಸಿಂಧು' ಅಂತ ಕೂಗ್ತಾನಂತೆ. ಅವಳು ನನ್ನ ಹೆಂಡತೀನ ಕೇಳಿದ್ಳು 'ಮಾರಿಯಾ ಅತ್ತೆ ಈ ಅಸಿಂಧು ಅಂದರೇನು ?' "

"ಅದಕ್ಕೆ ನಿನ್ನ ಹೆಂಡತಿ ಏನು ಉತ್ತರ ಕೊಟ್ಲು ?" ಎಂದು ಯಾರೋ ಕೇಳಿದರು.

"ಅವಳ ಉತ್ತರಾನೇ ? 'ನಿನ್ನ ಗಂಡ ಮರ್ಯಾದೆಯಾಗಿ ತನ್ನ ಕೆಲಸ ತಾನು ಮಾಡ್ಕೊಂಡು ಇರೋದು ಬಿಟ್ಟು, ಪಡಖಾನೆಗಳಲ್ಲಿ ಕಾಲ ಕಳೀತಾ ಇದ್ರೆ, ಚುನಾವಣೆ ಅಸಿಂಧು ಆಗೋದು ಹಾಗಿರ್ಲಿ, ನೀವೆಲ್ಲ ಅಸಿಂಧು ಆಗಿ ಹೋಗ್ತೀರಿ' ಅಂತ ಹೇಳಿದ್ಳು."

ಇನ್ನೊಂದು ಸಾರಿ ಜೋರಾಗಿ ನಗೆಯ ಸ್ಫೋಟ. ಮೇಯರ್ ಮೇಜಿನ ಮೇಲೆ ಬಾಗಿ, ಸುತ್ತಲೂ ನೋಡಿ ಪಿಸುಮಾತಿನಲ್ಲಿ ಏನನ್ನೋ ಹೇಳತೊಡಗಿದ.

ಜಗಳವನ್ನು ಸಂಪೂರ್ಣವಾಗಿ ಮರೆತ ಮುದುಕ ಇವಾನ್ ಇನ್ನೊಂದು ಮೇಜಿನ ಮುಂದೆ ಭಾಷಣ ಬಿಗಿಯುತ್ತಿದ್ದ:

"ಮಿಹಾಲ್, ಹಾಗೆಲ್ಲ ತಮಾಷೆ ಮಾಡ್ಬೇಡ. ಇವತ್ತು ನಮಗೆ ದೊಡ್ಡ ಹಬ್ಬ ಅಂತ ನಿನಗೆ ಗೊತ್ತಿಲ್ವೆ? ರಾಜಋಷಿ ಕಾನ್ಸ್ಟೆಂಟೈನ್ ಮತ್ತು ರಾಣಿ ಹೆಲೆನಾ ಪವಿತ್ರ ಶಿಲುಬೆಯನ್ನು ಕಂಡ ದಿನ ಇದೇ. ಅದು ಯೇಸುಕ್ರಿಸ್ತನನ್ನು ತೂಗಿಸಿದ್ದ ಶಿಲುಬೆ. ನಮ್ಮ ಹಾಜಿ ಜ್ಲಾತಿ ಗೊಲ್ಗೊಥಾದ ಪವಿತ್ರ ಸಮಾಧಿಯಿಂದ ಹಿಂತಿರುಗಿ ಬರೋವಾಗ ಶಿಲುಬೆಯ ಒಂದು ಚೂರು ತಂದ. ಅದೇನು ಬಹಳ ದೊಡ್ಡದಾಗಿರಲಿಲ್ಲ. ಆಗ ನಾನಿನ್ನೂ ಚಿಕ್ಕವನು. ಅದರೂ ಅದನ್ನು ನೋಡಿದೆ. ಕಲ್ಲಿದ್ದಲಿನಂಥ ಕಪ್ಪು ಮರ. ಅದು ಎಲ್ಲದಕ್ಕೂ ಒಳ್ಳೆಯದು."

"ಅರ್ಥವಿಲ್ಲದ ಹುಚ್ಚು ಮಾತು !" ಮಿಹಾಲ್ ಚೀರಿದ.

"ಇದೇನು ಮಿಹಾಲ್ ! ನೀನು ಯಾವಾಗ ಪ್ರೊಟೆಸ್ಟೆಂಟ್ ಆದೆ?" ಎಂದು ಮುದುಕ ಇವಾನ್ ಜೋರಾಗಿ ನಗುತ್ತಾ ತನ್ನ ಉದ್ದನೆಯ ಸಿಗರೇಟ್ ಹೋಲ್ಡರ್ ತೆಗೆದ.

ಅಷ್ಟು ಹೊತ್ತಿಗೆ ಸರಿಯಾಗಿ ಕಾವಲುಗಾರ ಇಲಿಯಾ ಅಲ್ಲಿಗೆ ಬಂದ. ಬಿಸಿಲಿನಿಂದ ಅವನ ಮೈಬಣ್ಣ ಕಂದಾಗಿತ್ತು. ಹಳೇಕಾಲದ ಬಂದೂಕೊಂದು ಅವನ ಭುಜದಲ್ಲಿತ್ತು. ಅಲ್ಲಿ ಮೇಯರ್‌ನನ್ನು ಕಂಡಕೂಡಲೇ ಅವನು ಹಿಂತಿರುಗಿ ಹೋಗಿ ಒಬ್ಬ ಅಪರಿಚಿತ ರೈತನನ್ನು ಎಳೆದುಕೊಂಡು ಬಂದು ಮೇಯರನ ಮುಂದೆ ತಳ್ಳಿದ. ಬಳಿಕ ತನ್ನ ಕಂಚಿನ ಕಂಠದಲ್ಲಿ ಗುಡುಗಿದ :

"ಮೇಯರ್ ಅವರೇ, ಇವನನ್ನು ನೋಡಿ, ತನ್ನ ಕುದುರೆಯನ್ನ ಹೊಲದಲ್ಲಿ ಮೇಯಿಸುವಾಗ ಹಿಡಿದಿದ್ದೀನಿ. ದ್ರಾಕ್ಷಿ ತೋಟದ ಪಕ್ಕದಲ್ಲಿರುವ ತಾತಾರ್ ಫಿರ್‌ಸ್ತೋನ ಹುರುಳಿ ಹೊಲದಲ್ಲಿದ್ದ."

ಮಾತು ಇದ್ದಕ್ಕಿದ್ದಂತೆ ನಿಂತಿತು. ಪ್ರತಿಯೊಬ್ಬರೂ ಕತ್ತು ಹೊರಳಿಸಿ ಆ ಅಪರಿಚಿತನ ಕಡೆ ನೋಡಿದರು. ಒರಟು ಬಟ್ಟೆಗಳನ್ನು ಧರಿಸಿದ್ದ ಚಿಕ್ಕ ವ್ಯಕ್ತಿ. ತೊಟ್ಟಿದ್ದ ಬಟ್ಟೆಯಿಂದಲೇ ಅವನು ಬೇರೆ ಹಳ್ಳಿಯವನೆಂದು ಗೊತ್ತಾಗುತ್ತಿತ್ತು. ಒಂದು ಕಣ್ಣಲ್ಲಿ ಬಿಳಿಯ ಮಚ್ಚೆ ಇದ್ದುದರಿಂದ ಮೆಳ್ಳಗಣ್ಣಿನವನಂತೆ ಕಾಣುತ್ತಿದ್ದ.

"ನಿನಗೆ ಕೇಳಿಸ್ತಾ, ಮೇಯರ್, ಕೇಳಿಸ್ತಾ! ನಾನು ಈಗ ತಾನೇ ಏನು ಹೇಳ್ತಾ ಇದ್ದೆ!" ಎಂದು ಮುದುಕ ಇವಾನ್ ಕೂಗಿದ.

ಅವನು ಮೇಲೆದ್ದು ತನ್ನ ಜಾಗ ಬಿಟ್ಟು ಆಚೆಕಡೆಗೆ ಬಂದ. ನೋಡುವುದಕ್ಕೆ ಶಾಂತವಾಗಿ ಕಾಣುತ್ತಿದ್ದರೂ, ಆತ ಸಿಟ್ಟಿನಿಂದ ಆ ಅಪರಿಚಿತ ರೈತನ ಕಡೆ ನುಗ್ಗಿದ.

"ನೀವು ಎಂಥಾ ಜನರಯ್ಯ! ನಾನು ಕೇಳ್ತೀನಿ! ಇನ್ನೊಬ್ಬರು ಬೆವರು ಸುರಿಸಿ ಬೆಳೆದಿರೋ ಹೊಲದಲ್ಲಿ ನುಗ್ಗೋದಕ್ಕೆ ನಿನಗೆಷ್ಟು ಧೈರ್ಯ! ಯಾರು ನೀನು?... ನಿನ್ನ ಕಸುಬೇನು?... ಕಳ್ಳ!"

ಅವನ ಮುಖ ಕೆಂಪಾಯಿತು. ಕುತ್ತಿಗೆಯ ನರಗಳು ಬಿಗಿದು ಊದಿಕೊಂಡವು. ಅವನ ನೀಲಿಕಣ್ಣುಗಳು ಕೋಪದಿಂದ ಕೆಂಡಕಾರುತ್ತಿದ್ದವು. ತಾತಾರ್ ಹಿರ್‌ಸ್ತೊ ಮುಷ್ಟಿ ಬಿಗಿಹಿಡಿದು ಅಪರಿಚಿತನನ್ನು ಹೊಡೆಯಲು ಮುಂದಾದ.

"ಹಾಕು, ಚೆನ್ನಾಗಿ ಹಾಕು!" ಎಂದ ಮುದುಕ ಇವಾನ್.

ಮೇಯರ್ ತಕ್ಷಣ ಕೂಗಿದ:

"ಒಂದು ನಿಮಿಷ ತಾಳಿ! ಇಲ್ಲಿ ಕಾನೂನು ಅನ್ನೋದು ಒಂದಿದೆ; ಹಿರ್‌ಸ್ತೊ ಮಾವ ನೀನು ಕೂತುಕೋ."

ಆಮೇಲೆ ಅಪರಿಚಿತನತ್ತ ತಿರುಗಿ ಆತ ಕೇಳಿದ:

"ನೀನು ಯಾಕೆ ಹೊಲಕ್ಕೆ ಹೋದೆ?"

"ಇಲ್ಲ; ಮೇಯರ್ ಅವರೆ.... ನಾನು ಹೊಲದೊಳಕ್ಕೆ ಹೋಗಲಿಲ್ಲ. ನನ್ನ ಪುಟ್ಟ ಕುದುರೆಗೆ ಮೈ ಚೆನ್ನಾಗಿಲ್ಲ. ಆದ್ರಿಂದ ನಡುದಾರೀಲಿ ನಾನು ಅದನ್ನು ನಿಲ್ಲಿಸಿದೆ. ಅಲ್ಲಿ ಹೊಲದ ಅಂಚು ರಸ್ತೆಗೆ ತಾಕಿಕೊಂಡಿರೋ ಕಾರಣ, ಕುದುರೆ ಎಲ್ಲಾದರೂ ಅದಕ್ಕೆ ಬಾಯಿ ಹಾಕ್ತದೋ ನೋಡೋಣ, ತಾಳು, ಅಂತ ನನ್ನಷ್ಟಕ್ಕೆ ನಾನೇ ಅಂದುಕೊಂಡೆ..."

"ಅವನು ಸುಳ್ಳು ಹೇಳ್ತಾ ಇದ್ದಾನೆ ಮೇಯರ್! ಶುದ್ಧ ಸುಳ್ಳು! ಅವನು ಹೊಲದ ಮಧ್ಯದಲ್ಲೇ ಇದ್ದ." ಎಂದು ತನ್ನ ಹದ್ದಿನ ಕಣ್ಣಿನಿಂದ ಅಪರಿಚಿತನನ್ನು ನೋಡುತ್ತ ಇಲಿಯಾ ಹೇಳಿದ.

ಮೇಯರ್ ಅಂದ:

"ಜುಲ್ಮಾನೆ ಹಾಕೋಣ! ನಾವು ಅವನಿಗೆ ಒಂದು ನೂರು ಲಿವಾ ದಂಡ ಹಾಕೋಣ... ಬಾರಯ್ಯ ಬೇಗ ಕೊಟ್ಟುಬಿಡು."

ಅದನ್ನು ಕೇಳಿ ಅಪರಿಚಿತ ದಂಗಾಗಿ ಗೋಗರೆದ:

"ಒಂದು ನೂರು ಲಿವಾ! ನಾನು ಅದನ್ನು ಎಲ್ಲಿಂದ ತರಲಿ? ಒಂದು ನೂರು ಲಿವಾ! ನಾನು ಬಡವ, ನನ್ನ ಹತ್ತಿರ ದುಡ್ಡಿಲ್ಲ. ಒಂದು ನೂರು ಲಿವಾ!"

"ಇಲಿಯಾ... ಜಡ್ತಿಮಾಡು. ಎಷ್ಟು ದುಡ್ಡು ಇಟ್ಟಿದ್ದಾನೋ ನೋಡೋಣ."

– ಮೇಯರ್ ಅಪ್ಪಣೆ ಮಾಡಿದ.

ಆದರೆ ಇಲಿಯಾ ಅವನನ್ನು ಮುಟ್ಟುವ ಮೊದಲೇ, ಅಪರಿಚಿತ ತನ್ನ ಸೊಂಟದ ಪಟ್ಟಿಗೆ ಕೈಹಾಕಿ ಒಂದು ಹರಕಲು ನೀಲಿ ಚೀಲ ಹೊರಗೆಳೆದ. ಕುತ್ತಿಗೆಯಿಂದ ಹಾಕಿಕೊಂಡಿದ್ದ ನೀಲಿದಾರಕ್ಕೆ ಅದನ್ನು ಕಟ್ಟಿತ್ತು. ಆ ಚೀಲದೊಳಗೆ ಆತ ಕಷ್ಟದಿಂದ ನಿಧಾನವಾಗಿ ತಡಕಾಡಿದ. ಅವನ ಕೋಟಿನ ತೋಳುಗಳು ಹರಿದಿದ್ದವೆಂಬುದು ಆಗ ಮಾತ್ರ ಅವರ ಗಮನಕ್ಕೆ ಬಂತು. ಅವನ ಕೈ ನಡುಗುತ್ತಿತ್ತು. ಅವನು ಮೊದಲು ಒಂದು ಚಕಮಕಿ ಕಲ್ಲು ಮತ್ತು ಅದನ್ನು ಹತ್ತಿಸುವುದಕ್ಕಿದ್ದ ಉಕ್ಕಿನ ಚೂರು–ಇವನ್ನು ಹೊರಗಡೆ ತೆಗೆದ. ಆಮೇಲೆ ನಾಲ್ಕು ಮಡಿಕೆ

ಹಾಕಿದ್ದ ಇಪ್ಪತ್ತೈದು ಲಿವಾ ನೋಟು, ಜೊತೆಗೆ ಸ್ವಲ್ಪ ಚಿಲ್ಲರೆ ಹಣ ಮತ್ತು ಕೆಲವು ಗುಂಡಿಗಳು ಹೊರಬಂದವು.

ಇದ್ದಕ್ಕಿದ್ದಂತೆ ಅನಿರೀಕ್ಷಿತವಾದ ಒಂದು ಘಟನೆ ನಡೆದು ಹೋಯಿತು. ತೊರಾಶ್‌ಕೊ ತನ್ನ ಮುಂದಿದ್ದ ಮೇಜನ್ನು ಪಕ್ಕಕ್ಕೆ ಸರಿಸಿ, ಜಿಗಿದು ಬಂದು, ಕೂಗಿ ಹೇಳಿದ :

"ಆ ಬಡಪಾಯಿನ ಬಿಟ್ಟು ಬಿಡಿ! ಎಂಥಾ ಜನ ನೀವು ?"

ಅವನು ಚೆನ್ನಾಗಿ ಕುಡಿದಿದ್ದ ಎನ್ನುವುದರಲ್ಲಿ ಅನುಮಾನವೇ ಇರಲಿಲ್ಲ. ಅವನು ಅಪರಿಚಿತನ ಮುಂದೆ ತೂರಾಡುತ್ತಾ ಹೋದ. ಅವನ ಭುಜದ ಮೇಲೆ ಕೈಯಿಟ್ಟು, ಅವನನ್ನು ತಬ್ಬಿಕೊಂಡು ಕಣ್ಣೀರು ಸುರಿಸಿ ಎಂದ :

"ಓ... ತಮ್ಮಾ, ತ...ಮ್ಮಾ! ನಿನ್ಹತ್ರ ಅವರು ಏನಂತ... ಹಣ ವಸೂಲಿ ಮಾಡ್ತಾರೆ ?"

ಆಮೇಲೆ ಅವನು ಒಂದಾದ ಮೇಲೊಂದರಂತೆ ಅಪರಿಚಿತನ ಎರಡು ಕೆನ್ನೆಗಳಿಗೂ ಮುತ್ತುಕೊಟ್ಟ. ಅನಂತರ ತಾನು ಕೂತಿದ್ದ ಸ್ಥಳಕ್ಕೆ ಹಿಂತಿರುಗಿದ. ಬಳಿಕ ಅವನು ಒಂದು ಮಾತೂ ಆಡಲಿಲ್ಲ.

ಪಡಖಾನೆಯಲ್ಲಿ ಮೌನ ಆವರಿಸಿತು. ಯಾರೂ ಮಾತಾಡಲಿಲ್ಲ. ಮುದುಕ ಇವಾನ್ ಯಾರನ್ನೂ ನೋಡದೆ ತನ್ನಷ್ಟಕ್ಕೆ ಗೊಣಗುತ್ತಿದ್ದ.

"ಆಹಾ... ಅಲ್ಲಿ ಹೋದ... ಅವನಿಗೆ ಮುತ್ತು ಕೊಟ್ಟ... ಜೂದಾಸ್‌ನಂತೆ!"

ಮೇಯರ್ ಮೌನವನ್ನು ಮುರಿದು ಹೇಳಿದ :

"ಇಲಿಯಾ, ಅವನು ಹೋಗಲಿ... ಈ ಬಾರಿ ನಿನ್ನನ್ನು ಬಿಡ್ತಾ ಇದ್ದೀವಿ. ಆದರೆ ನೆನಪಿಟ್ಟುಕೊ, ಇನ್ನೊಂದು ಬಾರಿ ನಾವು ಬಿಡೋರಲ್ಲ."

ಅಪರಿಚಿತ ಮತ್ತೆ ತನ್ನ ಚೀಲವನ್ನು ಬಚ್ಚಿಟ್ಟುಕೊಂಡ. ಕೆಲವು ನಿಮಿಷಗಳ ಹಿಂದೆ ಭಯಭೀತನಾಗಿ ತಲೆಯಾಡಿಸಿದವನು ಈಗ ಸಂತೋಷದಿಂದ ತಲೆಯಾಡಿಸಿದ: ಅಷ್ಟರಲ್ಲೇ ಯಾರೋ ಹೊರಗಿನಿಂದ ಕೂಗಿದರು:

"ಇಲ್ಲಿ ಇರೋದು ಯಾರ ಕುದುರೆ ? ಅದು ಕೆಳಗೆ ಬಿದ್ದು ಸಾಯ್ತಾ ಇದೆ! ಏ... ಯಾರ ಕುದುರೆ ಇದು ?"

ಅಪರಿಚಿತ ಅದನ್ನು ಕೇಳಿ ಕೂಡಲೇ ಹೊರಗೆ ಓಡಿದ. ಎಲ್ಲರೂ ಅವನ ಹಿಂದೆ ಹೋದರು. ಪಡಖಾನೆಯ ಪಕ್ಕದಲ್ಲಿ ಒಂದು ಗಾಡಿ ನಿಂತಿತ್ತು. ಕುದುರೆಯನ್ನು ಗಾಡಿಗೆ ಕಟ್ಟಲಾಗಿದ್ದರೂ ಅದು ನೆಲದ ಮೇಲೆ ಬಿದ್ದುಕೊಂಡಿತ್ತು. ತನ್ನ ಕುದುರೆಯ ಮೈ ಚೆನ್ನಾಗಿಲ್ಲವೆಂದು ಅಪರಿಚಿತ ಹೇಳಿದ್ದು ನಿಜವಾಗಿತ್ತು. ಎಲ್ಲರೂ ಅವನಿಗೆ ಸಹಾಯ ಮಾಡಲು ಮುಂದೆ ನುಗ್ಗಿದರು. ಕೆಲವರು ಕುದುರೆಯ ಕಾಲು ಹಿಡಿದರು. ಕೆಲವರು ಬಾಲ ಹಿಡಿದರು. ಕೆಲವರು ತಲೆ ಹಿಡಿದರು. ಕೊನೆಗೆ ಎಲ್ಲರೂ ಸೇರಿ ಅದರ ಕಾಲುಗಳ ಮೇಲೆ ಅದನ್ನು ನಿಲ್ಲಿಸಿದರು. ಆ ಬಡಪ್ರಾಣಿ ತನ್ನ ಯಜಮಾನನಂತೆ ತೆಳ್ಳಗೂ ಸಣ್ಣಗೂ ಆಗಿತ್ತು. ದಟ್ಟವಾದ ಕೂದಲಿತ್ತು. ಅದರ ಕಾಲುಗಳು ಈಗ ನೆಲದ ಮೇಲಿದ್ದರೂ ಸರಿಯಾಗಿ ನಿಲ್ಲಲು ಅದಕ್ಕೆ ಆಗುತ್ತಿರಲಿಲ್ಲ. ಅದರ ಕಣ್ಣುಗಳು ಹೆಪ್ಪುಗಟ್ಟಿ ಕಪ್ಪಾಗಿದ್ದವು. ದೃಷ್ಟಿ ತೀರಾ ಮಂದವಾದಂತಿತ್ತು.

ಜನರು ಅದರ ಸುತ್ತ ಸೇರಿ ತಮಗೆ ತಾವೇ ಮಾತಾಡಿಕೊಂಡರು. ಕೆಲವು ರೈತರು ತಮಗೆ ತೋಚಿದ ಸಲಹೆಗಳನ್ನು ಕೊಡುತ್ತಿದ್ದರು. ಕುದುರೆಯ ಮೈ ಊದಿಕೊಂಡಂತಿದೆ. ಆದ್ದರಿಂದ ಅದಕ್ಕೆ ಕೆಲವು ಲವಣಗಳನ್ನು ಕೊಡಬೇಕು ಎಂದು ಮುದುಕ ಇವಾನ್ ಅಂದ.

ಚಳಿಯಿಂದ ಕುದುರೆ ಹೀಗಾಗಿರಬೇಕು, ಸ್ವಲ್ಪ ಶಾಖವಾಗಿ ಉಜ್ಜಿದರೆ ಸರಿಹೋಗುತ್ತದೆ ಎಂದು ಇನ್ನೊಬ್ಬ ಅಂದ. ತಾತಾರ್ ಹಿರ್‌ಸ್ತೊ ಕೂಡಲೇ ಕೈತುಂಬ ಒಣಹುಲ್ಲನ್ನು ತೆಗೆದುಕೊಂಡು ಕುದುರೆಯ ಹೊಟ್ಟೆಯಿಂದ ಹಿಡಿದು ಮೈಯೆಲ್ಲಾ ಉಜ್ಜಲು ಪ್ರಾರಂಭಿಸಿದ. ಸುಸ್ತಾಗಿ ಬೆವರು ಸುರಿಯುವವರೆಗೂ ಉಜ್ಜಿದ. ಆ ಬಡ ಪ್ರಾಣಿ ಆದರಿಂದ ಸ್ವಲ್ಪ ಸುಧಾರಿಸಿದಂತೆ ಕಂಡಿತು.

ಆಗ ಮೇಯರ್ ಹೇಳಿದ :

"ಈಗ ಅದರ ಮೇಲೆ ಏನಾದರೂ ಹೊದಿಸಿ ಅದನ್ನು ಸ್ವಲ್ಪದೂರ ನಡೆದಾಡಿಸು. ಯೋಚನೆ ಮಾಡಬೇಡ. ಅದು ಸುಧಾರಿಸ್ತದೆ. ಹಾಗೇ ಅದು ಕೊಂಚ ಕಾಲಾಡಿಸ್ಲಿ. ಸುಮ್ನೆ ನಿಂತುಕೊಳ್ಳೋದಕ್ಕೆ ಬಿಡಬೇಡ."

ಅನಂತರ ಇಲಿಯಾನ ಕಡೆ ತಿರುಗಿ ಮೇಯರ್ ಮಾತು ಮುಂದುವರಿಸಿದ :

"ನಮ್ಮ ಮನೆಗೆ ಓಡಿಹೋಗಿ, ಇವನಿಗೆ ತಿನ್ನೋದಕ್ಕೆ ಸ್ವಲ್ಪ ಬ್ರೆಡ್ಡು ಬೆಣ್ಣೆ ಕೊಡೋದಕ್ಕೆ ಹೇಳು."

ಮೇಯರ್ ಪಡಖಾನೆಗೆ ವಾಪಸ್ ಹೋದ. ಉಳಿದ ರೈತರು ಅವನನ್ನು ಅನುಸರಿಸಿದರು. ಅಪರಿಚಿತ ಅಲ್ಲಿ ಒಬ್ಬನೇ ಉಳಿದ. ಅವನು ಕುದುರೆಯನ್ನು ಅತ್ತಿಂದಿತ್ತ ನಡೆಸಲು ಪ್ರಾರಂಭಿಸಿದ.

ಸಂಜೆ ಆಯಿತು. ಕೆಲವು ರೈತರು ಮನೆಗೆ ಹೋದರು. ಕೆಲವರು ಅಲ್ಲೇ ಉಳಿದರು. ಅಪರಿಚಿತನನ್ನು ಯಾರೂ ಗಮನಿಸಲಿಲ್ಲ. ಅವನು ತನ್ನ ಕುದುರೆಯನ್ನು ಆಚೆ ಈಚೆ ನಡೆಸುತ್ತಲೇ ಇದ್ದ. ಆದರೆ ಗಂಟೆಗಳು ಉರುಳಿದ ಹಾಗೆ ಆ ಬಡಪ್ರಾಣಿಯ ಸ್ಥಿತಿ ಹೆಚ್ಚು ಚಿಂತಾಜನಕವಾಯಿತು. ಅವನಿಗೆ ಯೋಚನೆ ಹೆಚ್ಚಾಯಿತು.

ಸೂರ್ಯ ಮುಳುಗಿದ. ಹಣ್ಣಿನ ಮರದ ಎಲೆಗಳು ಕಪ್ಪಾದವು. ಹಾಗೇ ಹುಲ್ಲುಗಾವಲು, ಜಮೀನುಗಳು ಕತ್ತಲಲ್ಲಿ ಕರಗಿದವು. ಎದುರುಗಡೆಯ ಬೆಟ್ಟದ ಮೇಲೆ ನಕ್ಷತ್ರಗಳು ಮೂಡಿದವು. ಅದು ಬೆಚ್ಚನೆಯ ರಾತ್ರಿ.

ಆ ಬಡ ಕುದುರೆ ತನ್ನ ಕಾಲಮೇಲೆ ನಿಲ್ಲಲು ತ್ರಾಣವಿಲ್ಲದೆ ಗಾಡಿಯ ಪಕ್ಕದಲ್ಲೇ ಬಿದ್ದು ಕೊಂಡಿತು. ಅಪರಿಚಿತ ಆ ಕತ್ತಲಲ್ಲಿ ನಿಂತುಕೊಂಡೇ ಇದ್ದ. ಮೇಯರ್ ಕಳಿಸಿದ್ದ ಬ್ರೆಡ್ಡು ಬೆಣ್ಣೆ ಗಾಡಿಯಲ್ಲಿ ಹಾಗೇ ಬಿದ್ದಿತ್ತು. ರಸ್ತೆಯಲ್ಲಿ ಯಾರೂ ಓಡಾಡುತ್ತಿರಲಿಲ್ಲ. ಪಡಖಾನೆಯಿಂದ ಮಾತ್ರ ಬೆಳಕು ಜಿನುಗುತ್ತಿತ್ತು. ಅಲ್ಲಿ 'ಬ್ಯಾಗ್‌ಪೈಪ್' ವಾದ್ಯವನ್ನು ಯಾರೋ ನುಡಿಸುತ್ತಿದ್ದರು. ಗಂಡಸರು ನರ್ತಿಸುತ್ತಿದ್ದ ಸದ್ದು ಕೇಳಿಸುತ್ತಿತ್ತು. ಒಂದು ಸಲ ತೊರಾಶ್‌ಕೊ ಹೊರಗೆ ಬಂದು ಅಪರಿಚಿತನ ಕಡೆಗೆ ನೋಡಿದ. ಒಂದು ಬದಿಯಿಂದ ಇನ್ನೊಂದು ಬದಿಗೆ ತೂರಾಡುತ್ತಾ ಆತ ಕೂಗಿದ :

"ನನಗೆ ಯಾರ ಮೇಲೂ ಮುಲಾಜಿಲ್ಲ. ಇಲ್ಲ... ನನಗಿಲ್ಲ! ನಾನು... ಪೋರ್ಟರ್... ಟರ್‌ನಲ್ಲಿ... ಇರೋನು!"

ಅವನು ಸ್ವಲ್ಪ ದೂರ ನಡೆದ ಮೇಲೆ ದಾರಿ ತಪ್ಪಿ, ಮತ್ತೆ ತನ್ನ ಹೆಜ್ಜೆಗಳನ್ನೇ ಅರಸುತ್ತಾ ಬಂದು ಗುಡ್ಡದ ಮೇಲಿನ ತನ್ನ ಮನೆಯ ಕಡೆಗೆ ನಡೆದ.

ಅಪರಿಚಿತ ಒಂಟಿಯಾದ. ಅವನ ಸಹಾಯಕ್ಕೆ ಯಾರೂ ಇರಲಿಲ್ಲ. ಯಾರಿಗೂ ಸಹಾಯ ಮಾಡಲು ಸಾಧ್ಯವೂ ಇರಲಿಲ್ಲ. ಕುಸಿದು ಬಿದ್ದ ಕುದುರೆಯ ಪಕ್ಕದಲ್ಲೇ ಮಂದಾಸನ ಹಾಕಿಕೊಂಡು ಆತ ಕೂತ. ಕುದುರೆಯ ಕತ್ತನ್ನು ಎತ್ತಿ ತನ್ನ ತೊಡೆಯ ಮೇಲೆ ಇಟ್ಟುಕೊಂಡ. ನೋವು ತುಂಬಿದ ಒಂದು ದೊಡ್ಡ ಕಣ್ಣು ಅವನನ್ನು ನೋಡಿತು. ಅದರಲ್ಲಿ ನಕ್ಷತ್ರಗಳ ಬೆಳಕು ಪ್ರತಿಫಲಿಸಿತ್ತು.

○ ಎಲಿನ್ - ಪೆಲಿನ್

ಕಮಿಷನರ್ ಸಾಹೇಬರ ಕ್ರಿಸ್‌ಮಸ್

"ಇನ್ನು ಸ್ವಲ್ಪ ಹೊತ್ತಿನಲ್ಲಿ ನಾವು ಹಳ್ಳಿ ಸೇರ್ತೀವಿ ಸ್ವಾಮೀ. ಇನ್ನೂ ಬೆಳಕು ಇರೋಹಂಗೇ ಅಲ್ಲಿಗೆ ಹೋಗಿರ್ತೀವಿ. ಓ... ಅಲ್ಲಿ ನೋಡಿ. ಬೆಟ್ಟದ ಬುಡದಲ್ಲಿ ಹಳ್ಳಿ ಕಾಣ್ತಾ ಇದೆ. ಕಾಣಿಸ್ತಾ? ಆ ಚಿಕ್ಕ ದಿಣ್ಣೆ ದಾಟೋದೇ ತಡ ಹಳ್ಳಿ ಸೇರಿದಂಗೇ ಲೆಕ್ಕ."

– ಹೀಗೆ ಹೇಳುತ್ತಾ ಗಾಡಿ ಹೊಡೆಯುವ ಹುಡುಗ ತನ್ನ ಬಡಕಲು ಕುದುರೆಗಳ ಬೆನ್ನಮೇಲೆ ಚಾವಟಿ ಬೀಸಿ, ಅವನ್ನು ಹುರಿದುಂಬಿಸಲು ಜೋರಾಗಿ ಕೂಗಿದ ! "ಹೇಯ್... ಹೇಯ್... ಹೋಗ್ರಿ ಸ್ವಾಮಿ ಮುಂದೆ !"

ಕೆಸರು ತುಂಬಿದ ಹಳ್ಳಿದಾರಿ, ಹಗುರವಾದ ಕೋಚ್ ಗಾಡಿ, ಕಚಾ – ಪಚಾ ಸದ್ದುಮಾಡಿಕೊಂಡು, ಕೆಸರು ಸಿಡಿಸಿಕೊಂಡು ಅದು ಹೋಗುತ್ತಿತ್ತು. ದಾರಿಯ ಉದ್ದಕ್ಕೂ ಒಂದೇ ಸಮನೆ ಗಾಡಿಯ ಗಡಗಡ ಶಬ್ದ. ಹಸಿರಿಲ್ಲದ, ಬದುಕಿಲ್ಲದ ಬೇಸರ ತುಂಬಿದ ದಾರಿ. ಡಿಸೆಂಬರ್ ಮಳೆಯಲ್ಲಿ ನೆನೆದ ಬಯಲುಹಾದಿ.

ಆ ಹುಡುಗ ಮತ್ತೊಂದು ಸಲ ಕುದುರೆಗಳತ್ತ ಜೋರಾಗಿ ಅರಚಿ ಸವಾರನ ಪೆಟ್ಟಿಗೆಮೇಲೆ ಆರಾಮವಾಗಿ ಕುಳಿತುಕೊಂಡ. ಒದ್ದೆಯಾಗಿದ್ದ ತನ್ನ ಟೋಪಿಯನ್ನು ಅಂಗಿಯ ಮೇಲೆ ಇಟ್ಟುಕೊಂಡ. ತನಗೇನೂ ಚಿಂತೆ ಇಲ್ಲ ಎನ್ನುವ ಹಾಗೆ, ಖುಷಿಯಾಗಿ, ಹಾಡಲು ಶುರು ಮಾಡಿದ.

ಕೋಚ್ ಗಾಡಿಯ ಒಳಗೆ, ತೋಳದ ಚರ್ಮದ ಕೋಟು ಹಾಕಿಕೊಂಡು ಬೆಚ್ಚಗೆ ಕೂತಿದ್ದ ಧಡಿಯ ತನ್ನ ತಲೆ ಹೊರಗಡೆ ಚಾಚದೆ ಕೇಳಿದ :

"ಏ ಹುಡುಗಾ... ನಿನ್ನ ಹೆಸರೇನೊ ?"

ಆ ಹುಡುಗನ ಹಾಡು ಮುಂದುವರಿಯಿತು.

"ಏಯ್... ಮಾತಾಡಯ್ಯ, ಹುಡುಗಾ !" ಧ್ವನಿ ಒರಟಾಗಿ, ಗಟ್ಟಿಯಾಗಿ ಕೇಳಿಸಿತು.

ಹುಡುಗ ಹಿಂದುಗಡೆ ತಿರುಗಿದ.

"ಏನು ಬುದ್ಧಿ ?"

"ಹೆಸರು... ನಿನ್ನ ಹೆಸರು... ಏನಯ್ಯ ನಿನ್ನ ಹೆಸರು ?"

"ಒಂದ್ರಾ"

"ಆಹಾ... ಆಹಹಾ... ಓಂದ್ರಾ! ಚೆನ್ನಾಗಿದೆ ಕಣಯ್ಯ. ಬಹಳ ಜಾಣ ಅಲ್ವಾ ನೀನು? ನೀವೆಲ್ಲ ಬರ್ತಾ ಬರ್ತಾ ಜಾಣರಾಗ್ತಾ ಇದೀರಾ. ನೀವು, ಹಳ್ಳಿ ಗುಗ್ಗುಗಳೆಲ್ಲ ಠಕ್ಕರು. ಸುಳ್ಳು ಹೇಳೋದು, ಮೋಸ ಮಾಡೋದು ಎರಡೇ ನಿಮಗೆ ಗೊತ್ತಿರೋದು. ಅದರ ಜೊತೆಗೆ ಎಂಥಾ ನಾಟಕ ಆಡ್ತೀರಾ. ನಿಮ್ಮಂಥೋರ್ನ ಸಾವಿರ ಜನಾನ ನಾನು ನೋಡಿದೀನಿ ಕೋರ್ಟಿನಲ್ಲಿ. ಅಬ್ಬಬ್ಬಾ ಕುರಿಮರಿಗಳು... ಬಾಯಲ್ಲಿ ಬೆರಳಿಟ್ಟರೆ ಚೀಪೋಕೆ ಬರೋಲ್ಲ.... ನಿಜವಾಗಿ ನೋಡಿದ್ರೆ ಸಕತ್ ತೋಳಗಳು. ನ್ಯಾಯಮೂರ್ತಿಗಳ ಸನ್ನಿಧೀಲೇ ನಾಟಕ ಆಡ್ತಾರೆ!"

"ನಾವು ಏನೂ ಅರಿಯದ ಪಾಪದ ಜನ ಸ್ವಾಮಿ. ಅವ್ರೆಲ್ಲಾ ಸುಮ್ನೆ ಇಲ್ಲದ್ದನ್ನೆಲ್ಲಾ ಹೇಳ್ತಾರೆ. ನೀವು ಹಾಗೆ ಯೋಚಿಸ್ತೀರಷ್ಟೆ. ನಾವು ಆ ಥರ ಕೆಟ್ಟ ಜನವೇ ಅಲ್ಲ. ನಮ್ಮ ಹಳ್ಳಿ ಜನ ತಪ್ಪು ಮಾಡಿದ್ರೆ ಅದಕ್ಕೆ ಅವರ ಅಜ್ಞಾನವೇ ಕಾರಣ. ಅಜ್ಞಾನ ಮತ್ತು ಬಡತನ."

"ಆಹಾ... ಹಂಗಾ ಸಮಾಚಾರ!... ಬಡತನ... ಬಡತನ.... ಕೆಲಸಕ್ಕೆ ಬಾರದ ಅನಿಷ್ಟಗಳು... ಅಜ್ಞಾನ ಅಂತೀರ, ಬಡತನ ಅಂತೀರ. ಹಂದಿಗಳ ಹಾಗೆ ತಿನ್ತೀರ. ನಾಚಿಕೆ ಆಗಲ್ವಾ?"

"ನಮ್ಮನ್ನು ಕಾಡ್ತಾ ಇರೋದು ಸಮೃದ್ಧಿ ಅಂತ ಅಂದ್ಕೊಂಡಿದ್ದೀರಾ ಬುದ್ಧಿ? ಅತಿ ಸಮೃದ್ಧಿ? ಅಲ್ಲ! ಸಮೃದ್ಧಿ ಅಲ್ಲ. ಇನ್ನು ಕುಡಿಯೋದು, ತಿನ್ನೋದು? ಹೌದು. ಅವರೆಲ್ಲಾ ಕುಡೀತಾರೆ ಬುದ್ಧಿ. ಸ್ವಲ್ಪ ಖುಷಿಯಾಗಿರೋದಕ್ಕೆ. ದುಃಖ ಮರೆಯೋದಕ್ಕೆ. ದುಡ್ಡು ಹೆಚ್ಚಾಗಿದೆ ಅಂತ ಅಲ್ಲ... ಬೇಕಾದ್ರೆ ಈ ಮಾತು ನಿಮ್ಮ ಪುಸ್ತಕದಲ್ಲಿ ಬರೆದಿಟ್ಟುಕೊಳ್ಳಿ."

"ಏನಯ್ಯಾ... ನೀನು ಮಾತಾಡೋದು ನೋಡಿದ್ರೆ ನೀನೂ ಕುಡಿದಿರೋ ಹಾಗಿದೆ. ನೋಡೋಕೆ ಮಾತ್ರ ಚಿಕ್ಕ ಹುಡುಗ ಇದ್ದಹಾಗೆ ಇದ್ದೀಯಾ. ಮೀಸೆ ಕೂಡಾ ಬಂದಿಲ್ಲ. ನಿಮ್ಮ ರೈತರು... ಬೇಕಾದ್ರೆ ಇದನ್ನು ಬರೆದಿಟ್ಕೊ–ಪ್ರಯೋಜನವಿಲ್ಲದೋರು. ಹಾಳಾಗಿ ಹೋಗ್ತಾರೆ. ಅವರ ಸರ್ವನಾಶ ಆಗ್ತದೆ."

"ನೀವೇ ಬರೆದಿಟ್ಟುಕೊಳ್ಳಿ ಬುದ್ಧಿ. ನಾವು ಹಳ್ಳೀಜನ. ನಮಗೆ ಓದೋದು ಬರ್ಯೋದು ಬರೋದಿಲ್ಲ," ಎಂದ ಹುಡುಗ ಮತ್ತೆ ಮೂಳೇಚರ್ಮ ಆಗಿದ್ದ ತನ್ನ ಕುದುರೆಗಳ ಕಡೆ ತಿರುಗಿ "ಹೇಯ್... ಹೇಯ್... ಜಲ್ದೀ ಜಲ್ದಿ ಹೋಗ್ರಯ್ಯಾ ಸ್ವಾಮಿಗಳೇ" ಎಂದು ಹೇಳಿ, ಯೋಚಿಸುತ್ತ ಕೂತ.

ತಾವೂ ಯೋಚನೆ ಮಾಡುತ್ತಿರುವಂತೆ ಒಂದು ಕ್ಷಣ ಕುದುರೆಗಳು ತಡವರಿಸಿದವು. ಆ ಧಡೂತಿ ವ್ಯಕ್ತಿ ತಾನೂ ಧ್ಯಾನಮಗ್ನನಾದವನಂತೆ ತೋಳದ ಚರ್ಮದ ಮೇಲಂಗಿಯಲ್ಲಿ ಹುದುಗಿದ.

ರಸ್ತೆ ಬದಿಯ ಒಂಟಿಮರದ ಮೇಲೆ, ಪಟಪಟನೆ ರೆಕ್ಕೆ ಬಡಿಯುತ್ತ ಕಾಗೆಯೊಂದು ಇಳಿಯಿತು. ಒಣಕಲು ಕೊಂಬೆಯ ಮೇಲೆ ಕುಳಿತು ಖಿನ್ನ ಸ್ವರದಿಂದ ವಟಗುಟ್ಟಿತು. ಆಮೇಲೆ ತಾನೂ ಕೂಡ ಯೋಚನೆ ಮಾಡುವ ಹಾಗೆ ಸುಮ್ಮನಾಯಿತು.

ಚಳಿಗಾಲದ ಮಬ್ಬು ಹವೆ ಕೂಡ ಯೋಚನಾಪರವಾದ ವಿಷಣ್ಣ ಭಾವ ತಳೆದಂತೆ ತೋರುತ್ತಿದ್ದು, ಮರುದಿನದ ಕ್ರಿಸ್‌ಮಸ್ ಉಲ್ಲಾಸ ಶೂನ್ಯವಾಗಿರುತ್ತದೆ ಎಂಬುದನ್ನು ಸೂಚಿಸುತ್ತಿತ್ತು. ತಣ್ಣಗಿನ ನೀಲಿ ಆಕಾಶದಲ್ಲಿ ದಟ್ಟಯಿಸುತ್ತಿದ್ದ ಬಿರುಮೋಡಗಳು ಒಮ್ಮೆಲೆ ಬಿರಿದು ಕೆಳಗಿನ ಭೂಮಿಯ ಮೇಲೆ ನೀರು ಸುರಿಸಿದವು. ನೆಲ ಕೆಸರಿನಲ್ಲಿ ಮುಳುಗಿ ಹೋಯಿತು. ಹಳ್ಳಗಳು, ಹೊಳೆಗಳು, ದೂರದ ಕಾಡುಗಳು, ಎತ್ತರದ ಬೆಟ್ಟಗಳು ಕ್ರಮೇಣ ಕಪ್ಪಾಗಿ ತಮ್ಮ ಆಕಾರ ಕಳೆದುಕೊಂಡು ನಿರ್ಜೀವವಾದುವು. ಅಲ್ಲಿ ಇಲ್ಲಿ ಬಯಲಿನ ಮೇಲೆ

ಮಿರುಗುತ್ತಿದ್ದ ಕೆಲವು ದೊಡ್ಡ ಕೊಳಗಳು ಹೆಣದ ಕಣ್ಣುಗಳಂತೆ ತೋರುತ್ತಿದ್ದವು.

ಆ ಚಿಕ್ಕ ಗಾಡಿ ನಿಧಾನವಾಗಿ ಸಾಗುತ್ತಿತ್ತು. ಮಣ್ಣು ತುಂಬಿದ ಹಳ್ಳಕೊಳ್ಳಗಳಲ್ಲಿ ಇಳಿದು ಹಿಂದುಮುಂದಕ್ಕೆ ಜಗ್ಗಾಡುತ್ತಿತ್ತು. ಫರ್‌ಕೋಟ್ ಧರಿಸಿ ಕೂತಿದ್ದ ಧಡೂತಿ ವ್ಯಕ್ತಿ ತಾಳ್ಮೆಗೆಡ ತೊಡಗಿದ್ದ. ಕೋಚ್‌ಗಾಡಿಯ ಒಂದು ಭಾಗ ಸಡಿಲಗೊಂಡು, ಸತತವಾಗಿ, ಅರ್ಥಹೀನವಾಗಿ, ಏಕತಾನದಂತೆ ವಿಷಾದಕರವಾಗಿ ಬಡಿದುಕೊಳ್ಳುತ್ತಾ, ಆ ವ್ಯಕ್ತಿಯ ಮೆದುಳನ್ನು ನಿರ್ದಯವಾಗಿ ಕೆಣಕುತ್ತಿತ್ತು. ಕೊನೆಗೆ ಆತ ಸ್ಥೈರಣೆ ಕಳೆದುಕೊಂಡು ಮೇಲಂಗಿಯ ಒಳಗಿಂದ ತನ್ನ ದಪ್ಪನೆ ಮುಖವನ್ನು ಹೊರಚಾಚಿ ಗಟ್ಟಿಯಾಗಿ ಅರಚಿದ :

"ಏನಯ್ಯ ಅದು, ಬಡ್ಕೊಳ್ತಿರೋದು ? ಅದರ ಮನೆ ಹಾಳಾಗ !"

"ಸಡಿಲವಾಗಿರೋ ಒಂದು ಅಡಿಹಲಗೆ ಬುದ್ಧಿ. ಅದು ಒಬ್ಬ ವಿದ್ಯಾವಂತ ಮನುಷ್ಯನ ಹಾಗೆ ಬಡಬಡಿಸ್ತದೆ – ಅರ್ಥ ಇಲ್ಲ ಗಿರ್ಥ ಇಲ್ಲ."

"ನೀನು ಚಾಲೂಕು ಹುಡುಗ, ಓಂದ್ರಾ, ಬಲು ಚಾಲೂಕು ! ಹುಡುಗೀರಿಗೆ ಹೆಂಗೆ ಟೋಪಿ ಹಾಕಬೇಕು ಅಂತ ನಿನಗೆ ಗೊತ್ತು ಅನ್ನೋದ್ರಲ್ಲಿ, ನನಗೇನೂ ಅನುಮಾನ ಇಲ್ಲ. ನಿಮಗೆ ಚಿಕ್ಕಂದಿನಲ್ಲೇ ಮದುವೆ ಆಗಿ ಮುದ್ದಾದ ಹೆಂಡತೀರು ಇರ್ತಾರೆ !"

ಆ ಸಂಭಾವಿತ ವ್ಯಕ್ತಿ ಹೀಗೆ ತಮಾಷೆ ಮಾಡುತ್ತಾ ತನ್ನ ಫರ್ ಕೋಟಿನ ಉದ್ದನೆಯ ಕಾಲರನ್ನು ಹಿಂದಕ್ಕೆ ಸರಿಸಿದ.

"ನೀವು ಏನಾದರೂ ಹೇಳಿ. ಮದುವೆಯಾದ ಹೆಂಗಸರೇ ಚೆನ್ನಾಗಿ ಮಜಾ ಕೊಡ್ತಾರೆ. ನನಗೆ ಗೊತ್ತು... ಆಮೇಲೆ ಬುದ್ಧಿ, ನೀವು ನಮ್ಮ ಹಳ್ಳಿಗೆ ಯಾಕೆ ಬರ್ತಾ ಇರೋದು? ಏನೋ ಮುಖ್ಯವಾದ ಕೆಲಸ ಇದೆಯೇನೊ ?"

"ನಾನು ಕೋರ್ಟು ಕಮಿಷನರ್."

ಓಂದ್ರಾ ಹಿಂದಕ್ಕೆ ತಿರುಗಿ ತನ್ನ ಪ್ರಯಾಣಿಕನನ್ನು ತೀಕ್ಷ್ಣವಾಗಿ ನೋಡಿದ.

"ಸರ್ಕಾರಿ ಕೆಲಸದ ಮೇಲೆ ಬಂದಿದೀರಿ ಅಂತ ಕಾಣ್ತದೆ."

"ಹೌದು, ಸರ್ಕಾರಿ ಕೆಲಸ. ನಿಮ್ಮ ಕಡೆಯ ಕಿಲಾಡಿಯೊಬ್ಬ ನನಗೆ ಮೋಸ ಮಾಡಿದ್ದಾನೆ. ಈ ಸಾರಿ ಅವನಿಗೆ ಸರಿಯಾಗಿ ಶಾಸ್ತಿ ಮಾಡ್ತೀನಿ. ನನ್ನ ಹತ್ತಿರ ಇರೋ ಕಾಗದಪತ್ರಗಳಿಂದ, ಅವನು ತಪ್ಪಿಸಿಕೊಳ್ಳೋದು ಸಾಧ್ಯವೇ ಇಲ್ಲ. ಅವನು ನಮಗೆ ಮೋಸ ಮಾಡ್ತಾನೆ ಅಂತ ನನಗೆ ಸುಳಿವು ಸಿಕ್ಕಿದೆ. ಈ ಸಂಜೆ ಅವನನ್ನ ಬಿಡೋದಿಲ್ಲ. ನೀನೇ ನೋಡ್ತಾ ಇರು. ಅವನು ಈ ಕ್ರಿಸ್‌ಮಸನ್ನು ಸಾಯೋವರೆಗೂ ಮರೀದ ಹಂಗೆ ಮಾಡ್ತೀನಿ. ಅವನಲ್ಲಿರೋ ಗೋಧೀನೆಲ್ಲಾ ಮುಟ್ಟುಗೋಲು ಹಾಕ್ಕೋತೇನೆ. ಒಂದು ಚಿಕ್ಕಾಳೂ ಬಿಡೋದಿಲ್ಲ. ಅವನಿಗೆ ಸರ್ಕಾರ ಅಂದ್ರೆ ಏನು ಅಂತ ಬುದ್ಧಿ ಕಲಿಸೋದರ ಜೊತೆಗೆ, ಸರ್ಕಾರಕ್ಕೆ ಮೋಸ ಮಾಡಿದರೆ ಏನಾಗ್ತದೆ ಅಂತ ಉಳಿದೋರಿಗೂ ಗೊತ್ತಾಗಲಿ. ನೀವು ವ್ಯಾಪಾರಿಗಳಿಗೆ, ನಗರದ ಜನಕ್ಕೆ ಮೋಸ ಮಾಡ್ತೀರ. ಕೊಳೆತ ಕೋಳಿಮೊಟ್ಟೆಗಳನ್ನ, ಕಮಟುಗಟ್ಟಿದ ಬೆಣ್ಣೇನ ಮಾರ್ತೀರ. ಆದರೆ ಹಳ್ಳಿಯೋರು ಕೋರ್ಟುಗಳಿಗೆ ಮೋಸ ಮಾಡೋದಕ್ಕೆ ಸಾಧ್ಯವಿಲ್ಲ. ನಿಮ್ಮನ್ನೆಲ್ಲಾ ಹ್ಯಾಗೆ ಮಟ್ಟ ಹಾಕಬೇಕು ಅಂತ ನಮಗೆ ಗೊತ್ತು. ನಿಮಗೆ ಚಾವಟಿ ತಗೊಂಡು ಸರಿಯಾಗಿ ನಾಲ್ಕು ಬಿಗಿದರೆ ದಾರಿಗೆ ಬರ್ತೀರ. ನಿಮಗೆ ಬುದ್ಧಿ ಕಲಿಸೋದಕ್ಕೆ ಇರೋದು ಇದೊಂದೇ ದಾರಿ. ನೀವೆಲ್ಲಾ ಕುಡುಕರು. ಕಚಡ ಜನ, ನೀವು ಸರಿಯಾಗಿ ಕಂದಾಯ ಕಟ್ಟೋದಿಲ್ಲ. ದೇಶಾನ ಹಾಳುಮಾಡ್ತೀರಾ... ದೇಶಪ್ರೇಮ ಇಲ್ಲವೇ ಇಲ್ಲ... ದೇಶದ ಹಿತಾಸಕ್ತಿಗಳಿಗೆಲ್ಲ ಧಕ್ಕೆಯಾಗ್ತಾ

ಇದೆ! ನಾನು ಬರೇ ಎರಡು ದಿನಗಳ ಮಟ್ಟಿಗಾದ್ರೂ ಸ್ಟಾರ್ ಆಗಿಬಿಟ್ರೆ ಸಾಕು, ಆಗ ನಿಮ್ಮನ್ನೆಲ್ಲ ನನ್ನ ದಾರಿಗೆ ತರ್ತೀನಿ. ನಿಮ್ಮನ್ನೆಲ್ಲಾ ದೇವತೆಗಳನ್ನ ಮಾಡ್ತೀನಿ! ಹೌದಯ್ಯ ದೇವತೆಗಳು! ದುರದೃಷ್ಟ ಅಂದರೆ ನಾನು ಸ್ಟಾರ್ ಅಲ್ಲ!"

ಮೊಟ್ಟೆ ಒಡೆದು ಕೋಳಿಮರಿ ಹೊರಗೆ ಬರುವ ಹಾಗೆ ಕೋರ್ಟು ಕಮಿಷನರ್ ತನ್ನ ಮೇಲಂಗಿಯೊಳಗಿಂದ ಹೊರಬಂದ.

"ಓಹೋ ಹಾಗೋ? ಆದರೆ ಕಮಿಷನರ್ ಸಾಹೇಬ್ರೆ, ದೇವರು ಪ್ರಪಂಚಾನ ಸೃಷ್ಟಿಸೋವಾಗ ಹೆಂಗಸರಿಗೆ ಗಡ್ಡ ಬೇಕಿಲ್ಲ ಅಂತ ಲೆಕ್ಕಾಚಾರ ಹಾಕಿದ. ಆದ್ರಿಂದ ಅವರಿಗೆ ಗಡ್ಡ ಕೊಡಲಿಲ್ಲ. ಹಾಗೆಯೇ ಕತ್ತೆಗೆ ಉದ್ದವಾದ ಕಿವಿಗಳು ಅಗತ್ಯ ಅಂತ ಅವನು ಲೆಕ್ಕ ಹಾಕಿದ. ಅದ್ದರಿಂದ ಪ್ರತಿಯೊಂದು ಕತ್ತೆಗೂ ಉದ್ದನೆಯ ಎರಡು ಕಿವಿಗಳನ್ನು ಕೊಟ್ಟ," ಎಂದು ಮುಗ್ಧತೆಯನ್ನು ನಟಿಸುತ್ತಾ ಓಂದ್ರಾ ಹೇಳಿದ.

"ಸಾಕು, ನಿನ್ನ ಕೆಲಸಕ್ಕೆ ಬರದ ಮಾತು. ಮುಂದೆ ಸಾಗು. ಆಗಲೇ ಕತ್ತಲಾಗ್ತಾ ಇದೆ. ನನ್ನ ಕುಟುಂಬದ ಜೊತೇಲಿ ಕ್ರಿಸ್‌ಮಸ್ ಆಚರಿಸೋದಕ್ಕೆ ನಾನು ಮತ್ತೆ ವಾಪಸು ಹೋಗ್ಬೇಕು... ಏ, ಹುಡುಗ ನಿನ್ನ ಬಾಡಿಗೆ ಬಹಳ ದುಬಾರಿ. ಪ್ರತಿ ಇಪ್ಪತ್ತು ಕಿಲೋಮೀಟರ್‌ಗೆ ಮೂರು ಲಿಯು! ನಮ್ಮಂಥವರನ್ನ ಹ್ಯಾಗೆ ಸುಲೀಬೇಕು ಅಂತ ನಿನಗೆ ಗೊತ್ತು. ಬೇಗ ನಡಿ. ಬೇಗ ಗಾಡಿ ನಡೆಸು, ಇಲ್ದೆ ಇದ್ರೆ ಆ ನಿನ್ನ ಕೀಳು ಕುದುರೆಗಳು ಬೇಗ ನಿದ್ದೆ ಮಾಡಿ ಬಿಡ್ತಾವೆ!"

"ಹೇಯ್! ಹೇಯ್!... ಹೇಯ್ ಸ್ವಾಮಿಗಳೇ ಬೇಗ ನಡೀರಿ!" ಎಂದು ಓಂದ್ರಾ ಜೋರಾಗಿ ಕೂಗಿ ಗಾಳಿಯಲ್ಲಿ ಚಾವಟಿ ಬೀಸಿದ.

"ನೀನು ಕುದುರೆಗಳನ್ನ ಯಾಕೆ ಸ್ವಾಮಿಗಳು ಅಂತ ಕರೀತಿಯಾ? 'ಸೋದರರು' ಅಂತ ಕರೆಯಯ್ಯಾ!" ಎಂದು ಕಮಿಷನರ್ ಕೋಪದಿಂದ ಕುಟುಕಿದ.

"ನಾನು ಸ್ವಾಮಿಗಳು ಅಂತ ಕರೀದಿದ್ರೆ ಅವಕ್ಕೆ ಅಸಮಾಧಾನವಾಗ್ತದೆ ಕಮಿಷನರ್ ಸಾಹೇಬ್ರೆ, ಅವಮಾನ ಮಾಡಿದಂತೆ ಆಗ್ತದೆ. ಹಾಗೆ ನೋಡಿದ್ರೆ ಅವು ಪಕ್ಕಾ ಸಂಭಾವಿತ ವ್ಯಕ್ತಿಗಳು! ಅವುಗಳ ಕೆಲಸ ಅಂದ್ರೆ ಸರ್ಕಾರಿ ಕೆಲಸ. ಅವು ಸರಿಯಾದ ಕಾಲಕ್ಕೆ ಹೋಗ್ತವೆ, ಬರ್ತವೆ. ಅವು ಬೆಳಿಗ್ಗೆ ಎದ್ದ ಕೂಡಲೇ ಕಾಲಕ್ಕೆ ಸರಿಯಾಗಿ ನೀರಿಡ್ತೀವಿ. ಮೇವು ಹಾಕ್ತೀವಿ. ನಾವು ಗಾಡಿಗೆ ಅವನ್ನ ಕಟ್ಟಿದ ಕೂಡಲೇ ಆಫೀಸ್ ಕೆಲಸಕ್ಕೆ ಹಾಜರ್ ಆದುವು ಅಂತಾನೆ ಲೆಕ್ಕ. ಸಂಜೆವರೆಗೂ ಎಳಿತವೆ. ರಾತ್ರಿ ಊಟ ಮಾಡಿ ನೀರು ಕುಡಿದ ಮೇಲೆ ನಾವು ಪೇಪರ್ ಓದೋ ಹಾಗೆ ಅದೂ ಇದೂ ಯೋಚನೆ ಮಾಡಿ ಮಲಗ್ತವೆ. ಪಕ್ಕಾ ಸರ್ಕಾರಿ ಜೀವನ!"

"ನೀನು ಏನಾದ್ರೂ ಕುಡಿದಿದ್ದೀಯಾ? ಈ ಅರ್ಥವಿಲ್ಲದ ಮಾತು ನಿಲ್ಲಿಸಿ ಗಾಡಿ ಹೊಡಿ. ಇಲ್ದೆ ಇದ್ದರೆ ನನಗೆ ತಡವಾಗ್ತದೆ. ನಿನ್ನ ಮುಖದಲ್ಲಿ ಏನೋ ಮೋಸ ಕಾಣಿಸ್ತಾ ಇದೆ!"

"ಕಮಿಷನರ್ ಸಾಹೇಬ್ರೆ , ಹೆದರ್ಕೋಬೇಡಿ. ಸುತ್ತಮುತ್ತ ತೋಳಗೀಳ ಇಲ್ಲ," ಅಂದ ಅವನ ಧ್ವನಿ ಕೇಳಿ ಗೌರವಾನ್ವಿತ ಕೋರ್ಟು ಕಮಿಷನರ್ ಹೆದರಿಕೆಯಿಂದ ಆ ಕಡೆ ಈ ಕಡೆ ನೋಡಿದ.

"ನನಗೇನೂ ತೋಳಗಳ ಹೆದರಿಕೆಯಿಲ್ಲ. ಆದರೆ ಈ ಚಳೀದೇ ತಾಪತ್ರಯ. ಆಮೇಲೆ ನೆಗಡಿ ಬಂದ್ರೆ ಏನು ಮಾಡೋದು?"

ಅವರು ಸ್ವಲ್ಪ ಹೊತ್ತು ಸುಮ್ಮನೆ ಕುಲುಕಾಡುತ್ತ ಸಾಗಿದರು.

"ಹಾಗಾದರೆ ನೀವು ಸರ್ಕಾರಿ ಕೆಲಸದ ಮೇಲೆ ಬಂದಿದೀರಿ. ಈ ಸಾರಿ ಯಾರ್ಗೆ ಬರೆ ಹಾಕ್ತಾ ಇದ್ದೀರಾ?" ಎಂದು ಓಂದ್ರಾ ಗಂಭೀರವಾಗಿ ತನ್ನ ಪ್ರಯಾಣಿಕನನ್ನು ನೋಡಿದ.

ಉತ್ತರ ಕೊಡುವ ಮೊದಲು ಸ್ವಲ್ಪ ಯೋಚಿಸಿ ಕಮಿಷನರ್ ನುಡಿದ:

"ನಿನಗೆ ಯಾಕೆ ಗೊತ್ತಾಗಬಾರದು? ಅವನನ್ನ ಸ್ತಾನೋಯ್‌ಖೋ ಎಂದು ಕರೀತಾರೆ. ದಪ್ಪ ಕುತ್ತಿಗೆಯ ಕುಳ್ಳ ಆಸಾಮಿ."

"ನನಗವನು ಗೊತ್ತು. ನೀವು ಅವನ ಗೋಧೀನ ತಕ್ಕೊಂಡು ಹೋಗೋದಕ್ಕೆ ಬಂದಿದೀರಿ ಅಲ್ಲವಾ? ಅವನು ಬಹಳ ಬಡವ, ಕಮಿಷನರ್ ಸಾಹೇಬ್ರೆ. ಈ ಸಾರಿ ಬಿಟ್ಟು ಬಿಡಿ. ಕ್ರಿಸ್‌ಮಸ್ ಬೇರೆ... ನಿಮಗೆಲ್ಲಾ ಗೊತ್ತೇ ಇದೆ."

"ಬಡವ, ನಿಜ. ಆದರೆ ಪಕ್ಕಾ ದೆವ್ವ. ಹಲಾಲ್‌ಕೋರ!"

ಬಳಿಕ ಕಮಿಷನರ್ ಸ್ವಲ್ಪ ಹೊತ್ತು ಸುಮ್ಮನಿದ್ದ. ಕತ್ತಲು ಕವಿಯುತ್ತಿತ್ತು. ಕುದುರೆಗಳು ಎಳೆಯಲಾರದೆ ಬೆಟ್ಟ ಹತ್ತುತ್ತಿದ್ದುವು. ಅದರಾಚೆಗೆ ಹಳ್ಳಿ, ಓಂದ್ರಾ ಅವುಗಳನ್ನು ಹೆಚ್ಚಾಗಿ ಹುರಿದುಂಬಿಸಲಿಲ್ಲ. ತನ್ನ ಚಾವಟಿಯನ್ನು ಅವುಗಳ ಮೇಲೆ ಬೀಸಲಿಲ್ಲ. ಅವನು ಮಾತನ್ನು ನಿಲ್ಲಿಸಿ, ಹಾಡನ್ನೂ ನಿಲ್ಲಿಸಿ ಯೋಚನಾಮಗ್ನನಾಗಿಬಿಟ್ಟ.

ಅವರು ಬೆಟ್ಟದ ತುದಿಯಿಂದ ಕೆಳಕ್ಕೆ ಇಳಿಯುವುದಕ್ಕೆ ಆರಂಭಿಸಿದಾಗ ಇರುಳು ಆವರಿಸಿತ್ತು. ಹಳ್ಳಿಯ ಗುರುತೇ ಕಾಣಿಸುತ್ತಿರಲಿಲ್ಲ. ಎಲ್ಲೆಲ್ಲೂ ಕೆಸರು ತುಂಬಿದ ನೆಲದಿಂದ ಬಲವಾದ ಶೀತದ ಗಾಳಿ ಬೀಸುತ್ತಿತ್ತು. ಚದರಿದ್ದ ಮೋಡಗಳು ಬೆಟ್ಟದ ತುದಿಯಲ್ಲಿ ಮತ್ತೆ ಸೇರುತ್ತಿದ್ದುವು. ಶೀತಲ ಆಕಾಶದ ನೀಲ ಗುಮ್ಮಟ ತಿಳಿಯಾಗಿ, ವಿಶಾಲವಾಗಿ ಮೇಲುಮೇಲಕ್ಕೆ ಸರಿಯಿತು. ತುಸು ಹೊತ್ತಿನಲ್ಲಿ ತಣ್ಣಗೆ ಮಿನುಗುವ ತಾರೆಗಳು ಅದರ ಮೇಲೆ ಕಾಣಿಸಿಕೊಂಡವು. ಬೀಸುವ ಗಾಳಿಯೂ ಹೆಚ್ಚು ಶೀತಲವಾಗುತ್ತಿತ್ತು. ಕುದುರೆಗಳು ನಿಧಾನವಾಗಿ ಬೇಕೋ ಬೇಡವೋ ಎಂಬಂತೆ ಹೆಜ್ಜೆ ಹಾಕುತ್ತಿದ್ದವು.

ಕಮಿಷನರ್ ಕೋಪದಿಂದ ಕಿರಿಚಿದ :

"ಎರಡು ಬಿಗಿ! ಬೇಗ ಓಡಿಸು! ನೀವು ಬಲೇ ಸೋಮಾರಿಗಳು! ಈ ಹಾಳು ಶೀತದಿಂದ ನಾವು ಸಾಯ್ತೇವೆ!"

ಓಂದ್ರ ನಿರುತ್ಸಾಹದಿಂದ ಕುದುರೆಗಳನ್ನು ಪುಸಲಾಯಿಸುತ್ತ, ತೂಕಡಿಕೆಯ ಮಂಪರಿನಲ್ಲಿ ಚಾವಟಿಯನ್ನು ಅವುಗಳ ಮೇಲೆ ಬೀಸುತ್ತಿದ್ದ. ಆದರೆ ಅವು ಇದಾವುದನ್ನೂ ಲೆಕ್ಕಿಸದೆ ಅಲಸ್ಯದಿಂದ, ಬಳಲಿಕೆಯಿಂದ ಗಾಡಿಯನ್ನು ಎಳೆಯುತ್ತಿದ್ದುವು.

ಕಮಿಷನರ್ ಮರುದಿನ ಬೆಳಿಗ್ಗೆ ಬಡಪಾಯಿ ಸ್ತಾನೋಯ್‌ಖೋನ ಇಡೀ ಗೋಧಿ ಬೆಳೆಯನ್ನು ಮುಟ್ಟುಗೋಲು ಹಾಕಿಕೊಳ್ಳುವ ಸಂಕಟದ ಪರಿಸ್ಥಿತಿಯ ಬಗ್ಗೆ ಓಂದ್ರಾ ಯೋಚಿಸುತ್ತಿದ್ದ.

'ನನಗೆ ಈ ದುರ್ಗತಿಯನ್ನು ತಂದದ್ದು ನೀನೆ ಓಂದ್ರಾ' ಎಂದು ಸ್ತಾನೋಯ್‌ಖೋ ಹೇಳಬಹುದು. ಅದರೆ ಹೀಗೆ ಆಪಾದಿಸಿದ ಬಳಿಕ ಅವನು ಓಂದ್ರಾನನ್ನು ತನ್ನ ಸಂಸಾರದ ಜೊತೆಯಲ್ಲಿ ಊಟಕ್ಕೆ ಕರೆಯುತ್ತಾನೆ. ಆಳುತ್ತಾನೆ. ಅವನು ಅಳುವುದಂತೂ ನಿಸ್ಸಂಶಯ. ಸ್ತಾನೋಯ್‌ಖೋ ಮೃದು ಹೃದಯದ ವ್ಯಕ್ತಿ. ಈ ವಿಷಯ ಓಂದ್ರಾಗೆ ಚೆನ್ನಾಗಿ ಗೊತ್ತು.

ಆ ಬಡಪಾಯಿಗೆ ಹೇಗಾದರೂ ಸಹಾಯ ಮಾಡಬೇಕು. ಅವನು ರಾತ್ರೋರಾತ್ರಿ ಗೋಧಿಯನ್ನೆಲ್ಲಾ ಬಚ್ಚಿಟ್ಟು ಕಣಜವನ್ನು ಖಾಲಿ ಮಾಡುವ ಉಪಾಯವನ್ನು ಹೇಳಿಕೊಡಬೇಕು. ಇಲ್ಲದೆ ಇದ್ದರೆ ಇಡೀ ವರ್ಷ ಅವನು ಹೊಟ್ಟೆ ಮೇಲೆ ತಣ್ಣೀರು ಬಟ್ಟೆ ಹಾಕಿಕೊಂಡು ಹಸಿವಿನಿಂದ ನರಳಬೇಕಾಗುತ್ತದೆ. ಹೌದು. ಏನಾದರೂ ಮಾಡಲೇಬೇಕು!

ಕೆಳಗೆ ಮಣ್ಣನ್ನು ಬಿಟ್ಟರೆ ಬೇರೆ ಏನನ್ನೂ ಗುರುತಿಸಲಾಗುತ್ತಿರಲಿಲ್ಲ. ರಸ್ತೆ ಕೆಸರಿನಲ್ಲಿ ಅಡಗಿ ಹೋಗಿತ್ತು. ಮುಂದೆ ಹೋದಂತೆ, ಮತ್ತಷ್ಟು ಕೆಸರಿನ ಹೊರತು ಬೇರೇನೂ ಕಾಣುತ್ತಿರಲಿಲ್ಲ.

ಓಂದ್ರಾ ಲಗಾಮು ಎಳೆದು ಕುದುರೆಗಳನ್ನು ನಿಲ್ಲಿಸಿದ.

"ಕಮಿಷನರ್ ಸಾಹೇಬ್ರೆ , ನಾವು ದಾರಿ ತಪ್ಪಿದ್ದೇವೆ ಅಂತ ಕಾಣ್ತದೆ!"

ಓಂದ್ರಾ ಕತ್ತಲನ್ನು ಸೀಳುವಂತೆ ಮುಂದೆ ನೋಡಿದ.

ಕಮಿಷನರ್ ಅವನ ಮುಖ ನೋಡಿದಾಗ ಅದರಲ್ಲಿ ಹಿಂದಿನ ತುಂಟತನ ಸಂಪೂರ್ಣವಾಗಿ ಮಾಯವಾಗಿತ್ತು.

"ಏ... ಹುಡುಗ. ಕಣ್ಣುತೆಗೆದು ನೋಡು. ಇಲ್ದೇ ಇದ್ರೆ ಮುಂದೆ ನಿಮಗೆಲ್ಲಾ ಏನಾಗಬಹುದೋ ಈಗಲೇ ಹೇಳಲಾರೆ. ನಿನಗಂತೂ ಛಡಿ ಏಟು ಬೀಳ್ತದೆ."

ಓಂದ್ರಾ ಲಗಾಮು ಎಳೆದು, ಚಾವಟಿಯನ್ನು ಬೀಸುತ್ತಾ, "ಸ್ವಲ್ಪ ಸುಮ್ನೆ ಇರಿ ಕಮಿಷನರ್ ಸಾಹೇಬ್ರೆ," ಎಂದ. ದೂರದಲ್ಲೆಲ್ಲೊ ಅವರು ಹೋಗಬೇಕಾಗಿದ್ದ ಹಳ್ಳಿಯ ದೀಪಗಳು ಮಿನುಗುಟ್ಟುತ್ತಿದ್ದುವು. ನಾಯಿಗಳು ಬೊಗಳುವುದರ ಪ್ರತಿಧ್ವನಿ ಕೇಳಿ ಬರುತ್ತಿತ್ತು. ಸ್ವಲ್ಪ ಬಲಗಡೆಗೆ ಮುತ್ತಿನಂತೆ ಥಳಿಥಳಿಸುತ್ತಿದ್ದ ನೀರು ಮಡುಗಟ್ಟಿ ನಿಂತಿತ್ತು. ಕೋಚ್‌ಗಾಡಿ ತನ್ನ ದಿಕ್ಕನ್ನು ಅತ್ತಕಡೆಗೆ ಬದಲಾಯಿಸಿತು.

"ಅದೇನು?" ಕಮಿಷನರ್ ಕೇಳಿದ.

"ಜೌಗು ನೀರು ಕಮಿಷನರ್ ಸಾಹೇಬ್ರೆ. ಈ ರಸ್ತೆ ಅದರಲ್ಲೇ ಹಾದು ಹೋಗುತ್ತೆ. ಅಷ್ಟೇನು ಆಳವಿಲ್ಲ. ಗಾಬರಿ ಬೀಳಬೇಡಿ. ಅಲ್ಲೊ ಇಲ್ಲೊ ಒಂದೆರಡು ಸಣ್ಣಪುಟ್ಟ ಗುಂಡಿಗಳಿರಬೇಕು. ಅವು ನನಗೂ ಗೊತ್ತು. ನನ್ನ ಗಾಡಿಗೂ ಗೊತ್ತು...ಹೇಯ್ !... ಹೇಯ್ !... ಹೇಯ್ ಸ್ವಾಮಿಗಳೆ! ಗಟ್ಟಿಯಾಗಿ ಹಿಡಿದುಕೊಳ್ಳಿ ಕಮಿಷನರ್ ಸಾಹೇಬ್ರೆ!"

ನಕ್ಷತ್ರ ಖಚಿತ ಆಕಾಶವನ್ನು ಪ್ರತಿಬಿಂಬಿಸುತ್ತಿದ್ದ ಆ ಕೊರೆಯುವ ನೀರಿಗೆ ಕುದುರೆಗಳು ನೆಗೆದುವು. ಕೆಸರಿನ ಆಳಕ್ಕೆ ಹೆಚ್ಚು ಹೆಚ್ಚು ಇಳಿದಂತೆ ಅವು ಬಹಳ ಎಚ್ಚರಿಕೆಯಿಂದ ಮುಂದುವರಿಯಲಾರಂಭಿಸಿದವು. ಹಸಿರು ಮುತ್ತಿನಂತೆ ನಿಂತಿದ್ದ ನೀರು ಈಗ ಕಲ್ಲೋಲ ಗೊಂಡಿತು. ತನ್ನ ಮೇಲಂಗಿಯನ್ನು ದೇಹದ ಮೇಲೆ ಬಿಗಿಯಾಗಿ ಎಳೆದುಕೊಂಡು ಕಮಿಷನರ್ ಹೆದರಿಕೆಯಿಂದ ಕೂಗಿದ :

"ಏ...ಕತ್ತೆ ನಿಲ್ಲಿಸು! ನೀನು ನನ್ನನ್ನ ಮುಳುಗಿಸ್ತೀಯಾ...ಆಯೋಗ್ಯ! ಗಾಡೀಲಿ ನೀರು ತುಂಬಿಕೊಳ್ತಾ ಇರೋದು ನಿನಗೆ ಕಾಣೋದಿಲ್ವೆ? ನಿಲ್ಲಿಸು... ನಿಲ್ಲಿಸೂೂೂ!"

ಓಂದ್ರಾ ನಿಲ್ಲಿಸಿದ. ಜೌಗಿನ ಮಧ್ಯದಲ್ಲಿನ ಗಾಡಿ ತಳಕ್ಕೆ ಕುಸಿಯಿತು. ಜೌಗಿನ ಅಂಚು ಅಭೇದ್ಯ ಕತ್ತಲಿನಲ್ಲಿ ಮರೆಯಾಗಿತ್ತು,

"ಹೇಯ್... ಹೇಯ್.... ಮುಂದೆ ನಡೀರೋ" ಎಂದು ಓಂದ್ರಾ ಮತ್ತೆ ಕುದುರೆಗಳತ್ತ ಕಿರುಚಿದ. ಅವನ ಗಡಸು ಧ್ವನಿ ಆ ನೀರವ ರಾತ್ರಿಯಲ್ಲಿ ಪ್ರತಿಧ್ವನಿಸಿತು. ಹತ್ತಿರದಲ್ಲೇ ಇದ್ದ ಕಾಡು – ಬಾತುಕೋಳಿಗಳು ಗಾಬರಿಗೊಂಡು ರೆಕ್ಕೆ ಬಡಿಯುತ್ತಾ ಕತ್ತಲಲ್ಲಿ ಮಾಯವಾದವು.

"ನಾವು ಕೂಡ ಬಾತುಕೋಳಿಗಳಾಗಿ ಮಾರ್ಪಟ್ಟು ಇದನ್ನ ದಾಟಬೇಕು ಅಂತ ಕಾಣ್ತದೆ. ಇಲ್ಲದೆ ಇದ್ದರೆ..." ಎಂದು, ಓಂದ್ರಾ ಯೋಚನೆ ಮಾಡುತ್ತಾ ಹೇಳಿದ.

"ಏ...ಆಯೋಗ್ಯ! ಇದರಿಂದ ಆಚೆಗೆ ಹೋದ ಮೇಲೆ ನೋಡು! ನಿನ್ನ ಮೂಳೆಗಳನ್ನೆಲ್ಲ ಮುರೀತೇನೆ !...ನಾವು...ನಾವು...ಇಲ್ಲಿ ಇಲಿಗಳ ಹಂಗೆ ಸಾಯ್ತೀವಿ !....ಏ ಕತ್ತೆ!"

"ಇಲ್ಲ. ನಾವು ಮುಳುಗೋದಿಲ್ಲ ಕಮಿಷನರ್ ಸಾಹೇಬ್ರೆ, ನಾವು ಮುಳುಗೋದಿಲ್ಲ. ಭಯ ಬೀಳಬೇಡಿ. ಈ ಕಗ್ಗತ್ತಲಲ್ಲಿ ಯಾರಾದರೂ ದಾರಿ ತಪ್ಪಿಯೇ ತಪ್ತಾರೆ, ಸಮಾಧಾನ ಮಾಡಿಕೊಳ್ಳಿ."

ಬಳಿಕ ಅವನು ಗಾಡಿಯನ್ನು ಪರೀಕ್ಷಿಸಲಾರಂಭಿಸಿದ. ಜೋರಾಗಿ ಶಪಿಸುತ್ತಾ, ಕುದುರೆಗಳ ಮತ್ತು ಗಾಡಿಯ ಕೆಲವು ಚರ್ಮದ ಪಟ್ಟಿಗಳನ್ನು ಬಿಚ್ಚಿ ಅತ್ತ ಇತ್ತ ಬದಲಾಯಿಸಿ ಪುನಃ ಕಟ್ಟಿದ. ಕೊನೆಗೆ ತನ್ನ ಸ್ಥಳದಲ್ಲಿ ಕೂತು ಚಾವಟಿ ಬೀಸಿ "ಹೇಯ್, ಹೇಯ್... ಹೋಗಿ!" ಎಂದು ಕುದುರೆಗಳನ್ನು ಚಪ್ಪರಿಸಿದ.

ಕುದುರೆಗಳು ಗಾಡಿಯನ್ನೆಳೆದುಕೊಂಡು ಮುನ್ನಡೆದವು. ಇದ್ದಕ್ಕಿದ್ದಂತೆ ಒಂದು ಕುದುರೆ ಗಾಡಿಯ ಹಿಡಿಕೆಯಿಂದ ಕಳಚಿಕೊಂಡು ಕೆಸರಿನಲ್ಲಿ ಮುಗ್ಗರಿಸುತ್ತ ಮುಂದೆ ಹೋಯಿತು. ಇನ್ನೊಂದು ಕುದುರೆ ಕದಲದೆ ಗಾಡಿಯೊಂದಿಗೆ ನಿಂತಿತು.

"ಏ...ಏನಾಯ್ತು ಈಗ..." ಎಂದು ಕಮಿಷನರ್ ಚೀರಿದ.

"ನಿಲ್ಲು ನಿಲ್ಲು! ದೋರ್ಖಾ, ದೋರ್ಖಾ!" ಎಂದು ಗಾಡಿಯಿಂದ ಬೇರೆಯಾದ ಕುದುರೆಯನ್ನು ಕರೆಯುತ್ತಾ, ಅದನ್ನು ಹಿಂದಿರುಗುವಂತೆ ಓಂದ್ರಾ ಪುಸಲಾಯಿಸತೊಡಗಿದ.

ಆದರೆ ಅದು ಆ ಕೊರೆಯುವ ನೀರಿಗೆ ಭಯಗೊಂಡು ಸುತ್ತಿಸುತ್ತಿ, ಕೊನೆಗೆ ಬಂದ ದಾರಿಯ ದಡದ ಕಡೆಗೆ ಹೊರಟಿತು. ತನ್ನ ಯಜಮಾನದ ಕರೆಯನ್ನು ಕಡೆಗಣಿಸಿ ಕಣ್ಣಿಗೆ ಕಾಣದಂತೆ ಮರೆಯಾಯಿತು.

ಕಮಿಷನರ್ ಭಯಭೀತನಾಗಿ ಗಾಡಿಯಲ್ಲಿ ಎದ್ದು ನಿಂತ.

ಓಂದ್ರಾ ತಕ್ಷಣ ಇನ್ನೊಂದು ಕುದುರೆಯನ್ನೇರಿ ಒಂದೇ ಸಮನೆ "ದೋರ್ಖಾ, ದೋರ್ಖಾ, ಹಿಂದಕ್ಕೆ ಬಾ – ದೋರ್ಕಾ, ದೋರ್ಖಾ!" ಎಂದು ಕೂಗುತ್ತಾ ದೋರ್ಖಾನ ದಾರಿಯನ್ನೇ ಹಿಂಬಾಲಿಸಿದ.

ಅವನ ಹಿಂದಿನಿಂದ ಕಮಿಷನರ್ ಕಿರಿಚಿದ:

"ನೀನೂ ಎಲ್ಲಿಗೆ ಹೋಗ್ತಾ ಇದ್ದೀಯಾ? ನಿಲ್ಲು. ಏಯ್ ಹುಚ್ಚು ಮುಂಡೇದೆ, ಅಲ್ಲೇನು ಮಾಡ್ತಾ ಇದ್ದೀಯಾ? ನೀನೊಂದು ಪಶು. ಇಲ್ನೋಡು ಮುಠ್ಠಾಳ ರೈತ, ನಾನು ನಿನ್ನನ್ನ ಸುಮ್ಮನೆ ಬಿಡೋದಿಲ್ಲ!"

ಅವನ ಹತಾಶ ಕೂಗಿಗೆ ಉತ್ತರವಾಗಿ ಆ ಕಣ್ಣು ಕಾಣದ ಕತ್ತಲಲ್ಲಿ ಕೇಳಿ ಬಂದದ್ದು, ಉಲ್ಲಾಸದ ನಗು ಮಾತ್ರ.

"ಏ...ಕತ್ತೆ, ನೀನು ನನ್ನನ್ನ ಇಲ್ಲೇ ಬಿಟ್ಟು ಹೋಗ್ತಿದ್ದೀಯಾ! ಸಾಯೋದಕ್ಕೆ! ಕಾಡುಪ್ರಾಣಿಗಳ ಬಾಯಿಗೆ ತುತ್ತಾಗೋದಕ್ಕೆ!.... ಹೀಗೆ ಮಾಡ್ಬೇಡ ಮರಿ. ನಿನ್ನನ್ನ ಬೇಡಿಕೊಳ್ತೇನೆ... ಕಾಲಿಗೆ ಬೀಳ್ತೇನೆ!" ಎಂದು ಕಮಿಷನರ್ ದೈನ್ಯದಿಂದ ನಡುಗುವ ಧ್ವನಿಯಲ್ಲಿ ಅಂಗಲಾಚಿದ.

ಅದಕ್ಕೆ ಉತ್ತರವಾಗಿ ಓಂದ್ರಾನ ಧ್ವನಿ ತೇಲಿ ಬಂತು:

"ಭಯ ಬೀಳ್ಬೇಡಿ. ಭಯ ಬೀಳ್ಬೇಡಿ ಕಮಿಷನರ್ ಸಾಹೇಬ್ರೆ, ಈ ಕೊಳಚೆ ನೀರಲ್ಲಿ ಯಾವ ಕಾಡುಪ್ರಾಣಿಗಳೂ ಬರೋದಿಲ್ಲ. ಚೆನ್ನಾಗಿ ಹೊದ್ದುಕೊಳ್ಳಿ. ನಿಮಗೆ ಶೀತ–ಗೀತ ಆಗ್ಬಾರದು. ನಾಳೆ ಬೆಳಿಗ್ಗೆ ನಾನೇ ಬರ್ತೇನೆ. ಬೇಗನೇ ಬರ್ತೇನೆ. ಗಾಡಿಯಲ್ಲೇ ಒಣ ಹುಲ್ಲಿದೆ. ಅದನ್ನೇ ಹಾಸಿಗೆ ಮಾಡಿ ಕೊಳ್ಳಿ ಬುದ್ಧಿ. ನೀವು ಗಾಡಿಯಲ್ಲೇ ರಾತ್ರಿ ಮಲಗಿದ್ದಕ್ಕೆ ನಾನೇನೂ ಹೆಚ್ಚಿಗೆ ಬಾಡಿಗೆ ಕೇಳೋದಿಲ್ಲ!"

ಕಮಿಷನರ್ ಅವನೊಂದಿಗೆ ಪುನಃ ಬೇಡಿಕೊಂಡ:

"ತಮಾಷೆ ಮಾಡಬೇಡ, ಮರಿ. ನನ್ನನ್ನ ಇಲ್ಲಿ ಬಿಡಬೇಡ... ಹಿಂದಕ್ಕೆ ಬಾ... ಇಲ್ಲಿಂದ ಒಮ್ಮೆ ನನ್ನನ್ನು ಪಾರುಮಾಡಪ್ಪ!"

"ಈಗ ಕತ್ತಲೆ ಬುದ್ಧಿ. ಕಗ್ಗತ್ತಲು. ನನಗೇನೂ ಕಾಣ್ತಾ ಇಲ್ಲ. ನನ್ನ ಕುದುರೆ ಬೇರೆ ತಪ್ಪಿಸಿಕೊಂಡಿದೆ. ನಾನ್‌ತಾನೆ ನಿಮಗೆ ಹೆಂಗೆ ಸಹಾಯ ಮಾಡಲಿ! ನನ್ನಿಂದ ಆಗೋದಿಲ್ಲ ಬುದ್ಧಿ!"

ಕಮಿಷನರ್ ಕೇಳಿದ ಈ ಅಣಕದ ಮಾತು, ಆ ನೀರಿನಲ್ಲಿ ತೇಲಾಡಿ ಕತ್ತಲಲ್ಲಿ ಲೀನವಾಯಿತು. ಆ ಭಯಂಕರ ಕೊಳಚೆ ನೀರಿನಲ್ಲಿ ತನ್ನ ಭವಿಷ್ಯದ ಬಗ್ಗೆ ಗಾಬರಿಗೊಂಡ ಕಮಿಷನರ್ ಅಳುವ ದನಿಯಲ್ಲಿ ಮತ್ತೆ ಪ್ರಾರ್ಥಿಸಿದ. "ಓಂದ್ರಾ... ಹಿಂದಕ್ಕೆ ಬಾ!... ನಿನ್ನ ದಮ್ಮಯ್ಯ... ನಿನಗೆ ಹೆಚ್ಚಿಗೆ ಬಾಡಿಗೆ ಕೊಡ್ತೇನೆ... ನೀನು ಕೇಳಿದಷ್ಟು ಕೊಡ್ತೇನೆ! ಈಗ ಇಲ್ಲಿಂದ ಕಾಪಾಡು! ನಾನಿಲ್ಲಿ ಸಾಯ್ತೇನೆ! ನನಗೂ ಮಕ್ಕಳು ಮರಿ ಇದ್ದಾರೆ! ಅವರು ನನಗಾಗಿ ಕಾಯ್ತಾ ಇರ್ತಾರೆ!... ಇವತ್ತು ಕ್ರಿಸ್‌ಮಸ್ ಬೇರೆ. ನಿನಗೆ ಹೃದಯ ಅನ್ನೋದು ಇಲ್ಲವಾ?"

ಆದರೆ ಅವನ ಕೂಗಿಗೆ ಉತ್ತರ ಬರಲಿಲ್ಲ. ಉತ್ತರ ಕಾಣದ ಕತ್ತಲಲ್ಲಿ ಹುಚ್ಚನಂತಾಗಿ ಆತ ಕಿರಿಚಿದ :

"ಏ.... ಅಯೋಗ್ಯ! ಏ...ನರಿ....! ಏ...ಹಂದಿ! ಹಿಂದಕ್ಕೆ ಬಾ! ಇಲ್ಲಿಂದ ಬಿಡಿಸು!... ದಯೆ ಇರಲಿ!... ನನ್ನ ಮಕ್ಕಳು! ಕ್ರಿಸ್‌ಮಸ್! ಏ...ಹಳ್ಳಿ ಗುಗ್ಗು! ಏ...ನಾಯಿ!"

ಕಮಿಷನರ್ ತನ್ನ ಫರ್‌ಕೋಟನ್ನು ಸರಿಪಡಿಸಿಕೊಂಡು, ಗಾಡಿಯ ಹಿಂದಕ್ಕೆ ಒರಗಿಕೊಂಡು ಮಕ್ಕಳಂತೆ ಜೋರಾಗಿ ಅಳಲಾರಂಭಿಸಿದ.

ಆದರೆ ಆ ಕಾಳರಾತ್ರಿ ಉತ್ತರ ಕೊಡಲಿಲ್ಲ. ❍

○ ವೆಸೆಲಿನ್ ಆಂದ್ರೆಯೇವ್

ಕಾವ್ಯ

ತೆಳ್ಳನೆಯ ಚಿಕ್ಕ ಹುಡುಗಿ. ಮಗುವಿನಂತಹ ಮುಖ. ಆಲೀವ್ ಬಣ್ಣದ ಮೈಕಾಂತಿ. ಕಾಡಿಗೆಯಂತಹ ಕಪ್ಪು ಕೂದಲು. ಅವಳು ಒಂದು ಕವನವನ್ನು ಓದುತ್ತಿದ್ದಳು. ಹೃದಯದಿಂದ ಚಿಮ್ಮಿ ಬಂದ ಕೂಗಿನಂಥ ಕವನ.

ಅಮ್ಮ, ಏನು ಹೇಳಲಿ ನಿನಗೆ ನಾನು ?
ಮಡಿದಿಹನು ರಣದೊಳಗೆ ನಮ್ಮ ಫರ್ನಾಂಡಿಸನು !
ಮಡಿದು ಮಣ್ಣುಗೂಡಿಹನವನು ನಮ್ಮ ಫರ್ನಾಂಡಿಸನು;
ಬದುಕಿ ಉಳಿದಿಲ್ಲವಿನ್ನು ನಮ್ಮ ಫರ್ನಾಂಡಿಸನು ! *

ಅವಳು ಸುತ್ತಮುತ್ತ ಏನನ್ನೂ ಗಮನಿಸಲಿಲ್ಲ. ಮನುಷ್ಯನ ನೋವಿನಷ್ಟೇ ತೀಕ್ಷ್ಣವಾದ ಕವನದಲ್ಲಿ ಆಕೆ ಮುಳುಗಿದ್ದಳು. ಅಷ್ಟೇ ಅಲ್ಲ; ಅವಳು–ನಮ್ಮ ಲ್ಯೂಬ್ಕಾ ಸ್ವಯಂಸೇವಕ ಸೇನಾ ತುಕಡಿಯೊಂದಿಗೆ ಸ್ವಾತಂತ್ರ್ಯದ ಸವಿ ನೋಡಿ ಕೆಲವು ದಿನಗಳು ಮಾತ್ರ ಕಳೆದಿದ್ದವಷ್ಟೆ. ಅವಳಿಗೆ ಬಿಡುಗಡೆಯ ಕಾಣಿಕೆ ಸಿಕ್ಕಿದ್ದು ಅವಳ ಧೈರ್ಯದಿಂದಲೆ. ಸೆರೆಮನೆಯ ಬಾಗಿಲು ಸಿಡಿಮದ್ದಿನಿಂದ ಪುಡಿಪುಡಿಯಾದಾಗ ಲ್ಯೂಬ್ಕಾ, ಅಲ್ಲಿಂದ ತಪ್ಪಿಸಿಕೊಂಡು ಬಾಂಬುಗಳ ಮಳೆಯ ಕೆಳಗಿಂದ ಓಡಿ, ಉರಿಯುತ್ತಿದ್ದ ನಗರವನ್ನು ಹಾದು ಬಂದಿದ್ದಳು.

ಅವಳು ಕವನವನ್ನು ಮುಂದುವರಿಸಿದಳು. ಅದಕ್ಕೆ ಹಿನ್ನೆಲೆಯಾಗಿ ಅಂದಿನ ಹಗಲು ಬಹಳ ಸುಂದರವಾಗಿತ್ತು. ಬೆಚ್ಚನೆಯ ಬಿಸಿಲಿನ ಮೊದಲ ತೆಳು ಎಳೆಗಳು ಸುತ್ತಣ ಮರಗಳನ್ನು ಚುಂಬಿಸುತ್ತಿದ್ದವು; ಬೆಟ್ಟದ ಝರಿಯ ಬೆಣಚುಕಲ್ಲುಗಳ ಮೇಲೆ ಫಳಫಳನೆ ಹೊಳೆಯುತ್ತಿದ್ದವು; ನಮ್ಮ ಮೇಲ್ಗಡೆ ಎತ್ತರವಾಗಿ ನಿಂತಿದ್ದ ಮೋರ್ಗಾಶ್ ಶಿಖರದ ಮಂಜಿನ ಮೇಲೆ ಮಿರುಗುತ್ತಿದ್ದವು.

ನಾನ್ನೂರಕ್ಕಿಂತ ಹೆಚ್ಚು ಮಂದಿ ಸೈನಿಕರು ಲ್ಯೂಬ್ಕಾಳನ್ನು

---

* ಇದು ಎನ್. ವೈ. ವಾಪ್‌ಸ್ತಾರೋವ್‌ನ 'ಒಂದು ಕಾಗದ' ಎಂಬ ಕವನದ ಕೆಲವು ಸಾಲುಗಳು. ಈತ ಬಲ್ಗೇರಿಯದ ಫಾಸಿಸ್ಟ್ ವಿರೋಧಿ ಕ್ರಾಂತಿಕಾರಿ ಕವಿ. ಅವನನ್ನು 1942ರ ಬೇಸಿಗೆಯಲ್ಲಿ ಫಾಸಿಸ್ಟರು ಗಲ್ಲಿಗೇರಿಸಿದರು.

ತದೇಕ ದೃಷ್ಟಿಯಿಂದ ನೋಡುತ್ತಿದ್ದರು. ಕೆಲವರು ಎಳೆಯ ಹುಲ್ಲಿನ ಮೇಲೆ ಅರ್ಧ ವೃತ್ತಾಕಾರದಲ್ಲಿ ಕುಳಿತಿದ್ದರು. ಇನ್ನು ಕೆಲವರು ಅವರ ಹಿಂದಿದ್ದರು. ಉಳಿದವರು ಅವಳು ಹೇಳುತ್ತಿದ್ದ ಕವನದ ಒಂದೊಂದು ಪದವನ್ನೂ ಆಸ್ವಾದಿಸಲು ಕತ್ತನ್ನು ಮುಂದಕ್ಕೆ ಚಾಚಿ ನಿಂತಿದ್ದರು. ಈ ಆತ್ಮೀಯ ಮಾನವ ವೃತ್ತದಿಂದ ಹೊರಗೆ ಹೋಗಬೇಕಾದಂಥ ಒಂದು ಕಾರ್ಯಾಚರಣೆಗೆ ತನ್ನನ್ನು ನಿಯೋಜಿಸಿದ್ದರೆ, ಅತ್ಯುತ್ತಮ ಹೋರಾಟಗಾರ ಕೂಡ ಈ ಸಂದರ್ಭದಲ್ಲಿ ಮುಖ ಸಿಂಡರಿಸಿಕೊಳ್ಳುತ್ತಿದ್ದ. ಅವರೆಲ್ಲರೂ ಉಸಿರು ಬಿಗಿ ಹಿಡಿದು ಕವನದಲ್ಲಿ ಅಷ್ಟೊಂದು ತಲ್ಲೀನರಾಗಿದ್ದರು. ಅದರಲ್ಲಿನ ಡೋಲೊರೆಸ್ ಮಾರಿಯಾ ಗೋಯ್ಸ್ ಯಾರೋ ಏನೋ. ಆದರೂ ಈಗ ಅವಳ ದುಃಖ ಇವರದಾಗಿತ್ತು. ಅವಳು ತಮ್ಮ ತಾಯಿ, ತಂಗಿ, ಮಗಳಂತೆ ಅವರಿಗೆ ಆತ್ಮೀಯಳಾಗಿದ್ದಳು. ಆದರೆ ವಾಸ್ತವವಾಗಿ ಪ್ರತಿಯೊಬ್ಬರೂ ತಮ್ಮ ಸ್ವಂತ ಭಾವನೆಗಳನ್ನು ಅನುಭವಿಸುತ್ತಿದ್ದರು. ಕವಿ ಅವರೆಲ್ಲರ ಮುಖವಾಣಿಯಾಗಿದ್ದ; ಅವರ ಭಾವನೆಗಳನ್ನೇ ಆತ ವ್ಯಕ್ತಪಡಿಸಿದ್ದ :

ಅಮ್ಮ, ನನ್ನ ನೋವ ನಿನ್ನ ಹೊರತು ಎಲ್ಲಿ ಹೇಳಲಿ ?
ಅವನು ಅಳಿದ, ಉಳಿದೆ ನೀನು ನನ್ನ ಬಾಳಲಿ
ಯುದ್ಧದಳಲ ಬಲ್ಲೆ ನೀನು, ರಕ್ತ ಹರಿದಿದೆ
ಸುರಿದು ಹೋದ ಕಣ್ಣ ಹನಿಗೆ ಲೆಕ್ಕವೆಲ್ಲಿದೆ ?

ಲ್ಯೂಬ್ಕಾ ನಿಧಾನವಾಗಿ ಕವನವನ್ನು ಓದುತ್ತಿದ್ದಳು. ತುಂಬಿ ಬಂದ ಕಣ್ಣೀರನ್ನು ತಡೆಯಲು ಪ್ರಯತ್ನಿಸುತ್ತಿದ್ದ ಸ್ಟಾಂಕಾನ ಕಡೆ ನಮ್ಮ ಗಮನವೆಲ್ಲ ಹರಿಯಿತು. ಅವಳ ಗಂಡ ಸತ್ತು ಒಂದು ದಿನ ಕಳೆದಿತ್ತು. ಪೊಲೀಸ್ ದಳವೊಂದರ ವಿರುದ್ಧ ದಿನವಿಡೀ ಹೋರಾಡಿ ಸಂಜೆ ಆತ ಬಲಿಯಾಗಿದ್ದ.

ಕವಿ ಅವಳಿಗಾಗಿಯೇ ರಚಿಸಿದಂತಿದ್ದ ಈ ಕವನದಿಂದ ತನ್ನ ಉಗ್ರ ವ್ಯಥೆಯ ಮಧ್ಯೆ ಅವಳಿಗೆ ಸ್ವಲ್ಪ ಬೆಚ್ಚನೆಯ ಸಮಾಧಾನ ದೊರೆತಿರಬಹುದು. ತನ್ನ ತಾಯಿಗೆ ಇದೇ ರೀತಿ ಪತ್ರ ಬರೆಯಬೇಕು ಎಂದು ಅವಳಿಗೆ ಆಸೆ ಇತ್ತು. ಆದರೆ ಆಗಿರಲಿಲ್ಲ. ಅಂಥ ಹೃದಯ ಮುಟ್ಟುವ ಮಾತು ಅವಳಿಗೆ ಸಿಕ್ಕಿರಲಿಲ್ಲ.

ತಾಯಿ ನಿನ್ನ ತೊರೆದನೆಂದು ಹಳಿಯಬೇಡ ಅವನನು
ನಾಡಿಗಾಗಿ ತನ್ನ ತಾನು ಕೊಟ್ಟುಕೊಂಡ ಮಗನನು
ಉಳಿದ ನಾವೆ ಪಾಪಿಗಳು, ಅಳಿದ ಫರ್ನಾಂಡಿಸ್ ಧೀರನು...

ಪೆತ್ಕೊ ಮಾವ, ಕಣ್ಣೀರಿಡುತ್ತಿದ್ದ ತನ್ನ ಹೆಂಡತಿ ಮತ್ತು ಮೂರು ಚಿಕ್ಕ ಮಕ್ಕಳನ್ನು ಬಿಟ್ಟು ಬಂದಿದ್ದ. ಅವನಿಗೆ ಬಹುಶಃ ಲ್ಯೂಬ್ಕಾಳ ಸ್ವರಕ್ಕೆ ಬದಲಾಗಿ ತನ್ನ ಹೆಂಡತಿಯ ಸ್ವರ ಕೇಳಿಸುತ್ತಿತ್ತು – ತನ್ನನ್ನು ದೂಷಿಸದೆ ತನ್ನ ತಾಯಿಯನ್ನು ಸಮಾಧಾನ ಪಡಿಸುತ್ತಿದ್ದ ಹೆಂಡತಿಯ ಸ್ವರ.

'ನನ್ನ ಹೆಂಡತಿ ಸ್ವಲ್ಪ ಅತ್ತಳು. ನನ್ನನ್ನು ಅಲ್ಲೇ ಇರಬೇಕೆಂದಳು... ನಾನು ಮಾಡಿದ್ದೇ ಸರಿ ಅನ್ನೋದು ಅವಳಿಗೆ ಇಂದಲ್ಲ ನಾಳೆ ಗೊತ್ತಾಗ್ತದೆ' ಎಂದು ನಮ್ಮ ತುಕಡಿಯನ್ನು ಸೇರಲು ಬಂದ ಮೊದಲ ದಿನಗಳಲ್ಲಿ ಆತ ಹೇಳುತ್ತಿದ್ದ.

ನಿಜ, ಪ್ರತಿಯೊಬ್ಬರೂ ತಮ್ಮ ತಮ್ಮ ನೋವುಗಳಲ್ಲಿ, ಆಸೆಗಳಲ್ಲಿ ಭವಿಷ್ಯಗಳಲ್ಲಿ ಮುಳುಗೇಳುತ್ತಾ ಇದ್ದರು.

ಲ್ಯೂಬ್ಕಾ ಕವನ ಓದಿ ಮುಗಿಸಿದಳು. ಆಮೇಲೆ ಒಂದು ಕ್ಷಣ ನಿಶ್ಶಬ್ದ. ಎಂತಹ ಕ್ಷಣ

ಅದು ! ಯಾವುದೇ ಕವಿಗೆ ಆನಂದದ ಕ್ಷಣ. ತನ್ನ ಪ್ರತಿಯೊಂದು ಶಬ್ದವೂ ಜನತೆಯ ಹೃದಯವನ್ನು ತಣಿಸುತ್ತದೆ ಎಂಬ ಸಂತೋಷದ ಕ್ಷಣ. ಆ ಕ್ಷಣದಲ್ಲಿ ಅಲ್ಲಿನ ಮೌನ ಎಷ್ಟು ಗಾಢವಾಗಿತ್ತೆಂದರೆ ತೊರೆಯ ಪಿಸುಗುಟ್ಟುವ ಶಬ್ದ ಬಿಟ್ಟರೆ ಮತ್ತೇನೂ ಕೇಳಿಸುತ್ತಿರಲಿಲ್ಲ. ಅನಂತರ ಶ್ರೋತೃಗಳಲ್ಲಿ ಶಸ್ತ್ರಧಾರಿಗಳಾಗಿದ್ದವರು ಜಾರುತ್ತಿದ್ದ ತಮ್ಮ ಬಂದೂಕುಗಳನ್ನು ಸರಿಪಡಿಸಿಕೊಂಡರು. ನಿರಾಯುಧರಾಗಿದ್ದವರು ತಮ್ಮ ಕೋಲುಗಳ ಮೇಲೆ ಭಾರ ಬಿಟ್ಟು ಮುಂದೆ ಬಾಗಿದ್ದರು. ಎಲ್ಲರ ಮುಖಗಳೂ ಅರಳಿದ್ದವು. ಬಳಿಕ ಕಿವಿ ಕಿತ್ತು ಹೋಗುವ ಹಾಗೆ ಚಪ್ಪಾಳೆ. ಹಾಡು ಇನ್ನೂ ಬೇಕು ಎಂಬ ಕೂಗು. ಇಂತಹ ಸಂದರ್ಭಗಳಲ್ಲಿ ಬ್ರಾಇಕೋಗೆ ಬಹಳ ಉತ್ಸಾಹ. ಆತ ಎಲ್ಲರಿಗಿಂತ ಮೊದಲು ಕೂಗಿದ.

"ಲ್ಯೂಬ್ಕಾ ನಿಲ್ಲಿಸಬೇಡ ! ಇನ್ನೂ ತುಂಬಾ ಹಾಡು...!"

ಯಾರೋ ಹಿಂದಿನಿಂದ ನನ್ನ ಭುಜ ಅಲುಗಿಸಿದರು. ಹಿಂತಿರುಗಿ ನೋಡಿದೆ. ಇಲಿಇಕಾತಾ ತನ್ನ ದಪ್ಪ ಕನ್ನಡಕದ ಹಿಂದಿನಿಂದ ನನ್ನ ಕಡೆಗೆ ನೋಡಿದ. ಅವನಿಗೆ ಏನೋ ಸಂಕೋಚ. ಮುಜುಗರ.

"ಆಂದ್ರೊ, ಕ್ಷಮಿಸು...ಆದ್ರೆ ವಾಪ್‌ಸ್ತಾರೋವ್ ಯಾರಯ್ಯ ?"

ಕಲಿಯಬೇಕೆಂಬ ಉತ್ಕಟ ಇಚ್ಛೆ ಇದ್ದ ತರುಣ ರೈತ ಇಲಿಇಕಾತಾ. ಅವನು ಅನೇಕ ಜಾನಪದ ಗೀತೆಗಳನ್ನು, ನಮ್ಮ ಕವಿಗಳ ಭಾವಗೀತೆಗಳನ್ನು ಹಾಡುತ್ತಿದ್ದ. ಆದರೆ ಅವನಿಗ್ಯಾಕೋ ವಾಪ್‌ಸ್ತಾರೋವ್‌ನ 'ಮಾತೃ ಗೀತೆಗಳು' ಗೊತ್ತಿರಲಿಲ್ಲ. ನಾನು ಅವನಿಗೆ ವಾಪ್‌ಸ್ತಾರೋವ್‌ನ ಬಗ್ಗೆ ಒಂದೆರಡು ವಿಷಯ ತಿಳಿಸಿ, ಮಿಕ್ಕ ವಿಷಯಗಳನ್ನು ನಮ್ಮೆಲ್ಲ ಸಂಗಾತಿಗಳ ಮುಂದೆ ವಿವರಿಸುವೆನೆಂದು ಹೇಳಿದೆ. ವಾಪ್‌ಸ್ತಾರೋವ್‌ನನ್ನು ಗುಂಡಿಕ್ಕಿ ಕೊಂದರು ಎಂದಾಗ ಇಲಿಇಕಾತಾ ತತ್ತರಿಸಿಹೋದ.

"ನಾನು ಇದುವರೆಗೂ ಆತನ ಬಗ್ಗೆ ಸ್ವಲ್ಪಾನೂ ಕೇಳಿರಲಿಲ್ವಲ್ಲಾ. ಎಂಥ ಅನ್ಯಾಯ!... ಅವನು ಎಷ್ಟೊಂದು ದೊಡ್ಡ ಮನುಷ್ಯ !"

ಈ ಮಾತುಗಳಿಂದ ನನಗೆ ಆಶ್ಚರ್ಯವಾಯಿತು. ಅವನು 'ಎಂಥ ದೊಡ್ಡ ಕವಿ !" ಎನ್ನುವ ಬದಲು 'ಎಷ್ಟೊಂದು ದೊಡ್ಡ ಮನುಷ್ಯ !' ಅಂದಿದ್ದ. ಅದೂ ಮನುಷ್ಯ ಶಬ್ದದ ಮೇಲೆ ಒತ್ತು ಕೊಟ್ಟು... ಬೇರೆಯವರು ನಮ್ಮನ್ನು ಸುಮ್ಮನಿರುವಂತೆ ಹೇಳಿದರು. ಲ್ಯೂಬ್ಕಾ 'ನಂಬಿಕೆ' ಎಂಬ ಕವನದ ವಾಚನವನ್ನು ಆರಂಭಿಸಿದ್ದಳು. ಎಲ್ಲೆಲ್ಲೂ ನಿಶ್ಶಬ್ದ. ಆ ಸುಂದರ ದಿನ ಬೆಟ್ಟದ ನಿರ್ಮಲ ಗಾಳಿಯಲ್ಲಿ ಲ್ಯೂಬ್ಕಾಳ ಸ್ವರ ಪ್ರತಿಧ್ವನಿಸುತ್ತಿತ್ತು. ಈಗ ಅದು ಧೈರ್ಯ, ಭರವಸೆ ತುಂಬಿದ ಶಕ್ತಿಪೂರ್ಣವಾದ ದನಿ.

ಬದುಕಿಗಾಗಿ ನಾನು ಹೋರಾಡುವೆ
ಎದೆಗುಂದದೆ ಎಂಥ ಸಾಹಸವನಾದರೂ ಮಾಡುವೆ
ಬಾನಿನ ಮೇಲೆ ಏರುವೆ
ಮುರುಕು ವಿಮಾನದಲ್ಲಿ ಹಾರುವೆ

ಸೈನಿಕರು ಇನ್ನೂ ಹೆಚ್ಚಿನ ಕುತೂಹಲದಿಂದ, ಆಸಕ್ತಿಯಿಂದ ಕೇಳುತ್ತಿದ್ದರು. ಅವರು ಉಸಿರಾಡುವುದನ್ನೇ ನಿಲ್ಲಿಸಿದಂತೆ ನನಗೆ ತೋರಿತು. ನೇನೋ ನಿಕೊಲೋವ್ ಮಾವ ತನ್ನ ತುಟಿಗಳನ್ನು ಸುಮ್ಮನೆ ಆಡಿಸುತ್ತಿದ್ದ. ಪಿರ್‌ಡಾಪ್ ನಗರದಿಂದ ಬಂದಿದ್ದ ಅವನು ಸೆಪ್ಟೆಂಬರ್ 1923ರ ಫಾಸಿಸ್ಟ್ ವಿರೋಧಿ ಬಂಡಾಯದಲ್ಲಿ ಭಾಗವಹಿಸಿದ್ದ ಹಳೆಯ ಯೋಧ. ಬಹುಶಃ

ನೇರವಾಗಿ ತನ್ನ ಹೃದಯವನ್ನು ಸ್ಪರ್ಶಿಸಿದ್ದ ಆ ಕವನದ ಸಾಲುಗಳನ್ನು ನೆನಪಿಟ್ಟುಕೊಳ್ಳಲು ಆತ ಪ್ರಯತ್ನಿಸುತ್ತಿದ್ದ.

ವಾಪ್‌ಸ್ತಾರೋವ್ ತನ್ನ ಹೃದಯಾಂತರಾಳದಲ್ಲಿ ಈ ರೀತಿಯ ಸಹೃದಯ ಶ್ರೋತೃ ವೃಂದದ ಕನಸು ಕಂಡಿರಬಹುದು.

ನನ್ನ ಮನಸ್ಸಿನ ತುಂಬ ಇಲಿಇಕಾತಾ ಹೇಳಿದ ಮಾತೇ ಇತ್ತು: 'ಎಂಥಾ ದೊಡ್ಡ ಮನುಷ್ಯ!' ಆ ಮಾತು ಹಿಂದೆ ಎಲ್ಲೋ ಕೇಳಿದ ಹಾಗಿತ್ತು. ಎಲ್ಲಿ ? ಯಾವಾಗ ? ಹೇಗೆ ? ಎಲ್ಲವೂ ಅಸ್ಪಷ್ಟ. ಹಾ! ಇದ್ದಕ್ಕಿದ್ದಂತೆ ಎಲ್ಲಾ ನೆನಪಾಯಿತು. ಹೌದು, ಅದೇ ಮಾತುಗಳನ್ನು ನಾನು ಈ ಮೊದಲೇ ಕೇಳಿದ್ದೆ.

ನಾನು ಆಗ ಭೂಗತನಾಗಿ ಸೋಫಿಯಾದಲ್ಲಿದ್ದೆ. ಒಂದು ಸಂಜೆ ತೋಶ್ಕಾ ಎಂಬ ಗುಪ್ತ ನಾಮದಿಂದ ಕರೆಯಲ್ಪಡುತ್ತಿದ್ದ ಒಬ್ಬ ಯುವಕಾರ್ಮಿಕನ ಮನೆಯಲ್ಲಿ ನಾನು ಮಲಗಿದ್ದೆ. – ಇಂದಿಗೂ ಅದೇ ಹೆಸರಿನಿಂದ ಅವನು ನನಗೆ ಪರಿಚಿತ. ಯುವ ಕಾರ್ಮಿಕ ಸಂಘದ ಕೇಂದ್ರ ಸಮಿತಿಯ ಒಂದು ವಿಭಾಗದ ಜವಾಬ್ದಾರಿ ಅವನ ಮೇಲಿತ್ತು. ಸಂಘದಲ್ಲಿ ನಮ್ಮ ಕೆಲಸದ ಬಗ್ಗೆ ನಾವು ಬೇಕಾದಷ್ಟು ಮಾತಾಡುತ್ತಿದ್ದೆವು. ಆದರೆ ಅದು ಬಹು ಗುಟ್ಟಿನ ಕೆಲಸ. ಆದುದರಿಂದ ತನ್ನ ವಿಷಯ ಅವನಿಗೆ ತಿಳಿಯಬಾರದು. ಅವನ ವಿಷಯ ನನಗೆ ತಿಳಿಯಬಾರದು. ಆದರೂ ಪರಸ್ಪರರ ಜೀವನದ ಬಗ್ಗೆ ನಾವು ಅಲ್ಪಸ್ವಲ್ಪ ಮಾತನಾಡಿದೆವು. ಮಧ್ಯರಾತ್ರಿಯ ಹೊತ್ತಿಗೆ ನಾವು ಆತ್ಮೀಯ ಸ್ನೇಹಿತರಾದೆವು ಎನ್ನಿಸಿತು. ತೋಶ್ಕಾ ಹೇಳಿದ :

"ನೀನು ವಾಪ್‌ಸ್ತಾರೋವ್‌ನ ಈ ಕವನವನ್ನು ಓದಿರಬಹುದು: 'ಹೋರಾಟದ ಹಾದಿ ಕಠಿಣ'..."

ನಾನು ಅದರ ಹೆಸರು ಕೇಳಿದ್ದೆ. ಆದರೆ ಅಂದಿನ ಪರಿಸ್ಥಿತಿಯಲ್ಲಿ ಅಲ್ಲಿಯವರೆಗೆ ಅವನ್ನು ಓದಲಾಗಿರಲಿಲ್ಲ. ತೋಶ್ಕಾ ತನ್ನ ಕಬ್ಬಿಣದ ಮಂಚದ ಕಾಲೊಂದನ್ನು ಎತ್ತಿ, ಸರಿಗೆಯ ಕೊಕ್ಕೆಯೊಂದರ ಮೂಲಕ ಅದರ ಉದ್ದನೆಯ ಕೊಳವೆಯಿಂದ ಒಂದು ಸುರುಳಿ ಕಾಗದವನ್ನು ಹೊರಗೆ ತೆಗೆದ.

"ನನ್ನನ್ನು ಬಯ್ಯಬೇಡ!... ನನ್ನ ಕೋಣೆಯಲ್ಲಿ ಗುಪ್ತ ಪತ್ರಗಳನ್ನೇನೂ ನಾನು ಇಡೋದಿಲ್ಲ. ಆದರೆ ಇದರ ವಿಚಾರ ಬೇರೆ..."

ನೋಟ್‌ಪುಸ್ತಕದಿಂದ ಹರಿದ ಒಂದು ಚೂರು ಕಾಗದ ಅದು. ಅದು ವಾಪ್‌ಸ್ತಾರೋವ್ ಕವನದ ಒಂದು ಕಾರ್ಬನ್ ಪ್ರತಿ. (ಅದೆಷ್ಟು ಪ್ರತಿಗಳನ್ನು ಇದೇ ರೀತಿ ತೆಗೆದಿದ್ದರೊ!) ಕೈಬರಹದ ನಮ್ಮ ಕರಪತ್ರಗಳಲ್ಲಿ ಕಂಡು ಪರಿಚಿತವಾಗಿದ್ದ, ಸ್ವಲ್ಪ ಒರೆಕೋರೆಯಾಗಿದ್ದ ದಪ್ಪ ಅಕ್ಷರಗಳ ಪ್ರತಿ.

ನಾನು ಅದನ್ನು ಅನೇಕ ಸಲ ಓದಿದೆ. ಆದರೆ ಆ ಕವನ ಸೃಷ್ಟಿಸಿದ ಮಾಯಾಲೋಕದಿಂದ ಹೊರಗಡೆ ಬರಲು ನನಗೆ ಮನಸ್ಸೇ ಇರಲಿಲ್ಲ. ಇದು ನಡೆದಾಗ ವಾಪ್‌ಸ್ತಾರೋವ್ ಸತ್ತು ಒಂದು ವರ್ಷ ಕೂಡ ಆಗಿರಲಿಲ್ಲ. ಅವನು ಅಮರನೆಂಬ ಭಾವನೆ ಆ ದುಃಖವನ್ನು ಇನ್ನೂ ಶಮನಗೊಳಿಸಿರಲಿಲ್ಲ. ಆ ಕ್ಷಣದಲ್ಲಂತೂ ಅವನು ಇದಕ್ಕಿಂತ ಒಳ್ಳೆಯ, ಇದಕ್ಕಿಂತ ಹೆಚ್ಚು ಶಕ್ತಿ ಪೂರ್ಣವಾದ ಕವನ ಬರೆದೇ ಇಲ್ಲವೆಂದು ನನಗನಿಸಿತು. ಅದು ಬರೀ ಕವನವೇನು ? ಅಲ್ಲವೇ ಅಲ್ಲ. ಅದು ಮಹಾಸಾಧನೆ. ಈ ಕವನ ನನ್ನಲ್ಲೊಂದು ಪ್ರಬಲವಾದ ಆಸೆಯನ್ನು ಹುಟ್ಟಿಸಿತು. ನಾನು ಸಾಯುವ ಪ್ರಸಂಗ ಬಂದರೆ ಅವನಷ್ಟೇ

ಶಾಂತವಾಗಿ, ಧೈರ್ಯವಾಗಿ, ಅಷ್ಟೇ ಭರವಸೆಯಿಂದ ಸಾಯಬೇಕು ಎಂದು. ಆಗ ನಾವು ಬದುಕಿದ್ದ ರೀತಿ ಎಷ್ಟು ಕ್ರೂರವಾಗಿತ್ತು, ರೋಮಾಂಚಕವಾಗಿತ್ತು ಎಂದು ಗೊತ್ತಿದ್ದವರಿಗೆ ನಾನು ಹೇಳುವ ಮಾತು ಖಂಡಿತ ಅರ್ಥವಾಗುತ್ತದೆ.

ಕವನದ ಬಗ್ಗೆ ನನ್ನ ಆಸಕ್ತಿಯನ್ನು ನೋಡಿ ತೋಶ್ಕಾ ಹೇಳಿದ :

"ನಿನಗೆ ಬೇಕಾದರೆ ಇದರ ಪ್ರತಿಯೊಂದನ್ನು ಮಾಡಿಕೊ. ಯಾಕೆಂದರೆ, ಈ ಚೂರು ಕಾಗದ, ನನ್ನ ಆತ್ಮೀಯ ಸಂಗಾತಿಯೊಬ್ಬನ ಬಗ್ಗೆ ನನ್ನಲ್ಲಿಗೋ ಒಂದೇ ಒಂದು ಸ್ಮಾರಕ...ಅವರು ಅವನನ್ನು ಗಲ್ಲಿಗೇರಿಸಿದರು...ಇದನ್ನು ಅವನು ನನಗೆ ಜೈಲಿನಿಂದ ಕಳಿಸಿದ. ಅವನ ಹೆಂಡತಿ ಹೇಳಿದಳು : ಅವನ ಕೊನೆಯ ದಿನಗಳಲ್ಲಿ ಈ ಕವನವನ್ನು ಆತ ಅನೇಕ ಬಾರಿ ಪಠಿಸುತ್ತಿದ್ದನಂತೆ. ಅವನ ಕುತ್ತಿಗೆಯನ್ನು ನೇಣು ಹಗ್ಗ ಸುತ್ತಿದ್ದಾಗ ಅವನು ಕೂಗಿದ್ದ: 'ಓ ನನ್ನ ಜನರೆ, ಬಿರುಗಾಳಿಯ ಅಬ್ಬರದಲಿ ನಿಮ್ಮ ಜೊತೆಗೆ ಇರುವೆವು' ನನಗೆ ಇಡೀ ಕವನವೇ ಬಾಯಿಗೆ ಬರ್ತದೆ. ಆದರೂ ಈ ಕಾಗದದ ಚೂರನ್ನು ನಿನಗೆ ನಾನು ಕೊಡಲಾರೆ..."

ವಾಪ್‌ಸ್ತಾರೋವ್‌ನಿಂದ ತನ್ನ ಮನಸ್ಸು ಎಷ್ಟು ಪ್ರಭಾವಿತವಾಗಿತ್ತು ಎಂದು ಹೇಳಲು ಆಗ ತೋಶ್ಕಾನಿಗೆ ಸರಿಯಾದ ಶಬ್ದಗಳೇ ಸಿಗಲಿಲ್ಲ. ಆದುದರಿಂದ ಆತ ಗೊಣಗಿದ:

"ಮಹಾ ನೀಚರು*!* ಎಂಥ ದೊಡ್ಡ ಮನುಷ್ಯನನ್ನು ನಮ್ಮಿಂದ ಕಿತ್ತುಕೊಂಡರು*!*"

ಹೋರಾಟದ ಹಾದಿ ಕಠಿಣ, ಅಲ್ಲಿ ಇಲ್ಲ ಕರುಣೆಯು
ಹೋರಾಟದ ಹಾದಿ ದೀರ್ಘ, ಅದಕ್ಕೆ ಇಲ್ಲ ಅಂತ್ಯವು
ನಾನು ಬಿದ್ದೆ, ಅದರಲ್ಲಿ
ನೂರು ಜನರು ಬರುವರು
ಬಲಿದಾನದ ಯಾಗದಲ್ಲಿ
ಹೆಸರು ಯಾರು ಕೇಳ್ವರು ?
ಗುಂಡು ಬಿದ್ದು ನಮ್ಮ ಎದೆಯ ರಕ್ತ ಚೆಲ್ಲಿತೇ ?
ಹೆಣವು ಕೊಳೆತು ಹುಳದ ಹೊಟ್ಟೆ ತುಂಬಿ ಹೋಯಿತೇ ?
ಇಲ್ಲ ಇಲ್ಲ ನನ್ನ ಜನರೆ
ನಮ್ಮ ಪ್ರೀತಿ ಸಾಯದು
ಬಿರುಗಾಳಿಯ ಅಬ್ಬರದಲಿ
ನಿಮ್ಮ ಜೊತೆಗೆ ಇರುವೆವು.

(ಅಪರಾಹ್ನ 2 ಗಂಟೆಗೆ x x 23 – vii – 1942)

ಇಲಿಇಕಾತಾನ ಮಾತುಗಳಿಂದ ಇದೆಲ್ಲ ನನಗೆ ಜ್ಞಾಪಕವಾಯಿತು. ಲ್ಯೂಬ್ಕಾ ಕವನವನ್ನು ಪಠಿಸುತ್ತಿದ್ದಾಗ, ಈ ನೆನಪು ನನ್ನನ್ನು ಕೂಡಲೇ ಹಿಂಬಾಲಿಸಿತು. ಆಕೆ ತನ್ನ ವಾಚನವನ್ನು ಮುಗಿಸಿದಾಗ ಶ್ರೋತೃಗಳ ಉತ್ಸಾಹದ ಅಬ್ಬರ ಗಗನ ಮುಟ್ಟಿತು. ಕಮಾಂಡರ್ ಮಧ್ಯ ಪ್ರವೇಶಿಸಿ ಅವರನ್ನು ಸುಮ್ಮನಾಗಿಸಬೇಕಾಯಿತು. ಬೆಟ್ಟ ನಮ್ಮದಾದರೂ ಶತ್ರು ಹಿಂದಿನಿಂದ ಹೊಂಚು ಹಾಕುತ್ತಿದ್ದಿರಬಹುದು.

ಆದರೂ ಸೈನಿಕರು ಒಬ್ಬರಾದ ಮೇಲೆ ಒಬ್ಬರು ಸ್ವಲ್ಪ ತಗ್ಗಿಸಿದ ದನಿಯಲ್ಲಿ ಕೂಗುತ್ತಿದ್ದರು :

"ಲ್ಯೂಬ್ಕಾ ಇನ್ನೊಂದು ಕವನ. ವಾಪ್‌ಸ್ತಾರೋವ್‌ನ ಇನ್ನೊಂದು ಕವನ ಓದು !"

ಲ್ಯೂಬ್ಕಾಗೆ ಬಹಳ ಸಂತೋಷವಾಯಿತು. ಆದರೂ ನಾಚಿಕೆಯಿಂದ ಅವಳ ಮುಖ ಕೆಂಪೇರಿತು. ಅವಳು ತನ್ನ ಅಸಹಾಯಕತೆಯನ್ನು ಪ್ರದರ್ಶಿಸಿದಳು.

"ನನಗೆ ಬೇರಾವ ಕವನವೂ ಗೊತ್ತಿಲ್ಲ ಸಂಗಾತಿಗಳೇ! ನನಗೆ ಬರೋದು ಅಲ್ಲಲ್ಲಿ ಕೆಲವು ಸಾಲುಗಳು ಮಾತ್ರ."

"ಹಾಗೆ ಹೇಳ್ಬೇಡ... ಅಂಥ ಕವಿಯ ಎಲ್ಲ ಕವನಗಳೂ ಗೊತ್ತಿರಬೇಕು," ಎಂದು ಮೀಲಿಯೊ ಒತ್ತಾಯಿಸಿದ.

ಕಾರಾಜಾತಾ ಮಧ್ಯೆ ಪ್ರವೇಶಿಸಿ, ಆ ಸಂಕಟದಿಂದ ಅವಳನ್ನು ಪಾರುಮಾಡಿದ.

"ಲ್ಯೂಬ್ಕಾ ಕೊನೆ ಕವನವನ್ನು ಇನ್ನೊಮ್ಮೆ ಓದು!"

ಲ್ಯೂಬ್ಕಾ ಮತ್ತೆ ಪ್ರಾರಂಭಿಸಿದಳು...

ಅದರಲ್ಲಿ ಅತ್ಯಂತ ಸುಂದರವಾದ ಹಾಗೂ ಪ್ರಭಾವಶಾಲಿಯಾದ ಚಿತ್ರವಿತ್ತು. ನಿಜವಾದ ಕವನಕ್ಕೆ ಎಂಥ ಶಕ್ತಿಯಿದೆ! ಅಲ್ಲದೆ ಈ ಮಣ್ಣಿನ ಮಕ್ಕಳು ನಿಜವಾದ ಕಾವ್ಯವನ್ನು ಹೇಗೆ ಆಸ್ವಾದಿಸುತ್ತಾರೆ! ಅವರ ಸಂಸ್ಕೃತಿಯಲ್ಲಿ ಭಿನ್ನತೆ ಇದ್ದರೂ ಆ ಮಹಾಕವಿಯ ಬಗ್ಗೆ, ತಮ್ಮ ಆ ಸ್ವಂತ ಕವಿಯ ಬಗ್ಗೆ ಅವರೆಲ್ಲರಿಗೂ ಒಂದೇ ವಿಧವಾದ ಪ್ರೀತಿಯಿತ್ತು.

ನನ್ನ ಎದೆಗೆ ವಜ್ರಕವಚ ನನ್ನ ನಂಬಿಕೆ
ಕಡೆಯವರೆಗೂ ನನ್ನ ಬಿಡದು ಈ ನಂಬಿಕೆ
ಅದನು ಸೀಳಿ ಒಡೆದ ಗುಂಡು ಇಲ್ಲ, ಎಲ್ಲಿದೆ?
– ಗುಂಡು ಇಲ್ಲ! ಎಲ್ಲಿದೆ?

ವಾಪ್‌ಸ್ತಾರೋವ್‌ನ 'ನಂಬಿಕೆ' ಗಾಳಿಯಲ್ಲಿ ಮಾರ್ದನಿಸಿತು. ಸೈನಿಕರು ತಮ್ಮ ಬಂದೂಕುಗಳನ್ನು ಮೇಲೆತ್ತಿ ಲ್ಯೂಬ್ಕಾ ಜೊತೆಯಲ್ಲಿ ಹಾಡಲು ಪ್ರಾರಂಭಿಸಿದರು. ನಾವೆಲ್ಲ ಹಾಡಿದೆವು. ಕೆಲವರಿಗೆ ಮಾತ್ರ ಸಾಲುಗಳು ಸರಿಯಾಗಿ ಬಂದವು. ಆದರೆ ಕವನದ ಅದ್ಭುತ ಸಂವೇದನೆ ಎಲ್ಲರ ಹೃದಯವನ್ನೂ ತುಂಬಿತ್ತು.

ಎಲ್ಲರಿಗೂ ಇದು ನೀಡಿತು ಶಕ್ತಿ, ಅಳೆಯಲಾಗದ ಮಹಾಶಕ್ತಿ...

ವಿಶ್ವಕಥಾಕೋಶ

ಸಂಪುಟ - ೧೨

ಲೇಖಕರ ಪರಿಚಯ

ಬಾವಿಕಟ್ಟೆಯ ಬಳಿ

ಲಾಜಾ ಲಜಾರೆವಿಚ್ (1851–1890)

ಸಣ್ಣ ಕಥೆಗಾರ, ನ್ಯಾಯಶಾಸ್ತ್ರ ಮತ್ತು ವೈದ್ಯಶಾಸ್ತ್ರದ ಅಭ್ಯಾಸ. ಸರ್ಕಾರದಲ್ಲಿ ವೈದ್ಯಾಧಿಕಾರಿಯಾಗಿದ್ದರು. ಸರ್ಬಿಯನ್ ಲೇಖಕರಲ್ಲಿ ಅತ್ಯಂತ ಪ್ರತಿಭಾವಂತ ಹಾಗೂ ಜನಪ್ರಿಯ. ಬಹುಶಃ ಕ್ಷಯರೋಗದಿಂದ ಮರಣ.

ಮಕ್ಕಳು ಮತ್ತು ದೊಡ್ಡವರು

ಐವಾನ್ ಚನ್‌ಕಾರ್ (1876–1919)

ಸಣ್ಣ ಕಥೆಗಾರ, ಕಾದಂಬರಿಕಾರ, ನಾಟಕಕಾರ. ಸ್ಲೊವಾನಿನ ಹೆಸರಾಂತ ಬರಹಗಾರ. ಸಾಮಾನ್ಯ ಜನರ ಜೀವನದ ಕಷ್ಟನಷ್ಟಗಳೇ ಬರಹಗಳಿಗೆ ವಸ್ತು.

ಮುಸ್ತಾಫಾ ಮದಜರ್

ಇವೊ ಆಂದ್ರಿತ್ಸ್ (1892–1975)

ಬಾಸ್ನಿಯದ ಸಣ್ಣ ಕಥೆಗಾರ, ಕಾದಂಬರಿಕಾರ. ಪ್ರಥಮ ವಿಶ್ವಸಮರದಲ್ಲಿ ಯುಗೊಸ್ಲಾವಿಯದ ರಾಷ್ಟ್ರೀಯವಾದಿಯೆಂದು ಆಸ್ಟ್ರಿಯ ಸರ್ಕಾರದಿಂದ ಬಂಧನಕ್ಕೊಳಗಾದ. 1940ರಲ್ಲಿ ಬರ್ಲಿನ್‌ನಲ್ಲಿ ಯುಗೊಸ್ಲಾವಿಯದ ರಾಯಭಾರಿ. ದ್ವಿತೀಯ ವಿಶ್ವಸಮರದಲ್ಲಿ ಬೆಲ್ಗ್ರೇಡ್‌ನ ಆಕ್ರಮಿತ ಪ್ರದೇಶದಲ್ಲಿ ವಾಸ. ನೊಬೆಲ್ ಪ್ರಶಸ್ತಿ ವಿಜೇತ.

ಒಂದು ಚಲನಚಿತ್ರ – ಮೂರು ರೀಲುಗಳಲ್ಲಿ

ಸಿ. ಮೆಂದೆರೋವಿತ್ಸ್

ಸಣ್ಣ ಕಥೆಗಾರ. ಕಾದಂಬರಿಕಾರ. ದ್ವಿತೀಯ ವಿಶ್ವಸಮರದಲ್ಲಿ ಶತ್ರುಪೀಡಕ. ಭಾರತದ ಬಗ್ಗೆ ವಿಶೇಷ ಆಸಕ್ತಿ ಹೊಂದಿದ್ದರು. ದೆಹಲಿಯಲ್ಲಿ ಮೃತರಾದರು.

ಯುದ್ಧ

ಮಿಲೋವನ್ ಜಿಲಾಸ್ (1911–1995)

ಸಣ್ಣ ಕಥೆಗಾರ. ಸ್ಪಷ್ಟ ಅಭಿವ್ಯಕ್ತಿಗೆ ಹೆಸರಾದ ಬರಹಗಳು. ಟಿಟೋನ ನಿಕಟವರ್ತಿಯಾಗಿದ್ದು, 60ರ ದಶಕದಲ್ಲಿ ಭಿನ್ನಮತೀಯನಾದ. ಆತನ ರಾಜಕೀಯ ಬರವಣಿಗೆಗಳಿಂದಾಗಿ ಸರ್ಕಾರದ ಆಗ್ರಹಕ್ಕೊಳಗಾಗಿ ಬಂಧನ. ಪದೇ ಪದೇ ಬಂಧನವಾದರೂ ಬರವಣಿಗೆಯ ಮುಂದುವರಿಕೆ.

ಭಾವಣಿ ಕಿತ್ತರು

ಅಲೆಕ್ಸ್ ಚಾತ್ಸಿ (1916–1989)

ಸಣ್ಣ ಕಥೆಗಾರ, ಆಲ್ಬೇನಿಯದ ಹೊಸ ಸಮಾಜವಾದಿ ವ್ಯವಸ್ಥೆಯ ಹೆಸರಾಂತ ಬರಹಗಾರ. ಒಳ್ಳೆಯ ಕವಿತೆಗಳಿಗೂ ಖ್ಯಾತಿ ಪಡೆದ ಕವಿ.

ಅಜ್ಞಾತ ಯೋಧ

ಫತ್‌ಮೀರ್ ಗಜಾತ (1922–1989)

ಸಣ್ಣ ಕಥೆಗಾರ ಹಾಗೂ ನಾಟಕಕಾರ. ಬಹಳ ಕಾಲ ಬರವಣಿಗೆಯಲ್ಲಿ ನಿರತನಾಗಿ ಪ್ರಸಿದ್ಧಿಗೆ ಬಂದ ಲೇಖಕ.

ಸಂಗಾತಿಗಳು

ನಾಸಿ ಲೆರಾ

1944ರಲ್ಲಿ ಜನನ. ವಾಸ್ತವ ಜಗತ್ತಿನ ಜನರ ಬದುಕನ್ನು ಪ್ರತಿಬಿಂಬಿಸುವ ಸಣ್ಣ ಕಥೆಗಾರನೆಂದು ಪ್ರಸಿದ್ಧಿ.

ತಾಯಿ

ಇವಾಇಲೊ ಪೆತ್ರೋವ್ (1923–2005)

ಕವಿ, ಸಣ್ಣ ಕಥೆಗಾರ, ಕಾದಂಬರಿಕಾರ, ಸೋಫಿಯ ವಿಶ್ವವಿದ್ಯಾನಿಲಯದಲ್ಲಿ ನ್ಯಾಯಶಾಸ್ತ್ರದ ಅಭ್ಯಾಸ. 1944 – 45ರಲ್ಲಿ ದೇಶ ವಿಮೋಚನಾ ಸಮರದಲ್ಲಿ ಪಾತ್ರ. ಸೋಫಿಯ ರೇಡಿಯೋದಲ್ಲಿ ಉದ್ಯೋಗಿಯಾಗಿದ್ದರು. ಪ್ರಕಾಶನ ಸಂಸ್ಥೆಯೊಂದರಲ್ಲಿ ಸಂಪಾದಕರಾಗಿದ್ದರು.

ಅಪರಿಚಿತ

ಯೋರ್ದಾನ್ ಯಾವ್‌ಕೋವ್ (1880–1937)

ಸಣ್ಣ ಕಥೆಗಾರ, ನಾಟಕಕಾರ, ಕಾದಂಬರಿಕಾರ. ಬಾಲ್ಕನ್ ಸಮರ ಹಾಗೂ ಪ್ರಥಮ ವಿಶ್ವಸಮರದ ಸಮಯದಲ್ಲಿ ಯುದ್ಧ ಬಾತ್ಮೀದಾರ. ಆತನ ಹಳ್ಳಿಗೆ 'ಯಾವ್‌ಕೋವ್' ಎಂದು ಹೆಸಗಿಡಲಾಗಿತ್ತು.

ಕಮಿಷನರ್ ಸಾಹೇಬರ ಕ್ರಿಸ್‌ಮಸ್

ಎಲಿನ್–ಪೆಲಿನ್ (1878–1949)

ಸಣ್ಣ ಕಥೆಗಾರ. ಈತನ ಹೆಸರು ದಿಮಿತ್ರಿ ಇವನಾವ್. ಎಲಿನ್–ಪೆಲಿನ್ ಎಂಬುದು ಕಾವ್ಯನಾಮ. ಈತನ ಕಥೆಗಳು ಬಲ್ಗೇರಿಯದ ಗ್ರಾಮೀಣ ಜೀವನವನ್ನು ನಿರೂಪಿಸುತ್ತವೆ. ಅವುಗಳಲ್ಲಿ ಅನೇಕವನ್ನು ಜನಪದ ಗೀತೆಗಳಿಗೆ ಹೋಲಿಸಲಾಗುತ್ತದೆ.

ಕಾವ್ಯ

ವೆಸೆಲಿನ್ ಆಂದ್ರೆಯೇವ್

ಈ ಲೇಖಕರ ಬಗ್ಗೆ ಮಾಹಿತಿ ಲಭ್ಯವಿಲ್ಲ.

ಈ ಸಂಪುಟದ ಅನುವಾದಕರು

ಚಿ. ಶ್ರೀನಿವಾಸರಾಜು (1942–2007)

ಕೋಲಾರ ಜಿಲ್ಲೆಯ ಚಿಕ್ಕಬಳ್ಳಾಪುರದಲ್ಲಿ ಜನನ. ಬೆಂಗಳೂರಿನ ಕ್ರೈಸ್ಟ್ ಕಾಲೇಜಿನಲ್ಲಿ ಕನ್ನಡ ಪ್ರಾಧ್ಯಾಪಕರಾಗಿದ್ದು ನಂತರ ನಿವೃತ್ತಿ. 28 ವರ್ಷಗಳ ಕಾಲ ಕ್ರೈಸ್ಟ್ ಕಾಲೇಜಿನ ಕನ್ನಡ ಸಂಘದ ಸಂಚಾಲಕರಾಗಿ ಅನೇಕ ಪುಸ್ತಕಗಳ ಪ್ರಕಟಣೆ. ಹಂಪಿಯ ಕನ್ನಡ ವಿಶ್ವವಿದ್ಯಾನಿಲಯದ ಪ್ರಸಾರಾಂಗದ ನಿರ್ದೇಶಕರಾಗಿದ್ದರು. ಎಂ. ಇ. ಎಸ್. ಕಾಲೇಜು, ಮಹಾರಾಣಿ ಲಕ್ಷ್ಮೀ ಅಮ್ಮಣ್ಣಿ ಕಾಲೇಜುಗಳಲ್ಲಿ ಸಂದರ್ಶಕ ಪ್ರಾಧ್ಯಾಪಕರಾಗಿದ್ದರು. ನಾಟಕಗಳ ಅನುವಾದ, ನಾಟಕಗಳ ರಚನೆ ಸೇರಿ ನಾಟಕಗಳಲ್ಲಿ ವಿಶೇಷವಾದ ಒಲವು. ಕೇಂದ್ರ ಸಾಹಿತ್ಯ ಅಕಾಡೆಮಿ, ಕನ್ನಡ ಸಲಹಾ ಮಂಡಳಿ ಸದಸ್ಯ, ಬಿ.ಎಂ.ಶ್ರೀ. ಸ್ಮಾರಕ ಪ್ರತಿಷ್ಠಾನದ ಅಧ್ಯಕ್ಷ, 'ಹೊಸತು' ಮಾಸ ಪತ್ರಿಕೆಯ ಸಂಪಾದಕ ಮಂಡಳಿ ಸದಸ್ಯ, ಕನ್ನಡ ಅಭಿವೃದ್ಧಿ ಪ್ರಾಧಿಕಾರದ ಸದಸ್ಯ. ರಾಜ್ಯೋತ್ಸವ ಪ್ರಶಸ್ತಿ, ಆರ್ಯಭಟ ಪ್ರಶಸ್ತಿ, ರೆ. ಫಾ. ಕಿಟೆಲ್ ಪ್ರಶಸ್ತಿ, ಕೆ. ವಿ. ಸುಬ್ಬಣ್ಣ ಪ್ರಶಸ್ತಿ ಸೇರಿ ಹಲವು ಮನ್ನಣೆಗಳು ಸಂದಿವೆ.

ವಿಶೇಷ ಕೃತಜ್ಞತೆ

ಈ ಸಂಪುಟದ ಕಥೆಗಳ ಆಯ್ಕೆಗಾಗಿ ಆಕರ ಸಾಮಗ್ರಿ ದೊರಕಿಸುವ ಕಾರ್ಯದಲ್ಲಿ ನೆರವು ನೀಡಿದ

- ನವದೆಹಲಿಯ ಶ್ರೀ ಶಾ. ಬಾಲು ರಾವ್ (ಕೇಂದ್ರ ಸಾಹಿತ್ಯ ಆಕಾದೆಮಿ) ಮತ್ತು ಶ್ರೀ ಬಾಲಚಂದ್ರನ್ (ಜವಾಹರ್‌ಲಾಲ್ ನೆಹರೂ ವಿಶ್ವವಿದ್ಯಾಲಯ)
- ಶ್ರೀ ವಿಜಯ್‌ಸಿಂಗ್, ಸಂಪಾದಕರು 'ಸೋಶಿಯಲಿಸ್ಟ್ ಆಲ್ಬೇನಿಯ', ನವದೆಹಲಿ
- ಶ್ರೀಮತಿ ಎ. ಉಷಾ ನರಸಿಂಹನ್, ಬೆಂಗಳೂರು
- ಶ್ರೀ ಗಂಗಯ್ಯ ಕಟ್ರಗಡ್ಡ, ಕಾಕಿನಾಡ

ಅಂಕಿತನಾಮಗಳ ಸರಿಯಾದ ಉಚ್ಚಾರ ತಿಳಿಯಲು ಸಹಾಯ ಮಾಡಿದ

- ಡಾ. ಭೀಷಮ್ ಸಾಹನಿ, ನವದೆಹಲಿ

ಸಂಪುಟದಿಂದ ಮೂಲ ಆಂಗ್ಲರೂಪದ ಬೆರಳಚ್ಚು ಪ್ರತಿಗಳ ತಯಾರಿಕೆ ಮತ್ತಿತರ ಸಂಪಾದಕೀಯ ನೆರವಿಗಾಗಿ

- ಕುಮಾರಿ ಸೀಮಂತಿನೀ ನಿರಂಜನ

ಇವರಿಗೆಲ್ಲ ನಾವು ವಿಶೇಷವಾಗಿ ಕೃತಜ್ಞರು.